மலைக்காடு

புக்கிட் செம்பிலான்

சீ. முத்துசாமி

மலேசிய நாட்டின் வட பகுதியிலுள்ள கடார மாநிலத்தில் 22 பிப்ரவரி 1949 அன்று பிறந்தார். தந்தை சீரங்கன், தாய் முத்தம்மா. ஆசிரியராகப் பணியாற்றிய அனுபவம் உண்டு. 'இரைகள்', 'அம்மாவின் கொடிக்கயிறும் எனது காளிங்க நர்த்தனமும்' உள்ளிட்ட சிறுகதைத் தொகுப்புகள் சிங்கப்பூரில் பதிப்பிக்கப்பட்டிருக்கின்றன. 'விளிம்பு', 'அகதிகள்' ஆகிய குறுநாவல்களும் 'மண்புழுக்கள்' என்னும் நாவலும் வெளிவந்துள்ளன. 1979ல் தென்கிழக்காசிய நாடுகளுக்கென குமுதம் நடத்திய சிறுகதைப் போட்டியில் 'இரைகள்' முதல் பரிசு வென்றுள்ளது. தமிழக இலக்கியச் சிந்தனைப் பரிசு உள்ளிட்ட பரிசுகளையும் 2017ல் விஷ்ணுபுரம் விருதையும் பெற்றுள்ளார்.

ஆசிரியரின் பிற படைப்புக்கள்

இரைகள் (சிறுகதைத் தொகுப்பு)

அம்மாவின் கொடிக்கயிறும் எனது காளிங்க நர்த்தனமும் (சிறுகதைத் தொகுப்பு)

மண்புழுக்கள் (நாவல்)

விளிம்பு (குறுநாவல்)

அகதிகள் (குறுநாவல்)

இருளுள் அலையும் குரல்கள் (குறுநாவல்)

மலைக்காடு

புக்கிட் செம்பிலான்

சீ.முத்துசாமி

மலைக்காடு : புக்கிட் செம்பிலான்
Malaikkaadu : Bukit Sembilan
by *See.Mutusamy* ©

First Edition: December 2018
256 Pages

ISBN: 978-81-8493-939-2
Kizhakku 1103

Kizhakku Pathippagam
177/103, First Floor, Ambal's Building, Lloyds Road,
Royapettah, Chennai - 600 014. Ph: +91-44-4200-9603
Email : support@nhm.in   Website : www.nhm.in

kizhakkupathippagam   kizhakku_nhm

Author's Email: mutusamy4536@gmail.com

Cover Image: Shutterstock ©

Kizhakku Pathippagam is an imprint of New Horizon Media Private Limited

அம்மாவுக்கும் அப்பாவுக்கும்

இரண்டு காடுகளின் நடுவே

நியூயார்க் நகரத்திற்குச் சென்றிருந்தபோது ஒரே இடத்தில் இரண்டு மகத்தான நினைவுச் சின்னங்களைக் காணமுடிந்தது. எல்லிஸ் தீவில் அமைந்திருக்கும் குடியேற்ற அருங்காட்சியகம். அதன் தலைமேல் என எழுந்து நின்றிருக்கும் சுதந்திர தேவியின் சிலை. கிட்டத்தட்ட இருநூறாண்டுகளாக அமெரிக்காவின் மண்ணில் குடியேறிக் கொண்டிருந்த ஐரோப்பியர்கள் கப்பலில் வந்திறங்கும் முதல் காலடிநிலம் அது. மதநம்பிக்கையால் துரத்தப்பட்டவர்கள், வெவ்வேறு அரசுகளால் வேட்டையாடப்பட்டவர்கள், அயர்லாந்தின் உருளைக்கிழங்குப் பஞ்சம் போன்ற செயற்கைப் பஞ்சங்களால் பிழைப்புதேடி வந்தவர்கள், புதிய வாழ்க்கையைத்தேடி கப்பலேறியவர்கள்...

எல்லிஸ் தீவிலுள்ள புகைப்படங்கள் வழியாக ஒரு வாழ்க்கை கண்முன் விரிகிறது. துயருற்ற முகங்கள், நைந்த உடைகளை அணிந்த மெலிந்த உடல்கள். குழந்தைகளை அணைத்த அன்னையர். குழந்தைவிழிகளிலுள்ள திகைப்பு. அவர்கள் வைத்திருக்கும் வெவ்வேறு வகையான பெட்டிகள். அடையாளங்கள் அழிந்து வெறும் கும்பலாக ஆகிவிட்டவர்கள். வரிசையில் நின்று எண்களாக மாறுகிறார்கள். நம்பிக்கையுடன் கனவுடன் வெளியே விரிந்துள்ள அறியாநிலம் நோக்கிச் செல்கிறார்கள்.

எல்லிஸ் தீவின் நெஞ்சை அடைக்கும் அனுபவம் மீண்டும் வெளிவந்து கையில் ஒளிச்சுடருடன் எழுந்து நின்றிருக்கும் விடுதலையரசியின் பெருஞ்சிலையைப் பார்க்கையில் மறைகிறது. சற்று நேரத்திலேயே உள்ளம் பறக்கத் தொடங்கிவிடும். உலக வரலாற்றில் அந்தச் சிலை ஓர் அருநிகழ்வு என எப்போதும் நான் உணர்ந்ததுண்டு. ஒருபோதும் வருபவர்களை நோக்கி ''இது உங்கள்

நிலமும்கூட'' என அழைக்கும் அத்தனைபெரிய வரவேற்பு எந்நாட்டிலும் அளிக்கப்பட்டதில்லை. ஒரு நாட்டின் இலட்சியவாதமே சிலையென எழுந்து நின்றிருப்பதையும் கண்டதில்லை. நவீனக் காலகட்டம் உருவாக்கிய முதன்மையான தெய்வம் அந்த வெண்கலச்சிலைதான்.

2

முதல்முறையாக மலேசியாவின் பினாங்கு நகருக்குச் சென்றபோது அமெரிக்காவின் எல்லிஸ் தீவை எண்ணிக்கொண்டேன். என் இளமைக்காலம் முதலே 'பெனாங்குக்குப் போவது' என்னும் சொல்லாட்சியைக் கேள்விப்பட்டிருந்தேன். குமரி மாவட்டத்தையும் கேரளத்தையும் பொறுத்தவரை அது வீட்டில் சண்டை போட்டுக் கொண்டோ, ஏதேனும் குற்றத்தை இழைத்து தண்டனைக்குத் தப்பியோ, பொருளீட்டுவதற்காகவோ செல்லும் ஓர் அறியாநிலம். சிங்கப்பூர் உட்பட அனைத்து வெளிநாடுகளையும் பெனாங்கு என்றே உள்ளூரில் சொல்லிவந்தார்கள். எழுபதுகளில் வளைகுடா நாட்டுக்குச் செல்லத் தொடங்கியபோதும் முதியவர்கள் அதை பெனாங்கு என்றே சொன்னார்கள்.

பினாங்கு வாழ்க்கையின் சித்திரத்தை நான் முதலில் அடைந்தது மலையாள நாடக ஆசிரியரும் நடிகருமான என்.என்.பிள்ளை எழுதிய ஞான் என்னும் தன்வரலாற்றில்தான். 1940களின் வாழ்க்கையின் நுண்ணிய சித்தரிப்பு ஒன்றை அதில் உருவாக்க அவரால் இயன்றது. அதன்பின் அகிலனின் பால்மரக்காட்டிலே, நெஞ்சின் அலைகள் என்னும் இரு நாவல்களில். அகிலனின் நாவல்கள் பாடப்புத்தகத்தன்மை கொண்ட சித்தரிப்புகள் வழியாகச் சோர்வூட்டும் வாசிப்பை அளித்தன. ஆனாலும் அந்த நிலம் மீதான ஈடுபாடு என் கனவில் அதை வளரச்செய்தது. மேலும் நெடுங்காலம் கழித்தே மலேசிய எழுத்துக்கள் அறிமுகமாயின. லங்காட் நதிக்கரை (அ.ரெங்கசாமி) சயாம் மரணரயில் (சண்முகம்) போன்ற நாவல்கள்.

ஆனால் பினாங்கில் நின்றிருந்தபோது என் மூதாதையர் அங்கே வந்தமைக்கான தடையமாக ஏதேனும் எஞ்சியிருக்கிறதா என்ற ஆவலும் இல்லை என அறிந்தபோது ஏமாற்றமும்தான் ஏற்பட்டது. புகைப்படங்களோ, அரசு ஆவணங்களோ இல்லை. நினைவுக் குறிப்புகளும் இல்லை. ஏனென்றால் அங்கே சென்றவர்கள் இங்குள்ள சமூகத்தால் குப்பையில் எனத் தூக்கி வீசப்பட்டவர்கள்.

இந்தியாவை உலுக்கிய இரு பெரும்பஞ்சங்களிலிருந்து உயிர்தப்பியவர்கள். இங்கு அப்பஞ்சங்களின் வரலாறே எழுதப்பட வில்லை. செத்துக்குவிந்த மக்களைப்பற்றிய நினைவே நம் பண்பாட்டில் இல்லை. குடிபெயர்ந்தோர் முற்றிலும் மறக்கப்பட்டவர்கள்.

சென்ற ஐநூறாண்டுகளாக இந்தியர்களே வரலாறற்றவர்கள் எனலாம். தற்செயலாகப் பதிவான வரலாறுகளும் வென்றவர்கள் எழுதிய வரலாறுகளுமன்றி நம்மைப்பற்றி நாம் பதிவுசெய்தவை மிகமிகக்குறைவு. வரலாறற்ற சமூகத்தின் அடித்தளம் வரலாற்றின் நிழல்கூட விழாதது. இருந்ததற்கும் மறைந்தமைக்கும் தடையமே இல்லாமல் காலத்தில் மறைந்தது.

உலகில் எந்த ஒரு மானுட இனத்திற்கும் நிகழ்ந்த கூட்டுப் பேரழிவுக்கு நிகரானது 1870களிலும் 1880களிலும் தமிழகத்தில் நிகழ்ந்த பெரும்பஞ்சங்கள். அதன்பின் உலகப்போரில் சயாம் மரணரயில் உருவாக்கத்தில் நிகழ்ந்த பலிகள். ஆனால் இங்கே மொழிவழிப்பதிவுகள் மிகமிகக் குறைவு. உலகின் அத்தனை சமூகங்களும் தங்கள் அழிவுகளை மீளமீளப் பேசிப் பதிவு செய்கின்றன. தங்கள் தோல்விகளிலிருந்து கற்றுக்கொள்ள, தங்கள் பிழைகளைத் திருத்திக்கொள்ள. நாம் நம் பொற்காலங்களைத் தேடி நூல்களில் அலைகிறோம். உலகமே நம்மால் ஆளப்பட்டது என்னும் பகற்கனவில் திளைக்கிறோம்.

3

ஒருவகையில் இலக்கியம் என்பது வரலாறற்றவர்களின் வரலாறு. இலக்கிய ஆசிரியன் நாவற்றவர்களின் நா.வரலாற்றின் தத்துவத்தின் மெய்யியலின் இடைவெளிகளை நிரப்பிப் பரவும் நீரே இலக்கியம். அது நிகர்வாழ்க்கை, ஆகவே நிகர்வரலாறும்கூட. அவ்வகையில் சீ.முத்துசாமியின் மலைக்காடு மலாய மக்களின் வரலாறு. வரலாறுகளினூடாகக் கொடிபோலப் படர்ந்து அவற்றை ஒருங்கிணைப்பது. அவற்றை மெல்ல கவ்வி இறுக்கி தானெழுந்து நின்றிருப்பது. சமீபத்தில் கம்போடியா சென்றிருந்தபோது இடிந்த பேராலயங்களுக்குமேல் பெருமரங்கள் எழுந்து நின்றிருப்பதைக் கண்டேன். அவற்றின் வேர்களால் கல் ஆலயங்கள் கவ்வி நெரிக்கப்பட்டிருந்தன. இந்நாவல் அத்தகைய பசுமரங்களில் ஒன்று.

அலெக்ஸ் ஹேலியின் 'ரூட்ஸ்' என்னும் தன்வரலாற்று நூலை நினைவுறுத்தும் பயணச் சித்திரத்துடன் தொடங்குகிறது சீ.முத்துசாமியின் இந்நாவல். தமிழகத்தில் தருமபுரியிலிருந்து தன்

மகன் உண்ணாமலையுடன் பஞ்சம்பிழைக்கக் கிளம்பும் மாரியின் கதை. புழுத்த கஞ்சியை ஒருவேளை உண்டு கப்பலின் கொட்டடியில் மலம்கழித்து மலத்துக்குள்ளேயே அமர்ந்து கொண்டு இருட்டுக்குள் மூச்சுக்காற்றில்லாமல் தினறி பினாங்கு நோக்கிச் செல்கிறார்கள். வழியில் காலரா. பிணங்களைத் தூக்கி கடலில் வீசுகிறார்கள். நோய்கண்டவர்களையும் நோய் உண்டா என ஐயத்துக்கு ஆளாகிறவர்களையும் தூக்கிக் கடலில் போடுகிறார்கள்.

வறண்டு உலர்ந்த முட்புழுதிக் காட்டிலிருந்து மலாயாவின் வானளாவிய மலைக்காட்டுக்கு. மலைக்காட்டின் பேருருவை சீ.முத்துசாமி ஒருவகையான பேய்த்தோற்றமாகவே வர்ணிக்கிறார். ஊரில் மழையின்றி வறண்ட பாலையிலிருந்து வருபவர்களுக்கு அங்கிருந்து சொல்வழியாக அறிகையில் அது விண்ணுலகின் ஒளிகொண்டதாக இருக்கிறது. ஆனால் நேரில் அது அரக்கருலகு.

''சட்டெனத் திரும்பி அண்ணாந்து காட்டைப் பார்த்தார். மனம் பகீரென்றது. அவர் இதுவரை கண்டிராத பிரமாண்ட காடு. வான் நோக்கி எழுந்து போகும் ராட்சச மரங்கள். அதில் படர்ந்து ஏறும் பசுங்கொடிகள். சடைபின்னி இறங்கும் ஆலமர விழுதுகள் போன்ற பெரும் விழுதுகள். மனிதர்கள் கால் வைத்து நடக்கவோ, அரூபக் காற்றும் நுழைந்து நடமாடவோ இடைவெளியின்றி அடர்ந்து நிறையும் பசுமைச் செடிகொடிகள். பறவைகளின் ஆரவாரக் கூச்சல். சூழ்ந்து ஒலிக்கும் ஏதேதோ பெயர் தெரியாத நூற்றுக்கணக்கான மிருகங்களின் நடுங்குற வைக்கும் பெருங் கூச்சலுமாய், காடு பேருரு கொண்டெழுந்து அவரைப் பயமுறுத்தியது''

என்ற வர்ணனையில் இந்நாவலைச் சுருக்கிக் கொள்ளலாம். பாலைநிலத்து மக்கள் பசுநிலத்தில் வதைபட்டுச் சாவதிலுள்ள ஊழின் அங்கதமே இந்நாவலைக் கட்டமைக்கிறது. அவர்களின் உள்ளார்ந்த அனலின் உறுமலாகப் பறை உடனிருக்கிறது. அவர்கள் காட்டை அழித்து தோட்டங்களை உருவாக்கும் வெள்ளையர் களுக்குக் கீழே, அவர்களின் அடிமைகளாகவும் அடிமைகளின் ஆண்டைகளாகவும் இருமுகம் கொண்ட கங்காணிகளின் சவுக்கடி பட்டு, பொந்துபோன்ற லாயங்களில் தங்கள் தீயூழின் அடுத்த பகுதியை நோக்கிச் செல்கிறார்கள்.

அம்மக்களின் போராட்டத்தின் கதை இந்நாவல். இதன் முதன்மை யான சிறப்பு என்பது எந்த அரசியல் கோட்பாட்டுக்கு உட்பட்டும் அந்த வாழ்க்கையைச் சொல்ல சீ.முத்துசாமி முயலவில்லை

என்பதுதான். ஆகவே வாழ்க்கை ஒருவகையான அப்பட்டத் தன்மையுடன் விரிகிறது. ஆசிரியர் தன்னியல்பற்ற கதைசொல்லியாக நம்முடன் வருகிறார். இந்த நேரடித்தன்மையால் இக்கதையை அடுக்குகளற்றதாக வாசித்துவிடும் இடர் உண்டு. இத்தகைய ஆக்கங்களை உண்மையாகவே ஒருவாழ்க்கை விவரிப்பை எப்படி சமூகம் சார்ந்த, ஆழுளம் சார்ந்த குறிப்புகளைக் கருத்தில்கொண்டு வாசிப்போமோ அப்படி வாசிக்கையில் அடுக்குகள் பெருகும்.

ஓர் எடுத்துக்காட்டு, இதில் தோட்ட உரிமையாளரான ஜேம்ஸ் கோனெல்லியின் புரவி. அவர் கன்னங்கருமையாகப் பளபளக்கும் புரவியை வைத்திருக்கிறார். அந்தப்புரவி அம்மக்கள் அனைவருக்குமே பேரழகு கொண்டதாகத் தெரிகிறது. பிளேக்பியூட்டி என்னும் அக்குதிரையுடன் ஆண்டைக்கும் அடிமைக்குமான உறவு ஒரு கீற்றென வந்துசென்றாலும் முக்கியமான ஒரு குறியீடு.

இன்னொரு எடுத்துக்காட்டு, அந்தத் தோட்டத்தில் எழும் முதல் எதிர்ப்புக்குரல். அது காட்டில் ஊறிவரும் கலங்கல் குடிநீரைத் தெளியவைத்து உண்ணும்நிலையில் இருக்கும் அம்மக்கள் துரைக்குக் குடிப்பதற்காகக் கொண்டுசெல்லப்படும் நீர்த்தொட்டி வண்டியைத் தடுத்து நிறுத்தி கடத்திக்கொண்டு செல்வதில் தொடங்குகிறது. மிகமிக அடிப்படையான ஒன்றுக்கான போராட்டம். ஆகவேதான் அதற்குப் பெண்களே முன்னின்று இறங்குகிறார்கள். வீரம்மா போன்ற ஒரு பெண்ணில் எழும் அறச்சீற்றம் அது எளிய குடிநீர் என்பதனால்தான். காந்தியின் உப்புச் சத்யாக்கிரகத்துடன் இதை இணைத்து நோக்கும்போது ஒரு வரலாற்றுநோக்கு உருவாகும். உப்புக்கும் நீருக்குமே முதல் எதிர்க்குரல் எழமுடியும். அந்த இடத்தில் இயல்பாக காந்தி பற்றிய ஒரு குறிப்பு எழுந்து வந்து அதை வரலாற்றில் பொருத்துகிறது. ‘அந்த வக்கீலை தென்னாப்ரிக்காவில் அவர் போராடத் தொடங்கியபோதே கிள்ளி எறிந்திருக்கவேண்டும்’ என்று துரை சொல்கிறார்.

மிக எளிமையான சித்திரங்கள் வழியாகவும் இந்நாவல் வாழ்க்கை நோக்கிய நுட்பமான திறப்புகளைக் கொண்டுள்ளது. இரு உதாரணங்கள். ‘தமிழர் கட்சி தலைவர் இங்கிலீஸ் மணியம்’ என்னும் சொல்லாட்சி இயல்பாக மின்னிச்செல்கிறது. அதற்குக் காரணமானது ஒரு சினிமாக்காட்சி. அதில் சிவாஜி ‘போடா, யூ கண்ட்ரி ஃபூல்’ என்று சொல்லும் வசனத்தால் ஆழமாகப் பாதிக்கப்படுகிறார். அதை அவர் அதேபோலச் சிரித்தபடி பிறரிடம் சொல்ல ஆரம்பிக்கிறார். அவருக்கு இங்கிலீஷ் என்னும் அடைமொழி அமைகிறது.

இந்த வேடிக்கைக் கதைக்குப் பின்னாலுள்ளது ஆங்கிலம் அவர்களை அடக்கி ஆளும் மொழி என்பதுதான். அவர்களை இழித்துரைக்கும் சொல்லாட்சி அது. எப்போதேனும் துரையோ கங்காணியோ அதைச் சொல்லியிருக்கவும்கூடும். அது எப்படி அவர்களைக் கவர்கிறது? அது 'அதிகாரம்' ஆக 'அறிவு' ஆக 'ஸ்டைல்' ஆக எப்படி அவர்களின் உள்ளத்துக்குள் உருமாறுகிறது? புக்கிட் செம்பிலான் என்னும் அந்தத் தோட்டம் ஒரு நாட்டின், சமூகத்தின் அடையாளமாக விரிகிறது.

பிறிதொரு கதை வேட்டைக்காரர் தன் கண்முன் புலி ஒன்று வேட்டையாடி கொன்று தூக்கிச் செல்வதைக் காணும் கணம். வேட்டைக்காரர் ஒரு கணத்தில் வேட்டையாடப்படுபவராகத் தன்னை உணர்கிறார். அதன்பின் அவருடைய வாழ்கையே பிறிதொன்றாக ஆகிவிடுகிறது. இத்தகைய நுண்குறிப்புகளினூடாக இந்த நேரடியான வாழ்க்கைச் சித்தரிப்பை கீழ்கீழென பல அடுக்குகள் கொண்டதாக நாம் வாசிக்கமுடியும் என்பதனால்தான் இது ஓர் இலக்கியப்படைப்பாக ஆகிறது

4

மலாயாவின் வரலாறு ஆங்காங்கே தொடுத்துக்கொள்ளப்பட புங்கிட் செம்பிலான் தோட்டத்தின் போராட்டத்தின் கதையைச் சொல்கிறது மலைக்காடு. வரலாறுநிகழும் களங்கள் எங்கோ உள்ளன. புங்கிட் செம்பிலான் மக்கள் அனைத்திலிருந்தும் துண்டிக்கப்பட்டவர்கள். வானளாவிய மரங்களாலான பச்சைச் சிறைச்சாலை ஒன்றுக்குள் அகப்பட்டுக் கொண்டவர்கள். ஆனால் வரலாற்றின் அதிர்வுகள் அந்த சிறு சமூகத்தை உருமாற்றிக் கொண்டே இருக்கின்றன.

தன்னிச்சையான கிளர்ச்சிகளாக எதிர்ப்புகள் நிகழ்ந்து அவை கடுமையாக ஒடுக்கப்படும் தோட்டச்சூழலில் உலகப்போரின்போது மலாயாவை ஆக்ரமிக்கும் ஜப்பானுக்கு எதிராக போராடியவர்களுடன் சேர்ந்து பணியாற்றியவர்கள் போர் முடிந்து வந்துசேர்கிறார்கள். அவர்களின் ராணுவப்பயிற்சியும் உலக அறிவும் போராட்டத்தின் வடிவங்களை மாற்றுகின்றன. ஒவ்வொன்றும் மெல்லமெல்ல உருமாறிக்கொண்டே இருப்பதை சொல்லிச் செல்கிறது இந்நாவல்.

அந்த நேரடியான நடப்புண்மையுடன் அதன் தர்க்கம் மீறாதபடி ஒரு கனவை நெய்துசெல்கிறது. நாவலின் தொடக்கம் முதலே வந்துகொண்டிருக்கிறது ராஜநாகம். முதன்முதலாக மக்களிடம்

எதிர்ப்பைக் கண்ட கங்காணி அதிலெழுந்த ராஜநாகத்தைத்தான் உண்மையில் காண்கிறார். ''கித்தாக்காட்டு ஒத்தையடிப் பாதையில் ஒத்தையாய்ப் போக, சரசரயொலியுடன் புதருக்குள்ளிருந்து வெளிப்பட்டு எதிரில் ஆளுயரப் படமெடுத்து ஆடும் நாகத்தை முதல்முறை எதிர்கொண்டு மிரண்டு நிற்பவனின் கண்களில் தெறிக்கும் அதே அச்சத்தை அவரது கண்களிலும் கண்டார்'' என்று நாவல் விவரிக்கிறது.

பின்னர் கிருஷ்ணனை அழைத்துச்செல்லும் முனி அவனுக்கு அந்நாகத்தைக் காட்டிக்கொடுக்கிறது. ''ஆறடி உயரத்தில் வாலைத் தரையில் ஊன்றி நின்று படமெடுத்துச் சீற்றத்துடன் ஆடியது ராஜநாகம். இலை உதிர்த்து அம்மணமாய் நின்ற கித்தாமரங் களினூடாய் இறங்கிய சூரிய ஒளியில் மினுங்கும் உடலின் கருமை. நிலைகுத்திய பார்வையில் வைரக்கல் போன்ற அதன் கண்கள். நாவின் அச்சுறுத்தும் நடனம்.'' அதை ஆசிரியர் விளக்கவில்லை. அவர்களுடன் இந்தியாவிலிருந்து வந்து அந்த ரப்பர்காட்டில் குடிகொண்ட குடித்தெய்வம். அவர்களின் மூதாதையரின் வடிவம் அது.

அவர்களைப்போலவே சீற்றம் கொண்டது. அவர்கள் நோக்க வியலாத மூன்றுகாலத்தையும் நோக்குவது. அவர்களைப்போலவே கையறுநிலையில் நின்றிருப்பது. ''அந்த நம்ம பூமிக்கு அடியில ஒரு அரக்கன் மொளச்சு... கொஞ்ச காலமா அத தின்ன நல்ல நேரம் பாத்து நாக்க சொழட்டி சப்புகொட்டி காத்திருக்காண்டா... அது அசுரனோட பசிடா... தின்ன தின்ன அடங்காம வளர்ற பசிடா அது கிருஷ்ணா... பேராச பசிடா... இங்க எல்லாமே தன்னோடங்கற ஆணவப் பசிடா...'' என அது கதறுகிறது. தன் கையிலிருக்கும் வாளால் அந்த அரக்கனை வெல்லமுடியாது என்று கூறுகிறது.

போராட்டத்தின் சித்திரத்தினூடாகச் செல்கிறது நாவல். மீண்டும் மீண்டும் தோற்றும் மீண்டும் மீண்டும் நம்பிக்கை கொண்டும் செல்லும் பயணம். துரைக்குப் பெண்பிடித்துக் கொண்டுபோக ஆணையிடப்பட்டு அறியாப்பெண்ணின் காலில் விழுந்து தன்னைக் காப்பாற்றும்படி கெஞ்சி அவளால் புறக்கணிக்கப்பட்டு, வேறுவழியில்லை தன் மனைவியையே கொண்டுசெல்ல வேண்டியதுதான் எனத் துவளும் கங்காணியிலிருந்து ஆயுதப்பயிற்சி பெற்ற போராளிகள் வரை, சீனர்கள் இந்தோனேசியர்கள் என வெவ்வேறு முகங்களினூடாகச் செல்லும் கதையின் பரப்பில் வாசகன் சென்றடையும் முடிவுகளுக்குப் பல வாயில்கள் உள்ளன.

நான் முனி சொல்லும் இந்தப் படிமத்துக்கு மீண்டு இந்நாவலை முடித்தேன். ''எதிரில் வானம் முட்ட எழுந்து நின்றிருந்தது காடு. அவன் தன் வாழ்நாளில் கண்டிராத காடு. வண்ணக்காடு. வானவில்லின் ஏழு வண்ணக்காடு. மரங்களும் செடிகளும் கொடிகளும் வண்ணங்கள் உருமாறியபடி ஒளிர்ந்தன. அவற்றின் தலைகளைத் தொட்டுத் தடவிக் கூவிச் சிறகடித்து வட்டமிட்டன ஏழு வண்ணப் பறவைகள்.'' அந்தக் காடு அவர்கள் தலைமுறைகளுக்கு முன்பு தேடிவந்தது. அவர்களின் கனவில் அழியாது வாழ்வது.

- ஜெயமோகன்

முன்னுரை

இந்நாவலை இரு தளங்களில் வாசிக்க வாய்ப்புண்டு.

ஒன்று, 1945ல் தென்கிழக்காசிய நாடுகளில் இரண்டாம் உலகப் போருக்குப் பிந்திய காலக்கட்டத்தில், இந்நாட்டு மக்களின் வாழ்விலும் சிந்தனையிலும் ஒரு திருப்புமுனை மாற்றங்களைக் கொண்டு வந்திருந்தது.

ஆங்கிலேய காலனித்துவ ஆட்சியின் அடக்குமுறைகளில் அடிப்படை வாழ்வியல் உரிமைகளைப் பறிகொடுத்திருந்த சாதாரண மக்களிடமும், அவர்களில் ஒரு ஒரு கணிசமான எண்ணிக்கையினர், சில மாற்றுச் சிந்தனைகளின் வழி விழிப்புற்று, இம்மண்ணில் தங்களுக்கான இடம் குறித்த தீர்க்கமான கேள்விகளை முன்னிறுத்தி, சில முன்னெடுப்புகளில் சமூக நலன் கருதித் தீவிரத்துடன் செயல்படத் தொடங்கினர்.

குறிப்பாக, தொழிலாளர்கள் நலனை முன்னிறுத்தி இடதுசாரி சிந்தனையுடன் போரடத் தொடங்கிய தொழிற்சங்கங்கள் அதில் முதலிடத்தில் நின்றன. அவர்களின் உரிமைக்காக உரக்க குரல் கொடுத்தன.

அதன் ஈர்ப்பில் விழிப்புற்ற ஒரு தலைமுறை, நூற்றாண்டு அடிமை வரலாறு கொண்ட உட்புற மலாயா ரப்பர் தோட்டங்களிலும் முளைத்தெழத் தொடங்கிவிட்டிருந்தது.

அதன் ஒரு சிறு பொறி, சோழன் கால் வைத்து நிலைக்காமல் கடந்து போன வரலாற்றுச் சிறப்பு மிக்க மலாயாவின் கடார மாநில மண்ணில், புக்கிட் செம்பிலான் என்னும் ஒரு உட்புற மலைக்காட்டுத் தோட்டத்தில், டிரசர் பாலையா என்கிற,

மறக்கப்பட்டுவிட்ட ஒரு எளிய வரலாற்று நாயகனால் முன்னெடுக்கப்பட்டு, மெல்லப் பற்றி எரியத் தொடங்கியது.

அதன் பின் வந்த மிகப் பெரிய மேலுமொரு வரலாற்று நாயகனான, இடதுசாரி சிந்தனை கொண்ட, வெள்ளையனால் தேசத் துரோகக் குற்றச்சாட்டில் தூக்கிலிடப்பட்ட எஸ்.ஏ.கணபதி என்கிற தொழிற்சங்கத் தலைவனின் ஆளுமை வசப்பட்டு, அதன் பயணம் முற்றிலும் வேறொரு திசை நோக்கி மடைமாற்றம் கண்டது.

அத்திசை சென்று அடைந்த புள்ளி, முற்றிலும் இருண்டதொரு பிரதேசம். சூரிய ஒளி கண்டிராத மலாயா மண்ணின் அடர் பசுமைக் காடுகள். பெரியதொரு கனவுடன், அச்சுறுத்தும் அவ் வெளியில் துணிவுடன் பயணித்துப் போராடித் தோற்று மறைந்த சிலரை, இப்பயணத்தில் நீங்கள் சந்திக்கலாம்.

இரண்டாவதாக சாத்தியப்படும் வாசிப்பு, மனித வாழ்வைப் பின்னிப் பிணைத்திருக்கும் ஆயிரம் இழைகளில் ஊடுபாவாய்த் திரைமறைவில் நகர்ந்து போகும் ஒரு மர்மக் கையின் பகடையாட்டமே, அந்த நீரோட்டத்தின் ஒவ்வொரு முக்கிலும் எதிர் வந்து நின்று, அவனைத் திகைக்க வைத்து, அந்தத் தொடரோட்டத்தின் அடுத்த நகர்வை அதுவே தீர்மானிக்கிறது என்கிற ஒரு புரிதல்.

மிக எளிய மனிதர்களை முன்னிறுத்தி, அவர்களின் வாழ்வினூடாய், அந்தச் சரடு பயணிக்கும் மர்ம வெளிக்குள், அதன் கருணையற்ற மூர்க்கக் கரங்கள், அந்தக் குரலற்ற மனித இதயங்களை, ரத்த நாளங்கள் தெறித்துச் சிதற, கதறக் கதறக் கசக்கிப் பிழிந்து, ரத்தம் சொட்டச் சொட்டத் தன் வாயில் திணித்து மென்று சுவைத்து அது ஆடும் ஆனந்தத் தாண்டவம் என்பது எதன் பொருட்டு என்கிற ஒற்றைக் கேள்விக்குள் எனது மனம் சதா உழன்று குழம்பி, ஒரு நீண்டகால இடைவெளியில், அது சென்றடைந்த மங்கலான தூரத்துப் புள்ளி ஒன்றுண்டு.

எவ்விதத் தர்க்கத்தையும் எதிர்கொண்டு விடை காண விழையும் ஒரு அறிவியல் நோக்கு அல்ல அது. தரவுகளைக் கொண்டு நிரூபணம் செய்யக் கோரும் எவ்வித விண்ணப்பங்களுக்கும் அங்கு இடமில்லை. இது முற்றிலும் வேறு வெளி. தர்க்கங்களைக் கடந்த, முற்றிலும் மனித அறிதலுக்கு அப்பாற்பட்ட, ஒரு சூட்சும உலகம் என்று வேண்டுமானால் தோராயமாக வரையறுக்கலாம்.

அதனை ஊழ் என்கிறது நமது ஆன்மீக மரபு. மனித விழைவு என்கிறான் புத்தன்.

இந்த இரண்டுக்கும் இடைப்பட்ட ஒரு ஊடுபாவு மனித வாழ்வை நிகழ்த்திச் செல்கிறதா என்பது எனக்குள் எப்போதுமுள்ள கேள்வி.

அந்தத் தொடர் ஆழ்மனத் தேடலின் ஒரு நீட்சியாய் இந்நாவலின் ஒரு மிக முக்கிய இழையைச் சொல்வேன்.

ஐந்து வயது பாலகனாய், அம்மாவின் விரல் கோர்த்து தத்தக்கா புத்தக்கா நடை பழகியபோது எனது பாதங்களில் படிந்த அந்த லயத்துக்காட்டுச் சடக்கு மண்ணின் செம்மண் நிறத்தின் ஒவ்வொரு துளியும், உதிர்ந்து காலத்துள் மறைந்து போகாமல், இன்றும் என்னுள் உயிர்ப்புடன் இருப்பதை நினைக்க மனம் நெகிழ்கிறது.

ஒவ்வொரு மாலைப்பொழுதிலும் லயத்து நடைவழியில் இருபது கல் தொலைவுக்கு அப்பாலிருந்த சிறு பட்டணத்திலிருந்து, வக்குல் நிறைய வங்காளி ரொட்டிகளை சுமந்தவாறு மூச்சு வாங்க சைக்கிளை மிதித்து வீட்டு வாசல் முன் வந்து, ''அரே சின்ன பையா.... ரொட்டி பாய் வந்திருக்கண்டா... அம்மாவ வர சொல்லு...'' என்றபடி, சைக்கிளை நிறுத்தி ஸ்டான்ட் போட்டு, உள் பார்த்து மலர்ந்த முகத்துடன், அந்த வடநாட்டு குண்டு பாய் கொடுத்த சந்தோசக் குரல்... காலத்தால் மிக முன்னகர்ந்து மிக நீண்ட தொலைவுக்கு வந்துவிட்டிருந்த இன்றும், மாலைநேரத் தேநீர்க் கோப்பையோடு, மனிதர்கள் அந்நியமாகிவிட்ட ஒரு நகார்ப்புற குடியிருப்பில், தனிமையில் உட்கார்ந்து, ஜன்னல் வழி வந்து அறைச் சுவர்களில் நடனமாடும் மாலை நேரப் பொற்கிரணங்களைப் பார்த்தவாறு கண் மூட... தவறாமல் கேட்கிறது குண்டு பாயின் சந்தோசக் குரல்.

காலத்தின் வலிய உக்கிரத் தாக்குதலை நிலைநின்று எதிர்கொண்டு நிலைத்துவிட்ட ஒரு மாறா அன்பின் சின்னம் அது. அம்மண் மேல் நான் என்றோ கொண்டுவிட்ட மாறாக் காதலின் நிலையான சாட்சி. என் ஆன்மாவின் ஒரு அறுபடாத கண்ணி. கர்ணனின் கவச குண்டலம் - மீனுக்கு நீர் போல.

அம்மண்ணில் மீண்டும் ஒருமுறை, புழுதி பறக்க விழுந்து புரண்டு, அம்மண்ணைப் போலவே, மறைந்தொழிந்துவிட்ட அம்மண்ணின் மனிதர்களோடும், பிற ஜீவராசிகளான ஆடு மாடுகள், பூனை நாய்கள், குஞ்சுகளோடு குப்பைமேடுகளில் தீனிக்கு அலையும் குஞ்சீத்தா கோழிகள், பொழுது அமர பசியில் வீட்டு முற்றங்களை முற்றுகையிட்டுக் கீச்சிடும் சிட்டுக்குருவிகள், பகலெல்லாம் அங்குமிங்கும் அலைந்து திரிந்து கூடு திரும்பி உட்கார்ந்து கூச்சலிடும் தென்னைமரவாசிகளான மைனாக்கள் என ஒரு சிறிய

உலகம். மறுபுறம், அந்த மண்ணிலோடிய தெளிந்த சிற்றோடைகளில், சூரிய ஒளி ஊடுருவிய நீரில் செதில்கள் பொன்னிறம் கொண்டு நீந்தித் திரியும் சுண்டுவிரல் நீள கண்ணாடிக் குஞ்சுகள்; எங்கு நின்று பார்த்தாலும், நாலாபுறமும் பரந்து விரிந்து பூமி நிறைத்து குளிர்ந்து கிடக்கும் கித்தா மரங்கள்; கண்கள் தொட்டு நிலைக்கும் தொலைதூர எல்லையில், முகிலை எட்டித் தொட முயலும் பசுமை மலைக்காடுகள்; அதன் மேல் கவிந்து பரந்து விரிந்து கிடக்கும் நீல வானம் என இன்னொரு பரந்த உலகம்.

அவ்வுலகங்களுள் பல நாட்கள் காலாறச் சுற்றித் திரிந்து மீண்டும் அதன் சந்தோசக் கணங்களைப் புதிதாய்க் கண்டுவிட்ட பூரிப்பில் ஆடிப்பாடிச் சிரித்து மகிழ்ந்தும், பல பொழுதுகளில் அந்த எளிய மனிதர்களின், பிற ஜீவராசிகளின் துயரத் தருணங்களில் அருகில் ஒரு சாட்சியாய் நின்று, துக்கத்தில் மனம் நெகிழ்ந்து அழுது அரற்றியும், மானசீகமாய் அம்மண்ணில் வாழ்ந்து முடித்து, விடைபெற மனமில்லாமல், தற்காலிகமாய்க் கண்ணீர் மல்க விடைபெற்று மீண்டுள்ளேன்.

மீண்டும் அங்கு மீள்வேனா? பார்ப்போம்.

இவ்வேளையில் இந்நூல் ஆக்கத்தில் எனக்கு உறுதுணையாக இருந்தும் பெருமனதுடன் மதிப்புரையும் வழங்கி நூலுக்குப் பெருமை சேர்த்த எனது பெருமதிப்பிற்குரிய ஜெயமோகன் சார் அவர்களுக்கும் நூலைச் சிறப்புறப் பதிப்பித்திருக்கும் கிழக்கு பதிப்பகத்தினருக்கும், குறிப்பாக ஹரன் பிரசன்னா அவர்களுக்கும், எனது மனம் நிறைந்த அன்பும் நன்றியும்.

ஆகஸ்ட் 2018 — அன்புடன்,
மலேசியா — சீ.முத்துசாமி

1

கடல் அலையின் சீற்றத்தால் கப்பல் அல்லாட, உள்ளே முடங்கிக் கிடந்தவர்கள் மூலைக்கொருவராய் உருண்டோடி, வாந்தியும் மயக்கமும் வாட்ட, நாறும் வயித்துப்போக்கில் அரற்றிக் கொண்டிருந்தனர்.

நாகப்பட்டணத்தில் கரைக்கு அப்பால் கடலில் நின்றிருந்த கப்பலுக்குத் தன் அப்பனின் கைபிடித்துப் படகில் போய் சேர்ந்த தருணம்தொட்டு, ஒரு நரக லோகத்துள் நுழைந்துவிட்டதான பீதியில் உறைந்துபோய், நுழைவாயிலேயே திகைத்து நின்று பார்த்துக்கொண்டிருந்தான் உண்ணாமலை.

ஆடு மாடுகளைக் கொட்டிலில் நெருக்கி மூச்சுமுட்ட அடைத்து வைத்ததுபோல, கப்பலின் பிரயாணிகள் தளமெங்கும் மனிதர்கள் தரையில் ஆங்காங்கே உதிர்ந்து கிடந்தார்கள். சந்தைக்கடைகள் நிறைந்த தெருவுக்குள் ஏதோவொரு எதிர்பாராத் திருப்பத்தில் திடுமெனக் காலடி வைத்துவிட்டதுபோல ஆரவாரக் கூச்சல். வியப்பில் கண்கள் விரியப் பார்த்துக்கொண்டிருந்த உண்ணாமலைக்குத் தலைசுற்றுவது போலிருக்க, கண்களை மூடி காதைப் பொத்திக்கொண்டு கிராமத்தில் விட்டு வந்த தன் குலதெய்வத்தின் பெயரை மந்திரம் போல் முணுமுணுத்தான்.

அடுத்த சில நொடிகளில் அவனை உச்சந்தலையில் வெடுக்கெனக் கொட்டி, திடுக்கிடலுடன் கண்கள் திறக்க வைத்தது, அலைமோதிய அந்த ஆரவாரத்திலிருந்து மேலெழுந்து வந்து, அத்தனை பேரையும் திரும்பிப் பார்க்க வைத்த, தளத்தின் இடது மூலையிலிருந்து

உரத்துக் கேட்ட சில ஆவேசக் குரல்கள். அதற்கு ஆவேசமாய் வசவுடன் பதிலடி கொடுக்க கிளம்பிய சில எதிர்க்குரல்கள்.

வசவுகள் உக்கிரம் பெற்று கைகலப்புக்கு அறைகூவும் குரல்கள் எழ, கங்காணிகளும் கப்பல் சிப்பந்திகளும் ஆயுதமேந்தி அவர்களை வளைத்து முற்றுகையிட, கூட்டி வந்த கங்காணி கையிலிருந்த தடியை ஆட்டிக்கொண்டு கத்தினார். ''என்னடா சண்ட? எதுக்குடா இப்ப இப்பிடி ஆளாளுக்கு கத்தறீங்க? சூத்த வச்சு குந்திகிட்டு வர்ர எடத்துக்கு எதுக்குடா கொரவளய புடிச்சு கடிச்சுக்கிறீங்க முட்டா கூதிங்களா? மூடிக்கிட்டு உக்காருங்கடா... பெரிய சண்டீருங்க மாதிரி ஆளாளுக்கு எகிறி குதிக்கிறீங்க? என்னடா நெனச்சுகிட்டு இருக்கீங்க ஒங்க மனசுல? இங்க பொழப்புக்கு வக்கத்துப் போயிதானடா அங்க வர்ரீங்க...? ஒழுங்கா மரியாதயா வாய சூத்த பொத்திகிட்டு உக்காந்துவர முடியாதாடா சுன்னியாண்டிங்களா? இதுக்கு மேல எதுனா சத்தம் போட்டீங்க... தோ பாருங்கடா அங்க... கடலு... தலயல நாலு போடு போட்டு, அப்பிடியே தூக்கி அதுல வீசிட்டு போயிகிட்டே இருப்போம்டா... கவனம்...'' என்று மீசையை முறுக்கி உறுமி, ''வாங்கடா போலாம்...'' என்று துணைக்கு வந்தவர்களைப் பார்த்துச் சொல்லி, திரும்பி முன்னால் நடந்தார். அதுவரை ஓங்கியொலித்திருந்த சண்டைக்குரல்கள் ஒத்தை வினாடியில் கப்சிப்பென்று அடங்கி ஓய, அவர்கள் மூலையில் தலைகுனிந்து உட்கார்ந்து தரையைப் பார்த்துப் பொருமிக்கொண்டிருப்பதை உண்ணாமலை மௌனச் சிரிப்புடன் பார்த்துத் தலையாட்டினான்.

காற்று நுழைய முடியாத அரை இருளுள் மூழ்கிய மலைக்குகைக்குள் வலிய வந்து சிக்கிக்கொண்ட அப்பிராணிப் பிராணியின் தவிப்புடன் பார்த்திருந்தவன் முகத்தில் வந்து அறைந்தது, மனித மலமும் மூத்திரமும் ஒன்றாகிக் காய்ந்து இறுக எழுந்த துர்நாற்றம். தமிழகத் துறைமுகங்களில் சஞ்சிக்கூலிகளை நிரப்பிக்கொண்டு மலாயா மண்ணில் காடழித்துத் தோட்டங்களை உருவாக்க, ஆங்கில அரசுக்கு உதவ கடலில் பல நாட்கள் பயணிக்கும் அந்தக் கப்பலின் சுகாதாரப் பராமரிப்பு மிக மோசமாக இருந்தது. மண்டோர்கள் கையோடு கொண்டு வந்திருந்த அடிமை சாசனத்தில் கையெழுத்திட்டு, கொத்தடிமைகளாகப் பிழைப்பு தேடி தூரதேசம் செல்லும் அந்த எளிய வறுமையுற்ற தமிழகக் கிராமத்து மக்களை அவர்களின் புதிய எஜமானர்கள் ஒரு பொருட்டாகவே கருதவில்லை என்பதை அந்த ஊர்க்கப்பலின் அவல நிலை படம்போட்டுக் காட்டிக்கொண்டிருந்தது.

அங்கே நின்று அதனை எல்லாம் திகைப்புடன் மெல்ல உள்வாங்கிக் குழம்பிக்கொண்டிருந்த உண்ணாமலையின் அடிவயிற்றிலிருந்து

ஏதோ புரண்டு மேலெழந்து குமட்டி வர, அப்படியே குனிந்து குத்துக்காலிட்டு உட்கார்ந்து, மல்லுக்கட்டி குமட்டலை அடக்கிக் கொண்டு எழுந்தான். அங்கேயே நின்று டிரங்குப் பெட்டியைப் பார்த்துக்கொள்ளும்படிச் சொல்லி, கப்பலுக்குள் உட்கார இடம் தேடிச் சென்ற தன் தகப்பன் இன்னும் கண்ணில் படாதது எரிச்சலைக் கொடுக்க, சலிப்புடன் திரும்பி, சற்று தள்ளி நகர்ந்து சென்று ஒரு ஓரமாய் பெட்டியைக் கவிழ்த்து வைத்து, ''அப்பாடா'' என்ற பெருமூச்சுடன் கால்களை நீட்டி மடக்கித் தளர்த்திவிட்டு, அதில் உட்கார்ந்துகொண்டான்.

காற்றோட்டம் என்பது மருந்துக்கும் இல்லாத வெக்கையில், உடல் வியர்வையில் தொப்புர நனைந்து சொட்டியதை வழித்தெறிந்தபடி, ''சீ என்னா இதுக்குள்ள இப்பிடி வேகுது? திகுதிகுன்னு எரியர நெருப்புக்குள்ள தூக்கி போட்ட மாதிரில்ல ஒடம்பு கபகபன்னு எரியுது... கப்ப அந்த ஊரு போயி சேர இருவது முப்பது நாளுகூட ஆவும்னு அப்பா சொன்னாரே... இதுல எப்பிடி அம்மாந் தொலவு போவ போறோம்? போயி சேர்ரதுக்குள்ள காங்கைல ஒடம்பு வெந்தே செத்து போயிருவோம் போல இருக்கே?'' என்று சலிப்புடன் முணுமுணுத்து தலையாட்டி உச்சுக்கொட்டினான்.

பத்து நாள் பயணத்தின்பின் பொழுது விடிந்து பார்க்க, பக்கம் கிடந்து இரவெல்லாம் அரற்றிக்கொண்டிருந்த ஒருவன், கண்கள் திறந்தபடி இறந்து கிடந்தான்.

பயத்தில் எழுந்து உட்கார்ந்து அப்பனைத் தட்டி எழுப்பி கைசுட்டி உளறினான் பதினைந்து வயதைக் கடந்திருந்த உண்ணாமலை. அப்பன், ''என்னய்யா?'' என்று கண்களைக் கசக்கித் திரும்பி அவன் முகத்தைப் பார்த்து, ''ம்... நெனச்சேன்... அவன் போய்ட்டானா?'' என்று எழுந்து, அவனைக் கூட்டி வந்த மண்டோருக்குத் தகவல் சொல்லப் போனார்.

நான்கு பேரோடு வந்தார் மண்டோர்*. இமை மூடாமல் கிடப்பவனின் கண்களைக் குனிந்து பார்த்து விரல்களால் தொட்டு மூடினார். கூட வந்தவர்களிடம் கண் காட்டினார். அவர்கள் மூக்கைப் பிடித்துக்கொண்டு வந்து நின்று, கொண்டு வந்திருந்த கோணிப் பைக்குள் பிணத்தைத் திணித்தனர். கை கால்கள் இன்னமும் விறைத்துக்கொள்ளவில்லை. ''இப்பத்தான் உசுர வுட்ருக்கான் போல இருக்கு தண்டலே... ஒடம்புல சூடு இருக்கு...''

* கங்காணி

என்று அவர்களில் ஒருவன் தண்டலைப் பார்த்துச் சொன்னான். அவர் எதுவும் சொல்லாமல் தலையாட்டி ‘‘தூக்குங்கடா...’’ என்று உத்தரவிட்டு முன்னால் நடந்தார்.

வழியை அடைத்துக்கொண்டு இன்னமும் எழ முடியாமல் சுருண்டு கிடந்தவர்களைக் காலால் எட்டி உதைத்துத் தள்ளி விலக்கியபடி மண்டோர் முன்னால் போக, பிண மூட்டையைச் சுமந்து பின்னால் போனார்கள் நால்வரும். வழியில் திட்டுத் திட்டாய்த் தீவுபோல் காய்ந்த மலத்தினிடையே சுருண்டு கிடந்தபடி தலைதூக்கிப் பார்த்தவர்களின் கண்களிலும் மரண பயம் எட்டிப் பார்த்தது. இந்தப் பத்துநாள் பயணத்தில் தினமும் உண்ணக் கிடைத்த அரை வயிறு புழுத்தக் கஞ்சி, அவர்களின் மனதையும் உடலையும் நீர்க்கச்செய்து, மெல்ல நினைவழிய, புலன்களின் விழிப்புநிலை மங்கிக்கொண்டு வந்து, மலத்தின் மீதான மனிதர்களின் கூர்மையான ஒவ்வாமையும் கூட மொண்ணையாகிவிட்டிருந்தது.

நாகப்பட்டணத்தில் கப்பலேறிய எவனோ ஒருவனுக்கு காலரா தொத்து இருந்திருக்கிறது, முதலில் செத்தவன் அவன்தான் என்று பக்கம் சுருண்டு கிடந்தவர்கள் பேசிக்கொண்டார்கள். போவதற்குள் விதைகளைத் தூவிவிட்டு முளைக்கவிட்டிருந்தான். காலரா எனும் கொடிய நோயின் அனுபவம் அவர்கள் அத்தனை பேருக்கும் இருந்தது. எங்கிருந்தோ சொல்லாமல்கொள்ளாமல் திடீரென நுழைந்து தாக்கி, சில நாட்களில் கிராமத்தையே பிணக்காடாக மாற்றி, அடுத்த ஊர் தேடிப் போய்விடும் கொடும் நோய் அது என்பதை அறிந்து வைத்திருந்தார்கள். ஊரில் கீரைக்கட்டுபோல கொத்துக் கொத்தாய் ஆயிரக்கணக்கில் காலராவில் மடிந்து விழுந்தவர்களைப் பார்த்த காட்சிகள் மனதில் எழுந்துவர, உள்ளூர நடுங்கினார்கள். குலதெய்வங்களை எண்ணி, ‘‘அம்மா தாயே காப்பாத்துமா...’’ என்று உரக்க வேண்டிக்கொண்டார்கள்.

முதல் பிணம் விழுந்த மூன்றாவது நாள் இன்னுமொரு பிணம். பத்தாவது நாளைத் தொட பதினைந்து பிணங்கள். ஒருநாளிரவில் அப்பனை அணைத்தபடிக் கட்டாந்தரையில் சுருண்டு கிடந்தான் உண்ணாமலை. இரவுநேரக் குளிரில் உடல் நடுங்கிக்கொண்டிருந்தது.

மேல் தளத்திலிருந்து கீழே இறங்கிவரும் இரும்புப் படியில் நிழலாய் அசையும் உருவங்கள். தட்தட் என்ற கனமான காலடியோசை. உடலசைவில் அது வழக்கமாய் வரும் அந்த நான்கு பேர்தான் என்பது புரிந்தது. மனம் துணுக்குற உண்ணாமலை கூர்ந்து கவனித்துக் கொண்டிருந்தான். குளிருக்கு அணத்தியபடிப் பக்கம் சுருண்டிருந்த

அப்பனை உலுக்கி எழுப்பி, குனிந்து காதில் மெல்ல, ‘‘அவனுங்க வர்ரானுங்கப்பா... யாரோ செத்ருக்காங்க போலருக்கு...’’ என்றான். அவரும் எழுந்து உட்கார்ந்து அவன் பார்வை இருந்த திசையில் பார்த்தார். வந்தவர்கள் சுருண்டு கிடந்தவர்களை ஒவ்வொரு வராய்த் தட்டி எழுப்பிக்கொண்டிருந்தனர்.

வந்தவர்களில் மிக முரடனான ஒருவன், குனிந்து உரத்த குரலில் அதட்டி ஒருவனை இழுத்து நிமிர்த்தி உட்காரவைத்தான். அவர்களில் மிக உயரமாகவும் தடியாகவும் இருந்தவன், ‘‘எழுந்திருடா நாயே...’’ என்று குனிந்து இன்னொருவனிடம் கத்தினான். மூன்றாமவன் வேறொருவனை பூட்ஸ் காலால் எட்டி உதைத்துப் புரட்டியபடி, கத்தி எழுப்ப முயற்சித்துக்கொண்டிருந்தான். ‘‘ஐயோ... அம்மா... உசுரு போவுதே...’’ என்ற அரற்றலுடன் ஒரு எலும்பும் தோலுமான உருவம் எழ முயற்சிப்பதை உண்ணாமலை கலக்கத்துடன் பார்த்துக்கொண்டிருந்தான்.

தள்ளாடி எழ முயன்றவனின் உடல் நடுங்கிக்கொண்டிருந்தது. சட்டென அப்படியே சாய்ந்து சுருண்டுகொண்டான். அழுகையும் முனகலும் கேட்டது. எழுப்பியவன் திரும்பி பக்கத்தில் நின்றவனிடம் ஏதோ பேசுவது தெரிந்தது. அவன் தலையாட்டி ஏதோ சொன்னான். பிறகு நால்வருமாகச் சேர்ந்து, சுருண்டு கிடந்தவனைத் தூக்கிக் கொண்டு மேலே செல்லப் படி ஏறினர்.

அழுகைக் குரலொன்று அவர்களைத் தடுத்து நிறுத்தித் திரும்பிப் பார்க்க வைத்தது. உண்ணாமலை நிமிர்ந்து உட்கார்ந்து திகிலுடன் பார்த்துக்கொண்டிருந்தான். அழுகையும் அரற்றலுமாய்த் தள்ளாடிய படி ஒரு உருவம் அவர்களை நோக்கி நகர்ந்தது. சாய்ந்து கிடந்த அத்தனை தலைகளும் முனகலுடன் அழுகை வந்த திக்கில் நிலை கொண்டன. ‘‘எம் புருசன எங்கடா தூக்கிட்டு போறீங்க? அவரு சாவலடா நாயிங்களா... உசுரா இருக்காருடா... வுட்ருங்கடா அவர...’’ என்ற அழுகைக் குரல். அவர்கள் எவ்விதச் சலனமுமின்றித் தொடர்ந்து அவனைத் தூக்கிக்கொண்டு மேலேறிச் சென்றார்கள்.

அவர்கள் பார்வையிலிருந்து மறைய, அந்தப் பெண்ணின் அழுகை யொலி ஒப்பாரியாய் அலைபாயத் தொடங்கி, சில்லிட்ட தரையில் நடுங்கியபடி சுருண்டு கிடந்த அத்தனை பேரையும் எழுந்து உட்கார்ந்து எதையெல்லாமோ நினைந்து கண் கலங்க வைத்தது. அதில் பலர் அது தந்த கிளர்ச்சியில் தங்கள் வாழ்வையும் நினைந்து அதனோடு இணைத்துக்கொண்டு துக்கம் தாளாது உடைந்து விம்மலுடன் குலுங்கி அழும் ஓசை, கணவனைக் கடலுக்குக் காவு

கொடுத்த பெண்ணின் அந்த அகால நேரத்து ஒப்பாரியுடன் கலந்தோடி கடலலைகளின் மேல் சயனித்த கடல் தெய்வங்களின் காதில் விழ, அவையும் ஆக்ரோசமாய்க் கொந்தளித்து எழுந்து ஆர்ப்பரித்து விம்மியழுதுகொண்டிருந்தன, அன்றைய பொழுது புலரும் தருணம் வரை.

அதன் பிறகு ஒவ்வொரு நாளும் அது தொடர்ந்தது. முதல் தடவை போல் இல்லாமல், நடுநிசி தாண்டி, பயணிகள் தளத்தில் ஓசை அடங்கிய வேளையில், அதே நாலுருவங்கள், படிகளில் ஓசையின்றி இறங்கி வந்து, மின்னல் வேகத்தில் யாரேனும் ஒரு நோயாளியைத் தூக்கிச் சென்றது. ஓரிரு நாட்களிலேயே, காலரா அறிகுறி தென்பட்ட அத்தனை நோயாளிகளும் கடலுக்குள் வீசப்பட்டு, நடுக்கடல் சுறாக்களுக்கு இரையாகினர்.

கப்பல் பினாங்கு துறைமுகத்தை நெருங்கிவிட்ட செய்தி ஒரு காலையில், கங்காணியொருவர் இறங்கி வந்து அறிவிக்க, பயணிகள் தளத்தில் உற்சாகம் கொப்பளித்தது. முனகலும் அழுகையும் நிறைந்திருந்த இடத்தில் உற்சாகக் குரல்கள். சிரிப்பொலிகள். மரண பயத்தில் ஒடுங்கிப் பேச்சற்று உட்கார்ந்திருந்தவர்களின் முகத்தில் மலர்ச்சி.

பல நாட்கள் பார்க்க மறந்திருந்த சூரியோதத்தைக் காண மேல் தளம் நோக்கி விரைந்தனர். கூட்டமாய் நின்று கதை பேசிச் சிரித்தபடி, தொலைதூர அடி வானத்தில் சிவந்த பழமாய்ச் சுழன்று எழும் சூரிய பகவானைக் கைகூப்பி வணங்கினர். கப்பலைத் தன் குழந்தைபோல் தழுவி நீவி விளையாடி கடந்துபோகும் கடல் காற்றின் குளிர்மையில் நிலைகொண்டு, கண்களை மூடி, நிம்மதி பெருமூச்செரிந்தனர்.

அன்றும் கப்பலில் மதிய உணவாகத் தினமும் கொடுக்கப்பட்ட அதே செத்த புழுக்கள் மிதக்கும் புழுத்த நொய்யரிசிக் கஞ்சியைக் கண்களை மூடிப் பல்லைக் கடித்துக்கொண்டு குடித்து எழ, மேல்தளத்திலிருந்து. கத்திக்கொண்டு வந்தவனை அவர்கள் நிறுத்தி விசாரிக்க, அது தெரிந்தது.

பரபரப்புடன் எழுந்து மேலேறிப் போய் நின்று பார்த்தார்கள். தூரத்தில், கண்கள் தொட்ட கடலின் விளிம்பில் அது முளைத்தெழுந்து நின்றிருந்தது. நீலக் குன்று. நாகப்பட்டணத்தில் கப்பலில் கால் வைத்துப் புறப்பட்ட நாள் தொடங்கி, இதுநாள்வரை திரும்பிய திசையெங்கும் நீலக் கடல்நீரைத் தவிர வேறெதுவும் கண்டிராத அவர்களை, அந்த ஒரு சிறு புள்ளிவட்டமான நிலக்காட்சி பரவசத்தில் ஆழ்த்தியது. கரையில் கிடந்து நீருக்கு தவித்த மீனுக்குக்

கடலே கிடைத்ததுபோல. ஒன்று திரண்டு ஒலித்த அவர்களின் சந்தோச ஆரவாரத்தில் கடலைகளின் ஆரவார ஒலி அமுங்கிப்போனது.

மறுநாள் காலைப்பொழுதிலேயே கப்பல் பினாங்குக்கு அருகிலுள்ள புலௌ ஜெர்ஜாக் (ஜெர்ஜாக் தீவு)எனும் குட்டித்தீவில் நங்கூரமிட்டது. அது ஒரு நோய்த் தடுப்பு முகாம் என்று சொன்னார்கள். அனைவரும் தரை இறக்கப்பட்டு சிறு சிறு குடில்களில் தங்க வைக்கப்பட்டனர். மருத்துவர்கள் சோதித்து தொற்று நோய் ஏதும் இல்லை என்று உறுதி செய்த பின்னரே கப்பல் பினாங்கு செல்லும் என்றும் சொல்லப் பட்டது. சில நாட்களில் தொற்று நோய் ஏதுமில்லை என்று உறுதி செய்துகொண்டபின், கப்பல் புறப்பட்டுப்போய் பினாங்கு துறைமுகத்தை அணைந்து நின்றது.

உண்ணாமலையும் தன் அப்பன் கைப் பிடித்து இறங்கி மலாயா மண்ணில் கால் வைத்தான். வழிநடத்தி முன்னால் சென்றார் தண்டல்.

மலாயாவிலிருந்து வேலைக்கு ஆள் கட்ட வந்திருந்த தண்டலை, தன் கிராமத்து வீட்டுத் திண்ணையில்தான் முதன்முதலில் பார்த்தான் உண்ணாமலை.

கால்மேல் கால் போட்டு அப்பாவுடன் எதையோ விவாதித்துக் கொண்டிருந்த தண்டலை, தள்ளி மறைவாய் நின்றபடி, அவர்கள் பேசுவதைக் கூர்மையாய்க் கவனித்துக் கொண்டிருந்தான். வந்திருந்தவர் வாயில் எதையோ போட்டு மென்று கொண்டிருந்தார். வாய் சிவந்திருந்ததில் அது வெற்றிலை எனப் புரிந்துகொண்டான். பேச்சுக்கிடையில் நிறுத்தி, திரும்பி, குனிந்து, புளிச்சென்று தரையில் துப்பிக்கொண்டிருந்தார்.

பேச்சு பிடிபடவில்லை. 'யாரு இது புது ஆளா இருக்கு?' என்ற கேள்வியோடு அவரை அளந்தான். பெரிய உருவம். பெருத்த வயிறு. நரைத்த முடி. முன் மண்டை வழுக்கை விழுந்திருந்தது. பேச்சுவாக்கில், அவரது கைகள் தன்னிச்சையாய் அதை மெல்ல வருடுவதைப் பார்த்து உள்ளூரச் சிரித்துக்கொண்டான். பெரிய மீசை. தடித்த குரல்.

உண்ணாமலைக்குள் உள்ளூர அரிப்பு. 'என்னா பேசிக்கிறாங்க ரெண்டு பேரும்?' பின்னால் நகர்ந்து சுவரோரம் மறைந்து நின்று கொண்டான். தெளிவாகக் கேட்டது. 'என்னோட அங்க வந்துரு மாரி... கண்டதயும் ஓசன பண்ணி மனச போட்டு கொழப்பிக்காத... காஞ்சுபோன மானம் பாத்த பூமி... பயிரு பண்ண தண்ணி இல்ல... குடிக்க தண்ணி இல்ல... குண்டி கழுவ தண்ணி இல்ல... கா வயிறு அர வயிறுன்னு கம்பங் கஞ்சிய குடிச்சுட்டு வயித்துல ஈரத் துணிய

கட்டிகிட்டு எத்தன நாளக்கி தூங்க முடியும்? நீ ஒத்த மனுசன் இல்ல மாரி... ஒன்ன நம்பி நாலு வயிறு இருக்கு... அத கொஞ்சம் நெனச்சு பாரு...

''அந்த பூமி வேற மாரி... சொர்க்கம்னு சொல்லுவாங்களே... அது அந்த பூமிதான்... நின்னு எந்த பக்கம் திரும்பிப் பாத்தாலும், கண்ணு போற தொலவுக்கு பச்சபசேன்னு பூமி நெறஞ்சு வழியும்... சுத்தி நாலா பக்கமும் மொளச்சு கெடக்கிற மலக்காடு* மானத்துல போயி முட்டி நின்னு மேகத்துல தல மறஞ்சு உக்காந்துருக்கும்... அங்க மழ கொட்டாத நாளே இல்ல மாரி... அப்ப குபுகுபுன்னு பொங்கி சொழன்டு மலைப் பாம்பு மாதிரி நீளமா வளஞ்சு வளஞ்சு போற ஆத்துங்கள இன்னைக்கெல்லாம் உக்காந்து பாத்துக்கிட்டு இருக்கலாம் மாரி...'' என்றபடி எழுந்து நின்றார். உண்ணாமலை தன் அப்பனின் முகத்தைப் பார்த்தான். அதில் ஒரு ஆவல் தெரிந்தது. தண்டல் வார்த்தையால் உருவாக்கிய அந்த அதிசய பூமி அவர் கண்களுக்குள் வந்துவிட்டிருந்ததைக் கண்டான். ஒருவித மயக்கம்.

தண்டல் திரும்பிப் பார்த்து, ''வேகற வெயிலுல நின்னு வெந்து சாவாம சும்மா நெழலுல சொகமா கால நீட்டி ஒக்காந்து சீனிக்கு காக்கா ஓட்டிகிட்டு கைநெறய சம்பாதிச்சிருலாம் மாரி... மண்ணுல பொன்னு வெளயறதுன்னு சொல்லுவாங்களே... அத அங்க கண்ணு குளுர பாக்கலாம் மாரி... இங்க என்னா இருக்கு சொல்லு? மாடாட்டும் பொழுதன்னக்கும் ஒழச்சாலும் கட்டிக்க ஒரு நல்ல கோவணத் துணி இல்ல... திங்க ஒரு வேள நல்ல அரிசிச் சோறு இல்ல... தாவத்துக்கு குடிக்க ஒருவா நல்ல தண்ணி இல்ல... அங்க நக கண்ணுல மண்ணு படாம உக்காந்து சம்பாரிச்சு... மூனு வேள நல்லா மூக்குபுடிக்க அரிசி சோறு சாப்புட்டு... மூனேமூனு வருசத்துல கப்ப ஏறி காசுபணத்தோட ஊருக்கு திரும்பி வந்து புள்ளகுட்டிங்களோட சந்தோசமா இருக்கலாம் மாரி...''

நிறுத்தி அப்பனின் முகத்தை ஒருகணம் படித்து திருப்தியுடன் தலையாட்டித் தொடர்ந்தார், ''அடுத்த வாரம் மலாயாவுக்கு ஒரு கப்ப போவுது ரெங்கசாமி... பக்கத்து ஊருல பத்து பேர பேசி வச்சிட்டேன்... கூட வர்ரன்னு சொல்லிட்டாங்க... இங்கயும் நாலு பேரு வர்ரன்னு சொல்லிருக்காங்க... எல்லாரும் பத்தரத்துல கைநாட்டு வச்சுட்டாங்க... நல்லா ஓசன பண்ணி நாளக்குள்ள நல்ல

---

* மலைக்காடு

பதுலா சொல்லு மாரி...'' என்று திண்ணையை விட்டகன்று தெருவில் இறங்கி நடந்தார்.

பினாங்கில் கப்பலிறங்கிய மாரி என்கிற மாரிமுத்துவின் மகன் உண்ணாமலையும், அங்கிருந்து படகுகளில் ஏற்றப்பட்டு, அக்கரையிலிருந்த பட்டர்வொர்த் பட்டணத்தில் வந்திறங்கி, கங்காணி கூட்டி வந்த மற்றவர்களோடு தங்கள் புதிய இருப்பிடம் நோக்கி மாட்டு வண்டிகளில் பயணப்பட்டனர்.

உண்ணாமலை தன் அப்பனோடு கடைசி வண்டியில் இருந்தான். மொத்தம் இருபது மாட்டு வண்டிகள். ஒவ்வொன்றிலும் ஐந்து பேர் தங்கள் மூட்டை முடிச்சுகளோடு நெருக்கி உட்கார்ந்திருந்ததில் மிகுந்த அசௌகரியமாக உணர்ந்து கங்காணியிடம் முறையிட்டனர்.

''மசுராண்டிங்களா... ஒங்கள என்னா பல்லக்குலயாடா வச்சு ராஜா மாதிரி தூக்கிட்டு போவாங்க? மூடிகிட்டு வாங்கடா...'' என்று கடுகடுத்தார். உண்ணாமலை திடுக்கிட்டுத் தன் தந்தையின் முகத்தை ஏறிட்டுப் பார்த்தான். ஊரில் தன் வீட்டுத் திண்ணையில் உட்கார்ந்து மிகவும் பவ்யமாகச் சிரித்துத் தன்னோடு பேசிய கங்காணி இது இல்லை என்பதைக் கண்டு கொண்டதன் அதிர்ச்சி அது என்பது உண்ணாமலைக்குப் புரியவில்லை. ''என்னப்பா... கங்காணி இப்பிடி ஏசறாரு?'' என்று கேட்டான். அவர் அவன் முகத்தைப் பாராமலேயே, ''தெரிலப்பா... அவுருக்கு என்னவோ கோவம்... அதான்...'' என்று மழுப்பினார். குழப்பம் மேலும் அதிகரிக்க, பார்வையை வெளியில் நாட்டினார். உள்ளூர ஏதோ அச்சத்தின் நெடி ஏறி நெருடியது.

பொழுது அமர்ந்து இருள் சூழத் தொடங்கிவிட்டிருந்தது. பாதையின் இருமருங்கிலும் அடர் காடு. குழிகள் நிறைந்த குறுகலான மண் பாதை. மாட்டு வண்டிகள் ஆடியாடி மெல்ல நகர்ந்து கொண்டிருந்தன. கண் மறையும் இருள் வரும் வரை தொடர்ந்த பயணம் ஓரிடத்தில் நின்றது. வண்டியோட்டிகள் கீழே குதித்திறங்கி உடலை நிமிர்த்தி வளைத்து, வண்டிக்குள் பார்த்து, ''எல்லாரும் எறங்குங்கப்பா... ஒன்னுக்கு போறவங்க போய்ட்டு வாங்க... பொழுது போச்சு... பாத தெரில... மாடுங்க தடுமாறுதுங்க... பந்தம் ஏத்தனும்... கொஞ்சம் நேரமாவும்...'' உண்ணாமலை சந்தோசமாய்க் கீழே குதித்து இறங்கி தன் அப்பனுக்கு வரும்படி சைகை காட்டினான். ''நீ போ ஐயா... பாத்து போ... சுத்தி காடு... பூச்சிபொட்டு எதுனா சுத்தும்... பாத்து போ... ஒன்னுக்கு போய்ட்டு ஒடனே வந்துர்ரா ஐயா...'' என்றபடி வண்டியில் சற்றே உடலைத் தளர்த்தி உட்கார்ந்து பெருமூச்சுவிட்டார். பசி வயிற்றைக் கிள்ளியது.

‘‘எப்ப சோறு குடுப்பானுங்க? பாவம் பையன் பசி தாங்கமாட்டானே... இந்த காட்டுல எங்க சோறு கெடக்கபோவுது?’’ என்று தனக்குள் பினாத்திக்கொண்டார்.

அவர் எதிர்பார்த்து வந்தது இதுவல்ல. மண்ணில் கால் வைத்ததும் தலைக்கு மேல் மழை பொழிவதுபோல் பொன்னும் மணியும் மலைபோலக் கொட்ட வேண்டும். பசி என்றதும், மாயக்கோலை அசைத்ததுபோலஅறுசுவை உணவு தன் முன் எழுந்து, ‘‘ந்தா சாப்புடு... எவ்ளோ வேணுமோ அவ்ளோ சாப்டு... நல்லா வயிறார சாப்புடு...’’ என்று கை பிடித்துடு கெஞ்ச வேண்டும். கங்காணி ஊரில் சொன்ன மாயஜாலக் கதைகளிலிருந்து மலாயா மண்ணில் தான் எதிர்கொள்ளப்போகும் வாழ்வு குறித்த கனவு இந்தக் கணம் வரை அதுவாகத்தான் இருந்தது. இப்போது தன் கண்முன் அது உடைந்து சிதறிக்கொண்டிருப்பதை திகிலுடன் பார்த்துக் கொண்டிருந்தார்.

கண்கள் இருளைத் துழாவி கைக்கெட்டும் அண்மையில் எழுந்து நின்ற பச்சைக்காட்டில் நிலைகுத்தியது. பீதி பரவியது. அவர் தன் வாழ்நாளில் கண்டிராத இயற்கையின் பிரமாண்ட விகசிப்பு. தனது கிராமத்துப் புதர் மண்டிய காட்டை நினைத்துக்கொண்டார். காடு என்பதன் பொருள் இந்தக் கணம்வரை அதுவாகத்தான் இருந்தது. அதிலும் இருளைப் போர்த்தி நிற்கும் இந்தக் காடு முற்றிலும் வேறொரு உலகமாய் உணரவைத்தது. அதனுள்ளிருந்து எழுந்து வரும் ஒலிக்கூறுகள் ஒவ்வொன்றுமே அவருக்கு அந்நியப் பட்டிருந்தது. தொலைதூரத்தில் கேட்ட ஒரு குரல் அவரைத் திடுக்கிட வைத்தது. அது புலியின் உறுமல் என்பதை அறிய, சடக்கென கீழே குதித்து, ‘‘ஐயா... எங்கடா இருக்க?’’ என்று பதறினார். ‘‘தோ இருக்கம்பா...’’ என்று ஓடி வந்த உண்ணாமலையைக் கைபிடித்து வண்டிக்குள் ஏற்றிவிட்டு, பக்கம் உட்கார்ந்து இறுக அணைத்து மௌனமாய்க் கலங்கினார்.

ஒன்னுக்குப் போனவர்கள் ஒவ்வொருவராய் வந்து வண்டிக்குள் தட்டுத்தடுமாறி ஏறி உட்கார்ந்தனர். சிலர் அவர் கிராமத்தைச் சேர்ந்தவர்கள். கண்ணுசாமி, காளியப்பன், தொரசாமி, சின்னக்கண்ணு, முருகன். ஒவ்வொருவரும் இன்னொருவருக்கு ஏதோ ஒருவகையில் சொந்தம். தீப்பந்தங்கள் எரியத் தொடங்கியிருந்தன. வண்டிகள் மெல்ல அசைந்து நகரத் தொடங்க, கங்காணியின் குரல் வந்தது. ‘‘ஒங்களுக்கு ராத்திரி சாப்பாடு அங்க ஒரு தோட்டத்துல தயாராயிகிட்டு இருக்கு... போய் சேர நடுராத்திரி தாண்டிரும்... அதுக்குள்ள பசி மசுரு அது இதுன்னு எவனும் சொல்லி தொல்ல பண்ணாதீங்க... சுத்தி காடு... யான புலி எல்லாம் பாதயில குறுக்க

வரும்... பயந்து செத்துடாதீங்க... அத முன்னால போற தப்புகாரன் பாத்துக்குவான்...'' அவர் குரல் ஓய, காடு அதிரும்படியாகத் தப்புச் சத்தம் முழங்கியது.

அந்தச் சத்தத்தில், அப்பனை அணைத்து உட்கார்ந்திருந்த உண்ணாமலைக்கு மீண்டும் ஒன்னுக்கு முட்டிக்கொண்டு வந்தது. அப்பனின் விரல்களில் விரல் கோர்த்து அழுத்தி, ''பயமாஇருக்குப்பா...'' என்றான். ''பயப்படாதப்பா... அப்பா இருக்கேன் இல்ல... பயப்படாத...'' என்று அவனது தலையை வருடினார். ''என்ன மச்சான்... உசுரோட தோட்டம் போவமாட்டோம் போல இருக்கு?'' என்று முன் பக்கமிருந்து குரல் கொடுத்தான், அவரது தங்கை புருசனான கண்ணுசாமி. மாரியால் அவனுக்கு என்ன பதில் சொல்வதென்று தெரியவில்லை. அவரது பேச்சை நம்பி வந்தவன். ''கண்ணு... நா சொல்றத கேளு... அந்த கங்காணி ரொம்ப நல்ல மாதிரி தெரியராரு... அவர நம்பி போலாம் கண்ணு... இங்கயும் நமக்கு என்னா இருக்கு சொல்லு? பஞ்சப் பொழப்பு வந்து பசியும் பட்டினியுமா தெனக்கும் செத்துகிட்டு இருக்கோம்... போவோம்... போயி என்னன்னு பாப்போம்... முடியலனா வந்திர்லாம்... கங்காணி சத்தியம் பண்ணி வாக்கு குடுத்துருக்காரு... எந் தங்கச்சி புருசன் நீ... நீ நல்லா இருந்தாதான் அவ நல்லாருப்பா... ஓம் புள்ளகுட்டிங்க நல்லாருக்கும்... மனசபோட்டு ரொம்ப கொழப்பிக்காம கௌம்பு...''

அவனுக்கு ஒத்தூதுவதுபோல் சின்னக்கண்ணு குறுக்கு வந்தான். ''ஆமா கண்ணு... ஆனா புலி அடிச்சு சாவ மாட்டோம்... பசில பாதி பேரு செத்துருவோம் போல இருக்கு... அங்க பாரு... அந்த உண்ணாமல... சின்ன பையன்... அவன் எப்பிடி பசி தாங்குவான்? நேத்து ராத்திரி ஒருவா சோறு குடுத்தானுங்க... இதுவரக்கும் ஒண்ணுமில்ல? என்னா பொழப்பு இது?'' என்று சலித்துக் கொள்வது இருளில் கேட்டது. அத்தனையும் தன்னை நோக்கி எறியப்படும் அம்புகள்தான் என்பது மாரிக்குத் தெளிவாகவே புரிந்தது. உடலை மெல்ல அசைத்து நெளிந்து பெருமூச்சு விட்டார்.

குனிந்து உண்ணாமலையைப் பார்த்தார். வண்டிக்கு முன்னால் ஒருவன் ஏந்தி நடந்த பந்தத்தின் மிக மெல்லிய மஞ்சள் ஒளி காற்றில் அளைந்து வந்து அவன் முகத்தில் படர்ந்திருந்தது. முகம் வாடித் துவண்டிருந்தது. கண்களை மூடி அவர் உடலோடு அணைந்திருந்தான். ஒரு கணத்துக்கு மேல் அவரால் அவனைப் பார்க்க இயலவில்லை. கண்களில் நீர் திரையிட்டது. வழியறியாத் துயர் நிறைந்த ஒரு நீண்ட பயணத்தில், அந்தப் பிஞ்சையும் இணைத்துக்கொண்ட தன்

முட்டாள்தனத்தை நினைந்து அண்ணாந்து மேல் நோக்கி நிலைகுத்தி உட்கார்ந்திருந்தார்.

மாட்டு வண்டிகள் மிகவும் தளர்ந்து நடைபோடுவதை உணர முடிந்தது. நீண்ட தொலைவு ஆகாரமின்றி ஓய்வின்றிப் பாரமிழுத்த தளர்வு அவற்றின் கால்களில். வண்டியோட்டியொருவன் எரிச்சலுடன், ''டேய்... நடங்கடா... ம்... வேகமா நடங்கடா... என்னடாது... பொண்ணு மாதிரி நட?'' என்று அதட்டியும் குச்சியால் அடித்தும் அவற்றை விரட்டிக்கொண்டிருந்தான்.

முன்னால் போன வண்டியிலிருந்து கங்காணியின் கோபக் குரல் கேட்டது. யாரையோ கடுமையாக வசைபாடிக்கொண்டிருந்தார். மாரி காதைக் கூர்படுத்தி உள்வாங்க முயன்றார். தப்புச் சத்தத்தில் முழுமையாய் எதுவும் காதில் விழவில்லை. ஓரிரு வார்த்தைகளை மட்டுமே பிடிக்க முடிந்தது. ''மசுராண்டி... அப்பவே சொன்னனேடா... காதுல வுழலயாடா மசுராண்டி... என்னடா பசி? அங்க பட்டினி கெடந்து செத்தவனுங்கதானடா நீங்க? மூடிகிட்டு வாடா...''

யாரோ பசி தாளாமல் புலம்ப கங்காணிக்கு வந்த எரிச்சல் என்பது புரிந்தது. குனிந்து தன் மகன் உண்ணாமலையைப் பார்த்தார். அடர் இருளில் முகம் பிடிபடவில்லை. ''ஐயா பசிக்குதா?'' என்றார் அவன் தலையை வருடியபடி. அவனிடமிருந்து ஒரு முனகல் மட்டுமே வந்தது. எதிரில் உட்கார்ந்திருந்த தூரத்துச் சொந்தமான சின்னக்கண்ணு மாமன் தொண்டையைச் செருமி, ''என்னப்பா மாரி... ஒண்ணுமே சரியில்லயேப்பா... இவன நம்பி வந்தது தப்பா இருக்கும்போல இருக்கு... இந்த காட்டுல உசுரு போற பசியோட இன்னும் எத்தன நேரம் இந்த மாட்டு வண்டில போவனும்னு தெரிலயேப்பா... பாவம்பா... ஒம் பையன் உண்ணாமல... சின்ன புள்ளப்பா... பசி எப்பிடி தாங்குவான்?'' என்று முணுமுணுத்தார். மாரிக்கு, அதற்கு என்ன பதில் சொல்வதென்று பிடிபடவில்லை. வெறுமனே எதிரில் இருளில் மறைந்திருந்த அவரது முகத்தைப் பார்த்துக் கொண்டிருந்தார்.

''நா நெனச்சதுதான் சரின்னு இப்ப தோணுது சித்தப்பா... அன்னக்கி நா சொன்னது நெனவு இருக்கா சித்தப்பா...? அவன பாத்தா பெரிய குள்ளநரியாட்டம் இருக்கான்... அவன் கண்ணுல பாருங்க... ஒரு திருட்டுதனம் இருக்கு... சிரிப்புல ஒரு வெசமம் தெரியுது... வேணா சித்தப்பா... வேணா... இவன நம்பி அத்தன தொலவுக்கு கடலு தாண்டி சின்ன புள்ளய எல்லாம் கூட்டிகிட்டு போவ வேணாம் சித்தப்பா... நல்லதோ கெட்டதோ நம்ம மண்ணுல கெடச்சது வச்சு

கொஞ்ச நாள ஓட்டிரலாம்... இந்த பஞ்சம் இன்னும் கொஞ்ச நாள்ல சரியாயிரும்னு தலபாடா அடிச்சுகிட்டு சொன்னனே... நீங்க எங்க காது குடுத்து கேட்டீங்க சித்தப்பா? சின்ன பய ஒனக்கு என்னடா தெரியும்னு சொல்லி வாய அடச்சிட்டீங்க... இப்ப ஒங்க பேச்ச கேட்டு வந்து இந்த குள்ளநரிகிட்ட நாங்களும் மாட்டிகிட்டோம்...'' என்று விரக்தியுடன் இருளை ஊடுருவி வந்தது, மாரியின் ஒன்று விட்ட அண்ணனின் மகன் காளியின் குரல். தொடர்ந்து வந்தது, ''ஆமா மாரிண்ணே... அவன் சொல்றது சர்தான்... நீங்க கொஞ்சம் கவனமா இருந்திருக்கனும்ணே... அந்த கங்காணி பசப்புக்காரன்... அடாவடி புடிச்சவனா இருக்கான்... அங்க இருந்த வரக்கும் சிரிச்சு சிரிச்சு பேசி மயக்கனான்... மலாயா மண்ணுல கால வச்சதும் அவன் சொய ரூபம் வெளிய வந்துருச்சு... இப்ப அவன் யாருன்னு நல்லா தெரியுது... அவன முழுசா நம்பிருக்ககூடாதுண்ணே... இப்ப என்ன பண்றதுன்னு தெரியல... மொதல வாய்க்குள்ள தலயவுட்ட கதயா இருக்கு நம்ம கத... இன்னும் என்ன ஆகுமோ ஏது ஆகுமோன்னு மனசு அடிச்சிக்குது... நெனக்கவே பயமா இருக்குண்ணே... தோட்டத்துக்கு போயி இன்னும் இவனுங்க நம்மல என்ன பாடுபடுத்த போறானுங்களோன்னு நெனக்கவே வயித்த கலக்குதுண்ணே...'' என்று படபடத்தார் கண்ணுசாமி.

எல்லாவற்றையும் அமைதியாகக் கேட்டிருந்தார் மாரி. நம்பி ஏமாந்த துக்கம் மிகுந்து வந்தது. எவரையும் எளிதில் நம்பிவிடும் தனது சுபாவம், இப்போது இந்த வேற்று பூமியில் தங்களை அனாதைகளாய் கொண்டுவந்து நிறுத்தியிருப்பதை அவரால் ஜீரணிக்க இயலவில்லை. அதிலும் மேலும் கொடுமையானதாக, தனது ரத்த உறவுகளையும் இந்த நரகச் சங்கிலியில் பிணைத்துத் தன்னோடு இழுத்து வந்திருப்பதை நினைக்கவே கசப்பும் கழிவிரக்கமும் மேலோங்க தொண்டை வறண்டு வந்தது. புகைச்சலுடன் வெடித்து வந்தது இருமல். தலையை ஆட்டிப் புகைச்சலை விரட்ட முயன்றார். மீண்டும் அடர்த்தியுடன் கிளம்பி வந்து உடலைக் குலுங்க வைத்தது. விடாமல் தாக்கியது.

உண்ணாமலை பசி மயக்கம் நீங்கி விழித்திருந்தான். அப்பனின் தோள் தொட்டு, ''ஏம்பா இருமற...?'' என்றான். முன்னாலிருந்த காளி திரும்பிப் பார்த்து, ''ஒண்ணுமில்ல சித்தப்பா... சின்னம்மா ஊருல ஒங்கள நெனக்கறாங்க போல இருக்கு சித்தப்பா... அதான் பொற ஏறிருக்கு... நின்னுரும்...'' வண்டி மெல்ல ஊர்ந்து நிற்க, கீழே குதித்து பின்னால் வந்த வண்டிக்காரனைத் தொடர்ந்து பந்தத்தைத் தூக்கிப் பிடித்தவாறு பந்தக்காரன் ஒருவன் வந்தான்.

வண்டிக்குப் பின் வந்து நின்று பந்தத்தைச் சற்றே கீழிறக்கி சுடரொளி அவர்கள் முகத்தில் படர நின்றான். வண்டிக்காரன் குனிந்து உள்நோக்கி, ''யாரது இருமனது?'' என்று கண்களால் ஒவ்வொரு முகமாய்த் தாவிச்சென்றான். மீண்டும் அதே இருமல். ''நீங்களாண்ணே... தொண்ட காஞ்ச மாதிரி தெரியுதுண்ணே... தண்ணி கொஞ்சம் குடிங்கண்ணே... இருமலு சரியா போயிரும்...'' என்றபடி திரும்பி, பந்தக்காரனை நோக்கி, ''குப்பண்ணே... முன்னால போயி அந்த தண்ணி போத்தல கொஞ்சம் எடுத்துகிட்டு வாங்கண்ணே...'' என்றான்.

பின்னால் வந்த வண்டி திடீரென நின்றதில், முன்னால் சென்ற வண்டிகளும் நின்றுவிட்டிருந்தன. வண்டிக்குள் இருந்தவர்கள் கீழே இறங்கி உடலை வளைத்து நெளித்து உதறி ஆசுவாசப்படுத்திக் கொள்ளத் தொடங்கியிருந்தனர். அப்படியே நின்ற இடத்தில் வேட்டியைத் தூக்கி ஒன்னுக்கு போயினர். பந்தக்காரன் தொடர, குரல் எழும்ப கங்காணி வந்துகொண்டிருப்பதைப் பார்த்துக் கலக்கமடைந்தார் மாரி. ஏதோ விபரீதம் நடக்கப்போகிறது என்பதை உணர்ந்தார். இதயம் படபடத்தது. உள்ளங்கை வேர்த்தது.

''டே... கோணகாலா... எதுக்குடா மசுராண்டி வண்டிய நடுவழில நிப்பாட்டன?'' என்று வண்டிக்காரன் முன் நின்று கர்ஜித்தார். அப்போதுதான் அவர்கள் அவனைச் சற்று உற்று கவனித்தனர். அரை இருளில் வண்டியில் ஒருகை வைத்து ஊன்றிச் சாய்வாய் நின்றிருந்தான். பயத்தில் நாக்குழர, ''ஒண்ணுமில்லீங்க கங்காணி ஐயா... பின்னால ஒருத்தருக்கு இருமலு பொகஞ்சு பொகஞ்சு வந்துச்சு... தண்ணி கொஞ்சம் குடிச்சா நல்லாயிரும்னு வண்டிய நிப்பாட்டி தண்ணி குடுத்தேன்...''

''யாருடாது? ஆள காட்டு...'' என்றபடி நடந்து பின்னால் வந்து நின்றார். கூடவே வந்த வண்டிக்காரன் கைகாட்டி நின்றான். பந்தக்காரன் தூக்கி பிடித்த சுடரொளியில் மாரியின் முகம் வெளிறிக்கிடந்தது. ''என்னப்பா... நீதானா மாரி?'' என்றவர் திரும்பி வண்டிக்காரனிடம், ''டே கோணகாலா... இன்னமே என்ன கேக்காம வண்டிய எங்கியும் நிப்பாட்டாத... தெரியுதா? ரெண்டு நாள்ல இவனுங்கள தோட்டத்துல கொண்டுட்டு போயி தொர முன்னால நிப்பாட்டனும்... இப்பிடி அங்கங்க மசமசன்னு நிப்பாட்டி போனா நாளு நாலு ஆயிரும்... தெரியுமில்ல? போ... வண்டிய எடு...'' என்று பொரிந்து தள்ளி, எரிச்சலுடன், ''இவனுங்கள தோட்டத்துல கொண்டு போயி வச்சு

எப்பிடி மேக்க போரண்ணு தெரில...'' என்றபடி முன்னாலிருந்த தன் வண்டி நோக்கி நடந்தார்.

வழிநடத்திச் சென்ற முதல் வண்டிக்கு முன்பு வழிவிட்டு ஓரமாய் இரண்டு பந்தக்காரர்கள். தூக்கிப் பிடித்த பந்தங்கள் சுடர்விட்டு எரிந்துகொண்டிருந்தன. ஒவ்வொரு வண்டிக்கு முன்பும் இரண்டு பந்தக்காரர்கள். காட்டிலிருந்து வந்து மோதும் காற்றுக்கு அல்லாடிய சுடர்களின் உச்சந்தலையிலிருந்து கரும்புகை. மண்ணெண்ணெய் வாடை.

முதல் வண்டிக்கு முன்பு சற்று முந்திச் சென்று கொண்டிருந்தார்கள் நால்வர். ஒருவன் தனித்து முன்னால் செல்ல, அவனைத் தொடர்ந்து மேலும் மூவர். மெலிந்த உடல்கள். வெற்றுடம்பு. இடுப்பில் மடித்துக் கட்டிய வேட்டி. விறைப்பான கால்களில் ஒருவித துள்ளல்.

கைகளில் அனலேறி விரைத்துத் திமிறி நிற்கும், தப்புகள் என தோட்டப்புறங்களில் அழைக்கப்படும் பறைகள். மாட்டுத் தோலைப் பக்குவப்படுத்தி கவனமுடன் தப்புக்காரப் புதூரான் கைவண்ணத்தில் உருவான நான்கு பறைகள். கொடிய காட்டு மிருகங்களையும் கதிகலங்க வைத்து, கால்கள் பிடரியில் பட தலைதெறிக்க ஓட்டமெடுக்க வைக்கும் ஆற்றல் கொண்ட ஆக்ரோச உறுமல்கள்.

பறையில் ஆக்ரோசத்துடன் விழும் ஒவ்வொரு அடியிலும் பீரிட்டடிக்கும் பேரோசையின் தாளகதிக்கு ஏற்ப தப்புக்காரர்களின் உடல் இசைவுகொண்டு நடனமாடியது. தன்னிலை மறந்த பறத்தலின் கணம். கால்கள் மண்ணில் நிலைகொள்ளாத அலைக் கழிப்பின் வெறியாட்டம். பொங்கிப் பெருகி கரையுடைத்து, சீறிச்செல்லும் பாம்பாய், உள்பெருகி ரத்தநாளங்களில் கொப்பளித்துச் சுழித்தோடும் உணர்வு வெள்ளக்காடு. மெலிந்த உடம்பில், வற்றி ஒடுங்கிய கன்னங்களில், உள்ளடங்கிய ஆழ்துளைக் கண்களில் அனல் மூட்டம். சீறிவரும் மூச்சுக்காற்றில் சாராய நெடி. கை நரம்புகள் முறுக்கிட்டுப் புடைத்தெழுந்து ஓங்கி வைக்கும் ஒவ்வொரு அடிக்கும், அதிரும் தோல்பறையில் உயிர்த்தெழும் அவர்கள் வாழ்வின் குரூர வலிகள்.

தனது தனிமை வெளிக்குள் அனுமதியின்றிக் காலடி வைத்து, கணந்தோறும் பெருகி நுரைத்து வழிந்து காற்றில் கலந்து தன்னுள் நிறைந்து விரவிப் படர்ந்து விரையும் அந்தப் பறைகள் பொழியும் துயர மழையில் நனைந்தபடி, இருட் திரைக்குள் உடல் பொதிந்து

பார்த்திருந்த பசுமைக்காடு, கண்ணீர் மல்கி விம்மியழுததை, அதன் வழி சென்ற அவர்களில் எவரும் கண்டிருக்க வாய்ப்பில்லை.

பினாங்கிலிருந்து புறப்பட்ட நாலாவது நாள், அவர்கள் பயணித்த மாட்டு வண்டிகள் புக்கிட் செம்பிலான்* தோட்டத்து மூங்கில் வேலிக்குள் நுழைந்தபோது அவர்களில் பலரும் பசி மயக்கத்தில் தன்னிலை இழந்திருந்தார்கள்.

தருமபுரிக்குப் பக்கமிருக்கும் பள்ளப்பட்டி கிராமத்தைச் சேர்ந்த பள்ளப்பட்டி மாரி, வண்டிக்குள்ளிருந்து சிரமத்துடன் இறங்கி அரை மயக்கத்தில் உளறிக்கொண்டிருந்த தன் மகன் உண்ணாமலையின் கைபற்றி இழுத்துக் கீழிறக்கிவிட்டு நிமிர்ந்து பார்த்தார்.

அடர் காட்டின் நடுவே, மூங்கில் வேலிக்குள் ஆங்காங்கே சிறு சிறு மூங்கில் குடிசைகள். இடுப்பில் கட்டிய அரை முழம் வேஷ்டி துண்டோடு கறுத்த எலும்புக் கூடுகள் நடமாடிக்கொண்டிருந்தன. சில புதிய வரவுகளை வெறுமனே பார்த்து நின்றன. அதில் எதுவும் அவர்களை நோக்கி நகரவில்லை. மாட்டு வண்டிகள் மூங்கில் வேலியின் நுழைவாசலில் தலைகாட்டியதுமே, வண்டிகளின் ஓசை உசுப்ப, காதுகளை விடைப்புடன் உயர்த்தி வாலையாட்டியபடி எச்சரிக்கை குரலெழுப்பி நாய்கள் மட்டுமே ஓடி வந்தன.

அருகில் வர, புதிய மனிதர்களின் வாடை உணர்ந்து, அப்படியே பத்தடி தூரத்தில் தள்ளி இருந்தபடி, வண்டிகளைச் சூழ்ந்து, சுற்றி வளையவந்து வாலையாட்டிக் குரைத்தன. வண்டியிலிருந்தபடி தலை நீட்டி கங்காணி, சத்தம் போட்டார். ''டே... என்னடா சத்தம்? போங்கடா... இப்ப எதுக்குடா இப்பிடி சத்தம் போடறீங்க முட்டா பசங்களா? எல்லாம் நம்ம ஆளுங்கதாண்டா... போங்கடா... போங்க...'' அவரை அடையாளம் கண்டதில் எச்சரிக்கை குரல் ஓய்ந்து உற்சாகக் குரலெழுப்பி நின்றன.

வண்டியிலிருந்து முதலில் இறங்கிய கங்காணி, முன்னால் போய் நின்று மீண்டும் கத்தினார். ''வேகமா எறங்கி நடங்கடா... தோ அங்க இருக்கு பாருங்க... அதான் ஒங்க லயம்... போங்க... போங்க... வேகமா போங்க... திங்க சோறு இருக்கு... தின்னுட்டு வெள்ளன படுத்துத் தூங்குங்க... நாளக்கி காலயில அஞ்சு மணிக்கு சாமக்காரன் பெரட்டு மணி அடிப்பான்... சட்டுபுட்டுனு எழுந்து கோப்பி கலக்கி குடிச்சிட்டு பெரட்டுல போயி நின்னு பேர குடுத்துடுங்க... சின்ன கங்காணி சொங்கப்பன் ஒங்களுக்கு வெட்டுகத்தி

---

* Bukit Sembilan - ஒன்பது மலைகள்

மம்மட்டி எல்லாம் அங்கியே குடுப்பாரு... எடுத்துகிட்டு அப்பிடியே கெளம்பி அவுருகூடயே காட்டுக்கு போயிருங்க... ம்... நடங்க... நடங்க...'' என்ற தண்டலின் அதட்டல்.

மாரி, தன் மகன் உண்ணாமலையின் கைபற்றி, தலையில் சுமந்த டிரங்குப் பெட்டியுடன் நடந்தபடி கங்காணி சொன்னதை நினைத்துக்கொண்டார். 'காலல அஞ்சு மணிக்கு எந்திரிச்சு பெரட்டுல பேர குடுத்துட்டு காட்டுக்கு கெளம்பிடுங்க...' சட்டெனத் திரும்பி அண்ணாந்து காட்டைப் பார்த்தார். மனம் பகீரென்றது. அவர் இதுவரை கண்டிராத பிரமாண்ட காடு. வான் நோக்கி எழுந்து போகும் ராட்ஷச மரங்கள். அதில் படர்ந்து ஏறும் பசுங்கொடிகள். சடைபின்னி இறங்கும் ஆலமர விழுதுகள் போன்ற பெரும் விழுதுகள். மனிதர்கள் கால் வைத்து நடக்கவோ, அரூபக் காற்றும் நுழைந்து நடமாடவோ இடைவெளியின்றி அடர்ந்து நிறையும் பசுமைச் செடிகொடிகள். பறவைகளின் ஆரவாரக் கூச்சல். சூழ்ந்து ஒலிக்கும் ஏதேதோ பெயர் தெரியாத நூற்றுக்கணக்கான மிருகங்களின் நடுங்குற வைக்கும் பெருங் கூச்சலுமாய், காடு பேருரு கொண்டெழுந்து அவரைப் பயமுறுத்தியது.

தான் பிறந்து ஓடியாடித் திரிந்து வளர்ந்த, காற்று துள்ளி விளையாடித் திரியும் அந்தக் கிராமத்துத் திறந்தவெளி பொட்டல் நிலம் கண்முன் நிழலாட, கண் கலங்கினார் மாரி.

''அது வேற... அது பச்ச புள்ள கணக்கா நம்மல இடுப்புல தூக்கி வச்சு கொஞ்சும்... இது வேற... இது காட்டேரி... ரத்தக் காட்டேரி... நம்ம உசுர குடிக்க வந்து, தலய விரிச்சு போட்டு கண்ண உருட்டி நாக்க சொழட்டி சப்புகொட்டி கைய நீட்டி வா வா கிட்ட வான்னு கூப்புடற சுடுகாட்டுப் பேயி...''

குனிந்து உண்ணாமலையைப் பார்த்தார். அவன் வாய் பிளந்து, கண்கள் விரிய, காட்டைப் பார்த்துக்கொண்டு வந்தான்.

எதிரே புக்கிட் செம்பிலான் தோட்டத்து மூங்கில் குடிசை லயங்கள், நீண்டு வளைந்து சென்ற மூங்கில் வேலிக்குள் முடங்கி, தலைக்கு மேல் அகன்று விரிந்து உயர்ந்து நிற்கும் காட்டு மரங்களின் அடர் நிழலில் மௌனத்தில் உறைந்து நின்று, மிரண்ட கன்றுக் குட்டிகளாய்த் தயங்கியபடித் தன்னை நோக்கி மெல்லக் காலடியெடுத்து நெருங்கி வரும் அந்தப் புது மனிதர்களை வரவேற்க துக்கத்துடன் காத்திருந்தன.

2

மலாயா மண்ணில், கடாரா சோழன் காலடித் தடம் பதிந்த கடாரா மாநிலத்தின் கிழக்குத் திசையில் அமைந்துள்ளது பாலிங் எனும் அழகிய மலைகள் சூழ்ந்த சிற்றூர். பினாங்குத் தீவிற்குச் சற்றே தொலைவில், கடாரத்தின் மத்தியில் அமைந்துள்ள சுங்கைப் பட்டாணி எனும் நடுத்தர பட்டணத்திலிருந்து மேலும் கிழக்காய்ப் பயணித்து, சற்றேர இருபது மைல்கள் கடந்த நிலையில் எதிர்வரும் கோலகெட்டில் எனும் மேலும் ஒரு சிற்றூர்.

அங்கிருந்து பாலிங் நோக்கிப் பயணிக்க, சில கல் தொலைவில், சாலையின் இருமருங்கிலும் வரிசைபிடித்து நின்று காற்றுக்குத் தலையாட்டி வரவேற்கும் ரப்பர்காடு. அதில் ஓரிடத்தில் வலது வாட்டத்தில் மேடும் பள்ளமும் வளைவுகளுமாய் நீண்டு செல்லும் ஒரு குறுகிய மண் சடக்கு*. அதில் நுழைந்து மேலும் பயணிக்க, இடதுவாக்கில் உடன் வரும் மலைத்தொடரின் அடிவாரத்தில் அமைந்திருக்கிறது, பல பத்தாண்டுகளுக்கு முன்பு தமிழகத்தின் தருமபுரி மாவட்டத்திலுள்ள பள்ளப்பட்டி எனும் ஒரு குக்கிராமத்திலிருந்து நாகப்பட்டிணம் வந்து, கப்பலேறி பினாங்கு வந்தடைந்து, ஒரு மாலைப் பொழுதில் மாட்டுவண்டியில் வந்திறங்கிய பள்ளப்பட்டி மாரிமுத்து எனும் மாரியும் அவர் கைபிடித்து வந்த உண்ணாமலை எனும் பதினைந்து வயது சிறுவனும் வாழ்ந்து மடிந்த புக்கிட் செம்பிலான் எனும் தோட்டம்.

---

* மண்சாலை

அதன் வழக்கமான ஒரு மாலைப் பொழுது.

தோட்டத்து எல்லையைக் கடந்து, கோலகெத்தே டவுனுக்குப் போகும் மண் சடக்கில், ஒளி மங்கிவரும் அடர் கித்தாக்காட்டின் நடுவே, தோட்டத்து டிரசர்* பாலையா முன்னால் நடக்க, அவர் பின்னால், நாலடி தள்ளி மேலும் மூவர் இறுகிய முகத்தோடு மௌனமாய் அவரைப் பின்தொடர்ந்தனர்.

அவர்களில் ஒருவன், பல ஆண்டுகளுக்கு முன்பு அங்கு வாழ்ந்து மறைந்த பள்ளப்பட்டி மாரியின் கொள்ளுப்பேரனும் உண்ணாமலையின் மகள் வயிற்றுப் பேரனுமாகிய குட்டியப்பன் எனும் குட்டி.

தன் தாய்வழிப் பாட்டன் தருமபுரி பள்ளப்பட்டி மாரிமுத்து இம்மண்ணில் வந்து பட்ட துயரத்தையும், கடைசியில் அவர் தினமும் வெட்டரிவாளோடு போராடிய காடு, அவரை நொறுக்கி தின்று தீர்க்க, மனமுடைந்து ஒருநாள் மடிந்து இம்மண்ணிலேயே புதைந்துபோனதையும், அவன் தாத்தா உண்ணாமலை கூறக் கேட்டு மனதின் ஆழத்துள் மிகப் பத்திரமாய் பதியவைத்திருந்தையெல்லாம் அவன் அடிக்கடி மீட்டெடுத்து மனம் குமுறுவதுண்டு.

அவர் பலமுறை, வீட்டு அஞ்சடி வாசலில் உட்கார்ந்து, மண்ணெண்ணெய் விளக்கொளி முகத்தில் அளைய, எங்கோ தூர தேசத்தில் கண்கள் நிலைகுத்த, நீளும் இரவுக்குள், குரல் கம்ம, அவரும் தன் அப்பனும் இந்த மண்ணில் பட்ட துன்பங்கள் குறித்துக் கூறியதை எல்லாம் ஒரு நிழற்படம்போல், மனதில் பொக்கிசம் போல் வைத்துப் பாதுகாத்தான். அதை தனது தோட்டத்து எதிர்மறைச் சூழலின் தாக்கத்தில் தனது மனம் சோர்வுற்று நிலைகுத்தித் துவண்டு உட்கார்ந்துவிடும்போதெல்லாம், அதனை மீண்டும் உசுப்பி எழுப்பி நிமிர்த்தும் செயலூக்கத்திற்கான எரி பொருளாக அவ்வப்போது, அதனுள் கைவிட்டு, அவர்கள் கடந்து வந்த துயர நாட்களை, காட்சிச்சித்திரங்களாய் மீட்டெடுத்து மீண்டும் மீண்டும் உயிர்த்தெழுகிறான்.

அவற்றில் அவனுள் மிக ஆழத்துள் ரணமாய் நிலைத்திருக்கும் காட்சி ஒன்றுண்டு. அதுவே தனது கனவுகளின் பாடுபொருளாகவும் உருமாறி, நல்ல தூக்கத்தில் திடுமென உள்ளே முகிழ்த்து தீண்ட, அலறித் துடித்து எழுந்து உட்கார்ந்துவிடுகிறான். அவன் அந்தப்

---

* டிரசர் - மருத்துவ உதவியாளர்

பாட்டனைப் பார்த்ததில்லை. ஆனால் தனது கனவில் வந்தது அவர்தான் என்பதை நம்பினான். ''ஓம் பாட்டன் நல்ல ஒசரண்டா குட்டி... ஒன்ன மாதிரிதான்... கையும் காலும் நல்லா மொத்தமா வாழத்தண்டு மாதிரி நீட்டா வழவழன்னு இருக்கும்டா... கெண்டக் காலுல நரம்பு முறுக்கி கொடி கொடியா வளஞ்சு வளஞ்சு போவும்...''

அவர் தனது இறுதி மூச்சை இம்மண்ணில் விட்ட அந்த நொடியின் கொடூரம் அவனை எந்நேரத்தில் அதனை நினைவுகூர்ந்தாலும், உயிரின் அடிவேர் வரை விசமாய் இறங்கி உலுக்கிவிடுகிறது.

காட்டில் மரத்தை வெட்டிச் சாய்த்து, புதர்களை வெட்டிச் சுத்தம் செய்தபோது, சுரீரெனக் காலில் எழுந்த வலியில் அலறியோட, கட்டுவிரியனொன்று தன் வேலை முடிந்த திருப்தியில் புதருக்குள் சுருண்டு படுத்து நாக்கை துருத்தி எச்சரித்துக்கொண்டிருந்தது.

நாலுபேர் நாலு மூலையில் நின்று தூக்கிக்கொண்டு ஓடி மாட்டு வண்டியில் ஏற்றுவதற்குள், வாயில் நுரை தள்ளி, உடம்பில் நீலம் பாய்ந்து, மூச்சு திணறி, கண்கள் இருளடைந்து வர, அரை நினைவில், ''உண்ணாமல... உண்ணாமல... எம் புள்ள உண்ணாமல எங்க? அப்பா போரண்டா உண்ணாமல... ஒன்ன இந்த காட்டுல அனாதயா வுட்டுட்டு அப்பா போரண்டா...'' என்று நிலையழிந்து திரும்பத் திரும்ப உளறியபடி, பாதி வழியில் வாயில் நுரை தள்ள துடித்து உயிர் விட்டிருக்கிறார்.

இந்த மண்ணிலிருந்து பொன்னையும் பொருளையும் மூட்டைக் கட்டித் தூக்கிப் போகலாம் என்று ஆசை காட்டப்பட்டு இழுத்து வரப்பட்ட தனது பாட்டன் மாரிமுத்துக்கு, இம்மண்ணில் இழைக்கப் பட்ட அந்த பச்சைத் துரோகம் எக்காரணத்தை முன்னிட்டும் மன்னிக்கவோ மறக்கவோ முடியாததாக இருந்தது. தன் பாட்டன் போன்ற பல்லாயிரம் பேரின் குருதி குடித்துச் செழித்த இம்மண், இன்னமும் அதற்கான பலனை அதன் சந்ததிகளுக்கு வழங்காமல், அவர்களது அன்றைய ஏமாற்றம் மிகுந்த அந்தத் துயர வாழ்க்கையின் நீட்சியாகவே இந்த மண்ணின் வாழ்க்கை இருப்பதைக் காணச் சகியாமல், அவனுள் எந்நேரமும் தீப்பொறியொன்று ஒளிர்ந்து, அவனைச் சீண்டி, உள்ளூரக் குமுறிக் கொந்தளித்து அலைக்களித்து வதைத்துக்கொண்டிருக்கிறது.

அதற்கான ஒரு தீர்வை நோக்கிய அவனது நீண்ட கனவுப் பயணத்தின் தொடக்கப் புள்ளியாகவே, அவனும் அவனது கூட்டாளிகளும்

அன்று அந்தத் தோட்டத்து மண் சடக்கில், நெருங்கி வரும் இருளைப் புறந்தள்ளி, அழுந்த அடி வைத்து, விரைந்து போய்க் கொண்டிருந்தார்கள்.

அரைமணிநேர நடைக்குப் பின், அவர்கள் திட்டமிட்டுக் குறித்து வைத்திருந்த இடத்தை அடைந்திருந்தார்கள். முன்னால் சென்ற டிரசர் பாலையா நின்று திரும்பி, ''குட்டி... சொன்னத மறந்திடாதீங்க... கவனமா இருங்க...'' குட்டியப்பன் தலையாட்டி, ''சரிங்க டிரசரண்ணே... நா பாத்துக்குறேன்...'' என்றபடி, சடக்கையொட்டி ஓடிய மழைநீர் வடிகாலான அல்லூரை* எகிறித் தாண்டி முன்னால் ஓடினான். அவனைத் தொடர்ந்து பின்னால் அவனது கூட்டாளிகள் நெட்டைமணியும் சின்ன காளியும். புதரை நெருங்கி, இரண்டு நாட்களுக்கு முன்பே வந்திருந்து வெட்டிப்போட்டிருந்த கனத்த மரத்துண்டைத் தூக்கித் தோளில் வைத்துச் சடக்குக்குத் திரும்பினர்.

கித்தாக்காட்டில் இருள் கால் வைக்கத் தொடங்கிவிட்டிருந்தது. மங்கிய அரை வெளிச்சம். நிழல் கோடாய் கித்தாக்காடு. செம்மண் சடக்கு கருநாகமாய் நீண்டு கண் தொடும் இடத்தில் வளைந்து மறைந்துவிட்டிருந்தது. சட்டென நின்று குனிந்து சடக்கை நோட்டமிட்டான் குட்டி. யோசித்தபடி, சுற்றிலும் பார்த்து, தலையாட்டி, ''தோ அங்க போடலாண்டா'' என்று பத்தடி முன்னகர்ந்து நின்றான். பொத்தென்ற பெரும் ஓசையுடன் சடக்கின் குறுக்காய் விழுந்த மரத்துண்டு அதிர்ந்து எகிறி ஒருக்களித்து நிலைகொண்டது.

வழக்கமான இரவு நேரக் கித்தாக்காட்டின் அமைதிக்குள் கண்மூடி மௌனித்துக் கிடக்கும் கோட்டானொன்று திடுக்கிட்டு விழித்துக் கூச்சலிட்டு அவர்களின் தலைக்கு மேல் பறந்தது. மூவரும் நின்று அண்ணாந்து பார்த்தனர்.

நெட்டமணி ஆச்சரியத்துடன், ''கோட்டாண்டா... ரொம்ப பெருசுடா...'' என்றான். அதன் அலறல் அடங்கும் வரை அது போன திசையில் பார்த்திருந்தனர். இத்தனை பெரிய கோட்டானை அவர்கள் இதுவரை கித்தாக்காட்டில் கண்டதில்லை. அதன் சிறகுகள் அவர்களின் தலைக்குமேல் அசைந்து எழுப்பிய காற்றின் விசை தலைமுடியைக் கோதி அளைந்து போனதை நம்ப முடியாத வியப்பில் மூவரும் ஒருகணம் நிலைகுத்தினர். ஒருவர் முகத்தை ஒருவர் கண்கள் விரியப் பார்த்துத் தலையாட்டினர். ''டே ரொம்ப பெருசுதாண்டா... அது இங்க கித்தாக்காட்டுல உள்ளது இல்லடா...

---

* சிறிய வடிகால்

நம்ம மலக்காட்லருந்து எப்பிடியோ இன்னக்கி இந்த பக்கம் வந்துருச்சுபோல இருக்குடா...'' என்றான் சின்ன காளி.

குட்டி எகிறி மீண்டும் அல்லூரைத் தாண்டி மரங்களிடையே ஓட, அவர்கள் சடக்கை விட்டகன்று, இரு மருங்கிலும் நின்ற மரங்களின் பின்னால் மறைந்து நின்றுகொண்டு, கண்களை சடக்கில் நிலைகுத்தினர்.

மரங்களில் உடலைச் சரித்து நிமிர்த்தி, காதைக் கூர் தீட்டிக் காத்திருந்தார்கள். பேச்சு நின்றுபோயிருந்தது. மௌனத்துள் உறைந்து சூழலுள் கரைந்தனர். அவர்களது பிரக்ஞைவெளியில் இப்போது இரவுநேரக் கித்தாக்காடு. இதுவரை அவர்கள் கண்டிராத கித்தாக்காடு. அவர்களின் அனுபவத்துள் இருந்தது பகல் நேரக் கித்தாக்காடு மட்டுமே. அது திறந்தவெளி. மறைபொருள் ஏதுமில்லை. இது இருளின் ரகசிய உலகம். கண் தொட இயலாப் பல நூறு ரகசியங்கள் நிலைகொண்டுவிட்ட புதிய உலகம். அதில் வேண்டாத விருந்தாளியாய் மனிதர்கள். அதுவே அச்சமூட்டுவதாய் இருந்தது.

அதிலும் சின்ன காளிக்கு அதில் மிகுந்த பரிட்சயம் இருந்தது. ஆடு மேய்க்க அவன் தினமும் இந்தக் கித்தாக்காடு முழுக்கவுமே சுற்றியலைந்து திரிந்து அதனோடு தனிமையில் உரையாடி அதனை நெருக்கமாய் அறிந்துகொண்டிருந்தான். அது ஒரு நண்பனோடு இருப்பது போன்றதொரு அனுபவம். சுகமானது. அதனாலேயே இந்த இரவு நேரக் கித்தாக்காடு முற்றிலும் வேறாய் அவனுக்கு முதலில் தோன்றியது. அது அச்சத்தைத் தருவதாய் இருந்தது. ஏதேதோ ஓசைகள். அச்சமூட்டும் குரல்கள். பல நூறு நிழலுருவங்கள் சின்னதும் பெரிதுமாய் கண் தொடும் இடமெல்லாம் தோன்றித் தோன்றி நெருங்கி வந்து திடுக்கிட வைத்து சட்டென விலகிக்காணா மலாகின. விதிர்த்து மயிக்கூச்செரிய நின்று பக்கமிருந்தவனின் கைபற்றி அழுத்திச் சமன்பட்டான். அவனது கைகளும் சில்லிட்டுத் துடிப்பதை உணர்ந்து அவன் முதுகில் தட்டி, ''பயப்படாதடா...'' என்று முனகினான்.

அவர்கள் கணக்கிட்டிருந்த நேரம் கடந்துவிட்டிருந்தது. பதற்றம் தலைதூக்கியது. பார்வை கூர்ந்தது. ராக்காசி கொசுக்கள் முகம் கை கால்களில் அப்பி கடித்துக் குதறிக்கொண்டிருந்தன. பொழுதுபோக கித்தாக்காட்டில் அவற்றின் ஆட்சி தொடங்கிவிடும். கடித்த இடங்களில் கடும் அரிப்பு. நெட்டமணி சொறிந்துவிட்டு, ''சனியனுங்க... சனியனுங்க... எப்பிடி புடுங்குதுங்க பாரு...'' என்றபடி அடித்து விரட்ட முயன்றான். கண்கள் எட்டிய தொலைவில் எதுவும் தென்படவில்லை. சலிப்புடன் ஒருவன், ''என்னடாது? ஒன்னும்

காணோம்? என்னடா நடக்குது?'' என்று குட்டியின் காதருகே முணுமுணுத்தான். ''டே சும்மார்ரா... வருவாண்டா... பொறுமயா இருடா... என்னடா அவசரம் ஒனக்கு? வருவாண்டா... வராம எங்கடா போவான் அவன்?'' என்று கடிந்துகொண்டான்.

இறுகி விறகுக் கட்டைபோல் விரைத்து நின்ற உடலைச் சற்றே தளர்த்தி, பெருமூச்செரிந்து ஆசுவாசப்படுத்திக்கொண்டனர். சிறிது நேரத்தில் அது அவர்களின் பார்வைக்குள் வந்தது. ''வந்துட்டாண்டா'' என்ற குரலில் மெல்லிய நடுக்கம். முதுகுத்தண்டில் மின்னலிட்ட சிலிர்ப்பை அனைவரும் உணர்ந்தனர். சடக்கின் மறு முனையில் மெல்லிய ஒளிப் பாய்ச்சல் நகர்ந்து அவர்களை எதிர்கொண்டு வந்துகொண்டிருந்தது. மனம் பரபரக்க குட்டியின் தோளில் கை வைத்து அழுத்தினான் நெட்டமணி. ''சர்டா...'' என்று முனகி, ''கவனம்... டிரசரண்ணே சொன்னத எல்லாம் நல்லா ஞாபகம் வச்சுக்குங்க...'' என்று எச்சரித்து, காதைக் கூர்மையாக்கி ஓசை வந்த திக்கில் பார்த்து நின்றான். ஓசை மெல்ல ஆடி அசைந்து நெருங்கி வந்துகொண்டிருந்தது. வெறிச்சிட்டுக் கிடந்த கித்தாக்காட்டு நிசப்த உலகை, சிறுபொழுதில் கலைத்துப் போட்டு, ஆரவாரத்துடன் அவர்களைச் சூழ்ந்து நின்று அதிர்ந்தது. ''கிட்ட வந்துட்டான் குட்டி...'' என்று பதட்டப்பட்டான் ஒருவன். நெஞ்சத் துடிப்பு வேகமெடுப்பதை அனைவரும் உணர்ந்தனர்.

கண்கள் தொட்டு நின்ற இடத்தில் அது வந்துகொண்டிருந்தது. இருளைக் கிழித்துத் தீப்பிளம்பாகச் சுழலும் கண்களோடு ஒரு மிருகம். புக்கிட் செம்பிலான் மலைக்காட்டிலிருந்து இறங்கி இரவுநேர வேட்டைக்குக் கிளம்பிச் செல்லும் அபூர்வ மிருகம். சடக்கின் நடுவே துதிக்கை வீசி மதயானைபோல ஒய்யாரமாக அசைந்தாடி பிளிறியபடி பீடுநடையில் அது நெருங்கி வர, மரங்களின் பின் நின்று பார்த்துக்கொண்டிருந்த அவர்களுக்குள் பீதி படர்ந்தது.

எதிர்பக்கமிருந்த டிரசர் பாலையாவின் எச்சரிக்கைக் குரல். ''குட்டி... வந்துட்டான்... சொன்னத மறந்துடாதீங்க... கவனம்.''

தலையைக் குலுக்கி உடலை விறைப்புடன் நிமிர்த்தி நின்றான் குட்டி. முகத்தில் வியர்வைத் துளிகள். கை விரல்கள் மெல்ல நடுங்குவதை உணர்ந்தான். பக்கம் துணைக்கு நின்ற இருவரையும் இருளில் துழாவினான்.

லாரி நெருங்கிவிட்டிருந்தது. அதன் முகத்திலிருந்து விரவிப் படர்ந்த மங்கிய விளக்கொளியில் அந்த முகங்களின் இறுக்கம் தெரிந்தது. சட்டெனத் திரும்பிய சுந்தரம் குட்டியின் கண்களை எதிர்கொண்டான்.

மௌனமாய்த் தலையாட்டி அவன் தோளில் கை வைத்து அழுத்தி குட்டி முனகலாய்ச் சொல்லிக்கொண்டான், ‘‘ரெடியா இருங்கடா...’’

சடக்கை மறித்தபடி குறுக்கு வாக்கில் அவர்கள் போட்டு வைத்திருந்த முட்டுக்கட்டை. நீளமான காய்ந்த முரட்டுக் கித்தாக்கட்டை. அதை நெருங்க, லாரியின் வேகம் குறைவதைக் குட்டி கவனித்தான். அதன் அருகில் வந்து சட்டென பிரேக் போட்டுக் குலுங்கி மெல்ல ஆடியபடி நின்றது லாரி.

எந்த வினாடியிலும் லாரியின் கதவைத் திறந்துகொண்டு அவன் கீழே குதிக்கலாம் என்ற எதிர்பார்ப்புடன் குட்டி கண்களை அதன் மேல் பதித்திருந்தான். கதவு திறப்பதாக இல்லை. உள்ளே என்ன நடக்கிறது என்பது புரியாமல் எரிச்சலுடன் உச்சப் பதட்டத்தில் காத்திருந்தார்கள். நேரம் ஓடிக்கொண்டிருந்தது. லாரி அப்படியே நின்றுகொண்டிருந்தது. உள்ளிருந்து எந்த அசைவும் இல்லை. குட்டி பொறுமை இழந்திருந்தான். ‘‘உள்ள என்ன பண்றாண்டா அந்த மசுராண்டி? முட்டயா போடறான்?’’

அடுத்த வினாடியில் பெரிய கிரீச்சிடலுடன் கதவு திறந்தது. சில நிமிடங்கள் எந்த அசைவும் தென்படவில்லை. சட்டென அது நடந்தது. திறந்த கதவு வழி அவன் கீழே குதித்தான். மெல்ல நடந்து முன்னால் வந்து நின்று கித்தாக்காட்டு இருளுக்குள் பார்வையைத் தேடலுடன் அலையவிட்டான்.

லாரியின் விளக்கொளியில் சடக்கில் நீண்டு விழுந்திருந்தது அமீட்டின் நிழலுருவம். குட்டியின் பார்வை அதில் பதிந்து நிலைகுத்தியது. அதன் பக்கமே இன்னொரு நிழலுருவம் அதனையும் தாண்டி மிக நீளமாய் ரோட்டின் தொலைதூரம் வரை. பின்னால் நின்றவன் முதல் நாள் சொன்ன அவனைப் பற்றிய ஜின் கதை நினைவுக்கு வர (அவன் எங்க போனாலும் அது அவன் வால புடிச்சுகிட்டு பின்னாலயே சுத்துண்டா)திடுக்கிட்டு அவனைத் திரும்பிப் பார்த்தான். இருளில் முகம் கிடைக்கவில்லை. மீண்டும் திரும்பிச் சடக்கைப் பார்க்க, நீண்டு கிடந்த இன்னொரு நிழலுருவம் மறைந்துவிட்டிருந்தது.

மயிர்க்கால்கள் சிலிர்த்தெழ உடல் சில்லிட்டு வியர்த்தது. மறுகணம் காற்றில் இதுவரை இல்லாத ஒரு நறுமணம். மனம் குறுகுறுக்க அதனைத் தொடர்ந்தான். சாம்பிராணி புகை மணம். அபூர்வ நறுமணம். இதுவரை முகர்ந்தறிந்திராத மயக்கும் சம்பிராணி புகை மணம். ‘‘இந்த கித்தா காட்டுல... இந்த நேரத்துல... எப்பிடி வந்துச்சு சாம்பிராணி வாசன?’’ சட்டெனமலமேட்டு முனி நினைவுக்கு வந்தார். அவரும் துணைக்குத் தங்கள் கூடவே வந்துள்ளார் என்பதை உணர்ந்தான். உடலைக் குலுக்கி நிமிர்த்தினான். ரத்த நாளங்கள்

முறுக்கிட்டுச் சூடேறின. அவருக்கு ஒரு கும்புடு போட்டு, லாரியின் முன் நின்றிருந்த அவனைத் தீர்க்கமுடன் பார்த்தான்.

தோட்டத்திலுள்ள வழக்கமான நடுத்தர உடல்வாகு கொண்ட மற்ற மலாய்க்கார ஆண்களைவிடப் பெரிய உடல்வாகு கொண்டிருந்தான். அதன் காரணத்தை அவனே பலரிடம் சிரித்தபடி, கண்களில் பெருமிதம் பொங்கி வழியச் சொன்னதைக் கேட்ட அனுபவம் குட்டிக்கு உண்டு. ஏனோ அந்தப் பதற்றமான சூழலிலும் மண்சடக்கில் பூதாகரமாய் நீண்டு விழுந்திருந்த அவனது நிழலுருவம் அதை அசைபோட வைத்தது.

''ஒங்க தாத்தா பாட்டி எல்லாம் இந்தியாலருந்து வந்த மாதிரிதாம்பா குட்டி... இந்தோனேசியால சுலவாசின்னு ஒரு எடம்... நம்ம பினாங்க பாத்துருக்கல்ல... அது மாதிரிதான்... சுத்தி தண்ணி... நாங்க அத பூலௌன்னு சொல்லுவோம்... அங்கருந்துதான் என்னோட தாத்தா பாட்டி அப்பா எல்லாம் இங்க வந்தாங்க... எங்க பக்கத்துவூட்டு மொக்தாரு இருக்கான் இல்ல, அவனோட தாத்தா பாட்டியும்கூட அங்கருந்து வந்தவங்கதான்... எதுத்தவூட்டு ரஜாக்கோட குடும்பம் இன்னொரு பூலௌ... சுமத்ரானு கேள்விபட்டிருக்கயா குட்டி? நல்லா பாத்தா குட்டி, இந்த நாட்டுல இருக்குற எங்க மலாய்க்கார ஆளுங்க எல்லாமே அங்கெல்லாம் இருந்து வந்தவங்க தான்... எங்க ஆளுங்கள பூகிஸ்காரங்கனு சொல்லுவாங்க...'' என்றவன் நிறுத்தி உடல் குலுங்கச் சிரித்தான். சிரிப்படங்கி, ''அங்க எங்க ஆளுங்க வேல என்னா தெரிமா குட்டி? கடல்ல கப்பலு போவுமில்ல... அத வெரட்டி மடக்கி கத்திய காட்டி கொள்ள அடிக்கறதுதான் வேல... ஆனா எங்க ஆளுங்க ரொம்ப தெகிரியசாலிங்க குட்டி... எப்ப பாத்தாலும் இடுப்புல கைலிக்குள்ள கிரிஸ் கத்திய சொருவிக்கிட்டுதான் சுத்துவாங்க... நம்ம ஆளுங்க பொல்லாத கோவக்காரங்கடா அமீட்டுன்னு சொல்லி சத்தம் போட்டு சிரிப்பாரு என்னோட தாத்தா சஜிப்புடின்...''என்றபடி நிறுத்தி, கண்கள் விரிய சின்ன பையன் போல் சிரித்து, ''இங்க பாரு குட்டி...'' என்று நெஞ்சை பயில்வான் தோரணையில் விரித்து நிமிர்த்தி, கைகளை மடித்து முட்டி எழும் புஜத் திரட்சியைத் தொட்டுக் காட்டி, ''பாத்தியா... பாத்தியா குட்டி... இந்த கைய பாரு... எலி எத்தன பெருசா வந்துருக்குத பாரு... வா... வா... இங்க வா... இப்பிடி கிட்ட வா... வந்து தொட்டு பாரு... இங்க எவனுக்கு கைல இத்தன பெருசா எலி இருக்கு... சொல்லு குட்டி?'' என்று எக்காளமிட்டு, தனது பரம்பரைப் பெருமை பேசிச் சிரித்ததும், குட்டியின் நினைவில் அப்போது முட்டி எழுந்து மேல் வந்தது.

இதயம் தாறுமாறாய் அடிக்க அவர்கள் பதற்றத்துடன் பார்த்துக் கொண்டிருந்தனர். அமீட் ஏதோ யோசித்தபடித் தலையைக் குலுக்கி, லாரிக்கு முன்பு, சடக்கில் குறுக்காய் ஆட்டுக்குட்டியை விழுங்கிய வன்னாந்த பாம்பாய் நீண்டு படுத்துக்கிடந்த மரக்கட்டையைச் சிறிது நேரம் உற்று நோக்கி நின்றான். ஏதோ நினைத்துத் தலையை மேலும் கீழும் அசைத்து நிமிர்ந்து மேல் நோக்கி இருளுள் மறைந்து மண்சடக்குக்குக் குடை விரித்து நின்ற கித்தாமரங்களைப் பார்த்து யோசித்தபடி, பெருமூச்சுடன் பின்னால் திரும்பி, கித்தாக்காட்டின் இருளுக்குள் மீண்டும் கண்களை அலையவிட்டான்.

அப்படியே சில கணம் நின்றிருந்தான். பிறகு சட்டெனத் திரும்பி வந்த வழியே லாரியை நோக்கி விரைந்தான்.

குட்டி தயாரானான். உள்ளே உறுமி கர்ஜித்தான் . ''கடல்ல கொள்ள அடிச்சு திருட்டு பொழப்பு நடத்தன பூகீஸ்கார கூட்டந்தானடா நீ? தோ வராண்டா தேவன்... ஒங்க பாட்டனுக்கு பாட்டண்டா... என்னோட பரம்பர கத என்னன்னு தெரியுமாடா ஒனக்கு? பொறக்கும்போதே உருட்டுக் கட்டையும் வீச்சருவாளும் கைல புடிச்சுகிட்டு பொறந்த வம்சம்டா என்னோட வம்சம்... தேவண்டா... தேவண்டா... தோ வர்ராண்டா தேவன்... இன்னயோட ஒன்னோட நெஞ்ச நிமுத்தி நடக்கற பவுசு எல்லாம் குசு மாதிரி குச்சிக்காட்டுல நாறப்போவுதுடா மசுராண்டி...'' மரக்கிளையிலிருக்கும் குருவியை நோக்கி லாஸ்டிக்கிலிருந்து* விடுபட்ட கல்லென அமீட்டை நோக்கிப் பாய்ந்தான் குட்டி.

கூடுவிட்டுக் கூடு பாயும் சித்தர்களின் மாயஜாலம் அங்கே நொடிக்குள் நிகழ, வேங்கையின் சீறும் முகம். இரை நோக்கி மின்னலென பறக்கும் புலியின் கால்கள். சுழன்றாடும் யானையின் துதிக்கையென அசைந்தாடித் தொடரும் கைகள்.

வெயில்கால இலை உதிர்தலில் கித்தாக்காட்டுத் தரை முழுமையும் சருகுகளின் சாம்ராஜ்யமாகியிருந்தது. அதில் குட்டியின் காலடிகள் ஊர்ந்து விரையும் மலைப்பாம்பின் உடலோசையென மயிர்க்கூச் செரிய சரசரத்தது. அடர் இருளின் அச்சுறுத்தும் குரலென அவனை நோக்கி அது விரைவதை உணர்ந்து திகிலடைந்து இரண்டடி பின்னகர்ந்து நின்றான். இடியென முகத்தில் இறங்கியது முதல் குத்து. சில்லி மூக்கு உடைந்து ரத்தம் பீச்சியடிக்க, உறைந்து நின்றவனின் கழுத்தைக் குட்டியின் முறுக்கேறிய கைகள்,

---

* கவட்டை வில்

யானையின் துதிக்கையென நீண்டு சுற்றி வளைத்து தரையில் சாய்க்க, விருட்டென எம்பி அவன் மேலேறி உட்கார்ந்துகொண்டான். திகைப்பு விலகாத அதிர்ச்சியில் திக்குமுக்காடியபடி குட்டியின் பிடியை விலக்கிக் கீழே சாய்த்து எழ முயன்ற அமீட்டின் முகத்தில் மீண்டும் விழுந்தது ஒரு குத்து. லாரியின் விளக்கொளியில் அரைகுறையாய்த் தெரிந்த அவன் முகம் பார்த்துக் கத்தினான் குட்டி, ''பூகீஸ்காரன்னா என்ன பெரிய கொம்பனாடா நீ? மசுராண்டி... குச்சிக்காட்ல பெரிய சண்டீரு மாதிரி ஒடம்ப தூக்கி பொம்பள புள்ளங்களுக்கு அழகு காட்டிகிட்டு சுத்தர... இப்ப தெரியுதாடா யாரு சண்டீருனு? தோ பாருடா... அங்க எங்கடா பாக்கர? இங்க பாருடா... இந்த மூஞ்சிய பாருடா... நல்லா பாருடா... பாருடா மசுராண்டி... சிங்கண்டா... மலக்காட்டு சிங்கண்டா...''

பின்னால் ஓடி வந்த மூவரும்அவர்களைச் சுற்றி வளையம் அமைத்து நின்று திகிலுடன் அமீட்டை தரையில் சாய்த்து, அவன் நெஞ்சிலேறி உட்கார்ந்து சீறிக்கொண்டிருக்கும் குட்டியின் முகத்தைப் பார்த்துக் கொண்டிருந்தனர். தரையில் மல்லாக்கச் சாய்ந்து மூக்கில் ரத்தம் ஒழுக திகிலடைந்து உறைந்து கிடந்த அமீட்டின் கண்களுக்கு மட்டுமல்ல, அவர்களுக்கும் அது முற்றிலும் புதியதொரு முகமாய்த் தோன்றியது.

பல காலம் வனமெங்கும் ஊன் உறக்கம் மறந்து, வெறியோடு தனது பரம வைரியைத் தேடியலைந்து, ஏதோவொரு நன்னாளில் வனத்தின் ஏதோவொரு மூலையில் சற்றும் எதிர்பாராத திருப்பத்தில் அதனைச் சட்டென நேரெதிர்கொள்ள, வெறிகொண்ட ஆதிவிலங்காய், குறி வைத்துப் பாய்ந்து அடித்து வீழ்த்திய வெற்றிக் கொண்டாட்டத்தின் பொருட்டு எழுந்து வந்த ஆழ்மனதின் குரூர ஆனந்தம். எதிரியின் பிடரியைக் கவ்வி அமர்ந்து, தன் கூர் தீட்டிய வஞ்சினம் கொப்பளிக்கும் பற்களால், கதறக் கதறக் கடித்துக் குதற, குருதி நரம்புகள் அறுபட்டுப் பீரிட்டடிக்கும் அதன் இளஞ்சூடான ரத்தத்தில் நா சுழற்றிச் சுவைக்க, எழும் குரூர மந்தகாசப் புன்னகையின் மின்னல் கீற்று ஒரு கணம்.

கோயில் திருவிழாநாளில் சாமிகெடாயின் தலை சாமியாடியின் அரிவாள் வீச்சில் துண்டாகி மண்ணில் விழ, ரத்தக்காவு ஏற்றுக் குதூகளித்து நிற்கும் மலமேட்டு முனியின் பரவசம். அதில் கொந்தளிக்கும் தீப்பிளம்பாய்ச் சிவந்து கனன்று சுழலும் கண்களின் அனல் கொப்பளிப்பில், முகப் பரப்பின் அத்தனை திசுக்களும் துள்ளித் துடிக்க முகிழ்ந்த வியர்வைத் துளிகள் வழிந்தோடி அவனது மார்பை நனைத்துக்கொண்டிருந்தன.

''அவன வுடாத குட்டி... அப்பிடியே அமுத்தி புடி... துள்ளனானா மூஞ்சில இன்னொரு குத்து வுடு...'' என்றபடிக் குனிந்து அவன் முதுகில் கைவைத்து அழுத்தி, ''டே குட்டி... நெசமா நீ வீரந்தாண்டா... சந்தேகமே இல்லடா...'' என்று கண்களில் பெருமை பொங்க அவனைப் பார்த்தார். அமீட் உடலை அசைத்து திமிறியபடி முகம் திருப்பிக் கத்தினான். ''டே குட்டி... எதுக்குடா இப்ப இந்த ராத்திரில என்ன மடக்கி புடிக்கிறீங்க? என்னடா வேணும் ஒங்களுக்கு?''

''நீ இரு குட்டி... அவங்கிட்ட நா பேசறேன்...'' என்று நிமிர்ந்து திரும்பி, குட்டியின் முரட்டுப் பிடியில் தரையில் ஒடுங்கிக் கிடந்த அவன் முகத்தை நெருங்கி, ''டே அமீட்... பயப்படாத... நாங்க சொல்றத நல்லா கேட்டு அது மாதிரி செஞ்சனா, ஒன்ன நாங்க ஒண்ணும் பண்ண மாட்டோம்... சரியா?'' என்றபடி திரும்பி லாரியைப் பார்த்து, ''இப்ப இந்த லோரிய நீ நேரா தோட்டத்து கோயிலுக்கு ஓட்டிகிட்டு போவனும்... சரியா?''

அமீட் திரும்ப கத்தினான். ''மொதல்ல எங் கைய வுடுங்கடா... யான குட்டி மாதிரி உக்காந்து அமுத்தரான் பாரு... எழுந்திருடா குட்டி...'' டிரசர் சைகை காட்ட, குட்டி அவன் கையை விடுவித்து எழுந்து நின்றான். அமீட் சிரமத்துடன் எழுந்து இடுப்பை பிடித்து நின்று மூச்சிரைத்தான். எதிரில் நின்ற டிரசரை அரை விளக்கு வெளிச்சத்தில் நெருங்கி உற்று நோக்கி, ''நீயும் இவனுங்களோட சேந்துட்டியா? தொரக்கு தெரிஞ்சா என்ன ஆவும் தெரியுமில்ல?''

டிரசர் திருப்பி கத்தினார். ''டே அமீட்... அதெல்லாம் எனக்கு தெரியுண்டா... அதப்பத்தி நீ கவலப்படாத... நீ இப்ப லோரிய கோயிலுக்கு ஓட்டிட்டு போறயா இல்லயா? அத சொல்லு...'' அவன் டிரசரை முறைப்புடன் சில கணம் பார்த்து கோபம் தணியாத குரலில், ''லோரில என்ன இருக்குனு தெரியுமில்ல பாலயா? அது பெரிய தொர பங்களாவுக்கு போறதுன்னு தெரியுமில்ல...?''

குட்டி மீண்டும் அமீட்டை நோக்கிப் பாய்ந்து அவன் கைகளை மீண்டும் கிடுக்கிப்பிடி போட்டு வளைத்து, பின் பக்கம் மடக்கிப் பிடித்துக் கத்தினான். ''தெரியுண்டா அமீட்... அதுல நீ என்ன கொண்டுட்டு போறன்னு தெரியுண்டா... இன்னக்கி அது எங்களுக்கு வேணுண்டா... வாடா... வந்து ஏறுடா... இதுக்கு மேல எதுனா பேசன... இந்த கைய ஒடச்சிருவேன்... நடரா மசுராண்டி...'' என்றபடி அவனைத் தள்ளிக்கொண்டு போய் லாரியின் கதவைத் திறந்து உள்ளே தள்ளினான்.

லாரி தோட்டத்து மாரியம்மன் கோயில் முன்னால் வந்து நின்ற போது பாதி தூக்கத்திலிருந்தது குச்சிக்காடு. லாரியின் சத்தம் கேட்டு எழுந்து வந்து கதவைத் திறந்து, ''என்னாது... இந்த நேரத்துல நம்ம தோட்டத்து லோரி கோயிலு பக்கம் போவுது?'' என்று தலையைச் சொறிந்து குழம்பி நின்று வேடிக்கைப் பார்த்தது.

லாரி கோயிலை அடைந்து நின்றபின் குச்சிக்காட்டுக்குச் செய்தி பறந்தது. குச்சிக்காடு பரபரப்பானது. கூச்சலும் கும்மாளமுமாய்க் குச்சிக்காடு களைகட்டியது. வாளியிலும் தோம்பிலும் நிரப்பி வைத்திருந்த, சேற்றில் ஊறி கலங்கல் மிதந்த குட்டைத் தண்ணீரை அல்லூரில் கவிழ்த்தது. டவுனிலிருந்து தொர பங்களாவுக்கு லாரியில் வந்த சுத்தமான தண்ணீருக்கு ஆளாளுக்கு காண்டா வாளியோடு கோயில் பக்கம் ஓடினார்கள்.

3

கோழி கூவத் தொடங்கி வெகு நேரமாகிறது.

லயங்கள் மெல்ல விழித்து எழத்தொடங்கிவிட்டிருந்ததன. இரவு தூங்கப்போகும் தருணத்தில் நடந்த அந்த அதிர்ச்சியும் ஆச்சரியமும் கலந்த நிகழ்வுக்குள்ளிருந்து அவர்கள் இன்னமும் விடுபட்டிருக்க வில்லை. இரவு வெகு நேரம் வாசலில் உட்கார்ந்து அது குறித்துப் பேசிக்கொண்டிருந்தார்கள். அதில் மகிழ்ச்சி ஒருபுறமும், கவலை ஒருபுறமும் மாறி மாறி வந்து போய்க்கொண்டிருந்தன.

டிரசர் பாலையாவின் துணிவையும், தோட்டத்தில் சண்டீர்த்தனம் பண்ணி எல்லோரையும் மிரட்டிக்கொண்டிருந்த மலாய்க்கார அமீட்டை அடித்து வீழ்த்தி தோட்டத்துச் சடக்கில் புரட்டியெடுத்த குட்டியின் வீரத்தையும் அசைபோட்டு சந்தோசமும், தோட்டத்து நிர்வாகத்தை எண்ணிக் கவலையும் கொண்டார்கள். அதிலும் இவர்கள் கைவைத்து வந்திருப்பது பெரிய துரையின் தலையில் என்கிறபோது அதன் விளைவு மிகவும் மோசமாகவே இருக்கும் என்பதில் அவர்களுக்குள் ஒத்த கருத்து நிலவியது. அவர்கள் அங்கு பல்லாண்டு காலமாக தலைமுறை தலைமுறையாக அதுவரை அந்த மண்ணில் கண்டுவந்த கொத்தடிமை வாழ்வைத் தலைகீழாகப் புரட்டிப்போட்ட ஒரு வரலாற்று நிகழ்வு அது என்பதை அவர்களில் எவரும் உணர்ந்ததாகத் தெரியவில்லை. அவர்களின் வாழ்வில் முற்றிலும் ஒரு புதிய தொடக்கத்திற்கான பிள்ளையார்சுழி அது என்பதைப் பகுத்துப் பார்க்க அந்த எளிய தோட்டத்துப் பாட்டாளி களுக்கு இயலாமல் போனதில் வியப்பொன்றுமில்லை.

அவர்களின் கவலையெல்லாம் இதனால் தங்களின் அன்றாட வயிற்றுப்பாட்டுக்கு எந்தவிதக் குந்தகமும் வந்துவிடக் கூடாது என்கிற எளிய கவலையாகவே இருந்தது. அவர்களின் அந்த கவலையில் ஒருவகையில் நியாயமும் இருந்தது. தோட்டத்து நிர்வாகம் என்பது மேலிருந்து அடிமட்டம் வரை எத்துணை அதிகாரத் திமிர் கொண்ட, ஈவிரக்கமற்ற இயந்திரம் என்பதை அவர்களின் அன்றாட அனுபவங்கள் உணர்த்தியிருந்தன. அந்த எளிய கல்வியறிவற்ற பாமர மக்களின் விசுவாசமிக்க கேள்வியற்ற அடிமைத்தனத்தையே தனது மிகப் பெரிய மூலதனமாகக் கருதி, அதைப் பேணிக் காப்பதில் மிகவும் கண்ணும்கருத்துமாக இருந்த தோட்ட நிர்வாகம், அதற்காக அது எந்த எல்லை வரையும் செல்லச் சித்தமாக இருந்தது, கொலைகள் உடபட.

ஆச்சரியம் என்னவெனில் அதனையெல்லாம் நன்கு கணக்கிட்டு விவாதித்த பின்பே அவர்கள் நால்வரும் அன்றைய அதிரடியை மேற்கொண்டார்கள் என்பதே.

தனது அதிகார மையத்திற்கு விடப்படும் சவால் என்பது அந்த மக்களைத் தனது கட்டுப்பாட்டிலிருந்து விடுவித்து, ஒற்றுமைப் படுத்தி, அவர்களை ஒருநாள் பெரும் சக்தியாய் தனக்கெதிராகக் கிளர்ந்தெழ வைத்துவிடும் என்பதை, உலகை ஆண்ட அந்த வெள்ளைக்கார ஆண்ட பரம்பரை, தனது சுய அனுபவங்களிலிருந்து பாடம் கற்றிருந்தது. எனவே அத்தகைய எந்தவொரு எதிர்ப்பையும் முளையிலேயே கிள்ளியெறிய அது தயக்கம் காட்டியதில்லை.

பெரட்டுக்கு அழைக்கிற மணி வழக்கம்போல் அடிக்காமல் போகவே அவர்களின் பதற்றம் அதிகரித்தது. ''என்ன இன்னக்கி இன்னும் சாமக்காரன் பெரட்டு மணிய அடிக்காம இருக்கான்?'' என்ற குரல்கள் குசினிப் பக்க வாசல்களில் நின்று பேசிக் கொண்டிருந்த பெண்களிடமிருந்து கேட்கத் தொடங்கிவிட்டிருந்தது.

பொழுது விடிய பெரிய தொரை ஜேம்ஸ்கோனல்லி கோயில் வளாகத்துள் நுழைந்தான். பக்கமே சின்ன தொரை வர்கீஸ், பெரிய கிராணி, சின்ன கிராணிகள் இரண்டு பேர், பத்து கங்காணிகள்.

அவர்களைச் சுற்றி போலீஸ் படை.

எதிரில் கட்சித் தலைவர் இங்கிலீஸ் மணியம், யூனியன் தலைவர் சங்கிலிமுத்து, கோயில் தலைவர் சுப்பராயன், கடார மாநில தொண்டர்படைத் தலைவர் கூலிம் எஸ்.ஏ.சாமி ஆகியோர் நின்றிருந்தனர்.

கண் தொடும் தூரத்தில் லயங்கள். வாசல்களில் குழுமி நின்று கோயிலைப் பார்த்தபடி இருக்கும் கவலை தோய்ந்த முகங்கள்.

''தொர மூஞ்சிய பாரு சங்கிலி அண்ணே... எம்ஜியார் படத்துல வர்ர நம்ப வில்லன் நம்பியாரு மாதிரியே இல்ல?'' என்று கிசுகிசுத்தார் கோயில் தலைவர் சுப்பராயன். அரைகுறையாய்த் தலையாட்டி அடக்கமாய்ச் சிரித்தார் யூனியன் தலைவர் சங்கிலிமுத்து. ''ஆனா அவன் உக்காந்துருக்குற அவனோட குதரய பாருங்கணே... என்னா அழகா இருக்கு... நம்ம கண்ணே பட்ரும்போல இருக்குல்ல...?''

காலை இளம் வெயில் உடலைத் தழுவ, மின்னும் கருமை. கருமையின் பேரழகைத் தன்னில் முழுமையும் ஈர்த்துக்கொண்டது போன்ற அபூர்வக் கருமை. கால் மாற்றிக் கனைத்து, பிடரி குலுக்க, நெளிந்தசைந்த நீள்முடியின் கருமை, குட்டி கருநாகங்களாய் மாயம் காட்டியது. அது துரையோடு மலையிலிருந்து இறங்கி வந்து தோட்டத்து உலா போகும்போதெல்லாம் அவர்கள் முன் எதிர்ப்பட, கண்கள் கூர்ந்து விரிய வந்துவிடும் அதே வியப்பு அவர்களுள். ''கருப்பு குதர எப்பிடிறா இம்புட்டு அழகா இருக்கு?'' அவர்களைப் பொருத்தவரை அழகான குதிரை என்பது, எம்ஜியார் படத்தில், அவர் உட்கார்ந்து பாட்டுப் பாடிப் பறந்துபோகும், அவரைப் போலவே பளபளத்த அந்த மேகநிற வெள்ளைக் குதிரை. ஆனால், தொரையின் இந்தக் கருப்பு குதிரையைப் பார்த்தபின் எம்ஜியாரின் வெள்ளைக் குதிரை மேலிருந்த மோகம் காணாமல் போனது.

அவர்களை உன்னிப்பாகக் கவனித்துவந்த பாலையா டிரசருக்கு அது மிகுந்த வேடிக்கையாய் இருந்தது. ஒருநாள் குட்டியிடம் பேச்சுவாக்கில், ''என்னா குட்டி இது? ஒன்னுமே புரியல குட்டி... நாலுநாளா மண்டய கொழப்புது... இவுங்களுக்கு கருப்பு குதர ரொம்ப அழகா தெரியுது... உச்சுகொட்டிகிட்டு கண்ண ஆன்னு தொறந்து வச்சு வாயில எச்சி ஊறிகிட்டு பாக்கறாங்க... என்ன பாரு குட்டி... அட்டகரி... தொட்டு வழிச்சு செவத்த பச்ச புள்ளங்களுக்கு திஷ்டி பொட்டு வச்சா அதுங்க மூஞ்சிக்கு ரொம்ப அழகா இருக்கும்டா பாலையான்னு மூக்கி பாட்டிகூட அன்னக்கி பல்ல காட்டி வாய கோணிக்கிட்டு சொன்னா... நாப்பது வயசு முடியப் போவுது குட்டி... தலயில மூஞ்சில பாரு வெள்ளமயிரு வந்துருச்சு... இத்தன வயசு வரக்கும் குச்சிக்காட்டுல ஒருத்திக்கும் என்ன கட்டிக்க புடிக்கல குட்டி... ஒனக்கு பரவால்ல குட்டி... நீ குடுத்து வச்சவன்... கொஞ்சம் வெள்ள தோலா ஒங்கம்மா மாதிரி பொறந்துட்ட... பொண்ணுங்க இப்பவே ஒளிஞ்சு நின்னு பாக்கறாளுங்க... ஓரக்கண்ணுல பாத்து சிரிச்சுட்டு போறாளுங்க... நாளக்கே

எவளாவது வந்து நின்னு தாலிய கட்றான்னு கழுத்த நீட்டிகிட்டு நிப்பா... அதெல்லாம் ஒரு குடுப்பன குட்டி... என்ன பாரு... என்ன பாத்தா வெட்டிகிட்டு மூஞ்சிய திருப்பிகிட்டு குட்டிச்சாத்தான பாத்துட்ட மாதிரி ஓடறாளுங்க... அது எப்பிடி குட்டி? அவ்ல அசிங்கமாவா இருக்கு எம் மூஞ்சி?'' என்று வெடித்து உடல் குலுங்கி கண்களில் நீர்வரச் சிரித்தார். குட்டிக்குச் சட்டென எதுவும் தோன்றவில்லை. அவரோடு சேர்ந்து சிரிக்கவும் முடியவில்லை. மனம் நிலைகுத்தி நின்றுவிட்டிருந்தது. அந்தக் கேள்வியின் கூர்முனையில் தொத்தியிருந்த துக்கம் அவனுள்ளும் ஆழ இறங்கி மௌனிக்க வைத்திருந்தது. ''தெர்லண்ணே...'' என்று குரல் கம்ம திரும்பிக்கொண்டான்.

லண்டனிலிருந்து பல நாட்கள் கடலில் பயணித்து, பினாங்கில் வந்திறங்கி, குளிரூட்டப்பட்ட சிறப்பு லாரியில் மலைபங்களா வாசலில் வந்திறங்கிய சீமைக் குதிரை அது. முதல்முறை மலையிறங்கி, அது குச்சிக்காட்டு வழி உலா போனபோது குச்சிக்காடே திரண்டு நின்று வாய் பிளந்து பார்த்தது. அன்று தொடங்கி ஒவ்வொரு ஞாயிறும் தொரைக்கும் அதற்கும் கித்தாக்காட்டு மண்சடக்கில் உலா போகும் நாள். மலையுச்சி பங்களாவிலிருந்து துரையை சுமந்து மலைப்பாதையில் நிதானமாய் இறங்கி வந்து, குச்சிக்காட்டுப் பாதை வழி கடந்து, மண்சடக்கில் நுழைந்து நீண்ட நடைப்பயணம். அந்தப் பயணம் அவர்களின் உற்சாகம் பொருத்து, மலைக்காட்டு அடிவாரம் தொட்டு அதன் சரிவிலும் மாலைவரை தொடரும்.

அந்தப் பயண வழியில் எதிர்கொண்ட விசித்திர அனுபவங்களை, முக பாவனைகளோடு, அவர்களோடு பயணித்த குதிரைக்கார குருசாமி கூறுவதைக் கேட்க, ஒவ்வொரு ஞாயிறு மாலையும் அவன் வீட்டு அஞ்சடியில், மண்ணெண்ணெய் விளக்கைச் சுற்றி உட்கார்ந்திருக்கும் ஒரு தனி கூட்டம்.

அவன் கூறுவதிலுள்ள நிஜத்தன்மை குறித்தெல்லாம் எவ்விதக் கேள்விகளுமற்று, அதன் சுவாரஸ்யத்திற்காகவே விருப்புடன் கேட்டிருப்பார்கள். அவன் ஒரு நல்ல கதைக்கட்டி என்று குச்சிக்காட்டில் ஏற்கெனவே பேரெடுத்தவன் என்பதை நன்கு உணர்ந்தும் அவர்கள் அது குறித்தெல்லாம் கவலைப்படாமல் அவன் கட்டிவிடும் கதையைக் கேட்க, அவன் குதிரைப் பயணம் முடிந்து வீடு வரும் வரை காத்திருப்பார்கள். அவர்களின் ஆர்வத்தைக் கண்டு முதலில் திகைத்தாலும், நாளாவட்டத்தில் அது அவனுக்கும் பழகிவிட்டிருந்தது. அது தனக்கு பெற்றுத் தரும்

முக்கியத்துவத்தை ரசித்து, தனது கதைக்கட்டும் ஆற்றலை மேலும் மெருகேற்றுவது குறித்து மனதுக்குள் அடிக்கடி சிந்தித்தான். அதற்காக அவன் தனது முப்பாட்டனான மதுரை முத்துவிடம் மனதார வேண்டிக்கொண்டான். அவர் ஒரு திறமையான நாட்டார் கதைக்கட்டி என்பதை அவன் தந்தை சொல்லி பலமுறை கேட்ட அனுபவம் மேலும் அவனது நம்பிக்கையை வளர்த்தது.

பயணம் முடிந்து மலைப்பாதையில் தனியனாய்த் திரும்பும் வழியிலேயே, அன்றைக்குத் தனது வருகைக்காக ஆவலுடன் காத்திருக்கும் அவர்களுக்குச் சொல்வதற்குத் தேவையான பொருத்தமான கதையை மனதுக்குள், ஒவ்வொரு கண்ணியாய் இணைத்துச் சரடாக்கிவிடுவான். அவர்கள் விரும்பி ரசிக்கும் ஏதோவொரு திகில் திருப்பம் அதில் இருக்கும்படி ஏதேனு மொன்றைக் கற்பனை செய்துவிடுவது ஒவ்வொரு முறையும் அவனுக்குச் சாத்தியப்பட்டுள்ளது.

அது தனது கற்பனை வெளியில் எதிர்ப்படும் தருணங்களை அவன் எதிர்கொள்ளும் விதம் மிக விசித்திரமானது. சட்டென நின்று தலையை உக்கிரமாய்க் குலுக்கியபடி மலைப்பாதையில் சடக்கென நின்று மண்டியிட்டு உட்கார்ந்துவிடுவான். மெய்சிலிர்க்க, அண்ணாந்து, மலைச்சரிவில் திரண்டு ஓங்கி எழுந்து நிற்கும் காட்டை நோக்கி விசித்திரமானதொரு ஒலியைத் தனது அடித்தொண்டையிலிருந்து எழுப்பி, காட்டின் ஆயிரமாயிரம் விசித்திரக் குரலொலிகளில் அதுவும் ஒன்றாய்க் கலந்து உறவாடியபடி அலைந்தாடும் விந்தையை மெய்மறந்த நிலையில் ஒருகணம் உத்துக் கேட்டுப் பரவசப்படுவான்.

அது முற்றிலும் அவனது கட்டுப்பாட்டில் இல்லாத தன்னியல்பான செயலாகவே அமைந்துவிட்டிருந்த மர்மம் என்னவென்று அவனுக்குப் புரிந்ததில்லை. தனது மிக ஆழத்துள்ளிருந்து விழித்து எழுந்து வரும் ஏதோவொரு அதிருப்தி, அதன் அடிநாதமாக இருப்பதை மட்டும் மேலோட்டமாய் உணர முடிந்திருந்தது. வேறெதிலும் அவன் கண்டிராத திருப்தியின் உச்சம் அது என்பதை எண்ணிப்பார்க்க எழும் வியப்பைத் தவிர்க்க முடிந்ததில்லை. காமம் தலைக்கேற தன் மனைவியைப் புணர்ந்து ஒவ்வொரு முறையும் அடையும் உச்ச திருப்தியையும் அது ஓரம்கட்டிவிடுவதை அவனால் இதுவரை புரிந்துகொள்ள முடிந்ததில்லை.

ஏழடி உயர தொரை, அரைக்கால் காக்கி சிலுவார், அரைக்கைகாக்கிச் சட்டை, இடுப்பில் முதலைத்தோல் இடைவார்ப்பட்டை. தலையில் அதே காக்கி நிறத்தில் தொப்பி, கையில் ஒரு சிறு மூங்கில்

தடி சகிதமாய் குதிரை மேல் உட்கார்ந்து போவதைப் பார்க்க ஒரு சிறுவர் கூட்டம் எப்போதும் காத்திருக்கும். ‘‘டோய்... தொர கருப்பு குதுர மேல வர்ராரு பாருங்கடா... வாங்கடா கிட்ட போயி பாக்கலாம்...’’ என்று எக்காளமிட்டுக் குதித்து அதனைத் தொடர்வார்கள். குதிரையின் பக்கமே எப்போதும் கையில் ஒரு சிறு குச்சியோடு குதுர குருசாமியும் இருப்பான். ‘‘டேபசங்களா... கிட்ட வராதீங்கடா... எட்ட போங்கடா... குதுர நாயி மாதிரி பாஞ்சு கடிச்சிரும்... எட்ட நின்னு பாருங்கடா...’’ என்று சிறுவர்களை எச்சரித்து விரட்டிக் கொண்டிருப்பான். குதிரை மேலிருக்கும் தொரை, திரும்பிப் பார்த்துத் தலையாட்டி, பையன்களுக்குக் கைகாட்டிப் போவார். கண்களில் தன் கருப்பழகி குறித்த பெருமிதம் துளிர்த்திருக்கும். அதன் பிடரியை மெல்ல வருடி தட்டிக்கொடுத்து, குனிந்து சிரித்து அதன் காதில் ஏதோ சொல்வார். அதுவும் அவர் சொன்னதைக் கேட்டு ரசித்ததுபோல் பல்லிளித்துத் தலையாட்டிக் கனைக்கும்.

ஆட்டுக்காரன் மாட்டுக்காரன் என்பதுபோல் புக்கிட் செம்பிலான் தோட்டத்தில் ஒரு குதுரக்காரன். குதுரக்கார குருசாமி. தொரையின் கருப்புக் குதிரைக்கு அவன்தான் உற்ற தோழன். அதனைக் குளிப்பாட்டிச் சுத்தம் செய்வது, உணவு தயாரித்துக் கொடுப்பது, நோய் வந்தால் பக்கமிருந்து கவனிப்பது, தொரை இல்லாத நாட்களில் மலைப்பாதையில் நடைப்பயிற்சிக்கு அழைத்துப் போவது என சகலத்துக்கும் ‘பிளேக் பியூட்டிக்கு’ அவன்தான். தொரை அதனை அப்படித்தான் செல்லமாக அதன் முகத்தை வருடி அழைப்பதுண்டு. குதிரைக்கார குருசாமிக்கு முதலில் அதன் பொருள் புரியாமலேயே அழைத்துக்கொண்டிருந்தான். சின்ன தொரை வர்கீஸிடம் ஒருநாள் யதேச்சையாய் ஒரு குறுகுறுப்பில் விளக்கம் கேட்க, ‘‘என்னா குருசாமி? ஒனக்கு தொர சொல்லலயா... அப்பிடின்னா கருப்பழகிடா... எப்பிடிரா குருசாமி பேரு? நல்லாருக்கா?’’ என்று கண் சிமிட்டிச் சிரித்தார். அவன் ஆச்சரியத்தில் வாய் பிளந்து, ‘‘அப்பிடியாங்க தொர ஐயா? ரொம்ப நல்லாருக்கு தொர...’’ என்றான்.

தொரையின் சீம குதிரைக்கு வேலைக்காரனாக இருப்பதில் அவன் மிகுந்த பெருமைகொண்டிருந்தான். தோட்டத்தில் வேறு யாருக்கும் கிடைக்காத பெரும் பாக்கியம் அதுவென எண்ணியெண்ணித் தனிமையில் புளங்காங்கிதம் அடைந்தான். குதிரைக்காரனான பின் அவனது நடையிலும் ஒரு மெருகேறி மிடுக்கான நடைக்கு மாற்றலாகியிருந்ததை அவனும் விலகி நின்று பார்த்த ஒரு சுய அவதானிப்பில் கண்டு வாய் பொத்திச் சிரித்தான். தோட்டமும் அதனைக் கவனத்தில் எடுத்துக்கொண்டு பகடி செய்து அவனது

முதுகுக்குப் பின்னால் ரகசியமாய் வாய் பொத்திச் சிரிப்பதை, நாளாவட்டத்தில் ஏதோவொரு குறுகுறுப்பில் திருப்பிப் பார்க்க, கண்டுகொண்டிருந்தான். அதுமுதல் அதனைக் கட்டுக்குள் வைக்க அவன் செய்த முயற்சிகள் எல்லாம் தோற்று, இயல்பான நடை மறைந்து, ஒருவித கோணல் நடை வந்து ஒட்டிக்கொண்டிருந்தது.

அவர்களின் பகடி ஒருபுறமிருக்க, தொரையின் குதிரைக்காரனாகப் பதவி உயர்வு பெற்றபின், குச்சிக்காட்டில் தனக்கென ஒரு தனி மரியாதை உருவாகியிருப்பதையும், அது தண்டல்களுக்கு அவர்கள் வழங்கும் மரியாதைக்கு நிகரானது என்றும் புரிந்து, மேலும் குதூகளித்தான். வழியில் காணும் எவரும், ''என்ன குருசாமி அண்ணே... எங்க கௌம்பிட்டீங்க?'' என்ற அன்பான விசாரிப்புக்கு, சற்றே கண்களில் உற்சாகம் துள்ள, ''நம்ம தொர பங்களாவுக்கு தாண்ணே... குதரக்கு நாளு நாளா ஒடம்பு சரில்ல... எங் கையால மருந்து குடுத்தாதான் அது குடிக்கும்... அதான் போய்க் கிட்டிருக்கேன்... தொர பாத்துகிட்டு இருப்பாரு...'' என்று சொல்லும் போதே, அதில் தொணிக்கும் பெருமித உணர்வு, கேட்பவரின் வயிற்றில் புகைச்சலைக் கிளப்பிவிடும். ''குச்சிக்காட்டுல வெத்து பயலா சுத்திகிட்டு திரிஞ்சவனுக்கு வந்த வாழ்வ பாருடா?'' என்று வாய்க்குள் முணுமுணுக்க வைக்கும்.

தொரை குதிரை வாங்க முடிவு செய்த பின், முதல் வேலையாகப் பெரிய கங்காணியைக் கூப்பிட்டு, ''கங்காணி... ஊருக்கு போயி ஒரு நல்ல குதர வாங்கிட்டு வர்லான்னு இருக்கேன்... காலயில தீம்பார சுத்தி வர வசதியா இருக்கும்... குதுரய பாத்துக்க ஒரு நல்ல ஆளா இருந்தா சொல்லுங்க கங்காணி... ஆடு மாடு பூன நாயி மேல பாசமா இருக்குற ஆளா பாருங்க... அடுத்த மாசம் ஊருக்கு போறதா இருக்கேன்... அவனயும் கையோட சீமக்கு கூட்டிகிட்டு போயி குதரய எப்பிடி பாத்துக்குரதுன்னு கத்துக்க வச்சு குதுரயோட கூட்டிகிட்டு வந்தர்ரேன்...'' கங்காணிக்குச் சட்டென குருசாமிதான் நினைவுக்கு வந்தான். அவரது மனைவியின் நான்காவது தம்பி.

இப்போது கோயில் முகப்பில், காலை இளவெயிலின் மென்னொளி பிளேக் புயூட்டியின் நீண்ட பிடரி மயிர்களில் மிதந்தலைய, அதன் அடர் கருமை ஒளிகொண்டு மினுங்கியது. பக்கமே நின்று அதனை வருடிக்கொண்டிருந்தான் குதிரைக்கார குருசாமி.

அதன் மேல் உட்கார்ந்திருந்தார் ஆஜானுபாகுவான வெள்ளைத் தோல் போர்த்திய ஏழடி உயர தொரை ஜேம்ஸ் கோனல்லி. ஒட்ட நறுக்கிய செம்பட்டை முடியை மறைக்கும், வழக்கமாக அணியும் கனத்த தொப்பி. கூர்முனை கொண்ட நீண்ட மூக்கினடியில்பெரிய

அடர் மீசை. அதை அடிக்கடி தொட்டு நீவிவிடும் பழக்கம் கொண்டிருந்தார். பிளேக் பியூட்டியின் பிடரி மயிரை நீவிடும் வாஞ்சை அந்தத் தொடுதல்களிலும். பளிச்சென்ற பற்கள். ஆண்டைகளுக்கே உரிய எகத்தாள அலட்சியப் பார்வை. இப்போது அதில் கடுங் கோபமும் வெறுப்பும் கலந்துவிட, முகம் விகாரப்பட்டிருந்தது.

சற்றுத் தள்ளி நின்று தொரையைப் பரிதாபமாகப் பார்த்து கொண்டிருந்தது காலியான தண்ணீர் லாரி. அவர் கூடவே வந்திருந்தான் அமீட். முகத்தில் வீக்கம். தொரைக்குப் பக்கமே, குதிரையை அணைந்து நின்றுகொண்டிருந்தார் சின்ன தொரை. அவருக்குப் பக்கம், அலோர்ஸ்டாரிலிருந்து வந்திருந்த கடாரத்தின் பெரிய போலீஸ் கமிசனர் மேக்ஸ்வெல்.

தொரை குனிந்து சின்ன தொரை காதில் ஏதோ சொல்ல, அவர் வழக்கமான கடுகடுப்புடன் திரும்பிச் சீறினார். ''எங்கடா அவனுங்க?'' ''யாருங்க ஐயா?'' என்று கேட்ட யூனியன் தலைவரைப் பார்த்து முறைத்து, ''நடிக்காதடா... அவனுங்கதான்டா... அந்த டிரசரு பாலயா... அம்மாவூட்டு கோபாலு மவங்காரன் தொண்டர்பட தலவன் குட்டியப்பன்... அவனோட கூட்டாளிங்க எல்லாம் எங்கடா? போயி சீக்கிரம் கூட்டிகிட்டு வாங்கடா... தொர அவனுங்கள பாக்கணும்னு சொல்றாரு...''

யூனியன் தலைவர் சங்கிலிமுத்து குறுக்கிட்டார். ''எல்லாம் ஒங்களோட தவறுங்க சின்னதொர... எத்தன வருசமா நாங்க எங்களுக்கு குடிக்க, கறி சோறு ஆக்க, குளிக்க நல்ல தண்ணி வேணுன்னு கெஞ்சிகிட்டு இருக்கோம்... தொர நாங்க கேட்டத காதுல போட்டுக்கவே இல்ல... ஆடு மாடுங்க குடிக்கிற குளிக்கிற அந்த சேத்து குட்ட தண்ணிதான் இன்னவரக்கும்...'' என்று உணர்ச்சிவசப்பட்டு நிறுத்தி, தரை பார்த்து மௌனமானார்.

சிறிது நேரம் அங்கே யாரும் எதுவும் பேசவில்லை. மீண்டும் அவரே தொடர்ந்தார். ''தோ அங்க மேயுது பாருங்க ஐயா... அந்த ஆடு மாடுங்க மாதிரி எங்களயும் நெனச்சுக்கிட்டீங்க... நம்ம கீழ வேல பாக்கற கூலி சனங்கதான... அவனுங்க எந்த நாத்த தண்ணிய குடிச்சு எக்கேடு கெட்டா நமக்கு என்னன்னு இருந்தீங்க... அவனுங்க வயசு பையனுங்க... எள ரத்தம்... எத்தன நாளக்கி உள்ள கொதிக்கிறத பொத்தி பொத்தி வப்பானுங்க? இப்ப இப்பிடி ஆயிருச்சு... நல்லா நெனச்சு பாருங்க ஐயா... தப்பு ஒங்களோடதான்...'' என்று சொல்லி முடிக்க சின்ன தொரை முகத்தில் அனல் பறந்தது.

நிமிர்ந்து பெரிய தொரை காதில் அதை விளக்கிச் சொன்னார். தலையாட்டிக் கவனமுடன் கேட்ட ஜேம்ஸ் கோனல்லியின் முகத்திலும் அனல் பரவிச் சிவந்து வருவதைக் கவனித்த தொண்டர்படை மாநிலத் தலைவர் ஏ.என்.சாமி, ''கோவப்படாதீங்க தொர... அவரு சொன்னதுல என்னா தப்பு இருக்கு? நியாயத்ததான சொன்னாரு... தொண்டர்படயில நாங்க தோட்டத்துல கள்ளுக்கடய மூடுங்கன்னு எத்தன தடவ வந்து சொன்னோம்... செஞ்சீங்களா? பொழுது போனா நீங்க ஊத்தர புளிச்ச நாத்த கள்ள குடிச்சுட்டு வூட்டுக்கு போயி பொம்பள புள்ளங்கள போட்டு மாட்ட அடிக்கற மாதிரி அடிக்கிறானுங்க... எங்க படயில உள்ள புள்ளங்க போயி நின்னு தடுத்து காப்பாத்தி அவனுங்கள கண்டிக்க வேண்டி இருக்கு... அப்பிடி குடிகாரனுங்கள ஏசி அடிச்சு திருத்தறத தப்புன்னு சொல்றீங்க... செய்ய கூடாதுன்னு சொல்றீங்க... ராத்திரி இத செஞ்ச நாலு பேரும் எங்க தொண்டர் படயில உள்ளவங்கதான்... அவுங்க தப்பா எதயும் செய்ய மாட்டாங்க... நாங்க அதுல கண்டிப்பா இருக்கோம்... இந்த சனங்க நல்லா இருக்கனும்னுதான் இத செஞ்சிருக்காங்க... சனங்க அன்னாடும் தண்ணிக்கு படர கஷ்டத்த பாத்து மனசு கேக்காமதான் இத செஞ்சிருக்காங்க தொர... தப்பு ஒங்களோடது தொர... அவுங்கள புடிக்க இப்ப நீங்க போலீச கூட்டிகிட்டு வந்தது சரில்ல தொர... போலீச திரும்ப போவ சொல்லுங்க தொர...'' என்று நிறுத்தினார்.

சின்னதொர வர்கீஸ் கோபத்தில் உப்பிய கன்னக்கதுப்புகள் துடிக்கக் கத்தினார். ''என்னடா நெனச்சுகிட்டு இருக்கீங்க நீங்க எல்லாம்? என்ன செய்யனும்னு தொரக்கு சொல்ல நீங்க யார்ரா? பெரிய தொர முன்னால நிமுந்து நின்னு ஆளாளுக்கு நாயம் பேசறீங்க? அவ்ளோ திமுராடா ஒங்களுக்கு? எங்கடா அந்த திருட்டுப் பயலுங்க? தொர வூட்டுக்கு போன தண்ணிய எப்பிடிரா அவனுங்க திருடலாம்? அமீட்ட எதுக்குடா அடிச்சானுங்க? அவ்ளோ தெகிரியமாடா அவனுங்களுக்கு? அவனுங்கள கூட்டிகிட்டு வாங்கடா... இல்லன்னா ஒங்க அத்தன பேருக்கும் ஒததாண்டா... போங்கடா... போயி கூட்டிகிட்டு வாங்கடா...'' மூச்சு வாங்க நிறுத்தி, குதிரை மேலிருந்த தொரையிடம் ஏதோ சொன்னார்.

உறுமலுடன் குதிரை மேலிருந்து கீழே குதித்தார் ஜேம்ஸ் கோனல்லி. குதித்த வேகத்தில் பெரிய உடல் குலுங்கியது. கருப்பழகி தலை திருப்பி அவரை முகர்ந்து கனைத்தது. துரையின் சிவந்த முகம் மேலும் சிவந்திருந்தது. உடலில் ஓடிய மொத்த ரத்தமும் முகத்தில் வந்து தேங்கியதுபோலிருந்தது. பெரிய அகன்ற கண்களின் விழித்திரைகளில் முகத்தசைகளில் ஊறிய ரத்தச் சிவப்பு கசிந்து

அதுவும் நெருப்புத் துண்டங்களாய்க் கனன்றது. எதிரில் நின்றவர்கள் ஒருகணம் திடுக்கிட்டு கண்கள் விரிய அவரின் முகத்தையே பார்த்து நின்றனர். முதுகுத் தண்டில் மின்னலாய் ஒரு சிலிர்ப்பு ஓடுவதை உணர்ந்தனர். இது அவர்கள் இதுவரை பார்த்திராத தொரையின் புதிய முகம். அடிபட்ட புலியின் சீற்றம் தெறிக்கும் குரூர முகம். வஞ்சினம் கொப்பளித்து வழியும் முகம்.

அவனது வாழ்நாளில் முதல்முறை அவனது ஒடுக்குமுறை ஆட்சி அதிகாரத்திற்கு எதிராக எழுந்திருக்கும் அந்தக் குரல்கள் அவனை நிலைகுலைய வைத்திருந்தன. தொலைதூர நோக்கில் அத்தருணத்தில் அங்கு தனக்கெதிராக எழுந்தொலித்த அந்தக் குரல்கள், நாளை நாடு முழுக்கவும் விரவிப் படர்ந்து மூலைமுடுக்கெல்லாம் எதிரொலிக்க, அங்கெல்லாம் நிகழப்போகும் விபரீத விளைவை எண்ணிமேலும் கோபம் கொண்டான்.

அடக்கமாய்க் கைகட்டி நின்று சொன்னதைக் கேள்விகள் ஏதுமற்றுத் தலையாட்டிக் கேட்டு, ஏவிய வேலையைத் தலைமேல் சுமந்து செய்து முடிக்கும் அடிமைச் சுபாவத்தை தங்கள் இயல்பாய்க் கொண்ட எளிய மக்கள் எங்கிருக்கிறார்கள் என்று உலகெல்லாம் வலைவீசித் தேடி, அவர்களை தமிழகக் கிராமங்களில் கண்டடைந்து, பரவசத்துடன் கப்பலேற்றி வந்து, இங்கே ஆடுமாடுகளுக்குரிய கொட்டடிகளில் அடைத்து வைத்து மேய்க்கும் ஒப்பந்தக்கூலிகளில் சிலர், அத்தருணத்தில் தனக்கு நிகராய்த் தன் முன் தலைநிமிர்ந்து நின்று தைரியமாய்க் கைநீட்டிக் குற்றஞ்சாட்டிக் கேள்வி கேட்டு நிற்பதைப் பொறுக்க முடியாத ஆற்றாமையில் குமைந்து நின்ற ஜேம்ஸ் கோனல்லி, மறுகணம், அது அவனது இன மேட்டிமை எனும் புனித ஆணவ வெளிக்குள் விரைந்து சென்று சீண்ட, திடுக்கிட்டு, கொழுந்துவிட்டெரியும் விறகடுப்பில் தூக்கி வீசப்பட்ட மண்புழுவாய்த் துடித்து நெளிந்தான்.

அவர் பக்கம் கைகட்டி பவ்யமாய்த் தலைகுனிந்து நின்றிருந்த அமீட் சட்டென நிமிர்ந்து தொரயின் முகம் பார்த்தான். தொரையின் முகத்திலிருந்த கோபக் கனலின் ஒரு துளி பாய்ந்து அவனையும் தொத்திக்கொள்ள, முகம் இறுகிக் கோணலாக, திரும்பி, கையை உயர்த்திக் கொண்டு கூச்சலிட்டு எதிரிலிருந்தவர்களை நோக்கி ஓடி வந்தான்.

யூனியன் தலைவர் சங்கிலிமுத்து சட்டெனத் திரும்பி அவனை எதிர்கொண்டு. ''என்னடா அமீட்... ராத்திரி குட்டிகிட்ட வாங்கனது பத்தலயா...?'' என்று சத்தம் போட்டார். ''கொஞ்சம் தள்ளுங்கணே... அவன நா பாத்துக்கறேன்'' என்று அவரைக் கைபிடித்து விலக்கி

ஓரடி முன்னகர்ந்தார் மாநிலத் தொண்டர்படைத் தலைவர் எஸ்.ஏ.சாமி. ஓடிவந்த வேகத்தில் சட்டென நின்று முறைத்தான் அமீட். ''என்னடா மொறக்கற?'' என்று தொண்டர் படைத் தலைவர் ஏ.என்.சாமி உடம்பையும் கைகளையும் முறுக்கேற்றி, எதற்கும் தயாரான நிலையில் மேலும் ஓரடி முன்னகர்ந்தார்.

இரண்டாம் உலகப் போரில் சுபாஷ் சந்திரபோஸ் தலைமையில் சிங்கப்பூரில் அமைந்திருந்த இந்திய விடுதலை ராணுவமான ஐ.என்.ஏ படையில் கேப்டனாக இருந்து பர்மா எல்லைவரை போரிடச் சென்று உயிருடன் திரும்பியவர். ஒரு ராணுவக்காரனுக்கு இயல்பாய் அமைந்த வாலிப்பான உடல்வாகு இன்னமும் கட்டுக்குலையாமல் இருந்தது. கூரிய பார்வை. முறுக்கிய தடித்த மீசை, ஆங்காங்கே சற்றே நரைத்து முதுமையின் சாயல் கொண்டிருந்தது.

கண்ணுக்கெட்டிய தூரத்தில் குச்சிக்காடு. வழக்கமாக இந்நேரம் அமைதியில் ஆழ்ந்துவிட்டிருக்கும். ஆங்காங்கே தீனிக்கு வீட்டு வாசல்களில் நின்று உரிமைக் குரல் கொடுக்கும் சிட்டுக்குருவிகளின் கீச்சொலியும், தென்னைகளில் மைனாக்களின் பேச்சொலியும், வீட்டில் முடங்கிவிட்ட கிழங்களின் நோயின் முனகலும், ஆயக்கொட்டகை தொட்டிலில் தூக்கம் கலைந்து பசிக்கு வீரிட்டலறி ஆயம்மா பாட்டிக்கு அழைப்புவிடும் குழந்தைகளின் அழுகையும், அஞ்சடியில் மூங்கில் வக்குளுக்குள்ளிருந்து அம்மாவை அழைக்கும் ஆட்டுக்குட்டிகளின் சிணுங்கலும், இடையிடையே லயங்களின் எல்லையில் கித்தாக்காட்டுக்குள்ளிருக்கும் மாட்டுக் கொட்டகையிலிருந்து வரும் ம்மாவும், அஞ்சடியில் சுருண்டு படுத்து, காலை இதமான இளம் வெயிலில் கண்மூடி காலைநேரச் சுகமான கனவில் ஆழ்ந்திருக்கும் நாய்களின் இடைவிட்ட கொணகொணப்பும் தவிர, அதனுள் குறிப்பிடும்படியான வேறெந்தத் தீண்டலும் நிகழாது. கிழக்குத் திசையில் புக்கிட் செம்பிலான் மலைக்காட்டுக்கு மேலிருந்து தலை நீட்டி எட்டிப் பார்க்கும் காலை இளம் கதிர்கள் மிதந்தலையும் மேகங்களற்ற நீல வானத்தின் கீழ், ஒரு தவசியைப்போலக் குச்சிக்காடு மோன நிலையில் ஆழ்ந்திருக்கும்.

இதற்குள், கருக்கலில், கித்தாக்காட்டுக்குப் பாதிசனம் கிளம்பிப் போய் மரம் சீவத் தொடங்கி, நாலைந்து பத்தி சீவி முடித்து கோப்பி குடிக்க வாளிக்கடை நோக்கிப் போய்க்கொண்டிருக்கும். மீதி பாதிசனம் வெளிக்காட்டில் முதல்நாள் பெய்த காற்று மழையில் சாய்ந்த இள மரங்களைத் தூக்கி ஒட்டுக்கொடுத்து நிறுத்தியோ,

தலைதூக்கி நிற்கும் சிலமாத இளம் கன்றுகளுக்கு உரம் போட்டோ, அதன் காலைச் சுற்றிய புற்களைச் செதுக்கி சுத்தம் செய்தோ, சீக்கு பார்த்து மருந்து பூசியோ, நிரைகளுக்கு இடையில் படர்ந்திருக்கும் கச்சான் கொடிகளில் களை கலைந்தோ தீவிர இயக்கம் கொண்டிருக்கும்.

ஆனால், இன்று, அதே குச்சிக்காடு வழக்கமான அதன் காலைப் பொழுதின் ஆழந்த அமைதியை இழந்து, பரபரப்பும் நிலைகொள்ளாத பதற்றமுமாய், கோயில் வளாகத்தில் நடந்தேறும் நாடகத்தின் ஊமைக் காட்சிகளைத் தங்கள் கற்பனையால் விருப்பத்திற்கு விரித்தெடுத்துப் பரிமாறிக்கொண்டிருந்தது.

கடார போலீஸ் கமிசனர் மேக்ஸ்வெல் தொரைக்கு அருகில் நகர்ந்து காதில் எதையோ சொன்னார். இருவரும் தாழ்ந்த குரலில் சில நிமிடங்கள் பேசிக்கொண்டிருந்தனர். எதிரில் நின்றிருந்த சனங்களின் தலைவர்கள் ஒருவர் முகத்தை ஒருவர் பார்த்துத் தலையாட்டினர். ஏதோ திட்டம் உருவாகிறது என்பதை அவர்கள் நால்வருமே உணர்ந்தனர். பதற்றம் கூடியது. தொண்டர்படைத் தலைவர், ‘‘அவனுங்க என்னமோ சதித் திட்டம் போடாரானுங்க யூனியன்கார்ரே...’’ என்று முணுமுணுத்தார்.

போலீஸ் கமிசனர் திரும்பி நடந்து தன் படைத் தலைவனிடம் ஏதோ சொல்ல, அவன் சல்யூட் அடித்து, கையில் லத்திகளுடன் தாக்குதலுக்குத் தயார் நிலையில் இருந்த தன் படைகளை நோக்கி உரத்த குரலில் உத்தரவிட்டான். அடுத்து, பிளேக் பியூட்டி தொரையைச் சுமந்து முன்னால் போக, பின்னால் போலீஸ் கமிசனர் மேக்ஸ்வெல்லும் அவரது படையும் குச்சிக்காடு நோக்கி நகர்ந்தனர்.

அவர்கள் தங்கள் லயங்களை நோக்கி வருவதைக் கண்ட மக்களிடையே பரபரப்பு மிகுந்தது. பதற்றமான பேச்சுக்குரல் களிடையே உத்தரவிடும் உரத்தக் குரலும் கலந்து வந்தது. அவசர கதியில் இயங்கத் தொடங்கியிருந்தனர். சிறுபொழுதில் முன்பே திட்டமிருந்தபடி லயத்து நுழைவாயில்களை அடைத்து நின்றது மனிதச்சங்கிலி. வயதான கிழங்கள் முதல் சின்னஞ்சிறு சிறுவர்கள் சிறுமிகள் வரை, அந்த நீண்ட சங்கிலித் தொடரின் அறுபடாத கண்ணிகளாகப் பிணைந்து தங்கள் மண்ணின் எல்லையில் அழுந்த காலூன்றி நின்றது.

அதனை நெருங்கி வந்து சற்று தூரத்தில் நின்றது பிளேக் பியூட்டி. அதன் மேலிருந்த வாக்கில், எதிர் வெயில் பட்டு கூசிய கண்களை சுருக்கிக் கூர்ந்து அந்த மனிதச் சங்கிலியைப் நோட்டமிட்டார்

ஜேம்ஸ் கோனல்லி. ஆண்கள் பெண்கள் எனக் கையில் கம்பு கட்டை விளக்குமாற்றுடன் அவரது கூலிகளின் படை. ஆச்சரியத்தில் கண்கள் விரிந்தன. அவர்களின் முகங்களில் துளியும் அச்சமோ உடம்பில் நடுக்கமோ காணாதது அவரால் நம்ப இயலாத நிஜமாக இருந்தது. போலீஸ் படையின் முன்னால் இத்தனை தைரியத்துடன் நிற்கும் அவர்களை நினைத்துத் திகைத்தார். தன் குரலைக் கேட்டதும் தன் முன் கைகட்டி நின்று முகம் தாழ்த்தி நிற்கும் அவர்களின் உடல் நடுக்கம் கொள்வதை மட்டுமே பலமுறை பார்த்து, திரும்பி பக்கம் உட்கார்ந்திருக்கும் சின்னதொரை வர்கீஸின் குறும்புக் கண்களை எதிர்கொண்டு கண்சிமிட்டி, உள்ளூரச் சிரித்துப் பரவசப்பட்ட நினைவெல்லாம் வெள்ளமென அவருள் கிளர்ந்து மேலெழுந்து வந்தன.

அதன் தாக்கத்தில் உறுமலைப் போன்றதொரு ஒலி அவரது தொண்டைக்குள்ளிருந்து வெளிப்பட, பக்கம் நின்றிருந்த சின்னதொரை வர்கீஸ் திடுக்கிட்டு நிமிர்ந்து அவர் முகத்தைப் பார்த்தார். கித்தாக்காட்டு ஒத்தையடிப் பாதையில் ஒத்தையாய்ப் போக, சரசரயொலியுடன் புதருக்குள்ளிருந்து வெளிப்பட்டு எதிரில் ஆளுயரப் படமெடுத்து ஆடும் நாகத்தை முதல்முறை எதிர்கொண்டு மிரண்டு நிற்பவனின் கண்களில் தெறிக்கும் அதே அச்சத்தை அவரது கண்களிலும் கண்டார்.

தன் வெள்ளைக்கார எஜமான தொரை சகல பராக்கிரமும் வாய்க்கப்பெற்ற, எதற்கும் பயப்படாத தைரியசாலி என்கிற அவரது பல நாள் நம்பிக்கை ஆட்டம் கண்டது. குழப்பமாகவும் இருந்தது. தங்களிடம் கைகட்டி சேவகம் செய்யும் நாலு எழுத்து எழுத படிக்கத் தெரியாத இந்த பாமர சனங்களிடம் அச்சப்பட என்ன இருக்கிறது? இதோ இன்னும் கொஞ்ச நேரத்தில் இவர்கள் அத்தனை பேரும் போலீஸ் நடத்தப்போகும் அடிதடியில் தலைதெறிக்க மூலைக் கொன்றாய்ச் சிதறியோடி ஒளியப் போகிறார்கள். அப்புறம் எதனால் தொரயின் கண்களில் இவர்களைப் பார்த்து இந்த அச்சம் என்ற கேள்வி ஆழத்துள் சென்று குடைந்தது.

அதற்கான பதில் அக்கணத்திலேயே ஜேம்ஸ் கோனல்லியின் மனதில் ஓடிக்கொண்டிருந்ததை அவர் அறிந்திருக்கவில்லை. மலாயா மண்ணைத் தங்கள் கைப்பிடிக்குள் கொண்டுவருவதற்கு இரு நூற்றாண்டு முன்பே தங்கள் தந்திர வலையில் விழுந்து விட்டிருந்த இந்திய மண்ணில், காந்தி என்கிற ஒரு அரை நிர்வாணப் பக்கிரி இவர்களைப் போன்ற சாதாரண அடித்தட்டு மக்களின் எழுச்சியை முன்னிறுத்தித் தங்கள் ஆட்சியின் கண்களில் விரலை

விட்டு ஆட்டும் விந்தையைக் கண்கூடாகப் பார்த்து வந்திருந்த தொரைக்கு, இந்த மக்களின் எழுச்சி என்பது எத்துணை ஆபத்தானது என்பது சட்டெனத் துல்லிதமாகப் புரிய, கண்களில் எழுந்த அச்சமே அது.

பூமிப் பந்தின் இன்னொரு மூலையில், இவர்கள் வேர்கொண்டிருக்கும் தொலதூர நிலமொன்றில், வரலாறு தன் கரங்களால் அந்தக் கணத்தில் எழுதிக்கொண்டிருக்கும், மானுடம் வியந்து தரிசித்துக் கொண்டிருக்கும், ஒரு மகோன்னத மானுட உச்ச நாடகத்தின் நீட்சியென, இம்மண்ணின் ஒரு சிறு மூலையிலும் முளைவிடத் தொடங்கிவிட்ட ஒரு சிறு துண்டு நிகழ்வே அது என்பதை முடிச்சிட்டு அறியும் தெளிவை அவன் அடைய முடியாமல் கண்களைத் திரையிட்டு மறைத்துவிட்டிருந்தது, ஜேம்ஸ் கோனல்லியின் தலைக்குள் நங்கூரமிட்டு உட்கார்ந்திருந்த, அவனது உலகாண்ட ஆட்சி அதிகார மமதை எனும் விஷ விருட்சம்.

அதனால் இந்த எழுச்சியை எப்பாடுபட்டாவது முளையிலேயே கிள்ளி தூர எறிந்துவிட வேண்டும் என்கிற உறுதியான முடிவுக்கும் அச்சிறு தருணத்திற்குள் வந்துவிட்டிருந்தான்.

அரண் அமைத்து முன் வரிசையில் நின்ற தோட்டத்துப் பெண்களின் மத்தியிலிருந்தாள் தொண்டர் படைத் தலைவி வீரம்மா. நல்ல உயரம். ஆணுக்குரிய உடல்வாகு. ஆணுக்குரிய உடல் மொழியும் கொண்டிருந்தாள். நடையில் பெண்களுக்கான நளினம் குறைந்து மிடுக்கும் கம்பீரமும் மிகுந்திருந்தன. குரலிலும் ஆண் தன்மை கூடியிருந்தது. ஒருமுறை கண்களைச் சுழற்றி நாலா பக்கமும் அளந்தாள். பக்கம் நின்ற தன் தோழியிடம் ஏதோ சொன்னாள். அவள் கவனமுடன் கேட்டுத் தலையாட்டி திரும்பி உரத்தக் குரலில் ஏதோ உத்தரவிட்டாள். பெண்கள் வரிசையிலிருந்து உரத்த கோஷம் ஒன்று எழுந்து அடங்கியது.

வீரம்மா திருப்தியுடன் புன்னகைத்துத் தலையாட்டி விறைப்புடன் முன்னகர்ந்தாள். தலை நிமிர்த்தி, லயத்து திடலில் குழுமியிருந்த ஜேம்ஸ் கோனல்லியின் படை நோக்கி நிதானமாய் தயக்கமின்றி நடந்தாள். பிளேக் பியூட்டியை நெருங்கி வந்து விறைப்புடன் நின்று, தலை நிமிர்த்தி, தொரையின் கண்களை நேரெதிர்கொண்டு, உரத்துக் குரல் கொடுத்தாள். ''அவுங்க யாரும் வர மாட்டாங்க தொர... அவுங்க எதுக்கு வரனும்? என்ன குத்தம் பண்ணாங்க அவுங்க? அத சொல்லிட்டு அவுங்கள புடிச்சுட்டு போங்க...''

ஜேம்ஸ் கோனல்லி திக்பிரமை பிடித்துச் சிலையாகியிருந்தார். மூச்சு அரைவாசி நின்றுபோயிருந்தது. கண்கள் இருண்டுவருவது போலிருந்தது. கண்களை இடுக்கிக் கூர்ந்து, தன்முன் தலைநிமிர்ந்து நின்று கொக்கரிக்கும் அந்தப் பெண்ணை ஆச்சரியத்துடன் பார்த்தார். தன்னை வழியில் தூர கண்டாலே ஒதுங்கி ஓடி மறைந்து கொள்ளும் பெண்களையே இந்தக் கணம் வரை கண்டிருந்த தொரைக்கு அவள் நம்ப முடியாத புதிராக நின்றுகொண்டிருந்தாள். தலையைக் குலுக்கி தன்னை மீட்டெடுக்க முயன்றுகொண்டிருந்தார். இந்த தனது ஆளுகைக்குள்ள சிறு மண்ணில், அதன் அடியாழத்தில், தன் ஊனக் கண்களுக்குப் புலப்படாத மறைவிடமொன்றில், ஏதோவொரு அதிசயம் நிகழ்ந்துகொண்டிருக்கிறது என்பதை மட்டும் தூரத்துப் புகைமூட்டமாய் உணரத் தொடங்கியிருந்தார். பேச்சற்று உட்கார்ந்து அவளையே பார்த்துக்கொண்டிருந்தார்.

இதற்குள், எதிரில் நின்று கொக்கரித்தவள், தொரையிடமிருந்து சலனமேதுமில்லாததைக் கண்டு சலிப்புடன் திரும்பி நடந்து தன் வரிசையில் போய் நின்றுகொண்டு, திரும்பித் தன் படையை நோக்கி, ''வாங்கடீ எல்லாம்... இவனுங்க நாம வாயில சொன்னா கேக்க மாட்டானுங்கடீ... சொத்த பசங்க... ஆம்பளங்களாடி இவனுங்க? போலீச கூட்டிகிட்டு வந்து பூச்சாண்டி காட்டுறானுங்க... பொட்ட பசங்க... இவுனுங்க எப்பிடி உள்ள வந்து அவுங்கள புடிக்கிறானுங்கனு பாத்துரலாம்டீ...'' என்று கோபமாய்க் கத்தினாள். நடுவூட்டு முனியம்மா விளக்குமாறை மேலே தூக்கி ஆட்டியபடி வீரம்மா பக்கம் வந்து நின்று, திரும்பிக் கத்தினாள், ''அடுப்புல கொதிக்கிற தண்ணிய போயி தூக்கிட்டு வந்து இப்பிடி முன்னால வையுங்கடீ... வாங்கடீ... இவனுங்க தோல இன்னக்கி சீன பன்டி தோலாட்டும் வழட்டி எடுத்துருவோம்... மொளகா பொடிய எவடீ வச்சிருக்கா... இங்க வாடீ நீ... இப்பிடி முன்னால நில்லுடி...''

போலீஸ் அவர்களைத் தாக்க முயற்சிக்க, குச்சிக்காடு அந்தக் காலைப்பொழுதில் சண்டைக்காடாகி திமிலோகப்பட்டது.

அன்றைய வன்முறையின் இறுதியில் 21 தொழிலாளர்கள், பெண்கள் உட்பட, காயமுற்றனர். எதிர்த் தரப்பில் போலீஸ் கமிசனர் மேக்ஸ்வெல்லும் காயமுற்றிருந்தார். அவரது கையில் முறிவு ஏற்பட்டிருந்தது. 66 தொழிலாளர்கள் கைது செய்யப்பட்டு இழுத்துச் செல்லப்பட்டனர். அதில் டிரசர் பாலையா, குட்டியப்பன், அவனுடைய கூட்டாளிகள் இருவரும் இருந்தனர்.

மற்ற தொழிலாளர்கள் விடுவிக்கப்பட, இந்தக் கலவரத்திற்கு வித்திட்டவர்கள் எனக் குற்றஞ்சாட்டப்பட்டு, அந்த நால்வரில்

குட்டி, நெட்டமணி அவனது கூட்டாளிக்கும் மூன்று மாதச் சிறைத்தண்டனை விதிக்கப்பட்டது. அவர்களுக்குத் தலைமை ஏற்று அந்த இரவில் தோட்டத்து மண்சடக்கில் லாரியை மடக்கிய டிரசர் பாலையாவுக்குத் தனியாக ஆறு மாதச் சிறைத்தண்டனை விதிக்கப்பட்டது.

விசாரணையை நடத்திய வெள்ளைக்கார நீதிபதி விசாரணையின் போது ஒருதலைப்பட்சமாக நடந்துகொண்டதாகப் பரவலாகப் பேசப்பட்டது. ஆனாலும் ஆட்சி அதிகாரத்திலிருந்த அவர்களை எதிர்த்து எங்கும் எவ்விதப் புகாரும் செய்ய இயலாத நிலையில், தண்டனையை நிறைவேற்ற அவர்கள் நால்வரும் அலோர்ஸ்டார் சிறைக்குக் கொண்டு செல்லப்பட்டனர்.

தனக்கு எதிராகக் கிளர்ந்தவர்களை வெற்றிகரமாக முடக்கிவிட்ட திருப்தியுடன் இங்கிலாந்து கோடை விடுமுறையை முன்னிட்டு லண்டனுக்கு புறப்படும் ஏற்பாடுகளில் ஈடுபட்டிருந்த ஜேம்ஸ் கோனல்லி, அந்த வெற்றியைக் கொண்டாடும் பொருட்டு தனது சகாக்களுக்கு ஒரு விருந்தொன்றைத் தனது மலை பங்களாவில் ஏற்பாடு செய்திருந்தார். விருந்தின் முடிவில் சின்ன தொரை வர்கீஸை கட்டியணைத்து முத்தமிட்டு மது போதையின் உற்சாகத்தில், ''வர்கீஸ்... அந்த பயலுங்க இன்னும் கொஞ்ச நாள்ல வந்துருவானுங்க... வந்து இன்னொரு போராட்டத்த ஆரம்பிச்சு வச்சுடுவானுங்க... இந்த சனங்க நமக்கு எதுரா ஆனதுக்கு அவனுங்க தான் காரணம்... அவனுங்கதான் இவுங்களோட மூள... அந்த தலங்க இல்லனா இந்த வாலுங்க சுருண்டுக்கும்... ஒலகத்த ஆளரவங்க நாங்க... எது எங்கருந்து எப்பிடி வந்துச்சுன்னு எங்களுக்கு நல்லா புரியும்... நாங்க நெறய பாடம் படிச்சிருக்கோம் வர்கீஸ்... இந்தியால காந்தி நெறய பாடம் கத்துகுடுத்துருக்காரு...

''அவர ஆப்ரிக்காவுல குட்டி லாயரா, ரயில்ல உக்காந்து கீழ எறங்கமாட்டன்னு கலாட்டா பண்ணப்பவே அடையாளங் கண்டு நாங்க அங்கயே ரகசியமா கழுத்த முறிச்சு போட்ருக்கணும்... மொளயிலயே கிள்ளி எறிஞ்சிருந்தா இன்னக்கி அவரால இத்தன பெரிய தலவலி எங்க இங்கிலாந்து ராஜாங்கத்துக்கு இல்லாம போயிருக்கும்... இன்னும் எறநூறு வருசம் எங்க கொடி அங்க பறந்துருக்கும்... இப்ப எல்லாமே வீணா போச்சு... அது எங்களுக்கு ஒரு நல்ல பாடம் வர்கீஸ்... இன்னக்கி சின்ன பொறியா நம்ம கண்ணுல படரது நாளக்கி பெருசா வளந்து நம்ம முன்னால வந்து நின்னு கத்திய சுத்தி சவால் வுடும்னு தெரிஞ்சா, அத அப்பவே தயதாட்சண்யமில்லாம காலி பண்ணிடணும்... வேரோட புடுங்கி

எறிஞ்சுடணும் வர்கீஸ்...'' என்றவர் சற்றே நிறுத்தி அணைப்பை விலக்கித் தள்ளி நின்று இறுக்கமான குரலில், ''நா இங்க திரும்பி வர்ரப்ப அவனுங்க நாலு பேர்ல ஒருத்தன்கூட இங்க இருக்க கூடாது வர்கீஸ்...''

வர்கீஸ் ஒரு திடுக்கிடலுடன் அவரது கண்களைக் கவனித்தார். மப்பில் சிவந்திருந்த கண்களில் இப்போது வஞ்சினம் கலந்து மேலும் சிவப்பேறி பழுத்த அனல் துண்டுகள் இரண்டு அவரை நோக்கி நிலைகுத்தியிருந்தன. ஆண்டானின் பிறப்புரிமையான அடிமை வெறுப்பை உமிழும் வெறி கொண்ட கண்கள். மனதின் அடியாழத்திலிருந்து எழுந்து வரும் எஜமான வர்க்கத்தின் ஆதிக்க உணர்வு. தொண்டை வரை இறங்கிவிட்ட அந்தக் கசப்பை யெல்லாம் செருமி விழுங்கி குரல் கம்ம கனைத்துத் தலையாட்டிய படி நின்றார் ஜேம்ஸ் கோனல்லி.

ஏதோ ஆழ்ந்து யோசித்தவராய், சட்டென வர்கீஸ் பக்கம் திரும்பித் தொடர்ந்தார், ''நீ என்னா பண்ணாலும் சரி வர்கீஸ்... இன்னமே அவனுங்க எங் கண்ணுல படக் கூடாது... எதுன்னாலும் நா பாத்துக்கறேன்... பயமில்லாம செஞ்சு முடிச்சுடு... சரியா?'' என்று அடங்கிய குரலில் அழுத்தமாகச் சொல்லி முடித்து, சட்டென இறுக்கம் கலைந்தவராய் மீண்டும் அவரைக் கட்டியணைத்துச் சத்தமிட்டுச் சிரித்தார்.

அவருக்கு நிச்சயமாகத் தெரியும், அடுத்து தான் தோட்டத்துக்குள் காலடி வைக்கும்போது அங்குள்ள நால்வர் தடயமேதுமின்றி மாயமாய் மறைந்துவிட்டிருப்பார்கள் என்று.

9

புக்கிட் செம்பிலான் தோட்டத்து தமிழர் கட்சி தலைவர் 'இங்கிலீஸ் மணியம்' கோயில் முச்சந்தியில் நின்று தலையைச் சொறிந்தபடி எதையோ யோசித்துக்கொண்டிருந்தார்.

நல்ல உயரம். விறைப்புடன் நிமிர்ந்து நிற்கும் உடல் வாகு. அவரது அப்பன்காரன் கருப்பையா கோனாரின் அசல் வார்ப்பு. வெண் பஞ்சாய்ப் படர்ந்த தலைமுடி. ஒட்ட கத்தரித்த வெண்மீசை. கறுத்த மேனியில் இரண்டும் அழகாய்ப் பொருந்தி வசீகரித்தன.

வெறும் மணியம் 'இங்கிலீஸ் மணியம்' ஆன கதை நடிகர் திலகம் சிவாஜி கணேசனின் உபயம். தோட்டத்துத் திடலில் ஒருநாள் ஓடிய ஒரு படத்தோடு சம்பந்தப்பட்டது. அதில் சிவாஜி கணேசன் தனது நண்பன் எஸ்.எஸ்.ராஜேந்திரனின் தோளில் அடிக்கடி தட்டி, ''போடா யூ கண்ட்ரி ஃபூல்''என்று கைக்குட்டையால் மூக்கைச் சிந்தியபடி கண்கள் சிரிக்கச் செல்லமாய்க் கடிந்துகொள்வார்.

அவரின் அந்த, ஒருக்களித்து நின்று கண்கள் கிறங்கப் பேசும் அந்த ஸ்டைல், வெறும் மணியத்திற்கு ரொம்பவும் பிடித்துப்போக, பரம சிவாஜி ரசிகரான அவர் அது முதல் தன் நண்பர்களோடு பிணக்கு வந்துவிடும்போதெல்லாம்நெருங்கித் தோளில் தட்டி சிவாஜி ஸ்டைலில், ''போடா யூ கன்ட்ரி ஃபூல்'' என்று சொல்லத் தொடங்கினார்.

அதில் ஒரு குசும்பன் ஒருநாள் இவர் போவதைப் பார்த்து, ''தோ போறார்டா, நம்ம இங்லீஸ் மணியம்'' என்று அவருக்குப் புதிய நாமகரணம் சூட்ட, அதுவே நிலைத்துவிட்டது.

தலையை என்னதான் சொறிந்து யோசித்தாலும் இங்கிலீஸ் மணியத்தின் புத்திக்கு எதுவும் பிடிபடவில்லை. ''எங்க போயிருப்பானுங்க இந்த ரெண்டு பசங்களும்? காலயில போனவனுங்க இன்னும் அங்க என்ன பண்ணிகிட்டு இருக்கானுங்க? தோட்டத்து தொண்டர் படயில இருந்த பையனுங்கதான இவனுங்களும்?''

தொண்டர் படை என்றதும் நினைவில் வந்து நின்றார்கள் அந்த நால்வரும். சில மாதங்களுக்கு முன்பு தண்ணீருக்காகத் தோட்டத்தில் ஒரு போராட்டத்தை உருவாக்கி, ஜெயிலுக்குப் போய் சமீபத்தில்தான் விடுதலையாகி வீடு வந்திருந்தார்கள்.

அவர்களின் மேல் மிகுந்த மரியாதை வைத்திருந்தார் கட்சித் தலைவர் இங்கிலீஸ் மணியம். குறிப்பாக டிரசர் பாலையா மேலும் குட்டியின் மேலும் தனி மரியாதை வைத்திருந்தார்.

தொண்டர் படை முதன்முதலில் தோட்டத்துள் காலடி வைத்த நாள் அவருக்கு நன்றாக நினைவிருக்கிறது. மாநிலத் தொண்டர்படைத் தலைவர் ஏ.எம்.சாமி வந்திருந்து அதனை அதிகாரப்பூர்வமாகத் திறந்து வைத்த அன்று அவரும் கூட இருந்தார். அதன் தோற்றத்திற்கும் இரண்டாம் உலகப் போருக்கும் இருந்த தொடர்பை அக்கூட்டத்தில் அவர் எடுத்துச் சொல்லி விளக்கியதை இன்றும் இவர் நினைவுகூர்வதுண்டு. அதன் நீட்சியாக, அதன் பிறகான அவர்களது சமூக அக்கறை மிகுந்த தீவிரச் செயல் பாடுகளால், அவர்கள் எதிர்கொண்ட பிரச்சினைகளையும் எண்ணிப் பார்த்துக் கவலை கொள்வதுண்டு.

இரண்டாவது உலக மகா யுத்தம் 1945ல் முடிவுக்கு வந்து சப்பான்காரன் சரணடைந்து மீண்டும் வெள்ளைக்காரன் ஆட்சி மலாயா மண்ணில் மீண்டிருந்த தருணம் அது. சப்பாங்காரனைக் காட்டுக்குள்ளிருந்து எதிர்த்துச் சண்டையிட்ட கம்யூனிஸ்டுகள், அதன் பிறகு மீண்டும் வந்திருந்த வெள்ளைக்காரனை எதிர்த்துப் போராட காட்டுக்குள் சென்றுவிட்டிருந்தனர்.

யுத்தத்தின்போது இந்தியத் தலைவர் சுபாஷ் சந்திரபோஸ் இந்தியாவிலிருந்து வெள்ளைக்காரனைத் துரத்த தென்கிழக்காசியாவில் படை திரட்டி சிங்கப்பூரில் அமைத்த இந்திய தேசியப் படை (ஐ.என்.ஏ)யில், சிங்கப்பூரில் மலாயாவில் வாழ்ந்த இந்திய வம்சாவழியினர் பலரும் இணைந்து போர்க்களம் சென்றனர்.

யுத்தம் முடிந்து அது கலைக்கப்பட்டபோது அதில் தலைமை வகித்த சிலர் தோட்டப்புறங்களுக்குத் திரும்பி, அங்கே இளைஞர்களைத் திரட்டி, தொண்டர்படை என ஒன்றை உருவாக்கினர். தாங்கள்

இந்திய ராணுவத்தில் கற்ற கட்டொழுங்கு, பொறுப்பு, வீரம், அதிகாரத்திற்கெதிரான மனநிலை என அனைத்தையும் அந்த இளைஞர்களுக்கும் கற்பித்துக் கடைப்பிடிக்கத் தூண்டினர்.

தொண்டர் படை செயல்பட்ட அத்தனை தோட்டங்களிலும் கள்ளை ஒழிக்கும் போராட்டத்தில் அவர்கள் மும்முரமாக ஈடுபட்டனர். குடித்துவிட்டு வந்து வீட்டிலுள்ள பெண்களை அடித்துத் துன்புறுத்துபவர்களைக் கடுமையாகத் தண்டித்தனர். கள்ளுக்கடை வாசல்களில் போய் நின்று கள் குடிப்பதன் தீமைகளைக் குடிப்பவர்களுக்கு எடுத்துச் சொன்னார்கள். சில இடங்களில் கள்ளுக்கடைகளை அடித்து நொறுக்கவும் செய்தனர்.

கள் எனும் போதையை தோட்டப்புறங்களிலுள்ள தனது தொழிலாளர்களுக்குக் கொடுத்து, அவர்களைக் குடிகாரர்களாக்கி, அவர்களை எப்போதும் தனது கட்டுப்பாட்டில் வைத்துக்கொள்ளும் தந்திரமானதொரு திட்டத்தோடிருந்த வெள்ளைக்காரத் துரைமார் களுக்கு, அவர்களின் இந்தச் செயல் கடும் தலைவலியைக் கொடுத்துக் கோபத்தையும் அதிகமாக்கியது.

கள்ளுக்கு எதிரான தங்களது கோரிக்கையை வலியுறுத்த, பிப்ரவரி 1947ல் ஒருநாள் சுற்றுவட்ட தொண்டர் படையைச் சேர்ந்த ஆயிரம் பேர் கடாரத்தில் அலோர்ஸ்டார் செல்லும் வழியில் அமைந்துள்ள பீடோங் பட்டணத்தில் ஒன்று திரண்டனர். அவர்களை எதிர்கொண்ட போலீசிடம், ''நாங்கள் அரசாங்கத்துக்கு எதிராக இங்கே கூடவில்லை. கள் குடிப்பதைத் தடுக்க வேண்டும் என்று வலியுறுத்தவே கூடியுள்ளோம்'' என்று குரல் கொடுத்த ஒரு தொண்டரை போலீஸ் அடித்து உதைத்து ரோட்டிலேயே சாகடித்தது.

அதன் பிறகு, 3. 3. 1947 அன்று, தான் வசிக்கும் புக்கிட் செம்பிலான் தோட்டத்திலேயே வீரம்மா என்ற தொண்டர் படைத் தலைவி, இதற்கு முன் நடந்த கலவரத்தில் தீவிரமாக இயங்கினார் என்பதற்காகப் பலிவாங்கும் விதமாகக் காரணமேதுமின்றி நிர்வாகத்தால் வேலை நீக்கம் செய்யப்பட, அங்கே மீண்டும் ஒரு கலவரம் வெடித்திருந்தது.

அதில் 66 தொழிலாளர்கள் கைது செய்யப்பட்டுக் காவல் நிலையத்திற்குக் கொண்டு செல்லப்பட, அப்படிக் கொண்டு செல்லப்பட்டவர்களில் இரண்டு பெண்களை போலீசார் காவல் நிலையத்தில் வைத்து வன்கலவி புரிந்ததாகக் குற்றச்சாட்டும் எழுந்தது.

புக்கிட் செம்பிலான் தோட்டப்புற மக்களின் இந்தப் போராட்ட உணர்வுக்கு மிக முக்கிய உந்துவிசையாக இருந்தது, கோலாலம் பூருக்குப் பக்கமுள்ள கடலோரக் கிள்ளான் பட்டணத்துக்கு அருகிலிருக்கும் ரந்தெள பாஞ்சாங் என்னுமிடத்தில் அமைந்திருக்கும் சுங்கைதிங்கி தோட்டத்தைச் சேர்ந்த 1500 தெலுங்கு வகுப்பின மக்களால் 1912லிலேயே முன்னெடுக்கப்பட்ட போராட்ட வரலாற்றைத் தொண்டர் படையின் தலைவர்களில் ஒருவரான டிரசர் பாலையா பலமுறை அவர்களிடம் திரும்பத் திரும்பச் சொல்லி விழிப்படைய வைத்ததுதான் என்கிற உண்மையையும் அவர் தெளிவாக உணர்ந்திருந்தார்.

இன்னொரு பக்கம், பல பத்தாண்டுகளுக்கு முன்பே இந்நாட்டில் எங்கோவொரு மூலையிலிருக்கும் இதே போன்றதொரு தோட்ட மண்ணில், ஆங்கிலேயத் தோட்ட முதலாளிகளுக்கு எதிரான தோட்டப்பாட்டாளிகளின் முதல் துணிகர எதிர்ப்புக் குரல் கோலாலம்பூருக்கு அருகிலுள்ள கடலோர நகரான கிள்ளான் தெருக்களில் ஒரு காலைப்பொழுதில் ஓங்கி ஒலித்ததன் நீட்சியாக, துரையின் தூண்டுதலின் பேரில் அவர்களில் சுமார் 250 பேர் போலீசாரால் கடுமையாகத் தாக்கப்பட்டும் கைது செய்யப்பட்டும், மேலும் 400 பேர் தாங்கள் இதுவரை வாழ்ந்த அந்தத் தோட்டத்தைப் புறக்கணித்து வேறு இடங்களுக்குக் குடிபெயர்ந்த நிகழ்வும் நடந்தேறியது என்ற ஒற்றை வரலாற்றுச் செய்தி ஒன்றே அவர்களை ஊக்கப்படுத்தியது என்பதைத் தோட்ட நிர்வாகம் நம்ப மறுத்த வேடிக்கையையும் அவர் கண்கூடாய்க் கண்டு மனதுள் சிரித்தார்.

அதன் பிறகு சில காலம் கழித்து, தோட்ட மக்களின் அந்தப் போராட்ட உணர்வை மழுங்கடித்து முடக்கும் நோக்கில், ஒருநாள் மலாயா ஆங்கிலேய அரசாங்கம் தந்திரமாக அவர்களின் விழிப்புணர்வுக்குக் காரணமாக இருந்த தொண்டர் படையை நாடு முழுமையும் சட்டபூர்வமாக நிரந்தரமாகத் தடைசெய்திருக்கும் செய்தியை அறிந்து மனம் வேதனைப்பட்டார். தோட்டத்துத் தொண்டர்படைத் தலைவன் குட்டியைச் சந்தித்து நீண்ட நேரம் அது குறித்துப் பேசி ஆறுதல் சொல்லிக்கொண்டிருந்தார். தோட்டத்தில் நடந்த தண்ணீர் கலவரத்திற்கு வித்திட்ட குற்றத்திற்காகச் சிறையிலிருந்து மிக சமீபத்தில்தான் விடுதலையாகி வீடு வந்திருந்த குட்டி, அதனைவிடவும் வேறொரு பெரியதொரு கவலையில் மூழ்கி அவர் சொல்வதை வெறுமனே தலையாட்டிக் கேட்டிருந்தான்.

அப்போதைய அவனது மனநிலையில் அவனுக்கு அது அத்துணை முக்கியமானதாகப் படவில்லை. அவன் முற்றிலும்

தன்னிலையழிந்து வேறெங்கோ உலவிக்கொண்டிருந்தான். அவனுக்குப் பிறகு சிறையிலிருந்து விடுதலையான டிரசர் பாலையா, விடுதலையாகித் தோட்டத்திற்கு வரும் வழியில் தோட்டத்து மண்சடக்கில் மாயமாய் மறைந்து போயிருந்த மர்மம் அவனைக் குழப்பித் துன்புறுத்திக்கொண்டிருந்தது.

வெள்ளைக்கார அரசாங்கம் தங்களது கைக்குப் போட்டிருந்த அந்த இரும்பு விலங்கை மிகுந்த கோபத்துடன் புக்கிட் செம்பிலான் தோட்டத்துத் தொண்டர்படை இளைஞர்கள் எதிர்கொண்டதையும், அதன் நீட்சியாக அவர்களில் சிலர் மாற்று வழிப் போராட்டம் குறித்துத் தீவிரமாக யோசிக்கத் தொடங்கிவிட்டிருந்தனர் என்பதையும், அதன் விளைவாக மாரியம்மன் கோயில் கூத்து மண்டபம், முனி கோயில் ஆலமரத்தடி, ஆத்தங்கரை, பாலத்துச் சுவரிலெல்லாம் உட்கார்ந்து, பொழுது இருட்டிய பின்பும் நீண்ட நேரம் அடங்கிய குரலில் பேசிக்கொண்டிருந்த காட்சிகளையும் மௌனமாய்ப் பார்த்துப் பெருமூச்சுவிட்டார் கட்சித் தலைவர் இங்கிலீஸ் மணியம்.

அதனோடு தொடர்புறுத்தியே, சுங்கைப் பட்டாணி டவுன் வரை போய் தியேட்டரில் படம் பார்த்து வருவதாகச் சொல்லி காலையிலேயே சைக்கிளில் புறப்பட்டுப் போன இரண்டு பையன்களும் இன்னும் வீடு வந்து சேரவில்லை என்று வீட்டு வாசலில் வந்து அந்தப் பையன்களின் அம்மாக்காரிகள் அழுத போது, அவரின் மனதில் பட்டென ரத்தினம் மகன் ஒருநாள் சொன்ன செய்திதான் முதலில் மண்டைக்குள் தெறித்தது.

''தலவரே... தோ அங்க மரத்தடில உக்காந்து பேசிகிட்டு இருக்கானுங்க பாருங்க ரெண்டு பேரு... தொரசாமி மாமா மவங்காரன் ரெங்கனும் மேட்டுகுச்சி வயித்துவலி குப்புசாமி மாமா மவங்காரன் செங்கனும்... அவனுங்க ரெண்டு பேரும்... தோ அங்க தொலவுல நீலமா தெரியுதுல்ல பாலிங் மலக்காடு... அந்த மலக்காட்டுக்கு ஓடி போயிற போறானுங்களாம் தலவரே...''

அந்த அம்மாக்காரிகளுக்கு ஆதரவாக, ''சரி சரி அழாதீங்க... சின்ன பையனுங்க... அங்க எங்கனா சுத்திகிட்டு வேடிக்க பாத்துகிட்டு இருப்பானுங்க... வந்துருவானுங்க... அழாம போங்க... நா பாத்துக்கறேன்...'' என்று சமாதானம் சொல்லி அனுப்பிவிட்டு, துண்டை உதறித் தோளில் போட்டு, சுருட்டைப் பற்றவைத்துப் புகைத்தபடி, ''இந்த பையனுங்க என்னா இப்பிடி பண்ணி வச்சுட்டானுங்க? எங்க போயி தொலஞ்சானுங்க இந்த ரெண்டு பசங்களும்? சட்டுபுட்டுனு போனமா வந்தமானு இருக்குறதுள்ள? நேரங்கெட்ட நேரத்துல இந்த தோட்டத்து சடக்குல ஒண்டிசண்டியா

வர்ரது நல்லதுள்ளனு எத்தன தடவ இந்த பையனுங்களுக்கு படிச்சு படிச்சு சொல்லிருக்கு? அப்பா அம்மா தேடுவாங்களேனு கொஞ்சமாவது பயம் இருக்குறதுள்ள? ஆச்சாபோச்சானா இந்த சனங்க தலவரே தலவரேன்னு வூட்டு முன்னால வந்து கண்ண கசக்கிட்டி நின்னு நம்ம தலய போட்டு உருட்டுதுங்க... தலவனா இருக்குறதுல இத்தன ரோதன இருக்கும்னு அப்பவே தெரியாம போச்சு... என்னா பண்றது? பாத்து எதுனா செஞ்சுதான் ஆவனும்... ம்ம்'' என்ற பெருமூச்சுடன் என்ன பண்ணலாம் என்று நின்று யோசித்து, ''ஆங் அதான் சரி... மொதல்ல அங்க போயி நின்னு கொஞ்ச நேரம் பாப்போம்... அவனுங்க வந்தா அந்த வழியாதான் வரனும்... அப்படி வரலனா வேற என்னா பண்றதுன்னு அப்பறம் யோசிச்சுக்குவோம்...'' என்று மனதுக்குள் பேசியபடி முச்சந்தி கோயில் நோக்கி நடந்தார்.

கிழக்கு நோக்கி கோலகெத்தே பட்டணத்துக்கு வழி பிரியும் தோட்டத்து மண்சடக்கை அடைந்து, வலது வாக்கில் சற்று தள்ளி உள்வாங்கி அமைந்திருந்த கோயில் வளாகத்துக்குள் நுழைந்து, அதன் முகப்பில் கிடந்த நீள வாங்கில்* காலை மடக்கிப் போட்டு உட்கார்ந்தார். கோயில் வளாகம் ஆள் அரவம் ஏதுமற்று அமைதியில் மூழ்கிக் கிடந்தது. சூழ்ந்து நின்ற கித்தாக்காட்டிலிருந்து வந்த சிலுசிலு காற்றுக்கு அசைந்து நடனமாடிக்கொண்டிருந்தது தூங்காமணி விளக்கு. அதன் அசைவுகளில் சிறிது மனம் ஒன்றியிருந்த பின் பெருமூச்சுடன் திரும்பிச் சடக்கை நோட்டமிட்டார்.

இருளுள் மறைந்து சடக்கு காணாமல் போயிருந்தது. கண்ணெட்டும் தொலைவில் விளக்கு வெளிச்சம் ஏதும் தென்படுகிறதா என்று தேடினார். சைக்கிள் விளக்கு வெளிச்சம் மிகச் சன்னமானது. மங்கிக் கிடக்கும். உற்றுக் கவனிக்க வேண்டும். பலதையும் நினைத்தபடி சிலகணங்கள் அந்தச் சிற்றொளியின் வருகைக்காக எதிர்பார்ப்புடன் காத்திருந்தார்.

மூளை ஸ்தம்பித்துக் கிடந்தது. கண்களால் துளைக்க இயலாத அமாவாசை இருளின் அடர் கருமை. சிறிது நேரத்தில் அதனுள்ளிருந்து எழுந்து வந்தன கைகால் முளைத்த உருவங்கள், பல்வேறு வடிவங்களில். திடுக்கிடலுடன் நிமிர்ந்து உற்றுக் கவனித்தார். வானில் அலைந்தபடி கணந்தோறும் உருமாறி வியப்பூட்டும் மேகத்திறல்போல் திரண்டும் கலைந்தும் நகர்ந்தும் திகைப்பூட்டின.

---

* நீள நாற்காலி

ஒரு கணத்தில் சட்டென எழுந்து வந்தது அந்த உருவம். பலநாள் விடிகாலை ஆழ் தூக்கத்தில் சுகமான நிழலுருவங்களாய் வந்து போகும் காட்சிகளின் ஊடாய்க் குறுக்குவெட்டில் புகும் அதே உருவம். காற்றைச் செதுக்கி வடித்தது போன்ற உருவற்ற உருவம். மார்பில் அமர்ந்து கழுத்தை நெறிக்க, பேய்க்கூச்சலாய் அலறியடித்து எழுந்து உடல் அதிர உட்காருவதெல்லாம் நினைவில் வர, திடுக்கிட்டு நெஞ்சு படபடக்க திரும்பிக்கொண்டார்.

நடை சாத்தப்பட்ட பிரகார வாசலின் முகப்பில் தொங்கிய தூங்காமணி விளக்கின் சுடரில் கசிந்த மென் ஒளியில் கோயில் வளாகம் கலங்கலாய்த் தென்பட்டது. பிரகார சுற்றுவட்டச் சுவரில் வண்ணம் தேய்ந்தும் இன்னும் உயிர்ப்போடு துலங்கும் ராமாயணக் காதைச் சித்திரங்கள்.

ஒரு மாலைப்பொழுதில் இதே சடக்கு வழி வந்தவன் முச்சந்தியில் நின்று திரும்பி நேராகக் கோயிலுக்குள் வந்து உட்கார்ந்து கொண்டான்.

அரை இருளில் ஒரு மூலையில் கண்கள் விட்டத்தில் நிலைகுத்த அண்ணாந்து உட்கார்ந்திருந்தவனை நெருங்கி, ''யாருப்பா நீ? எதுக்கு இங்க கோயில்ல வந்து உக்காந்திருக்க?'' எந்த எதிர்வினையும் இல்லாமல் பார்வையை மாற்றாமல் அதே நிலைகுத்திய பார்வையில் அவன் இருப்பதை ஒருவித தயக்கத்துடன் பார்த்துத் தலையாட்டி, பூசாரியைப் பார்த்து, ''பைத்தியமா இருப்பானோ?'' என்று அடங்கிய குரலில் கேட்டபடி அவனை ஏறிட்டு நோக்கினார்.

இப்போது அவனது பார்வை அவர் மேல் தீர்க்கமாய்ப் படிந்திருந்தது. கண்களிரண்டும் சிவந்து அனல் பறந்துகொண்டிருந்தைப் பார்த்து அதிர்ந்து ஓரடி பின்வாங்கினார். ''யாருடா பைத்தியம்?'' என்றபடி எழுந்து விறைப்புடன் உடலை முறுக்கி முறைத்து நின்றான்.

பொழுது விடிய அவன் அங்கு இல்லை. ஆனால் பிரகாரச் சுற்றுச் சுவர்களில்-வீதி மாடத்தில் சீதையின் தோழிகள் சூழ நின்று, வீதி உலா வரும் ராமனின் கண்களை எதிர்கொள்ள அவள் முகத்தில் படரும் செம்மை. வில்லேந்திய ராமனும் அவன்முன் தலை குனிந்து தரை பார்க்கும் சீதையும். மாரீச மானைத் துரத்திக்கொண்டு இலக்குவன் ஓட குடில் வாசலில் அச்சம் துளிர்த்த கண்களுடன் அவன் போன திசை பார்த்து நிற்கும் சீதை.

அதன் வண்ணம் மங்கத் தொடங்கிய பின்னும் அந்த அரை இருளிலும் அந்த ஓவியங்கள் இன்னும் அதே உயிர்ப்புடன் இருப்பதை

நினைத்துத் தலையாட்டிச் சிரித்துக்கொண்டார். ''அவன் பைத்தியந்தான்... சந்தேகமே இல்ல. பைத்தியங்களாலதான் இப்பிடி வெத்து சொவத்துக்கு உசுர குடுத்து அது மூச்சுவுட வக்க முடியும்... யாரோ அங்க போடான்னு வந்து சொன்ன மாதிரி பொழுது போயி வந்தான்... பொழுது விடிஞ்சு பாத்தா ஆளு இல்ல... மாயமா மறஞ்சுட்டான்... யாரவன்? அவன இங்க வர சொன்னது யாரு? ஒரே ராத்திரில அவன் இத்தன படத்த எப்பிடி வரஞ்சான்? வெறுங்கையோட வந்து உக்காந்து கெடந்தவன் எப்பிடி எத வச்ச இத்தன படத்த வரஞ்சான்?''

அவன் வந்து போன நாள் தொடங்கி, பல நாட்களாய் அவர் தனக்குள் கேட்டுக்குள்ளும் கேள்விதான் அது. இந்தத் தனிமை இரவிலும், அம்மன் பிரகார வாசலில் கண்கள் ஊன்றிக் கிடக்க, அதே மர்மம் நிறைந்த கேள்வி. ''டே மணி...'' திடுக்கிட்டு சுற்றுமுற்றும் பார்த்தார். யாருமில்லை. ''டே எங்கடா பாக்கற? இங்க பாருடா...'' அவருக்குள்ளிருந்து வந்தது குரல்.

''தோ அங்க, கதவுக்கு பின்னால ஒளிஞ்சு உக்காந்து, இப்ப நீ அன்னக்கி இங்க நடந்த கூத்த நெனச்சு மண்டய கொழப்பிகிட்டு உக்காந்துருக்குருத பாத்துவாய பொத்திகிட்டு சத்தம் போடாம சின்ன புள்ளயாட்டம் கிச்சுகிச்சுனு சிரிச்சுகிட்டு இருக்கா பாருடா அந்த அம்மா... அவ பண்ண வேலதாண்டா அது... முட்டா பயல... இன்னமாடா உனக்கு அது புரியல?'' கப்பென்று நின்றுபோனது உள்ளே கேட்ட குரல்.

உள்ளங்கைகளைப் பிணைத்துத் தலைக்கு மேல் உயர்த்தி நெட்டி முறித்துப் பெருமூச்செறிந்து உடலை அசைத்து நிமிர்ந்து உட்கார்ந்து, திரும்பிக் கோயிலுக்குள் பார்வையை நிறுத்தினார் தமிழர் கட்சி தலைவர் இங்கிலீஸ் மணியம்.

சிறிது நேரம் மௌனமாய்ப் பார்த்திருந்து, சட்டென எழுந்து நின்றார். கைகூப்பி கன்னத்தில் போட்டுக்கொண்டார்.

அப்போதுதான், பக்கத்திலிருக்கும் கொக்செங் தோட்டத்தில் கொஞ்சகாலமாகவே காசநோயால் அவதிப்பட்டு சுங்கைப் பட்டாணி குரூப் ஆஸ்பத்திரியிலுள்ள காசநோய் வார்டில் சிகிச்சை பெற்று வீடு திரும்பியிருந்த தன் பால்யகால நண்பன் மாரியப்பனைப் பார்த்து நலன் விசாரித்து வந்து அலுப்புடன் உட்கார்ந்த வேட்டைக்காரர் காதில் அந்தச் சேதியைப் பக்கத்து வீட்டுக்கார தொரசாமி சொன்னபோது, ஏதோவொருவித அச்சம் அவருள் இருள் மேகமாய் கவிந்திறங்கபதற்றம் பற்றிக்கொண்டது. ''தலவரு

இப்ப எங்க இருப்பாரு?'' என்று ராமசாமியிடமே கேட்டுத் தெரிந்துகொண்டு, காலடியில் படுத்து, ''என்னாச்சு? எதுக்கு மூஞ்சி ஒரு மாதிரியா இருக்கு? எதுனா பெரச்னயா? சொல்லு...'' என்று அவர் முகத்தைப் பார்த்துத் தனது கண்களால் கேட்ட சீசரைத் துணைக்குக் கூட்டிக்கொண்டு கோயில் நோக்கி நடந்தார். வழி நெடுக மனம் அந்தக் கேள்வியிலேயே நின்று சுழன்றது. ''அந்த பையனுங்க எந்த பாதயில டவுனுக்கு போயிருப்பானுங்க? கித்தாக் காட்டுக்குள்ள போற பழய சடக்குல போயிருந்தா பரவால்ல... ஒருவேள கிட்ட இருக்குனு அந்த மலக்காட்டு ஓரமா போற குறுக்கு பாதயில போயிருப்பானுங்களோ? இருக்கலாம்... சின்ன பசங்க... அங்க என்னா இருக்குனு இவனுங்களுக்கு என்னா தெரியும்?''

''ஒண்டிசண்டியா அதுல போவாதீங்கடா பையனுங்களான்னு சாடமாடயா எத்தனயோவாட்டி சொல்லி பாத்தாச்சு... எள ரத்தம்... கன்னுகுட்டி மாதிரி துள்ளுரானுங்க... பயம் தெரில... போங்க வேட்டக்கார்ரே... சும்மா பூச்சாண்டி காட்டாதீங்க வேட்டகார்ரே... நாங்க ஒண்ணும் பாலு குடிக்கற பச்சபுள்ளங்க இல்ல வேட்டகார்ரே... தோ பாருங்க மூஞ்சில... மொசுமொசுன்னு மீச. அதுக்கு கீழ மோவாய்ல தொட்டு பாருங்க... மண்ணுல மலபேஞ்சு மொளக்கற குச்சிபுல்லு மாதிரி தாடிகூட சொரசொரன்னு இருக்கு... ஆம்பள ஆயிட்டோம் வேட்டகார்ரேன்னு கண்ண சிமிட்டி சிரிக்கிறானுங்க...

''பழய சடக்கு ரொம்ப தொலவு வேட்டக்கார்ரே... கித்தாக் காட்டுக்குள்ள பூந்து மலக்காட்டு ஓரமா போற அந்த ஒத்தயடி பாததான் குறுக்கு பாத... நீங்க கண்ணமூடி தொறக்கரதுக்குள்ள நாங்க டவுன்ல ஆசோங் கொய்த்தியோசூப் கடயில உக்காந்து சூப் சாப்புட்டுக்கிட்டு இருப்போம்னு வீம்பு பேசறானுங்க... ம்... இவனுங்கள குத்தம் சொல்லியும் பிரயோஜனமில்ல... எப்பிடி சொல்ல முடியும்? இவனுங்கதான் எவனும் இன்னும் அத பாக்கலயே... பாத்துருந்தா... ஐயா சாமின்னு அந்த பக்கம் பாத்து கைய தூக்கி ஒரு கும்புடு போட்டுட்டு... அந்த தெச பக்கமே சென்மத்துக்கும் தலவச்சு படுக்கமாட்டானுங்க... ஆமா... நாம அன்னக்கி அங்க கண்ணால பாத்தத இவனுங்க யாரும் இன்னவரக்கும் பாக்கலயே? அப்புறம் எப்பிடி நாம சொல்றத காது குடுத்து கேப்பானுங்க?'' என்று வாய் முணுமுணுக்க தலையைக் குலுக்கி பெருமூச்சுவிட்டார். மனம் அந்த நாளில் போய் நின்றது.

புக்கிட் செம்பிலான் மலைத்தொடரின் மலைச்சரிவில் கிளை பரப்பி அடர்ந்திருந்த காட்டு மரமொன்றில் பன்றி வேட்டைக்கென்றே

அமைத்த பரண். அதில் உடல் சரித்து உட்கார்ந்திருக்கிறார் வேட்டைக்காரர். கைகளின் கிடுக்கிப் பிடியில் குறிபார்த்த வேட்டைத் துப்பாக்கி. மரத்தடியில் சற்றுத் தள்ளி புதர் மறைவில் வழக்கம்போல் காற்று வரும் திசையில் முகம் வைத்து சீசர் காதை நிமிர்த்தி உசார் நிலையில் படுத்திருக்கிறது.

துணைக்கு வந்த மற்ற வேட்டை நாய்களும் சுற்றிலுமுள்ள புதர்களின் மறைவில் பதுங்கிக் காத்திருக்கின்றன.

நீண்ட நேரமாய் பன்றிகள் வருவதற்கான எந்த அறிகுறியும் தென்படவில்லை. மலைச் சரிவில் மரங்களினிடையே நீண்டு வளர்ந்திருக்கும் லாலான் புற்களின் இளம் பச்சை தரைவிரிப்பு. அதன் தலை நுனியை வருடியபடி சலசலத்துக் கடந்துபோகிறது காற்று. அதன் மெல்லிசைக்கு மயங்கிய பறவைகளின் தொடர் ராக ஆலாபனை. அதில் அபசுரமாய் நுழைந்து கலையும் காட்டுப் பூனையின் உச்ச கத்தல். தொலைதூரத்து செம்போத்து ஒன்றின், இணையின் தேடலுக்கான ஏக்கக்குரல்.

புதருக்குள் அசைவு. நாய்கள் பொறுமை இழக்கத் தொடங்கி விட்டிருந்தன. அது நல்லதில்லை என்பது அவருக்குத் தெரியும். வரும் இரை எச்சரிக்கையாகி ஓட்டமெடுத்து தப்பித்துவிடும். பரண் மேல் எழுந்து நின்று சுற்றிலும் நோட்டமிட்டார்.

கண்ணுக்கெட்டிய தூரம்வரை எந்த அசைவும் தென்படவில்லை.

சில நிமிடங்களில் அது நடந்தது. காடே அந்தப் பேரொலியின் அலை வீச்சில் சுழன்று அலறியது. அவரது உடல் பரண் மீது நின்றிருந்த நிலையில் தடுமாறியது. உள்ளே பீதி விரவிப் படர, துப்பாக்கி ஏந்திய கை நடுங்கியது. சமாளித்துச் சடக்கென உட்கார்ந்துவிட்டார். ஓசை வந்த திக்கில் கண்களைப் பதித்தார்.

உயிர் பறிபோகிற அலறலுடன் பன்றிக்கூட்டம் ஒன்று தலை தெறிக்க ஓடி வந்து கொண்டிருந்தது. அதன் காலடியில் லாலான் புற்கள் மிதிபட்டு துவம்சமாகிக்கொண்டிருந்தன. பன்றிக் கூட்டத்தின் பின்னே நாலுகால் பாய்ச்சலில் ஏதோவொரு மிருகம்.

உறை நிலையில் உட்கார்ந்து பார்த்துக்கொண்டிருந்தார் வேட்டைக்காரர்.

பரண் அமைந்த மரத்தின் மிக அருகில் பன்றிக் கூட்டம் அலறியோட, பின்னால் அந்த மிருகம். வினாடியில் அது நிகழ்ந்தது. துரத்தி வந்த மிருகம் சட்டென எம்பி எழுந்து அந்தரத்தில் பம்பரமாய்ச் சுழன்றது. சுழற்சி தொடர, உடல் வளைந்து தரை நோக்கி இறங்கியது. இறங்கிய விசையின் முழு வீச்சுடன்

மூர்க்கமாய் முன்னங்காலைச் சுழற்றி ஓங்கி அறைந்தது. வீல் என்ற மரண ஓலம் காட்டை உலுக்க, தலை சிதைந்து வாயில் ரத்தம் பீறிட உடல் துடிக்கக் கிடந்தது பன்றிகளின் ராஜா.

தலை நசிந்து ரத்த வெள்ளத்தில் கிடந்த பன்றியை ஒருகணம் பார்த்து நின்றது. பின் அண்ணாந்து வானம் நோக்கி உறுமி ஓலமிட்டது. தான் நெடுநாள் தேடியலைந்த தனது ஜென்ம விரோதியை அடித்து வீழ்த்தி விட்ட பரவச ஓலம். கண்கள் வெற்றிக் களிப்பில் ஒளிர, மீண்டும் குனிந்து தரையில் வழிந்தோடும் ரத்த வெள்ளத்தை முகர்ந்து, பிடரியைக் குலுக்கி நிமிர்ந்து சுற்றுமுற்றும் பார்த்தது. குனிந்து வாய் வைத்து ரத்தத்தை நக்கிச் சுவைத்து, பிடரி குலுங்க தலையைச் சிலுப்பி உலுக்கி, தன் அகண்ட வாயில், இன்னும் உயிர் முற்றிலும் உதிர்ந்திடாத, துடிக்கும் சிங்கப் பன்றியின் உடலைக் கௌவி இழுத்துக்கொண்டுபுதர்களுக்கிடையே ஓடி மறைந்தது.

பரணில் மரத்தோடு மரமாய் உறைந்து உட்கார்ந்து, அந்தக் குரூர நாடகத்தைப் பார்த்து நிலைகுலைந்துபோயிருந்தார் வேட்டைக்காரர். கைகால்கள் அவரது கட்டுப்பாட்டை இழந்து நடுங்கிக்கொண்டிருந்தன. இலக்கற்ற வெறித்த பார்வையில் அப்படியே நீண்ட நேரம் உட்கார்ந்திருந்தார். மனக் கண் முன் மீளுருவாகிப் பாய்ந்து பறந்து போனது புலி. அசாதாரண உடல் வடிவு கொண்ட புலி.

தோட்டத்துத் திடலில் பார்த்த படத்தில், எம்ஜியார் தனது ஒத்தைக் கையால் வாலைப் பிடித்துச் சுழற்றியடித்த நோஞ்சான் புலி போல் அல்ல இது. அது கூண்டில் அடைபட்டு, மனிதன் போட்டதைப் புசித்து நொந்து நூலாய்ப்போன பரிதாப ஜீவன். இது வளமான பசுமைக் காட்டில் பல்கிப் பெருகி வாழும் பல நூறு பிராணிகளின் ஊனை உண்ட, ஒரு சுதந்திரக் கானக உயிரின் வீரியமிக்க பூதாகர வடிவம்...

அன்று பரண் மேலிருந்து குனிந்து பார்க்க, மரத்தடியிலிருந்து மாயமாய் மறைந்துவிட்டிருந்த சீசரை இப்போது நினைத்துக் கொண்டார். சிரிப்பு வந்தது.

அன்றைய இரவைப் பரணிலேயே கழித்திருந்தார். கண் மூட விடாத ஒரு கொடூரக் கனவில் இரவு முழுக்கவும் வாழ்ந்தது போன்றதொரு பிரமை. பின்னிரவில் அசந்து இமைகள் தன்னிச்சையாய் மூட, கவியும் கனவுக்குள் மனம் பதறி அலறவைத்துப் பாய்ந்துபோகும் புலி. இருள் விலகி முதல் ஒளி மெல்ல விரிந்து படர, பறவைகளின் ஆரவாரக் குரல் காட்டை நிறைத்தது. மெல்ல தலை தூக்கிப் பார்த்தார் வேட்டைக்காரர். காடு புதியதாக நின்றது.

தன் வேட்டை வாழ்வனுபவத்தில் அதுவரை எதிர்கொண்டிராத காட்சி. காட்டில் தினமும் அரங்கேறும் குரூர நாடகம் ஒன்றின் சாட்சியாகத் தான் இருந்ததை, அவரால் இன்னமும் முழுமையாக உள்வாங்க முடியவில்லை. வேட்டையாடப்படும் சிறிய உயிர்களின் பரிதவிப்பு எத்துணை கொடுமையானது என்பதை அந்தச் சில நொடிப்பொழுதில் கண்டுகொண்டிருந்தார்.

அந்தப் புலியின் இடத்தில் தன்னை வைத்துப் பார்க்க, மரண பயத்தில் தலைதெறிக்க ஓடிய பன்றிக் கூட்டத்தின் பின்னே, துப்பாக்கி வேட்டு காட்டை அதிரச் செய்ய, அசுர மிருகமாய் மாறித் துரத்திப் போகும் தன்னையே அங்கே கண்டார்.

சரேலென ஆழத்துள்ளிருந்து மேலெழுந்து, குத்துத் தூண்டியில் சிக்கிய விறாலாய், துப்பாக்கி ஏந்திய வேடனாய் காட்டினுள் கால் பதித்துவிடும் தருணம் முதல் தானும் ஒரு ஈவிரக்கமற்ற இன்னுமொரு வேட்டை மிருகமாகிவிடும் மாயம் தன்னையறியாமல் நிகழ்ந்துவிடுவதான மெலிதானதொரு பனிமூட்டம் திரையிட்ட புரிதல் அவனுக்குள் ஏற்பட்டது.

ஒரு வேடனாய்த் தான் பூண்டிருந்த மேலுமொரு மாறுவேடத்தின் பொருட்டு இத்தனை காலம் தான் கொண்டிருந்த பெருமிதம் எத்துணை அற்பமானது என்பதை உணரத் தொடங்கியிருந்தார்.

இருபது ஆண்டுகளுக்கு முன்பே ஒருநாள், அந்த ஆண்டின் தைப்பூசத் திருவிழா முடிந்த மூன்றாவது நாள் (என்பதை துல்லிதமாக இன்றும் நினைவுகூர்ந்து அவரால் சொல்ல முடிகிறது) முதல் பன்றி வேட்டைக்குப் புறப்பட்டுப்போன அன்று, அவருள் முளைவிட்டு எட்டிப் பார்த்த, அதுநாள்வரை எதன் பொருட்டும் அவர் அனுபவித்திராத, அபூர்வ பரவசம் அது.

குச்சிக்காடு மதியப்பொழுதின் வெம்மையில் உள்ளொடுங்கி வாசலில் உட்கார்ந்து கதை பேசிக்கொண்டிருக்கிறது. தொலைதூரத்தி லிருந்து கித்தாக்கட்டினூடாய் அலையடித்து வரும் இதமான காற்றுக்காய்க் காத்திருக்கிறது. வழக்கமான ஆரவாரம் ஏதுமற்ற அமைதியான மதியம். அதில் கல்லெறிந்து கலைத்துப் போடுகிறது, தொங்கல் லயத்தின் முனையிலிருந்து வந்த நாய்களின் குரைப்பொலி. குச்சிக்காட்டின் கவனம் அதில் பதிகிறது.

கேள்வியுடனும் ஆவலுடனும் காத்திருக்கிறது. உருவம் நெருங்கி வர திகைப்புடன் பார்த்துப் புன்னகைக்கிறது. ஒருநாள் யாரிடமும் சொல்லாமல் சைக்கிளை மிதித்து சுங்கைப்பட்டாணிக்கு

ரகசியமாய்ச் சென்று வழக்கமாய் தீபாவளிக்குச் சட்டை சிலுவார் தைக்கும் சொங்குவான் தையற்கடையில் சொல்லித் தைத்த மிலிட்டரி காக்கி துணியில் அமைந்த அரைக்கை சட்டை சிலுவார், கால்களில் கனத்த சப்பாத்து காலுறை சகிதம், இடது தோளில் துப்பாக்கி ஒன்று தொங்க, தலை நிமிர்ந்து கம்பீர நடையில் வருவது, தங்கள் சங்கிலி என்கிற சங்கிலிமுத்து அண்ணன் என்பதை அவர்கள் எவரும் எதிர்பார்த்திருக்கவில்லை. வாய் பிளந்து பார்த்துக் கொண்டிருந்தார்கள். அவர்களுக்குக் கை காட்டி ஓரக்கண்ணால் பார்த்து உள்ளூரச் சிரித்து லயங்களைக் கடந்து போன சங்கிலிக்கு, (பின்னாளில் அப்பெயர் மறக்கப்பட்டு வெறும் வேட்டக் காரரானார்) உள்ளூரப் பொங்கிய ஆனந்த வெள்ளம் பல நாள் நீடித்தது. அதுமுதல் அவருள் ஒரு புது மனிதன் பிறந்துவிட்டிருந்தான்.

அவன், தன்னையொத்த பிற தோட்டத்துச் சனங்களிடமிருந்து தன்னை வேறுபட்ட, ஒரு படி மேல் நிற்கும், தண்டல்களைப் போன்ற, அவர்களின் மரியாதையை எதிர்பார்க்கும், துப்பாக்கி ஏந்திப் பயமின்றிக் காடுகளில் சுற்றியலைந்து, காட்டு விலங்குகளை வேட்டையாடும் ஒரு வீரமிக்க வேடன் என்கிற நினைப்பு வந்துவிட, அதுவரை இல்லாதிருந்த ஒருவித மதர்ப்பு தலைக்குள் வந்து உட்கார்ந்துகொண்டது.

தன் வேட்டை வாழ்வின் இருபது ஆண்டுகள் கடந்த நிலையில், அன்று அந்த மலைச்சரிவில் காடு அவருக்கென பிரத்தியேகமாகத் திட்டமிட்டு நிகழ்த்திய புலி வேட்டை எனும் துயர நாடகம், அதனை உடைத்துச் சிதறடித்துவிட்டிருந்தது.

தலைவர் இன்னமும் கோயில் வளாகத்திலேயே உட்கார்ந்து தீவிரமாக யோசித்துக்கொண்டிருந்தார்.

சட்டெனத் தோன்றிய அந்த யோசனையில் உற்சாகமாகி எழுந்து நின்றவர், பின்புறம் வந்த காலடியோசைக் கேட்டு திரும்பி அரை இருளைத் துழாவினார். மங்கல் ஒளியில் வலது கால் தாங்கலாய் அசைந்தாடி நெருங்கி வரும் உருவம், அது வேட்டைக்காரர் என்பதைச் சட்டென உணர்த்தியது. தன்னைத் தேடி வந்த வேட்டைக்காரரை எதிர்கொண்டு நெருங்கி, ''வாங்கண்ணே... நல்லவேள நீங்க வந்தீங்கணே... தொணக்கி யாருமில்லாம கவலயா இருந்துச்சுண்ணே... வாங்கண்ணே... குச்சிக்காடு வரக்கும் ஒரு நட போய்ட்டு வந்துருவோம்...'' என்று அவரது கைபற்றி இழுத்துக் கொண்டு விரைவாய் நடந்தார் தலைவர். கூடவே அவர்களின் வாலைப் பிடித்துக்கொண்டு பின்னாலேயே ஓடினான் சீசரும்.

கோயிலிலிருந்து புறப்பட்டுபத்தாவது நிமிடத்தில் குச்சிக்காட்டுப் பாதையில் இறங்கி, நான்கு லயங்களைக் கடந்து தொங்கல் லயத்துக்குள் காலடி வைத்து, அம்மாவூட்டு கோபாலு வீட்டு வாசலில் நின்றுகொண்டிருந்தனர் மூவரும்.

வாசலில் பேச்சுக் குரல் கேட்டு ஓடிவந்தான் குட்டியப்பன். கோபாலுவின் ஒரே செல்ல மகன். பின்னாலேயே, ''யாரது?'' என்று கேட்டபடி வந்தான் கோபாலு. கையில் சுடர்விட்ட மண்ணெண்ணெய் விளக்கு. முகத்தில் குழப்பம்.

சேதி கேட்டுத் தலையைச் சொறிந்தபடி நின்று யோசித்தான். குசினி வாசலில் முத்தாயி முகம் நிழலாடியது. ''யாரது... இந்த ராத்திரில?'' என்று நெருங்கி வந்தாள். கோபாலு திரும்பி, ''தோ வர்ரேன் இரு'' என்றபடி அவளை நோக்கி நடந்தான். அவள் பக்கம் போய் நின்று மெல்ல ஏதோ சொன்னான்.

அவள் சடாரென முகம் திருப்பி, கை நீட்டி, அவன் கைகளைப் பிடித்து இழுத்துக்கொண்டு குசினிக்குள் போவதை வாசலில் நின்று பார்த்த தலைவர் குழப்பத்தோடு திரும்பி வேட்டைக்காரர் முகத்தைப் பார்த்து, ''என்ன நடக்குது?'' என்பதுபோல் தலையாட்டினார்.

வேட்டைக்காரர் அவரை வெறுமனே பார்த்திருந்து திரும்பிக் கொண்டார்.

உள்ளிருந்து அவளது குரல் சற்று உரத்து வந்தது.

''என்ன அண்ணே? அவ என்னமோ தகறாரு பண்ணறா போல இருக்கு?'' என்றபடி நகர்ந்து, வாசலில் நீண்டு கிடந்த வாங்கில் சரிந்து உட்கார்ந்து, பக்கம் நின்ற குட்டியை நிமிர்ந்து பார்த்து, ''என்ன குட்டி? நீ போறயா? தொண்டர் படயில தலவனா இருந்தவன்... அந்த மலாய்க்கார சண்டீரு அமீட்ட மடக்கி கீழ தள்ளி மிதிச்சு தோக்கடிச்சவன்... தெகிரியசாலி... அதான் ஒன்ன தேடி வந்தேன்... என்ன சொல்ற? அம்மா ஏதோ தகறாரு பண்றாங்க போல இருக்கு?''

குட்டி நிமிர்ந்து பார்த்து, ''நா போறேன் தலவரே... அம்மாவ அப்பா பாத்துக்குவாரு...''

தலைவர் முகத்தில் சிறிய திருப்தி. புன்னகைத்தார். திரும்பி வேட்டைக்காரரைப் பார்த்து ''என்ன அண்ணே? நீங்க என்ன சொல்றீங்க? குட்டிய அனுப்பலாம் இல்ல?''

அவரது கேள்விக்குச் சாதகமாக எதையும் சொல்லும் நிலையில் அவர் அப்போது இல்லை என்பதைக் கட்சித் தலைவர் புரிந்திருக்க நியாயமில்லை என்பதனை வேட்டைக்காரர் நன்றாகவே உணர்ந்திருந்தார். குட்டி இந்த அகால அமாவாசை இருட்டில் பயணிக்கப்போகும் அந்த மண் சடக்குக்கு மிக அருகிலேயே எழுந்து உயர்ந்து நிற்கும் அந்த மலைக்காட்டின் சரிவில் இரவு நேரத்தில் வேட்டையாடித் திரியும் ஒரு பயங்கர காட்டு ஜீவனைப் பற்றிச் சொன்னால், குச்சிக்காட்டில் எவரும் நம்பப்போவதில்லை என்பதை அவர் தெளிவாகவே உணர்ந்திருந்தார்.

''போடா... போ... சும்மா கத உடாத வேட்ட... மலக்காட்டுல பறக்கற புலியாம்... சத்தம் போட்டா காடு கிடுகிடுன்னு அதிருதாம்... சிங்கப்பல்லு ராஜா பன்டிய ஒரே அடில தலய அடிச்சு நொறுக்கிடுச்சாம்... யாருகிட்ட கத உடர வேட்ட? எங்கப்பன் எங்களுக்கு அஞ்சு வயசுலயே காது குத்திட்டான்... தோ பாரு காதுல ஓட்ட... போ... போ... பகத்துல இருக்குற கொக்செங்ல போயி அங்க செங்கான்னு ஒரு காதுல பூ வச்சவன் இருக்கான்... அவங்கிட்ட சொல்லு ஒங் கதய... பச்ச புள்ள மூளகாரன்... வாய பொளந்து எச்சி ஒழுகிட்டு தலய ஆட்டி ஆட்டி ஆ ஆன்னு சிரிச்சுகிட்டு கேப்பான்...'' என்று எகத்தாளமாகப் பகடி பண்ணிச் சிரிப்பார்கள்.

அதனாலேயே, மலைச்சரிவில் அதைக் கண்டு பல மாதங்கள் கடந்த நிலையிலும், அதை எவரிடமும் பகிர்ந்து கொள்ளாமல் தனக்கு மட்டுமே ஆன ரகசியமாகப் பாதுகாத்து வருகிறார். ''நீங்களே முடிவு பண்ணுங்க தலவரே...'' என்றபடிச் சட்டென பார்வையை அவர் முகத்திலிருந்து விலக்கிக் குசினி வாசலில் நிறுத்தினார்.

அம்மாவூட்டு கோபாலு தலை தெரிந்தது. தொய்வுடன் வந்து கொண்டிருந்தான். கோயில் தலைவர் எழுந்து நின்று ''என்ன கோபாலு? முத்தாயி என்ன சொல்றா?'' என்றார். அவன் நிதானமாகச் சொன்னான். ''அவ அப்பிடிதான் தலவரே... பயத்துல என்னென்னமோ ஒலர்ரா... பரவால்ல தலவரே... அவள நா பாத்துகுறேன்... குட்டிய அனுப்பி வைங்க... ஒருத்தருக்கு ஒருத்தர் ஒரு ஒத்தாசதான... பாவம்... காலம்பற போன புள்ளங்க இத்தன பொழுதுக்கும் வூட்டுக்கு வரலன்னா பெத்த மனசுங்க என்னா பாடுபடுன்னு புள்ளய பெத்தவங்களுக்கு நல்லா தெரியும் தலவரே... குட்டி தெகிரியசாலி... எதுன்னாலும் நின்னு சமாளிப்பான்... எதுக்கும் தொணக்கி ஒண்ணு ரெண்டு பேர கூட அனுப்பி வைங்க தலவரே...''

வேட்டைக்காரரின் உடல் சில்லிட்டுச் சிலிர்த்தது. நா வறண்டு அன்னத்தில் ஒட்டிகொள்ள, எச்சிலைக் கூட்டி விழுங்கி தொண்டையை நனைத்து ஆசுவாசப்படுத்தி, மெல்லத் திரும்பி, அரை இருளில் நின்றுகொண்டிருந்த குட்டியைத் திகிலூறிய கண்களுடன் கூர்ந்து பார்த்தார்.

அப்பனுக்குப் பின்னால் நின்று பார்த்துக்கொண்டிருந்த குட்டியப்பன் விலகி முன்னால் வந்து, வீட்டுத் தூணில் ஒருக்களித்து சாய்த்திருந்த சைக்கிளை நெருங்கி, கையிலிருந்த கைலாம்பை கைப்பிடியில் தொங்கவிட்டு, குனிந்து டயரைப் பார்த்தான். கட்டை விரலால் இரண்டு டயர்களையும் அழுத்திக் காற்றைச் சோதித்து, திருப்தியுடன் தலையாட்டி, பெடலை மிதித்துச் சக்கரத்தைச் சுழலவிட்டு, டைனமோவைத் தட்டிவிட்டான். முன்னாலிருந்த விளக்கில் வெளிச்சம் பாய்ந்தது. திரும்பி, ''எல்லாம் சரியா இருக்கு தலவரே... வாங்க போலாம்... அப்பிடியே மேட்டு லயத்து வரக்கும் போய்ட்டு போயிரலாம் தலவரே...'' என்று நிமிர்ந்து பார்க்காமல் சைக்கிளைத் தள்ளிக்கொண்டு நடந்தான்.

அவனோடு பேச்சுக்கொடுத்தபடி நடந்து, சட்டென நின்று திரும்பிப் பார்த்து, ''பயப்படாத கோபாலு... ஒம் பையனுக்கு ஒண்ணும் ஆவாது... முத்தாய்க்கு தெகிரியம் சொல்லு... நம்ம மலமேட்டு முனி அவனோட தொணக்கி இருப்பாரு...'' என்றார் தலைவர்.

இருளில் அவரது முகத்தைப் பார்க்க முடியாவிட்டாலும், காற்றில் அளைந்த சொற்களைத் தழுவி வந்த ஏதோவொரு நடுக்கம் கோபாலுவைத் துணுக்குறச் செய்தது.

நீண்டு கிடந்த தோட்டத்து மண் சடக்கு என்பது இரவு நேரத்துப் பயணங்களுக்கு உகந்தது அல்ல என்பது அவர்களின் பொதுவான அச்சமாக இருந்தது.

போகும் வழியில் சடசடவென ஒரு கிளை முறிந்து விழும். பின்புறமிருந்து யாரோ ஓடிவரும் காலடி ஓசைகள்,வந்த வேகத்தில் மறைந்து அமைதி சூழும். திடுக்கிட்டுத் திரும்பிப் பார்க்க இருள் மட்டும் தெரியும். காற்றில்லாத பொழுதிலும் மரக்கிளைகள் தன்னிச்சையாய் அசையும். யாரோ அதனைப் பிடித்து முரட்டுத்தனமாக உலுக்குவதுபோல் இருக்கும்.

ஒருமுறை காடுவெட்டி காத்தான் நடுநிசி கடந்து சைக்கிளில் வந்துகொண்டிருந்தபோது கித்தாக்காட்டுக்குள்ளிருந்து அதிசயமான ஒரு சிரிப்பொலி கேட்டதாக இப்போதும் அவர் சொல்லுவது உண்டு. ''அது மனுசனோட சிருப்பு இல்லப்பா... எனக்கு இப்பவும்

அது காதுல அப்பிடியே இருக்கு... டவுனுக்கு போயி வேல முடிஞ்சு கள்ளுக்கட பக்கம் போயி நின்னா... அங்க பழய கூட்டாளி ஒருத்தன்... வுடமாட்டன்னு புடிச்சுகிட்டான்... கள்ள வாங்கி வச்சு குடி குடின்னு ஒரே தொல்ல... பொழுது சாஞ்சு இருட்டி வெளக்கு வச்ச பின்னாலயும் வுடமாட்டன்னு அடம்புடிச்சான்... அப்பிடி இப்பிடின்னு சமாளிச்சு சைக்கில மிதிச்சு கெளம்பி நம்ப தோட்டத்து சடக்குல நொழஞ்சப்ப கண்ணுல ஒரு ஈ காக்கா படல...

''சடக்கு முன்னால இருட்டுல ஒன்னு படுத்து கெடக்கு... அப்பவே மனசுல பயம் வந்துடுச்சு..., அங்க இங்க பாக்காம நேரா பாத்து வந்துகிட்டிருக்கேன்... நம்ம மலக்காட தாண்டி வருமே ஒரு பெரிய மேடு... அதுல ஏறி சர்ருனு பள்ளத்துல எறங்கி சைக்கிலு வேகமா போவுது... அப்ப சடக்குனு கித்தாக்காடு மாறிடுச்சு... கீச்சுமூச்சுனு ஒரு சத்தம்கித்தம் இல்லாம சுடுகாடு மாதிரி கம்முனு ஆயிருச்சு... அந்த சிருப்பு சத்தம் மட்டும் கேக்குது... காத்து மாதிரி என்னயே சுத்தி சுத்தி வருது... ரயிலு தண்டவாளத்துல கடகடன்னு ஓடர மாதிரி ஒரு சிருப்பு... நாடி நரம்பு எல்லாம் சுண்டி சுருங்கி கிடுகிடுன்னு நடுங்குது... மூத்தரம் பிச்சிகிட்டு காலோட ஓடுது...''

குட்டி சைக்கிளைத் தள்ளிக்கொண்டு முன்னால் நடக்க, பேசியபடி தொடர்ந்த யூனியன் தலைவர் இங்கிலீஸ் மணியமும் வேட்டைக்காரரும் இருளில் மறையும் வரை வீட்டு வாசலில் நின்று அசையாமல் பார்த்துக்கொண்டிருந்த அம்மாவூட்டு கோபாலு வின்மனசுள், சில வருடங்களுக்கு முன்பு, சைக்கிளில் தனியனாய்ப் பயணிக்க, நடுநிசி தாண்டி, அடர் இருளில் மூழ்கிச் சுடுகாடாய் மௌனித்திருந்த கித்தாக்காட்டில் எங்கிருந்தோ சட்டெனெ எழுந்து சுழன்ற சிரிப்பொலி கேட்டுப் பயத்தில் மூத்திரம்போன காடுவெட்டி காத்தான், அவரிடம் பலமுறை சொல்லி திகிலூட்டிய அந்தக் கதைதான் நினைவுக்கு வந்திருந்தது. குழப்பம் தலைதூக்கியது.

''குட்டிய இந்த ராத்திரில அந்த மலக்காட்டு பக்கமா அனுப்புனது தப்புதானோ? முத்தாயி, அனுப்ப வேணாண்னு ஒத்த கால்ல நின்னு சத்தம் போட்டாளே? நாமலும் வேணான்னு சொல்லிருக்கனுமோ? எப்படி சொல்றது? ஒண்ணோட ஒண்ணா தாயா புள்ளயா பழகிட்டோம்... ஆபத்து அவசரம்னா நாமதான ஓடி நின்னு என்ன ஏதுன்னு கேக்கனும்... ஒருத்தருக்கு ஒருத்தர் ஒத்தாசயா இருக்கனும்... அதான மொற... இந்த ராத்ரில வாசல்ல வந்து கைய ஏந்தி நின்னு, கொஞ்சம் ஒதவுப்பா கோபாலுன்னு கேட்ட தலவருகிட்ட எந்த மூஞ்சியோட முடியாதுன்னு சொல்றது?''

திரும்பி நடந்து, குசினிக் கதவையொட்டிக் கிடந்த மர வாங்கில் காலை நீட்டிப்போட்டு, பலகைச் சுவரில் முதுகு சரிய உட்கார்ந்து, வாசலுக்கு அப்பால் விரிந்து சென்ற இருள் பரப்பில் கண்களைப் படரவிட்டுத் தவிப்புடன் நிமிர்ந்து மேலே பார்த்தான். எதையோ எதிர்பார்த்து கண்கள் அங்குமிங்கும் அலைபாய, எழுந்து நின்று உடலை வளைத்து சோம்பல் முறித்து, பெருமூச்செரிய உட்கார்ந்து மீண்டும் ஆவலோடு தேடினான்.

வழக்கமாய், பொழுது போய் விளக்கு வைத்த கையோடு அவை வீட்டு முகட்டில் நடமாடத் தொடங்கிவிடும். கட்டிலில் படுத்துக் கை மடக்கித் தலைக்கு முட்டுக் கொடுத்து, அங்கு நடக்கும் கண்ணாமூச்சி விளையாட்டைப் பார்ப்பது, அவனுக்குப் பிடித்தமான இரவு நேரப் பொழுதுப்போக்கு.

குச்சிக்காட்டில்இரவு நேரப் பொழுதுபோக்கு என்பது வீட்டு அஞ்சடிகளில் மண்ணெண்ணெய் விளக்கைச் சுற்றிக் கூட்டமாய் உட்கார்ந்து தாத்தாக்களும் பாட்டிகளும் சொல்லும் புராணக் கதைகளையோ, தோட்டத்தில் யாரோ உட்கார்ந்து யோசித்து அவிழ்த்துவிட்ட பேய் பிசாசுக் கதைகளையோ அல்லது தாங்கள் என்றோ ஒருநாள் விட்டுப் பிரிந்து வந்த தங்கள் பூர்வீகத் தமிழ் மண்ணின் நினைவலைகளையோ, கண்களில் ஏக்கம் மின்ன, உணர்ச்சி பொங்கிக் குரல் கம்ம அசைபோடுவதையோ, கண்கொட்டாமல் இரவு நீண்ட நேரம் மெய்மறந்து கேட்டிருப்பது, அங்குள்ள ஒரே பொழுது போக்கு.

அம்மாவூட்டு கோபாலுக்கு அதிலெல்லாம் நாட்டமில்லை. அவனது இரவு நேரப் பொழுதுபோக்கு என்பது ஒன்றே ஒன்றுதான். அது, வீட்டு முகட்டில் நடக்கும் அசலானதொரு ஜீவ நாடகத்தைப் பார்த்துக்கொண்டிருப்பது. எலிகளாக இரவுநேரப் பூச்சிகளும், அவற்றை வேட்டையாடும் பூனைகளாகப் பல்லிகளும். பல்லிகள் தரையில் வாழும் குட்டி முதலைகள். மிகுந்த தேர்ச்சி பெற்ற வேட்டைக்காரன். முகட்டுச் சட்டங்களின் இடுக்குகளில் பதுங்கியிருந்து, மிகுந்த எச்சரிக்கையுடன் வாலைச் சுழற்றியபடி, முதலை நீர் அலுங்காமல் அதனடியில் நகரும் லாவகத்தோடு, இரையைக் குறி வைத்து அடிமேல் அடி வைத்து தலைகீழாக அவை நகர்ந்து போகும் காட்சியின் அழகை ரசித்தபடி, சூழல் மறந்து அதனில் ஒன்றிக்கிடப்பான், தூக்கம் வரும் வரை.

அது எடுத்து வைக்கும் ஒவ்வொரு அடியிலும் அவனது பதற்றமும் தொக்கி இருக்கும். இரையை நெருங்க அதன் உடல் ஒரு வினாடி உறைந்து அசைவற்று நின்று, மறு வினாடியில் மின்னலென வாய் பிளந்து எகிறிப் பாய்ந்து இரையைக் கவ்வி விருட்டென ஓடி

சட்டங்களின் இடுக்கில் உடல் மறைய, ''அப்பிடி போடுறா எங் குட்டி ராஜா'' என்று முகம் மலருவான். அவன் குரல் கேட்டு, குசினி வாசலில் உட்கார்ந்து வழக்கமாய் ரொட்டிக்கு மாவு பிசைந்தபடியோ மர உரலில் அரிசியை உலக்கையால் மாக்மாக்கென்று மூச்சிரைக்க ஓங்கி இடித்தபடியோ இருக்கும் வீட்டுக்காரி முத்தாய்க்குச் சிரிப்பு வந்துவிடும். திரும்பி நின்று செல்லமாய், ''மண்ட கிறுக்கா புடிச்சு போச்சு ஒங்களுக்கு? அங்க அந்த மோட்டு வளல அப்பிடி என்னாதான் இருக்குனு தெனமும் இப்பிடி மல்லாந்து படுத்துகிட்டு வாய பொளந்து பாத்துகிட்டு இருக்கீங்க? எவ அவுத்துபோட்டு ஆடறா?'' என்று முணுமுணுப்பாள்.

முன்னிரவு கித்தாக்காட்டு ஊதல் காற்று ஒன்று எங்கிருந்தோ வந்து லயத்துக்குள் ஒரு நடை வந்து, உடலைத் தழுவி கடந்துபோனது. மலமேட்டு முனியை நினைத்துக்கொண்டான். தலைக்கு மேல் இரு கைகளையும் கூப்பி, ''ஐயா... சாமி... எம் புள்ளய கூட நின்னு காப்பாத்துயா... இந்த திருவிழாக்கு ஒனக்கு ஒரு கடா போட்டுர்ரேன்...'' என்று முனகினான்.

மோட்டு வளையை வெறித்தபடி அவரது பதிலுக்குப்பதற்றத்துடன் காத்திருந்தான். இதுநாள்வரை அங்கிருந்து முனி சொல்லிய எந்தக் குறியும் தப்பானதில்லை என்பது அவனது அனுபவம். வடக்கு மூலையிலிருந்து பதில் வந்தால் நல்ல சேதி. தெற்கு மூலை என்றால் கெட்ட சேதி என்பது அவனது அனுபவம்.

பெரும்பாலான பொழுதுகளில் அவனது எதிர்பார்ப்பு நிறைவேறும். ஏதேனும் ஒரு பதில் வரும்.

பதில் வராது போகும் தருணங்களும் அமைவதுண்டு. அத்தகைய தருணங்களில், அவன் நினைத்து பதில் கோரிய எதுவும் மிகுந்த துயரத்தைக் கொடுத்துள்ளதை அறிந்திருந்தான். கண்கள் முகட்டு வளையை சல்லடைப் போட்டு அலசிக்கொண்டிருந்தன. அங்கு இன்று எந்த அசைவும் இல்லை. பதற்றம் மேலேறிக்கொண்டிருந்தது. இரவுநேர சுடுகாடுபோல் வெறிச்சிட்டு மௌனித்துக் கிடந்தது மோட்டுவளை.

அதிசயமாய் அந்த இரவில் காகம் ஒன்று வீட்டுக் கூரைக்கு மேல் கரைந்து போனது. திடுக்கிட்டு சடக்கென எழுந்து உட்கார்ந்தான்.

●

தன் அப்பனின் அந்த அவஸ்தையை உணர முடியாத தொலைவிற்குப் போய்விட்டிருந்தான் குட்டி.

மங்கிய சைக்கிள் விளக்கொளியில் மேடு பள்ளங்களில் தட்டுத்தடுமாறி குலுங்கி ஆடிஅசைந்து போய்க்கொண்டிருந்தது சைக்கிள்.

பகலில் ஓடிப் பழக்கப்பட்ட பாதை. அதை நினைவில் வைத்து, ஒரு நிதானத்தில் குழிகளை முன்னறிந்து லாவகமாய்த் தவிர்த்துப் போய்க்கொண்டிருந்தான். தவறி குழிகளில் விழுந்து எழும் தருணங்களில் பின்னாலிருந்து முதுகில் அடி விழுந்தது. ''டே குட்டி... பாத்து ஓட்றா... சைக்கில தொப்பு தொப்புனு குழில உடாதடா... சூத்து வலிக்குது...'' என்றான் நெட்டமணி.

பத்தாம் நம்பர் முனியம்மா நெரையைக்* கடக்க, பின்னால் யாரோ குரல் கொடுத்து ஓடிவரும் காலடிச் சத்தம் கேட்டுப்பதற்றத்துடனும் தயக்கத்துடனும் கைபிரேக்கை அழுத்திப் பிடித்து காலூன்றி நின்று பின்னால் திரும்பி, ''யாருடாது மணி...? எறங்கி பாரு...'' என்றான் குட்டி. பின்னாலிருந்த நெட்டமணி எம்பிக் குதித்து இறங்கி, பின்னால் தங்களை துரத்தி ஓடிவரும் மனிதன் யாராக இருக்கும் என்கிற ஆவலோடு கைவிளக்கை ஓசை வரும் திசையில் அடித்தான்.

வேக நடையில் ஒரு உருவம் தங்களை நோக்கி வருவதை ஒருவித அச்சத்துடன் இருவரும் எதிர்கொண்டனர். நெட்டமணி திரும்பி, ''என்னடா குட்டி?'' என்று முனகினான். குட்டி ஒன்றும் சொல்லாமல் தங்களை நோக்கி வரும் உருவத்தையே உற்று நோக்கிக் கொண்டிருந்தான். அவனுள் குழப்பம். இந்த இரவில் இந்த இருள் மண்டிய கித்தாக்காட்டுக்குள் ஒத்தையில் வருபவர் யாராக இருக்கும்?

காலடி ஓசை நெருங்கி வந்து கைதொடும் தூரத்தில் சட்டென நிற்க, ''யாரது? சாமியாடி அண்ணணா?'' என்றபடி முன்னகர்ந்தான் குட்டி. அகாலத்தில் பேய்போல் காடுமேடுகளில் தன்னந்தனியாய்ச் சுற்றித் திரியும் மனிதன் அவர் ஒருவர்தான் என்பதை சுயத்தில், ஒரு நள்ளிரவு கடந்த பொழுதில் எதிர்பாராத ஒரு சந்திப்பில் சில மாதங்களுக்கு முன்புதான் பூரண பௌர்ணமியன்று கண்டுகொண்டிருந்தான்.

பார்த்துப் பதிவாகிய உருவம் மனதில் நிழலாடியது.

சதை பிடிப்பில்லாத, காய்ந்த கித்தா கம்புபோல் விறைத்து நிமிர்ந்திருக்கும் உடல்வாகு. கருஞ்சிலை ஒன்றை நினைவுறுத்தும் அடர் கருமையில் மினுங்கும் தோல் வளம். சுருள் சுருளான நீள தலைமுடி பின் பக்கம் இணைத்துக் கட்டி ஆடிக்கொண்டிருக்கும்.

---

* ரப்பர் மரங்களின் வரிசை

அகன்ற நெற்றி நிறைக்கும் திருநீறு பூச்சு. அதன் நடுவாய், பத்துக் காசு அகல சந்தனக் குங்குமம். கம்பளிப்பூச்சியை ஒட்டிவைத்தது போல், பிறை வடிவில் அடர்ந்து நிறையும் புருவங்கள். மனதைத் துளைத்துச் செல்லும் கூர்த்த அகன்ற கண்கள். கழுத்தில் எப்போது மிருக்கும் ஒரு உத்ராட்ச மாலை. அதன் வரலாற்றைக் கூறும்போது சாமியாடியின் கண்களில் ஏற்றப்படும் அந்தச் சுடரொளியைக் கண்டவர்கள், திகைத்துச் சில கணமேனும் நிலைகுத்திவிடுவார்கள்.

சில காலத்திற்கு முன்பு சில மாதங்கள் சாமியாடி காணாமல் போயிருந்தார். எங்கு போனார் என்பது எவருக்கும் தெரியவில்லை. ஒருநாள் திடீரென வந்து நின்ற சாமியாடி வேறு ஆளாக மாறியிருப்பதைக் கண்டு தோட்டம் ஆச்சரியத்துடன் முணுமுணுத்தது. கழுத்தில் முன்பில்லாத உத்ராட்சமாலை. ''இது எங்க கெடச்சுச்சு சாமியாடி?'' என்றபடி நெருங்கி அதனை பயபக்தியுடன் வருடிக் கேட்ட காடுவெட்டி காத்தானை உற்றுப் பார்த்தபோதுதான், அந்த அபூர்வ ஒளியை அவர்கள் முதன்முதலில் கண்டனர். அந்த ஒளி விலகாமலே, ''இது எங்க சாமி குடுத்தது'' என்று சொன்ன சாமியாடி, அது தன்னிடம் வந்த கதையையும் சொன்னான்-

மலமேட்டு முனி முன் கண்மூடி உட்கார்ந்திருந்த ஒரு மாலைப் பொழுதில் கேட்ட ஒரு அசரீரிக் குரல் இட்ட கட்டளையை ஏற்று, அந்த இரவே புறப்பட்டுப்போய், பாலிங்கில் நகரின் கடை வீதியில் அன்றைய இரவைக் கழித்து, மறுநாள் பொழுது விடிய மலைப் பாதையில் ஏறி, சில கிலோமீட்டர் தூர பயணத்தில் தாய்லாந்து எல்லையோரக் காட்டை அடைந்திருந்தார். அசரீரி குரல் சொன்ன அடையாளத்துடன் காட்டின் நடுவே ஒரு குடில். அதில் அவர் நீள பழுத்த தாடி முகம் மறைக்க, கண்கள் மேல் செருகிய நிலையில் நிஷ்டையில் தன்னிலை மறந்து அமர்ந்திருந்தார்.

சுவாமி சிவானந்தர். தமிழகத்திலிருந்து சில காலம் இங்கே வந்திருந்து, ஆசிரமம் அமைத்து மக்களுக்கு வாசியோகம் கற்பித்து, பிறவிக் கடல் கடக்க அருளியவர். சாமியாடி அங்கேயே அவருடன் சில காலம் தங்கி, அசரீரி இட்ட ஆணையின்படி அவரிடம் உபதேசம் பெற்று, அவர் அருளிய உத்ராட்ச மாலையையும் அவரின் அன்புப் பரிசாய்ப் பெற்றுக்கொண்டு தோட்டம் திரும்பினான்.

மாட்டுக்கார முருகேசு மவங்காரன் சப்பாணி என்ற அடையாளம், அவன் சாமியாடத் தொடங்கிய நாள் தொட்டு மறையத் தொடங்கி இப்போது சாமியாடி என்ற பெயரோடு நிரந்தர அடையாளம் கொண்டிருந்தான். மலமேட்டு முனி புன்சிரிப்போடு பார்த்திருக்க,

அருள் வந்து, பளபளக்கும் கத்திமேல் நின்று அவன் வாக்கு சொன்னால் அது பலிக்கும் என்ற நம்பிக்கை ஆழமாக வேரூன்றி விட்டிருந்தது.

திருவிழாக் காலத்தில் முனியின் சந்நிதியில் வேண்டுதலுக்கு விட்டிருந்த சாமி கெடாவை நிறுத்தி, தலையில் பூசாரி மஞ்சள் நீர் தெளிக்க, கெடா தலை குலுக்கி நீர் உதிர்க்க, கழுத்தில் இறங்கும் சாணம் பிடித்த சுணையேறிய வெட்டரிவாள் தலையைத் துண்டிக்க, பீச்சியடிக்கும் ரத்தம் முனியின் உடலில் அபிஷேகப் பாலாய் வழிய, சாமியாடி அவர் காலடியில் விழுந்து வணங்கி எழுந்து நிற்கும்போது அவனுள் முனி முழுமையாய் இறங்கி, கடகடத்துச் சிரிப்பதைப் பார்க்க, உடல் சிலிர்க்கும்.

கிரிக் காட்டில் சித்தரைக் கண்டு மீண்ட பின் அவன் சாமியாடுவதை ஏனோ நிறுத்திவிட்டிருந்தான். அது சாமியின் உத்தரவு என்று சொல்லிக்கொண்டான். பேச்சு மௌனத்தில் கரைந்து மறைந்து விட்டிருந்தது. கால நேரம் பார்க்காமல் காடு மேடெல்லாம் அலைந்து திரிந்தான். திடீரென சில நாட்கள் காணாமல் போய் ஒருநாள் முனி முன்பு வந்து மௌனமாய்க் கண்மூடி உடகார்ந்திருப்பான். பொழுது சாய்ந்த வேளையில் இருளடர்ந்த மலைச் சரிவிலிருந்து அவன் ஓசையின்றிப் பூனைபோல் இறங்கி வந்து எதிர் நிற்க, திகைத்து நின்ற கதையை எவரிடமாவது சில முறை சொல்லி, வேட்டைக்குப் போகும் வேட்டைக்காரர், ''அவன் இப்ப நம்ம பழய சாமியாடி இல்லப்பா... அவனே ஒரு சாமியா ஆயிட்டாம்பா...'' என்றுஆச்சரியத்துடன் முடிப்பது வழக்கமாகி விட்டிருந்தது.

ஒருநாள், தூக்கம் வராமல் எழுந்து கதவைத் திறந்துகொண்டு, காலாற நடந்து வரலாம் என்று, துண்டை உதறித் தோளில் போட்டு, கதவைத் திறந்துகொண்டு ஓசைபடாமல் வெளியில் நடந்தான் குட்டி.

நடுநிசி. தோட்டம் ஆழ்ந்த தூக்கத்தில் இருந்தது. பகல் நேர ஓசைகள் அடங்கிவிட்டிருந்தன. இடைவிட்ட நாய்களின் குரைப்பொலி மட்டும் தொலைவில் கேட்டது. வானம் வெளுத்து நிலவொளியில் நனைந்து, கண் தொட்ட தூரம் வரை விரிந்து பரந்து குளிர்ந்திருந்தது. தை மாத வெயிலுக்கு கித்தாக்காடு இலை உதிர்த்து மீண்டும் துளிர்த்து பூ பிடித்திருந்தது. காற்றில் அதன் மணம். அவனுக்கு அது மிகவும் பிடித்த மணம். இரவுநேரக் குளிர்க்காற்றுடன் கலந்து முயங்கி மணம்மேலும் கனத்திருந்தது. ஒருகணம் நின்று நிதானமாய்

அதனுள் மூழ்கி நீந்தித் திளைத்தான். மன உளைச்சலுக்கு இதமான ஒத்தடம்.

மனம் நெகிழ சிறிது தூரம் நடந்தவன், நடைவழிக்கு அப்பால் விரிந்து சென்ற கித்தாக்காட்டு இருளுக்குள் நடை ஒலி கேட்டுத் திடுக்கிட்டு நின்று பார்த்தான். ''இந்த நேரத்துல யாரு இங்க?'' எண்ணமிட்டவாரு, ஓரடி பின்னால் நகர்ந்து பார்வையைக் கூர்மையாக்கி, ''யாரது?'' என்றான்.

நடையொலி அவன் திசை நோக்கி விரைந்து வர, பதில் இல்லை. கற்பனைக் குதிரை மின்னலாய் பறக்க, அவனுள் அதிர்வு. மயிர்க்கால்கள்சிலிர்த்து எழுந்தன. மறுபடியும் பதற்றத்துடன், ''யாரது?'' என்றான். குரல் பிசிறுதட்டி உதிர்ந்தது.

எதிரில் வந்து நின்று சிரித்த உருவத்தை நிலவொளியில் சிலகணங் களுக்குப் பிறகே அவனால் அடையாளம் காண முடிந்தது.

முகத்தில் ஆச்சரியம் மிளிர, ''யாரு... சாமியாடி சாமியா?'' என்றபடி, முறுக்கேறி விறைத்திருந்த உடலை தளரச்செய்து ஆசுவாசமாய் பெருமூச்செரிந்தான். அவனுக்கு பதில் ஏதும் சொல்லாமலே மெல்ல சிரித்து முகம் திருப்பிக் கடந்துபோனான் சாமியாடி.

அவன் போவதையே பார்த்துக்கொண்டு நின்று, குழப்பம் தீராமலே, திரும்பி வந்த வழியே வீடு நோக்கி நடந்தான்.

ஏனோ ஒரு அச்சம். கால்கள் விரைந்து நடக்க மனம் தீவிரமாய் வேறொன்றை அசைபோட்டது. ''சாமியாடி பின்னால கன்னங்கரேன்னு ஒரு நாயி போச்சே...''

மறுநாள் காலையில், மறக்காமல் வழி மறித்து, இரவில் அவனைப் பின்தொடர்ந்து சென்ற அந்த நாய் குறித்துக் கேட்டு வைத்தான். சாமியாடி நிதானமாய் அடியெடுத்து வைத்து குட்டியின் முகத்துக்கு எதிரில் வந்து நின்று, ''நாயா? பாத்த மாதிரி கேக்கற குட்டி? யாரு வளக்கறா? நானா? ஒனக்கு கிறுக்கு எதுனா புடிச்சிருச்சா குட்டி?'' என்று மூச்சுக்காற்று அவன் முகத்தில் மோதி விலக, கேட்டு நின்றான்.

அந்த நினைவை உதறி மீள, எதிரிலிருந்து ஆணையிடுவது போன்ற அழுத்தம் தொனிக்க, ''குட்டீ... இதுக்கு மேல போவாதீங்க... ஒங்களுக்கு நல்லதில்ல... இப்பிடியே திரும்பி போயிருங்க...'' என்று குரல் உயர்த்தி கத்தினான் சாமியாடி.

அவனது ஆங்கார ஒலி, கித்தாக்காட்டு இருள் வெளியுள் சுழன்று அலையடிக்க, தலைக்கு மேல் மரக்கிளைகளில் உறங்கிய பறவைகள் சில கூக்குரலிட்டு எழுந்து சிறகடித்தன.

அவர்கள் இருவரும் திடுக்கிட்டுப் பார்த்துக்கொண்டிருந்தனர். நெட்டமணி குட்டியின் தோளில் கைவைத்து அழுத்தினான்.

இருவருள்ளும் அதே திகைப்பு. அதே கேள்வி. ''அது யாரோட கொரலு? சாமியாடி கொரலு இல்லயே?'' நெட்டமணி தயக்கத்துடன் சொன்னான், ''குட்டி, இது நம்ம சாமியாடி கொரலு இல்லடா... வேற என்னமோ...''

சட்டெனத் திரும்பி வந்த வழியே நடக்கத் தொடங்கியிருந்தான் சாமியாடி. மண் சடக்கில், அந்த அடர் மௌன வெளியில், அவனது காலடிகள் எழுப்பிய ஒலி மெல்ல இருளுள் மறைய, அவர்கள் இருவரும் நிலைகுத்தி நின்றிருந்தனர்.

தலையை ஆட்டி உடலைக் குலுக்கி அதிலிருந்து விடுபட்டு, பெருமூச்செறிந்து, ''என்னா நடந்தாலும் பரவால்ல நெட்ட... கடசி வரக்கும் போயி என்னான்னு பாத்துருவோம்...'' என்று சைக்கிளில் ஏறி உட்கார்ந்து விளக்கைச் சரிபார்த்தான்.

நெட்டமணி திடுக்கிட்டவன்போல், ''என்னா குட்டி சொல்ற? சாமியாடி சொன்னத கேட்ட இல்ல?'' என்றான் பதற்றத்துடன்.

அவனது குரலில் சிதறிய அச்சம், ஒருகணம் குட்டியையும் உலுக்கித் திணறடித்தது. அன்று நிலவொளியில் மலமேட்டு முனி கோயில் ஒத்தையடிப் பாதையில் எதிர்கொண்ட சாமியாடியை அவன் மறந்திருக்கவில்லை. அந்த நினைவே அவனுக்குள் அச்சத்தை ஆழப்படுத்தியது. சைக்கிளை விட்டிறங்கி இருளைத் துழாவி நின்று பெருமூச்சுவிட்டான்.

இருளுள் மறைந்து நின்ற நெட்டமணியை நோக்கிக் காலடி வைத்து நெருங்கி வந்து, அவன் கைகளைப் பற்றிக்கொண்டு, ''டே நெட்ட... அவன ஒன்னவிட எனக்கு நல்லா தெரியுண்டா...'' சற்றுப் பொறுத்து, குரலைச் செருமி சரிசெய்து, எங்கோ பார்த்து, ''இப்ப வந்தது அவன் இல்லடா... ஆமாண்டா... அது நம்ம சாமியாடி இல்லடா... இது வேற... நடு ராத்திரில கருப்பு நாயோட கித்தாக்காட்டுல சுத்தர மலமேட்டு முனிதாண்டா இப்ப வந்துட்டு போனது...''

ஆழமூச்சிழுத்து விட்டு, சற்றுப் பொருத்து, நிதானமாய்ச் சொன்னான், ''ஆனா நெட்ட... சாமியே, வேணான்னு சொன்னாலும் நாம

போயிதான் ஆவனுண்டா... ஏன்னா, இது இப்ப இல்லாமபோய்ட்ட நம்ம தொண்டர் படயோட கௌரவ பெரச்ன நெட்ட... இதனால நம்ம உசுரே போனாலும் பரவால்லடா... ஒண்ணும் சொல்லாம சைக்கிள்ல ஏறி உக்காரு...''

சைக்கிள் தோட்டத்துச் சுடுகாட்டு நடுக்காட்டானைக் கடந்து விரைந்து போய்க்கொண்டிருந்தது.

சற்று தூரத்தில் சடக்கின் இடதுகைப் பக்கம் உள்வாங்கி, கித்தாக்காட்டின் பொட்டல் வெளியில் நின்றது சுடுகாடு.

பகல் நேரப் பயணத்திலேயே அதனை ஒருவித அச்சத்தோடு கண்களால் மேய்ந்தபடியே கடந்து போவார்கள். அதிலொரு பயம் கலந்த மரியாதை மிதக்கும். அத்தனை பேருக்கும் தாத்தா பாட்டி அப்பா அம்மா அண்ணன் தம்பி அக்கா தங்கை மாமா அத்தை மகன் மகள் என்று ஏதேனுமொரு உறவு முறையில் யாராவது ஒருவர் அப்போது நினைவில் வந்து நிற்பார்கள்.

சட்டெனக் கண்கள் அவர்கள் புதையுண்ட குழியைத் துழாவும்.

ஒவ்வொரு குழியும் ஏதேனுமொரு விதத்தில் வித்தியாசப்பட்டிருக்கும்.

வசதியுள்ளவர்கள் தங்கள் நேசமிக்கவர்களுக்கு கட்டிய சமாதிகள், அதன் அமைப்பைக் கொண்டு சுலபத்தில் அடையாளம் காட்டிவிடும். பிற புதை குழிகளை, அதன் தலைமாட்டில் நட்டு வைத்த பூ மரங்களை வைத்தே அடையாளம் கண்டுகொள்ள முடியும். பசுமை இலைகள் அடர்ந்து உயர்ந்து நின்று, குழிக்கு மேல் குடை பிடித்து நிழல் தரும் வெள்ளைப் பூமரம் அதிகமும் காணப்பட்டது. அதற்கடுத்து மஞ்சள் நிற அரளி. சிறு சிறு கொத்துக்களாய் வாய் பிளந்த பூசை மணிபோல் மரம் நிறைத்திருக்கும். சாவுப்பூ மரம் ஒன்றிரண்டும் உண்டு. நன்கு வளர்ந்து கிளை பரப்பித் தனித்து நிற்கும். தூரத்தில் வரும்போதே கண்கள் கண்டுவிடும். உறவின் புதைகுழியை அடையாளம் கண்டுவிட, ஒருகணம் கண்கள் அதில் நிலைத்து, மனதுள் விவரிக்க முடியாத ஒரு நெகிழ்வு வந்துவிடும். சிலரின் கண்கள் பனிப்பதும் உண்டு.

குட்டியப்பன் மனதில் அவனது தாத்தா காலடி எடுத்து வைத்திருந்தார். அதில் மூழ்கி சைக்கிளை நிதானமாக மிதிக்கத் தொடங்கியிருந்தான்.

பல மாதங்கள், வாயில் புத்து புரையோடிப் புழு வைத்து இரவும் பகலும் வலியில் அரற்றி அழுது கிடந்தவர், ஒருநாள் கோழிகூப்பிட எழுந்த அவனது அம்மாக்காரி பார்க்க, மூலையில் பாயில்

அசைவற்றுக் கிடந்த அவனது தாத்தா, இரண்டு வருடங்களுக்கு முன்புதான் அங்கு வந்து படுத்திருந்தார்.

மனம் கனத்து உடல் சோர்கிறது. கால்கள் தளர்ந்து சைக்கிள் மேலும் மெதுவாய் நகர, தாத்தா கூடவே வருகிறார். உண்ணாமலை தாத்தா. கூனில் வளைந்த உடல். தலையில் கலைந்த கோரைமுடி. சிரித்த முகத்தில் படரும் முகச் சுருக்கம். இன்னும் கூர்மை மங்கியிராத குழிவிழுந்த கண்கள். நீள மூக்கின் கூர்தீட்டிய நுனியின் கீழ் புஸ்டியான நரைத்த மீசை. சிரிக்க திறக்கும் வாயில் மேல் வரிசைப் பற்களில் எதுவும் இல்லாமல், வீட்டுக் கதவு திறந்து வழிவிட்டது போல்.

அவனைத் தூக்கி தோளில் வைத்து, குச்சிக்காட்டில், ''எம் பேரண்டா'' என்கிற பெருமிதம் முகத்தில் பொங்க நடந்து கடைக்குப் போகிறார். ''கடக்கார்ரே... பேரனுக்கு என்னா வேணுமோ அதெல்லாம் குடுங்க...'' என்றபடி அவனைத் தோள் சிம்மாசனத்தைவிட்டு இறக்கிவிட்டு, சுற்றி நின்று வேடிக்கைப் பார்க்கும் கண்களை ஒரு தாத்தாவுக்கே வாய்க்கும் கர்வத்தோடு கவனித்து, கை நீட்டி, ''கடக்கார்ரே... பேரனுக்கு ஒங்க கையால ஒரு தேதண்ணி போட்டு குடுத்துருங்க... ஒங்க கை தண்ணி அவனுக்கு ரொம்ப புடிக்கும் கடக்கார்ரே...''

அவரை, அதே தோரணையில், சீன வங்சாகடை தூணில் ஒரு கை வைத்து சாய்வாய் நின்றபடி, இப்போது நினைவுகூர, அவரது கண்களில் அப்போது மின்னலிட்ட பெருமிதமும், அந்தச் சில சொற்களில் ஒட்டி வந்த சந்தோச ஆரவாரமும் வேறெப்போதும் அவரிடம் கண்டதோ கேட்டதோ இல்லை என்பதை நினைக்க, உள்ளே நெகிழ்ந்துபோகிறான்.

தனது உண்ணாமலை தாத்தாவுடனான அந்த உறவைப் புரிந்து கொள்ளவோ விளங்கிக்கொள்ளவோ அவனால் இதுநாள்வரை முடிந்ததில்லை. அது அவனது அப்பாவுடனான அம்மாவுடனான மற்றெந்த உறவுகளுடனான நெருக்கத்தைவிடவும், மனதுக்கு மிக நெருக்கமானதாகவே உணர்ந்து வந்துள்ளான். வீட்டில் அவரோடு தனியாக இருந்த பொழுதுகளில் அவனை மடியில் தூக்கி வைத்துக் கொண்டு, அவனது உச்சி முகர்ந்து, கன்னத்தை மெல்லக் கிள்ளி முத்தம் கொடுக்கும் கணத்தில், அவரது கண்களில் வீசிய ஒளியில் நிழலாடிய அளப்பரும் அன்பை இப்போது நினைக்க, உடல் மெல்ல அதிர்வதை அவனால் உணர முடிகிறது.

அவர் கண்களில் ஊடாடிய அந்தக் கணத்துச் சுடரொளி, பல காலம் அன்ன ஆகாரம் ஏதுமின்றிக் காடுமேடுகளில் அலைந்து திரிந்து கண்மூடித் தவமிருந்து துறவி ஒருவர் பெற்ற தெய்வ தரிசனத் தருணத்தில் அவரது கண்களில் பூரித்து எழும் பரவசத்திற்கு நிகரான பேரொளி என உறுதியாய் நம்பினான்.

கால்கள் மேலும் தளர, மெல்லத் திரும்பிச் சுடுகாட்டைப் பார்க்கிறான். கண்களில் ஈரம் தட்டுகிறது.

சைக்கிள் பின்னால் உட்கார்ந்து மௌனமாய் ஏதேதோ யோசித்தபடி வந்த நெட்டமணி, ஏதோ உணர, திடுக்கிட்டுக் கழுத்தைத் திருப்பி, பின்னால் இருளைத் துழாவினான். எதுவும் கண்ணில் படவில்லை. குட்டியின் முதுகில் தட்டி அச்சம் தொனிக்க, ''டே... பின்னால யாரோ ஒன்னோட பேர சொல்லி கூப்டுற மாதிரி இருக்குடா... பக்கத்துல சுடுகாடுடா... நிக்காத... வேகமா போடா...'' என்று அவசரப்படுத்தினான்.

''பொண்டாட்டி செத்த கவலயில, போதுண்டா சாமி... போதும்... இந்த நரகம் போதும்... தாங்கலடா சாமி... தாங்கலன்னு... போன மாசம் ஆட்டு மோட்டு வளயில ஒரு மொழம் கயித்துல உசர உட்டாரே... அந்த காடுவெட்டி காத்தமுத்து அண்ணே... அவரு கொரலு மாதிரி இருந்துச்சுடா குட்டி...'' என்றான் நெட்டைமணி. பெருமூச்சுடன் தொடர்ந்தான், ''என்ன பொழப்புடா குட்டி மனுசன் பொழப்பு? நெனச்சு பாத்தா மனசுல பாறாங்கல்ல தூக்கி வச்ச மாதிரி வலிக்குதுடா... செத்து சுடுகாட்டுக்கு வந்த பின்னாலயும் இப்படி நிம்மதி இல்லாம, பேச்சு தொணக்கு ஒரு சீவன் இல்லாம, காத்து மாதிரி ஒரு எடத்துல கால ஊனி நிக்க முடியாம, ராத்திரி பகல்னு இல்லாம மழ வெயில்னு இல்லாம, அலஞ்சு திரிஞ்கிட்டு இருகுறது என்ன பொழப்புடா குட்டி...?

''எனக்கு அப்பப்ப ஒரு யோசன வரும் குட்டி... இப்பிடி, ஒரல்ல தண்ணில ஊற வச்ச அரிசிய போட்டு மாக்கு மாக்குனு எங்கம்மா இடிக்கிற மாதிரி, வலி தாங்காம நாம கத்த கத்த கண்ண மூடிகிட்டு நமுட்டு சிருப்பு சிரிச்சுகிட்டு, நம்ம உசுர இப்பிடி அன்னாடும் மாக்கு மாக்குனு இடிச்சு மாவாக்கி சலிச்சு எடுக்குற சாமி...? அது நெசமா சாமியா இல்ல பூதமான்னு தோணும்டா குட்டி...''

குட்டி அவன் சொல்வதை மௌனமாய்க் கேட்டபடி சைக்கிளை மிதித்து வேகப்படுத்தினான்.

அவன் சொன்னதில் உள்ள நியாயத்தை அசைபோட, கடைசிக் காலத்தில் உண்ணாமலை தாத்தா பட்ட பாடும், அம்மா வீட்டு சாமி

மேடையில் வரிசையாய் அடுக்கி வைத்து தினமும் விழுந்து கும்பிட்டு மன்றாடிய தெய்வங்களில் ஒன்றுகூட அவரது வேதனையை நீக்க உதவாமல் போக, கையறு நிலையில் கண்ணீருடன் தனது தாத்தாவுக்குத் துணையாய்ப் பக்கமிருந்து கவனித்துக்கொண்ட நினைவுகளும் மேலெழுந்தன.

அவை அவன் கடந்து வந்த மிக துன்பமான நாட்கள். அவனது பிரியத்திற்குரிய உண்ணாமலை தாத்தா குரூர வியாதியொன்றின் கைகளில் சிக்கிச் சிறுகச் சிறுகச் சிதைந்து சின்னாபின்னமாவதைக் கையறு நிலையில் எதிர்கொண்ட துன்பியல் நாடகம் ஒன்றில் நிகழ்ந்த உச்ச வலியின் கணங்கள் அவை. இன்னமும் அந்த ரணத்தின் தடம் அவனுள் வேர்விட்டு ஆழ இறங்கி உயிரின் சாரத்தைத் தினமும் உறிஞ்சிக் கொழுத்துக்கொண்டிருப்பதை அவன் அறிவான்.

அவனுக்கு நினைவு தெரிந்து அந்த ஒரு கட்டில்தான் அவரது படுக்கை. சிறுவனாய் அவரைக் கட்டிப்பிடித்து அந்த உடலின் கதகதப்பில் கால்களை நெஞ்சில் வளைத்துப்போட்டுக் கட்டைவிரல் சூப்பியபடி சுகமாய் தூங்கிய நாட்கள் அவனது சொர்க்க வாசல் அகலத் திறந்து கிடந்த நாட்கள். அம்மா அப்போதெல்லாம் அவனைச் செல்லமாய் திட்டிய சொற்களை அவன் அவ்வப்போது நினைத்து உள்ளூரச் சிரிப்பதுண்டு. ''அட குட்டி பையா தாத்தா கிட்ட அப்படி என்னடா இருக்கு? அன்னாடும் இப்படி ஒட்டிகிட்டு படுத்து தூங்கர? அப்பாகூட அம்மாகூட ஒருநாகூட இப்படி கட்டி பிடிச்சு தூங்கமாட்டன்ற?'' என்றபடி செல்லமாய் அவன் தலையைத் தட்டுவாள்.

இப்போதெல்லாம் அதில் யாரும் படுப்பதில்லை. தாத்தா போன பிறகு அவரின் நினைவாய், அவருக்குத் தரும் மரியாதையாய், சுவரோடு அணைத்து நிறுத்தப்பட்டுள்ளது. அதன் தலைமாட்டில் சுவரில் தொங்கும் அவரின் புகைப்படத்துக்கு வழங்கப்படும் அனைத்து மரியாதையும் அதற்கும் வழங்கப்படுகிறது. தாத்தா அவர்களின் வாழ்விலிருந்து நிரந்தரமாய் மறைந்து போன பின்பும் அவரது இருப்பை அந்தச் சூழலில் தக்கவைத்து அவர்களின் நினைவுச் சரடில் எப்போதும் ஊஞ்சலாடிபடி உள்ளது. அதிலும் அவனுள் சுவரில் தொங்கும் தாத்தாவின் நிழற்படமும் கட்டிலும் நிகழ்த்தும் நெகிழ்வு என்பது அவன் இதுவரை எதற்காகவும் எதிர்கொண்டிராத அசாதாரணமானதொரு உணர்ச்சிப் பெருக்கு. அடிக்கடி மடை உடைத்துக் கரைபுரண்டோடி அவனை மூழ்கடித்து திக்குமுக்காட வைத்துவிடும் பெரு வெள்ளம் அது.

நமது உயிரோடு பிணைந்து நம்மோடு பயணிக்கும் எதுவும், ஒரு கட்டத்தில் நம்மைவிட்டு விலகிக் காற்றோடு கலந்து மறைந்துவிடும் கணத்துக்குப் பிறகான நொடிகள் ஒவ்வொன்றிலும் அந்த இழப்பின் சொல்லொணாத் துயரம் ஒட்டியிருப்பதைத் தனது தாத்தாவின் மரணத்துக்குப் பிறகான இந்நாட்களில் ஆத்மபூர்வமாய் உணரத் தொடங்கியிருந்தான். அதன் நீட்சியாய், அதன் மறுமுனையில், அவன் மனதுள் அடிக்கடி எழுந்து மையம் கொள்ளும் சொல்லொணா வெறுமை, அவன் கடக்க இயலா ஆழ்கடலாக அவன் முன் விரிந்தபடி கலங்கடிக்கிறது.

அந்த வெறுமை தந்த ஒரு அசட்டுத்தனமான தீவிரத்தில், தனது அப்பனையும் அம்மாவையும் தள்ளி நின்று நோட்டமிடத் தொடங்கியிருந்தான். தனக்குள், தனது தாத்தாவின் மறைவு விட்டுச் சென்றுள்ள வெற்றிடத்தின் தொடர் கண்ணிகள், அவர்களுக்குள்ளும் ஏதேனும் ஒரு மூலையில் வேரூன்றியிருப்பதற்கான ஆதாரத் தடயங்களை ஆர்வத்துடன் தேடினான்.

தாத்தா உயிரோடு இருந்தவரை, தனது அப்பனுக்கும் தாத்தாவுக்குமான உறவில் அவன் அவதானித்திருந்த, அவர்களிடையே நிலவிய மருமகன் மாமனார் என்கிற பரஸ்பர மரியாதைக்கு அப்பால், அவரது ஆழத்துள் தாத்தா குறித்து வேறேதேனும் சித்திரம் ஒளிந்துள்ளதா என்பதை அறிவதில் அவன் மிகுந்த சிரத்தை எடுத்துக்கொண்டான்.

வழியப் போய் நின்று, ''இன்னயோட தாத்தா போயி ஒரு வருசம் ஆகுதுல்லப்பா?'' என்றபடி அவரது கண்களைப் பார்த்து நின்றான். ஒரு கணம் புருவங்கள் உயர்ந்து, இமைகள் படபடக்க, அதில் மேலோட்டமான ஒரு சிறு உணர்வலை. அதற்குப் பிறகு தனது தாத்தா குறித்த நினைவுகள் எதையும் அவன் அவரோடு பகிர்ந்துகொள்வதைத் தவிர்த்துவிட்டிருந்தான்.

அடுத்து, தனது அம்மாவின் உலகில் தாத்தாவின் தற்போதைய இடம் என்ன என்பது குறித்த கேள்வியோடு அம்மாவை நெருங்க, குறுக்கே மணி வந்து நின்றான். ஏறிட்டுப் பார்க்க, மணி. பலகைச் சுவரின் இன்னுமொரு மூலையில் நிற்கும் நிழற்படத்தில், மணி கண்களில் பொங்கும் பெரும் அன்புடன், முன்னங்கால்களை மேலுயர்த்தியவாறு வால் தரையில் படிய வாசலைப் பார்த்து உட்கார்ந்திருக்கிறான்.

ஒரு மதியப் பொழுது. பகலவன் நடுவானைக் கடந்து நின்று குச்சிக்காட்டைப் பார்த்துக் கொண்டிருக்கிறான். தகிக்கும்

வெயிலில் குச்சிக்காடு வீட்டினுள் முடங்கிக் கிடக்கிறது. ஆற்றுப் பாலத்தைக் கடந்துகொண்டிருந்த வேட்டைக்காரரின் கவனத்தை ஈர்க்கிறது கீழிருந்து வந்த அழுகை. சட்டென நின்று திரும்பி, பாலத்துச் சரிவில் இறங்கி, பாலத்துக்கடியில் போய் நின்றவரை வரவேற்றது பொந்துக்குள்ளிருந்து வந்த முனகல். பக்கவாட்டு மண் சுவரைக் குடைந்து உருவாக்கிய பொந்து.

சற்று நின்று, அச்சத்துடன் தாய்க்காரியை நினைவில் கொண்டு சுற்றுமுற்றும் கண்களைச் சுழலவிட்டார். வெயில்கால சிற்றோடை மேலும் சிறுத்து மலைப்பாம்பாய் மெல்ல நகர்ந்துபோய்க் கொண்டிருந்தது. தாயைக் காணவில்லை. குட்டி ஈந்த நாய்கள், பல நாட்கள் உணவின்றிப் பட்டினி கிடந்து, அவற்றைச் சிறுபொழுதும் விட்டு விலகாது பாதுகாக்கும் என்பதை நாய்களோடு நெருக்கமான உறவு கொண்டிருந்த வேட்டைக்காரர் நன்கறிவார்.

குட்டிகளின் முனகல் அவை பிறந்து சில நாட்களே ஆகிறதென்பதை உணர்த்தியது. ''அம்மாக்காரிக்கு என்னமோ ஆயிருக்கு... இல்லனா நம்மல பாத்ததும் இதுக்குள்ள பாஞ்சு வந்திருப்பா...'' என முணுமுணுத்தபடி குனிந்து பொந்துக்குள் பார்த்தார். அரை இருளில் அசைவு தெரிந்தது. மெல்ல கைவிட்டு துழாவி ஒன்றை வெளியி லெடுத்தார். கருமை பஞ்சுப் பொதிபோல் முனகியபடி வந்தான். உள்ளங்கையில் வைத்து முகத்தருகே கொண்டுபோய், ''என்னடா கருப்பா... ஒங்கம்மா எங்கடா?'' என்றபடி முத்தமிட்டார்.

குட்டிகளை மார்போடு அணைத்து வழியில் போன வேட்டைக்காரரை இடைமறித்து, ''என்ன வேட்டக்காரண்ணே... அதென்ன நாய் குட்டிங்களா? கொண்டாங்க பாப்போம்...'' என்று வாசலில் நின்றிருக்கிறாள்.

அவர் சொன்ன விபரத்திலிருந்து, அவை அம்மா இல்லாத அனாதைப் பச்சிளங் குழந்தைகள் என்பதை அறிந்த கணமே, ''ஐயோ பாவம்... அம்மா இல்லாத புள்ளங்களாடா ஐயா நீங்க எல்லாம்... நா இருக்கேன்டா ஐயா... வாடா கண்ணா... அம்மாகிட்ட வாடா...'' என்றபடி வேட்டைக்காரரை நெருங்கி, அவர் மார்பின் கதகதப்பில் கண்மூடி அமைதிகொண்டிருந்த நால்வரில், தனது மனதுக்குப் பிடித்ததாய் ஒருவனை எடுத்துக்கொண்டாள்.

அம்மாவுக்குள் புதிதாய் ஒரு அலாதி சந்தோசம் குடிவந்திருப்பதை, குட்டி தள்ளி நின்று அதிசயமாய்ப் பார்த்துக்கொண்டிருந்தான். அன்று முழுக்க அவள் கவனம் முழுவதுமாய் அவனைக் கவனிப்பதில் மட்டுமே இருந்தது. துணைக்கு அவனையும் அவ்வப்போது இழுத்து வைத்து வேலை வாங்கினாள். ''ஐயா

குட்டி... இங்க வாடா... கடக்கி ஓடி ஒந் தம்பிக்கு படுக்க ஒரு நல்ல அட்ட பொட்டி எடுத்துகிட்டு வாடா ஐயா... அப்பிடியே பாலு போத்த ஒண்ணு வாங்கிட்டு வந்திருடா... அப்பிடியே மாட்டுக்கார வேலப்பன் தாத்தா வூட்டுக்கு ஒரு ஓட்டம் ஓடி, இன்னக்கி நம்ம வூட்டுக்கு ஒரு போத்த மாட்டுப் பாலு குடுக்க சொல்லிரு... பாவம் அம்மா பாலு ருசி பாத்தவன்... டின்னு பாலு எல்லாம் அவனுக்கு ஒத்துக்காதுடா ஐயா... வயித்தால புடிங்கிக்கும்... லட்சுமி மடியில சொரக்கர பாலும் தாயி பாலுதான்... அவனுக்கு ஒத்துக்கும்... போ... போ... வெள்ளன போயி சொல்லிரு...''

சாயங்காலமே மாட்டுக்கார வேலப்பன் வாசலில் வந்து நின்று, ''என்ன முத்தாயி... பாலு கேட்டதா பையன் வந்து சொன்னான்...'' குட்டி குளிக்க குசினியில் அடுப்பில் சுடுதண்ணி போட்டுக் கொண்டிருந்த முத்தாயி, ''வாங்க மாமா...'' என்றபடி எதிரில் வந்து நிற்க, ''என்ன புள்ள, அதிசயமா இன்னக்கி பாலுக்கு சொல்லி அனுப்பிருக்க? எதுனா விஷேசமா?'' என்று சிரித்தபடி, அஞ்சடி பிராஞ்சாவில்* வந்து காலை நீட்டி உட்கார்ந்தார்.

''தோ சித்த இருங்க மாமா... வந்தர்ரேன்...'' என்று உள்ளே ஓடி, மார்போடு அணைந்த நாய்க்குட்டியோடு வந்து நின்று, ''தோ இருக்கானே... இவனுக்குதான் மாமா நம்ம லட்சுமி பால கேட்டேன்... அம்மா இல்லாத அனாத புள்ள மாமா...'' என்றவளை, அவர் கண்களில் ஆச்சரியம் மிளிரப் பார்த்தபடி எழுந்து, அவள் உள்ளங்கைக்குள் அடக்கமாய் மொசக்குட்டிபோல் அழகாய்க் கண்மூடி முனகிக்கொண்டிருந்த நாய்க்குட்டியை பவ்யமாய் வாங்கி, முகத்துக்கு நேரே பிடித்து, ''என்னடா ராசா... அம்மா இல்லாத புள்ளயாடா நீ...? அட பாவமே...'' என்று கனிவுடன் முத்தமிட்டு, ''நாளக்கி பையன அனுப்பி வூட்டுல பால வாங்கிக்க சொல்லு புள்ள...'' என்றபடி நடைவழியில் இறங்கியவர், நாலு எட்டு வைத்து, சட்டெனத் திரும்பி, தலை சாய்த்து, ''ந்தா புள்ள முத்தாயி... பாலுக்கு காசுகீசு பையங்கிட்ட குடுத்து அனுப்பாத புள்ள... பச்ச புள்ளக்கு நா குடுக்குற பாலுக்கு எதுக்குடா காசு வாங்கனுன்னு அந்த லட்சுமி மகராசி எங்கிட்ட கோவிச்சிக்குவா...'' என்று சிரித்தபடி நகர்ந்து போனார்.

அவள் நாய்க்குட்டியைக் கொஞ்சியபடி, தனது தூரத்து சொந்தமான அந்த மாமாவைப் புதிய வெளிச்சத்தில் பார்த்து நின்று, ஆச்சரியம் விலகாமல், ''நம்ம மாமாவா இது? குச்சிக்காடே ஈ உறிஞ்சான்

---

* நீள நாற்காலி

கஞ்சன்னு கரிச்சுகொட்ற நம்ம வேலப்பன் மாமாவா இது?'' என்று குழம்பினாள்.

அன்று இரவு, குசினியில் மணக்கட்டையில் காலை நீட்டிப்போட்டு உட்கார்ந்து, இன்னும் கண் திறந்திராத நாய்க்குட்டியை மடியில் படுக்க வைத்து, சுண்ட காய்ச்சிய பாலை, வாயை மெல்ல ஒரு கையால் திறந்து, துளித் துளியாய் ஊட்ட, அவன் சப்புக்கொட்டி ஆவலுடன் குடிப்பதைத் தள்ளி உட்கார்ந்து மண்ணெண்ணெய் விளக்கு வெளிச்சத்தில் பார்த்துக்கொண்டிருந்த குட்டிக்குள் நிகழ்ந்த உணர்வுப் பெருக்கு கிளர்த்திய நெகிழ்வை, அவனால் வேறு எந்தவொருதருணத்திலும் மீட்டெடுக்க முடிந்ததில்லை. தனக்குள்ளும் இருந்த தாய்மையின் முகத்தைத் தானே கண்டடைந்த ஒரு அபூர்வ தரிசனத் தருணமாகவே எப்பவும் அதை நினைத்துக் கொள்கிறான்.

ஆறு மாதத்தில் கொழுகொழுவென்று வளர்ந்து மழலைக் குரலில் வாலையாட்டிக் குரைத்து அம்மாவைக் கொஞ்சத் தொடங்கி யிருந்தான். செவலை நிறத்தில் வயிற்றுக்குப் பக்கவாட்டில் இருபுறமும் ஒட்டி வைத்ததுபோல் வெள்ளைத் திட்டுக்கள் நாலைந்து. நெற்றியில் தலையின் வகிடு ஒத்த கண்களின் இடைவெளியில் நீள வெண்ணிறக் கோடு ஒன்று. அவள் அதைத் தொட்டு வருடியபடி, ''ஐயா இது சாமி நாமன்டா ஐயா...'' என்று பெருமையுடன் சொல்லும்போது அவன் உள்ளூரச் சிரித்துக்கொண்டான்.

எக்கணமும் நிமிர்ந்து விரைத்து உசார் நிலையில் நிற்கும் காதுகள். துறுதுறுவென நாலு திசைக்கும் அலைபாயும் கண்கள். சந்தோசக் கணங்களில் எம்பிக் குதித்தாட சுழன்றாடும் வால்.

அம்மாவின் பிரிய செல்லமாய்க் கொஞ்ச நாளில் வீட்டினுள் அவன் வலம் வரத் தொடங்கியதில் குட்டிக்கு ஆச்சரியமேதும் இருக்கவில்லை.

அவனது அம்மாவின் வாலைப் பிடித்துக்கொண்டு போகுமிட மெல்லாம் அவனும் போகவேண்டும் என்று அடம்பிடிக்கத் தொடங்கியபோது, ''என்னடா குட்டி... மணி பையன் இப்படி பண்றான்... கொஞ்சம் அதட்டி வைடா...'' என்று செல்லமாய்க் கொஞ்சிக்கொண்டிருந்தாள். ஒருநாள் அவள் பொழுதுபோய் வெளிக்குப்போக தோட்டத்து ஜாமக்கொட்டாய்க்குப்* புறப்பட, அவனும் வாலைப் பிடித்து பின்னால் ஓட, அம்மாக்காரிக்கு

---

* மலக்கூடம்

தர்மசங்கடமாகிப்போனது. ''அங்கெல்லாம் நீ வரவேணாண்டா மணி... அது நாத்தம் புடிச்ச எடம்... நீ நாக்க தொங்க போட்டு திங்க போயிடுவ... வேணாண்டா...'' என்று எத்தனை சொல்லியும் கேட்காமல் வாலை ஆட்டிக்கொண்டு பின்னாலேயே போனவன், கண்ணெட்டும் தொலைவில் நின்றுகொண்டு, அவள் வேலை முடிந்து வரும்வரை காவல் காத்திருக்கிறான்.

மறுநாள் அவள் வேலைக்காட்டுக்கு காண்டா வாளியோடு புறப்பட மணி வாலையாட்டிக் குரைத்தபடி முன்னால் ஓட அவள், ''டே மணி வேணாண்டா... அங்கெல்லாம் நீ வர வேணான்டா மணி... நல்ல பாம்பு... ஊலகுப்பான் கட்டு விரியன் மலபாம்பு எல்லாம் நெரய சுத்துண்டா... வேணாண்டா... வூட்டுக்கு போ... சொன்னா கேளுடா மணி...'' என்று எத்தனை கெஞ்சியும் அவன் அதனை சட்டை செய்யாமல் பின்னாலேயே ஓடியிருக்கிறான்.

தீம்பாரில் அவள் மரத்தைச் சீவி முடிக்கும்வரை அவன் கூடவே பின்தொடர்ந்து வந்ததை அவனது அம்மாக்காரி ஆச்சரியத்துடன் பார்த்திருக்கிறாள். அவனது செயலை புரிந்துகொள்ளமுடியாமல் குட்டியிடம் கேட்க, அவன், ''அவன் ஒனக்கு ஜாகா இருக்காம்மா... ஒனக்கு எதுவும் ஆவக்கூடாதுன்னு கூடவே இருந்து பாத்துக்குறான்... இப்ப அவன் பெரிய ஆம்பள ஆயிட்டாம்மா... இன்னமே அவன் ஒம் புள்ள இல்லம்மா... நீதான் அவனோட புள்ள... சின்ன கைபுள்ள... பயப்படாதம்மா... இன்னமே தீம்பாருல ஒனக்கு ஒண்ணும் ஆவாம அவன் ஒன்ன பாத்துக்குவான்...'' என்று சந்தோசமாய்ச் சிரித்தான்.

தீம்பாரில் அவளைப் பின்தொடர்ந்து போகும் மணியின் கண்களும் காதுகளும் முழு விழிப்பு நிலையில் இருப்பதைக் குட்டி கவனித்திருக்கிறான். வீட்டில் விளையாட்டுத்தனமாய் ஆட்டமும் பாட்டமுமாய் அமர்க்களப்படுத்தும் மணி முற்றிலும் மறைந்து விட்டிருப்பதை அவன் பலமுறை பார்த்து வியந்திருக்கிறான். ஒரு ராணுவ வீரனுக்குப்படைக்களத்தில் இருக்க வேண்டிய கவனக் குவிப்பு அவனிடம் இயல்பாய் வந்திருக்கும். உடலில் ஒரு இறுக்கம். நடையில் ஒரு எச்சரிக்கை. சூழலைக் கவனமாய் அளக்கும் கூர்த்த கண்கள். அவனது அம்மா சந்தோசமான பொழுதுகளில் மணியைக் கட்டிப்பிடித்துமுத்தம் கொடுத்து, குட்டியிடம், ''டே குட்டி... எனக்கு ஒரு புள்ள இல்லடா... ரெண்டு புள்ளங்கடா...'' என்றவளின் கண்களை, அவன் அவனது வழக்கப்படி உற்றுக் கவனித்திருந்தான்...

அத் தருணத்தில், அந்தக் கண்களின் ஒளிக்குள் மினுங்கிய நீர்த்துளிகள் அவனைச் சடாரென அடித்து வீழ்த்த, உணர்வுகளின் கொந்தளிப்பில் சிக்கித் திக்குமுக்காடியிருக்கிறான். அதன் பின், அந்த அபூர்வத் தருணத்தை அவன் பலமுறை மீட்டு மனம் நெகிழ அசைபோட்டுள்ளான் கண்களில் நீர்மல்க. அம்மாவுக்கும் மணிக்குமான உறவு குறித்த முற்றிலும் புதியதொரு புரிதலை அக்கணத்தில் அடைந்திருந்தான்.

அதுநாள் வரையிலும் மனிதர்களுக்குள் மட்டுமே அத்தகைய உறவின் ஆழம் சாத்தியமாகும் என்கிற அவனது எண்ணம் அன்றோடு தகர்ந்துபோயிருந்தது.

குச்சிக்காடு, மத்தியான வெயிலுக்குப் பயந்து, வீடுகளின் திறந்தவெளி வாசல் முகப்பிலும், கோயில் கூத்துக்கொட்டாயிலும், வேப்பமரத் தடியிலும்; சீனவங்சாகடை முற்றத்திலும், மலமேட்டுமுனி ஆலமரத்தடி சிமிந்தி மேடையிலும் படுத்து ஓய்வெடுக்க, பத்து நாய்கள் வாலை ஆட்டிக் குரைத்துசந்தோசக் கும்மாளமிட்டு, ‘சீக்கிரம் வாப்பா... சீக்கிரம் வாப்பா... வா... வா...’ என்றபடி முன்னால் ஓட, மிலிட்டரிக்காரனைப் போல் வழக்கமான காக்கி சீருடையில், மீசை முறுக்கி, துப்பாக்கி ஏந்தி, கம்பீர நடையில், லயத்து சனங்களைப் பார்த்துக் கையாட்டிப் புன்னகைத்து, கித்தாக்காட்டுக்குப் புறப்பட்டுப்போகும் வேட்டைக்காரரையும், அவன் அந்தக் கணம் முதல் புதிய வெளிச்சத்தில் பார்க்கத் தொடங்கியிருந்தான்.

‘‘என்னடாது? நம்ம வேட்டக்காரண்ணே கல்யாணம் பண்ணிக்காம... குடும்பம் குட்டின்னு இல்லாம... பத்து பதனஞ்சு நாய்ங்கள வளத்துகிட்டு... அதுங்களுக்கு ஆக்கி போட்டுகிட்டு... சீக்கு பாத்துகிட்டு... பேசிக்கிட்டு... கொஞ்சிகிட்டு... என்ன மனுசண்டா இந்த ஆளு? சரியான கிறுக்கு புடிச்ச ஆளா இருப்பாரு போல இருக்கு...’’ என்று பலமுறை நண்பர்களிடம் சொல்லிக் கிண்டலடித்துச் சிரித்துள்ளான்.

மணற்பரப்பில் கானல் நீராய்ச் சதிராடும் அந்த மாயத் தளத்துள் ஊடுருவி, இந்த அபூர்வ மனித மனத்தின் இயங்குவிசையைக் கண்டடைய, பலமுறை மண்டையை எதெதிலோ முட்டி மோதி, ஏனோ எத்தனை முயன்றும், இதுநாள்வரை அந்த மர்ம முடிச்சை அவனால் அவிழ்க்க முடிந்ததில்லை.

முடிவாக, கோயில் கருவறைகளில் உறையும் தெய்வங்களின் அனுக்கிரகத்தால் மட்டுமே அதெல்லாம் மனித மனத்துள் விதையாக விழுந்து, வளர்ந்து விருட்சமாக மலர்ந்து எழுந்து நின்று,

மனித வாழ்க்கைக்கு அசாதாரண ஓர் அழகையும் நிமிர்வையும் தர சாத்தியமோ என்கிற ஐயம் வந்துவிட்டிருந்தது. அவனது அம்மாவுக்கும் வேட்டைக்காரருக்கும் மிக அருகில் தெய்வங்கள் வந்து நின்று, கைதூக்கித் தலைமேல் வைத்து ஆசீர்வதிப்பதுபோல கற்பனை செய்து, உள்ளூரச் சிரித்ததோடு தன் ஆராய்ச்சிக்கு ஒரு முற்றுப்புள்ளியும் வைத்திருந்தான்.

தனது அம்மா ஆசையோடு வளர்த்த மணி, விசம் வைக்கப்பட்டு ஒரு இரவில் வாயில் நுரைதள்ளி ரத்தம் கக்கித் துடித்துச் செத்தபோது, பொய்யாமொழி என்கிற அந்தக் கருப்பன்தான் அவன் மனக்கண்ணில் விஸ்வரூமாய் ஓங்கி எழுந்து வந்து ஆனந்தக் கூத்தாடி ஓங்காரமாய்ச் சிரித்துக்கொண்டிருந்தான்.

மனித மனத்தின் இதுநாள்வரை அவன் எதிர்கொண்டிராத மேலும் ஒரு உச்சக் கீழ்மையின் முடிச்சாய், அவன் தன்னை அவிழ்த்துக் கொண்டு சதிராட, சூறாவளியில் சிக்கிய சருகாய் சுழன்று தவித்தான். வீட்டு வாசலில் வாயில் ரத்தம் வழிந்தோட நுரைதள்ளி செத்துக்கிடக்கும் தனது செல்ல மகனை மடியில் கிடத்தி மார்பிலடித்து கதறி அழும் தனது அம்மாவைப் பார்க்கும் சக்தியற்று அவன் குசினிக்குள் அடைக்கலம் தேடி உடைந்து போனான்.

இந்தக் கித்தாக்காட்டு இருளின் நடுவே பயணிக்கும் இந்த அகால நேரத்திலும், ஒரு காலத்தில் தனது நண்பனாக இருந்து, பிறகு ஒரு பிரச்சினையில் பரம வைரியாக மாறிய பொய்யாமொழி என்கிற கருப்பனின் நினைவு வர, பேயைக் கண்டவனாய், முகத்தசைகள் இறுகிச் சுருங்க, உடல் தானாய் நடுங்கத் தொடங்கிவிட்டிருந்தது.

குறைந்த சைக்கிள் விளக்கு வெளிச்சத்தில், குண்டும்குழியுமான தோட்டத்துச் சடக்கில் தட்டுத்தடுமாறிச் சென்றுகொண்டிருந்தது குட்டியப்பனின் சைக்கிள். அவனது வலுவான கால்கள் பெடலை மிதித்து முன்நகர நெட்டைமணி பின் சீட்டில் கால்களை அகல விரித்துத் தொங்கவிட்டு உட்கார்ந்திருந்தான்.

வினாடியில் அது நடந்துவிட்டிருந்தது.

சைக்கிள் எதிலோ மோதிச் சரிய இருவரும் மண் சடக்கில் ஆளுக்கொரு மூலையில் தலைகுப்புற விழுந்தனர். குட்டி,மழைநீர் சடக்கிலிருந்து வடிகட்டி இறங்கி ஓட வசதியாய் வெட்டப்பட்ட பெரிய அல்லூரில் கிடந்தான். இரண்டு நாட்களுக்கு முன்பு பெய்த பெரு மழையின் மிச்சசொச்ச நீர் இன்னும் அல்லூரில் தேங்கி

நின்றது. முழுக்க நனைந்துவிட்டிருந்தான். உடலிலிருந்து நீர் சொட்ட எழுந்து நிற்க முயற்சித்தான். ஐயோ அம்மா என்ற அலறலோடு உட்கார்ந்துவிட்டான். முழங்காலில் காயம்.

சடக்கின் மறு பக்கத்திலிருந்த, கண்கள் தொடும் எல்லையில், கித்தாக்காட்டினூடே இருளைக் கலைத்துப்போடும் ஒளிச்சிதறல்கள். அல்லூர் மழை நீரில் முழுமையும் நனைந்து, குளிர்ந்து, பற்கள் படபடக்க நடுங்கியபடி நின்று பார்த்த குட்டியின் உடல் மின்சாரம் பாய்ந்ததுபோல் அதிர்ந்தது.

சிரமத்துடன் எக்கி, தலையை அல்லூர் கரைக்கு மேல் உயர்த்திக் கூர்ந்து கவனித்தான். அவர்கள் விழுந்து கிடக்கும் திசை நோக்கியே அந்த ஒளிவட்டங்கள் அசைந்தாடி வருவதை அச்சத்துடன் எதிர்கொண்டான். மனம் முனகியது, ''இந்த ராத்ரில, இங்க, யாரு இவனுங்க...?''

மயங்கிச் சரிந்தான்.

ஏதேதோ காட்சிகள். முன்னும் பின்னும் மின்னலாய் அசைந்து ஓடி மறையும் காட்சித் தோரணங்கள். அதன் பின்புலத்தில் ஒலிக்கும் ஓசைகளின் கூட்டுக்கலவை. அம்மா வீட்டுவாசலில் முறத்தில் அரிசி புடைத்துக் கல் பொறுக்குகிறாள். அரிசி மேலெழுந்து விழும் ஓசை இடியோசையாய் நிறைந்து வழிகிறது. சிட்டுக் குருவிகள் திடுக்கிட எழுந்து அலறிப் பறந்துபோகின்றன. கட்டிப்போட்டிருந்த ஆடுகளின் தலைகள் வெடித்துச் சிதறுகின்றன. அவள் தலையில் உட்கார்ந்து பேன் பார்க்கும் குட்டிக் குரங்கு. நீட்டிப் போட்ட காலில் படுத்துக் குறட்டைவிடும் நல்ல பாம்பு. கண் விழித்து மெல்ல ஊர்ந்து மேலேறி முகத்தில் தலை வைத்துப் படம் விரிக்க மறையும் அம்மா முகம்.

பக்கத்துவீட்டு அக்கா நீளவாங்கில் உட்கார்ந்து ரேடியோ பாட்டு கேட்டுத் தலை ஆட்டிச் சிரிக்கிறாள். மாமா வந்து வீட்டு வாசலில் நின்று மீசை முறுக்கி அம்மாவைப் பார்த்து ஏதோ சொல்கிறார். அம்மா உட்கார்ந்தபடி நல்லபாம்பைச் சுமந்து மிதந்து பறந்து போகிறார். செவலை நாய், வாயில் ரத்தம் ஆறாய்ப் பெருக தன் குட்டியைத் தானே கடித்துச் சுவைத்துத் தின்கிறது.

யாரோ தன் பேர் சொல்லி அழைப்பது போன்றிருந்தது. விசுக்கென மீண்டான். தலை கனத்தது. மெல்ல அண்ணாந்து பார்த்தான். சுருக்கெனப் பாய்ந்து, கண்ணைக் கூச வைத்த கைவிளக்கொளியைக் கை நீட்டித் தடுத்தபடி, ''யார்ராது?'' என்றான்.

5

அதே இரவில், நடுநிசியும் கடந்துவிட்ட நிலையில், கண்ணுக்கு எட்டாத உயரத்தில், புக்கிட் செம்பிலான் தோட்டத்து மலையுச்சி பங்களாவில் வேறொரு நாடகம் அரங்கேறிக்கொண்டிருந்தது.

தோட்டத்து சின்னதொரை வர்கீஸ், தனது உற்றத் தோழனும் தன் கீழ் வேலை பார்க்கும் சின்னக் கிராணி குட்டகாலு சுந்தரத்துடனும் பெரியதொரு விருந்தொன்றில் திளைத்திருந்தார்.

பல காலமாகத் தங்கள் முன் கைகட்டி வாய் பொத்தி தலையாட்டி நின்று, எதிர்க் கேள்வி கேட்டிராத தோட்டத்து மக்களை, தங்களுக்கு எதிராகத் தூண்டிவிட்டுக் கலவரத்தை உண்டாக்கிய டிரசர் பாலையாவை, துரை நையப் புடைத்துத்தோட்டத்தை விட்டே துரத்தியடித்ததோடு, அவருக்குத் துணையாக இருந்து, முன்னின்று போராடிய குட்டியப்பனின் தொண்டர் படையையும் சட்டம் போட்டுத் தடைசெய்து, அதை இல்லாமலேயே ஆக்கிவிட்ட ஆங்கிலேய அரசாங்கத்தின் சூரத் தனத்தையும் கொண்டாடும் பொருட்டு, மாதமொரு விருந்தொன்றில் சந்தோச ஆட்டம் போட்டுக் கொண்டிருந்தனர்.

அதற்கு சாட்சியாக, கைகட்டி நின்று, அவரது அடுத்த கட்டளையை எதிர்பார்த்து, மரத்தடியில் காத்திருந்தார் சமையற்கார மாரியப்பன். மனதில் சஞ்சலம். ஏதேதோ நினைவுகள்.

இரவு நேர இதமான காற்று மலையடிவாரத்திலிருந்து மேலெழுந்து வந்து தடவிப் போனது. வழக்கமான குளிரை மிஞ்சும் மார்கழி

மாதக் குளிர். மயிர்க்கால்கள் சிலிர்க்க, மேலிருந்த துண்டை மார்பில் குறுக்காய் இறுக்கிப் பிடித்துக்கொண்டார்.

''இவனுங்ககிட்ட வந்து இந்த ராத்திரில இப்பிடி சிக்கிகிட்டு, ஆத்துல குத்து தூண்டில மாட்டிகிட்டு உசுருக்கு மல்லுகட்டுற வெறாமீனு மாதிரி தவிச்சி, இஞ்சி தின்ன கொரங்காட்டம் உக்காந்து கெடக்கிறோமே...'' என்று நொந்து கொண்டார்.

பொழுதுபோய், குனிந்து கத்தியைத் தீட்டி முடிக்கிற தருணத்தில் காலடிச் சத்தம் கேட்டு, திரும்பி அரை இருளில் துழாவ, வருவது பெரிய தண்டல் சுப்பராயன் என்பது பிடிபட, மனதில் பதற்றம் நிறைந்தது. தீட்டிய கத்தியை அல்லூர் கரையில் உட்கார்ந்திருந்த மண்ணெண்ணெய் விளக்கு அருகே நீட்டி, அதன் மங்கிய ஒளியில் ஒருமுறை சுணை பார்த்து, திருப்தியுடன் திரும்பி, வழக்கமாகி விட்ட சடங்காக, ''என்னங்க தண்டலே...? இன்னக்கி எங்க இந்த பக்கம்?'' என்று கேட்டு எழுந்து நின்றார்.

''சின்ன தொர ஒன்ன கையோட கூட்டிகிட்டு வர சொன்னாரு மாரி... இன்னக்கி என்னமோ அவரோட மலபங்களால விருந்தாம்... காரசாரமே நல்லா ஒறப்பா இருக்கனுமாம்... அதுக்கு நம்ம சமயக்கார மாரிதான் சரியான ஆளுன்னு சொன்னேன்... ஒடனே போயி கூட்டிட்டு வா தண்டலேன்னு சொல்லிட்டாரு... சட்டய மாட்டிகிட்டு கௌம்பு மாரி...''

இருவருமாக மலை பங்களா அடிவாரத்தை அடைந்தபோது பொழுது முற்றிலுமாக இருட்டிவிட்டிருந்தது.

எதிரே மலைச் சரிவில் வளைந்து நெளிந்து நீண்டு மேலேறும் குறுகிய மலைப்பாதை.

இரு பக்கமும் அடர்ந்த காடு. தீப் பந்த வெளிச்சம் முன் செல்ல, அவர்கள் கவனமாகக் காலடி எடுத்து வைத்து மலை ஏறினர்.

சின்ன தொரையிடம் இப்போது வசமாய்த் தன்னைச் சிக்க வைத்திருப்பது இந்தப் பெரிய தண்டல் சுப்பராயன்தான் என்பதை நினைக்க எரிச்சல் வந்தது.

மிக அருகில் இருப்பதால், காற்றுக்கு அசைந்தாடும் தீப் பந்த சுடரொளியில், ஒருவேளை, தனது கண்களில் துளிர்க்கும் எரிச்சலை அவர் படித்துவிடலாம் என்கிற அச்சம் எழுந்தது. அப்படிப் படித்துவிட்டால், அதன் விளைவு என்னவாக இருக்கும் என்பதை அனுபவத்தில் நன்கு அறிந்திருந்தான் மாரி.

அவர்கள் காரணமே இல்லாமல், பொழுதுபோக்காக, எவனை வேண்டுமானாலும் கைநீட்டி, ''டே, நீதான்டா, இங்க வாடா...'' என்று கூப்பிட்டு நிற்க வைத்து, தலையில் ஒரு வாளி பிய்யை கொட்டினாலும், அவன் முகம் சுழிக்காமல்அதை ஏற்றாக வேண்டும் என்பதுஅங்கே எழுதப்படாத சட்டம்.

மூச்சு வாங்கப் பின்னால் தள்ளாடி வரும் தண்டலின் நிழலுருவம் மங்கலாய்த் தெரிந்தது. அடிக்கடி நின்று திரும்பி, ''வேகமா வாங்க தண்டலே'' என்று குரல் கொடுத்தபடி போய்க்கொண்டிருந்தான்.

ஒரு குறுகிய வளைவைக் கடந்து நடந்துகொண்டிருந்தார்கள். ''தோ... இன்னும் கொஞ்ச தூரந்தான் மாரி...'' மூச்சிரைக்க நின்று, அண்ணாந்து பார்த்துக் கைநீட்டி, ''தோ அங்க வெளிச்சம் தெரியுது பாரு மாரி... அதான் சின்ன தொர பங்களா...'' மாரி அண்ணாந்து பார்த்து நின்று, ''நல்லா வெளிச்சமா இருக்கே தண்டலையா... கரன்ட் வெளக்கா?'' ''ஆமான்டா மாரி... பெரிய மிசின்லருந்து கரன்ட் வருது...'' ''அப்டியா தண்டலே... ஆச்சரியமா இருக்கே... இந்த காட்டு மல மேல இருக்குற பங்களாவுல, பகலு மாதிரி பளிச்சுனு கரன்ட் வெளக்கு...?'' தண்டல் தலையாட்டிச் சிரித்தபடி, ''ஆமான்டா மாரி... அவுங்க எல்லாம் பெரிய தொரங்க... அவுங்க இருக்குற பங்களா எல்லாம் அப்பிடிதான் இருக்கும்... உள்ள வந்து பாரு... தெகச்சி நின்னுடுவ...'' மாரி, ''அப்டியா தண்டலே...'' என்று தலையாட்டி முன்னால் நடந்தபடித் தன் வீட்டில் இரவில் நாத்த புகையைக் கக்கிக்கொண்டு எரியும் மண்ணெண்ணெய் விளக்கை நினைத்துக்கொண்டு உச்சுக்கொட்டினார்.

பங்களா வேலிக்கதவு எட்டிப் பிடிக்கும் தூரத்தில் வந்துவிட தண்டல் வேக நடையில் தன்னை முந்திச் செல்வதைத் திகைப்புடன் பார்த்துப் புன்னகைத்தார் மாரி. வேலிக்கதவை ஓசை எழ தள்ளித் திறந்துகொண்டு, திரும்பி, ''வாடா மாரி...'' என்றபடி மூச்சிரைக்க தண்டல் நடக்க, தன் கண் முன் கரிக்கோட்டுச் சித்திரமாய் மெல்ல வடிவம் கொள்ளும் பங்களாவை ஆச்சரியத்துடன் பார்த்தபடிப் பின்தொடர்ந்து பங்களா முற்றத்தில் வந்து நின்றார் மாரி.

அகண்ட முற்றத்தின் தரைத்தளம் மெல்லிய குளிர்ந்த விளக்கு வெளிச்சத்தில் மிதந்துகொண்டிருந்தது. உயர்ந்த அகண்ட மரத் தூண்கள் கூரையைத் தாங்கி நின்றன. மரத் தூண்களில் வரிசையாய்ப் பொருத்தப்பட்டிருந்த அலங்கார விளக்குகள். அண்ணாந்து பார்த்தார். உருண்ட வடிவ விளக்கொன்று உயரமான உத்தரத்திலிருந்து தொங்கியபடி காற்றுக்கு மெல்ல ஆட, தரையில் அதன் ஒளியாட்டம்.

பங்களாக்குள்ளிருந்து குரல் வந்தது. திடுக்கிட்டுத் திரும்பிப் பார்த்தான். வேக நடையில் உடல் குலுங்க வந்துகொண்டிருந்தார் சின்ன தொரை. அவரை நோக்கிக் கும்புடு போட்டபடி இருவரும் வரவேற்பறைக்குள் நுழைந்தனர். ''தண்டலே... கொஞ்சம் இங்கயே நில்லுங்க... தோ மேல கொஞ்சம் வேல இருக்கு... வந்தர்ரேன்...'' என்றபடி மாடிப்படி நோக்கி நடந்தார்.

சமையற்கார மாரி வாயடைத்து நின்றார். கண்கள் ஆச்சரியத்தில் அந்தப் பிரமாண்ட வரவேற்பறையை அளந்தபடிச் சுழன்றன. மின்விளக்கின் பிரகாச ஒளி வெள்ளத்தில் வரவேற்பறை தேவலோகமாய்த் தோன்றியது.

பெருமூச்செரியத் தலையாட்டியபடிப் பார்வையை அதிலிருந்து விலக்கி, அறையின் நடுநாயகமாய் உட்கார்ந்திருந்த சொகுசு நாற்காலிகளில் பதித்தான். உயர்தர மரத் துண்டுகளைப் பக்குவமாய் வெட்டிச் செதுக்கி உருவான கனத்த நீள் நாற்காலிகள், மிக நேர்த்தியாய் அடுக்கப்பட்டிருந்தன. அதன்மேல் பிட்டத்திற்குச் சுகமாய் உட்காரவும், முதுகைச் சவுகரியமாய்ச் சரித்துக்கொள்ளவும் ஏதுவாய், வெள்ளைநிற உறைத்துணி அணிந்த பஞ்சு மெத்தைகள். உள்ளே விசுக்கென எழுந்த ஆசை உந்த நடந்து, நாற்காலி மெத்தை மேல் கை வைத்து அழுத்திப் பார்த்தான். முகம் ஆச்சரியத்தில் மலர்ந்தது. பஞ்சுப் பொதிக்குள் கை வைத்த சுகம். சற்றுத் தள்ளி சுவரையொட்டி ஆளுயர அலங்காரப் பூக்குடம் ஒன்று. அதற்குள்ளிருந்து தலைநீட்டி அவரைப் பார்த்துப் புன்னகைத்தன, உயிர்ப்பு மங்காத ரத்தச் சிவப்பு வசீகர ரோஜாக்கள். அவன் இதுவரை பார்த்திராத மிகப் பெரிய ரோஜாக்கள்.

அதன் பின்னால், கைக்கெட்டும் உயரத்தில் சுவரில் தொங்கிய படத்தின்மேல் பார்வை நகர்ந்து நின்றது. நெருங்கிப் போய் பார்த்தார். மிகப் பெரிய கறுப்பு வெள்ளை படம். விளக்கொளி தொட்டுப் பரவி பளிச்சென மிளிர்ந்தது.

முன்னங்கால்களை அகலப் பரப்பி, மண்ணில் தலை வைத்து, உடலை நீட்டி விழுந்து கிடக்கும் புலி. அதன் தலைமேல் காலணிபூண்ட மனிதனின் கால். அருகில் மண்ணில் புதைந்து நிமிர்ந்து நிற்கும் வேட்டைத் துப்பாக்கி.

அந்த மனிதனின் தோளை அணைத்து முகம் மலர இன்னொரு உருவம். யாரிவர்கள் என்று சற்றே நெருங்கி உற்றுக் கவனித்தார். 'அட, நம்ம பெரிய தொரயும், சின்ன தொரயும்.' அவர்களது காலடியில் இமை திறந்து வெறித்தபடிஎங்கோ நிலைகுத்தி

நின்றுவிட்ட அதன் உயிரற்ற கண்களைப் பார்க்க திராணியில்லாமல் தலை குலுக்கிப் பார்வை விலக்கினார் மாரி.

அதற்குமேல் அங்கே நிற்க அவரால் இயலவில்லை. சட்டெனத் திரும்பிதண்டலைப் பார்த்து, ''வாங்க தண்டலே... குசினிய காட்டுங்க...'' என்றார்.

கைகள், பழகிய சமையலில் தன்னிச்சையாய் இயங்க, மனம் அந்தப் புதிய உலகின் சூழலுக்குள் கால் வைத்து நடக்கத் தொடங்கி விட்டிருந்தது. அவரது பிரக்ஞை முற்றிலும் சூழநின்ற காட்டை நோக்கித் திறந்துகொண்டிருந்தது. திறந்து கிடக்கும் அகண்ட கண்ணாடி சன்னல்களினூடாய், குளிரூட்டப்பட்ட மலைக்காற்றின் பிரவாகம். அதில் காட்டுப் பூக்களின் நறுமணங்கள். இலை தழைகளின் பச்சை மணம்.

சில்வண்டுகளின் ரீங்காரம். காட்டு விலங்குகளின் அச்சுறுத்தும் கத்தல். பறவைகளின் கீச்சொலி. ஒன்றோடொன்று பின்னிப் பிணைந்து பிரிந்து பின் மீண்டும் மோதிச் சிதறும் கலவைக் குரல்கள். காடு கரைந்து மறுவுரு கொண்டு ஒலி வடிவில் விஸ்வரூபம் கொண்டிருந்தது.

பயிராகும் நாட்களில் இரவு நேர நாய்களின் காமக் கூக்குரல், வீட்டுக் கூரையில் கண்மூட விடாமல் அதகளம் பண்ணும் பூனைகளின் சேர்க்கை அலறல், தூக்கம் கலைந்த சேவல்களின் நேரம் தவறிய கூவல், மேய்ச்சலுக்குப் போன அம்மாவை நினைந்து மாட்டுக் கொட்டாயில் குரல் கொடுக்கும் கன்றுகளின் பசிக்குரல், ஆத்தோரத் தென்னை மைனாக்களின் மாலைநேர சந்தோச ஆரவாரம், பசிக்குக் குரல் கொடுக்கும் சிட்டுக்குருவிகளின் காலை நேரத் தொணதொணப்பு என்கிற சிறிய ஒலிகளின் வட்டத்துள் இதுநாள் வரை வாழ்ந்திருந்த சமையற்கார மாரிக்கு, இரவு நேரக் காடு முன்னிறுத்திய ஒலிகளின் பிரமாண்டம் திகைக்க வைத்தது.

முற்றிலும் வேறொரு அந்நிய கிரகத்தின் அடியாழம் நோக்கி பிரக்ஞைபூர்வமாய் விரைந்துகொண்டிருந்தார். தற்செயலாய் எதிர்கொள்ள நேர்ந்த ஒரு புத்தம்புது பயண வெளியில், தனது அன்றாட வயிற்றுப் பிழைப்புக்கான போராட்ட வாழ்வின் துயரங் களை எல்லாம் ஒரு கணம் துடைத்தெறிந்துவிட்டு, அந்த வனத்தின் மேலெழுந்து சிறகசைத்துப் பறக்கத் தொடங்கிவிட்டிருந்தார்.

சன்னல்வழி தலை நீட்டிப் பார்த்தார். ஆச்சரியத்துடன் பார்த்துக் கொண்டிருந்தார். அகன்ற கனத்த மெத்தை நாற்காலியில் உடல்

பின்சரிந்து கிடந்தது. கால்கள் மேசை மேல் பின்னலிட்டு அசைந்து கொண்டிருந்தன.

அவருக்கு இதுநாள்வரை அறிமுகமாகியிருந்த அந்த சின்னதொர வர்கீஸ் பொன்னம்பலம் இல்லை இது என்று தோன்றியது.

பகல் வேளைகளில் பார்த்துப் பழக்கப்பட்டிருந்த அந்த வர்கீஸ் பொன்னம்பலம், இறுக்கமும் அதிகார ஆணவமும் பூசிமெழுகிய அச்சமூட்டும் முகம் கொண்டவர். அதன் மையத்தில் படமெடுத்தாடும் நாகம் ஒன்றின் நிலைகுத்திய கண்கள்.

அதை நேரெதிர்கொள்ளும் எந்த எதிராளியும், வினாடியில் நிலைகுலைந்து வாலைச் சுருட்டி பார்வை விலக்கித் தலை கவிழ்ந்து ஓடிவிடுவான்.

சிவந்து மினுங்கும் நிறம். வெளுத்து கலைந்து காற்றில் அளையும் நீள தலைமுடி. அகண்டு மேலேறும் நெற்றி. உப்பிக் கனத்துச் சரியும் கன்னக் கதுப்புக்கள். புத்தரின் நீளக் காது. மிகக் கூரிய மூக்கு நுனி. சராசரிக்கும் மாறான விரிந்த நாசித் துவாரங்கள். அதனடியில் நறுக்கக் கத்தரித்து அலங்கரிக்கப்பட்ட மீசை. திறந்த மார்பில் மயிர்க்காடு. பெருத்துப் பிதுங்கி வழியும் பானை வயிறு. அதைத் தூக்கிக்கொண்டு அவர் நடந்து வருவது கையை வீசிக்கொண்டு யானை வருவதுபோல் இருக்கும்.

இப்போது இந்த இரவு விருந்தில் அந்த அச்சமூட்டும் மனிதர் காணாமல் போயிருந்தார். அந்த சொகுசு நாற்காலியில் இப்போது ஒரு இருபது வயது அப்பாவி இளைஞன். அத்தனை பகல்நேர பாவனைகளையும் கழட்டித் தூர எறிந்துவிட்டு, புதிய மனிதனாய் உருமாறி, தன்னை மறந்த இன்ப உலகில் மிதந்துகொண்டிருந்தார்.

துணைக்கு ஒத்து ஊதி பேசிச் சிரித்தபடி அவர் முன் பவ்யமாய் தலையாட்டி உட்கார்ந்திருக்கும் சின்ன கிராணி குட்டகாலு சுந்தரத்தையும் சமையலறை அகன்ற சன்னலின் ஊடாய்ப் பார்க்க முடிந்தது.

தங்களை முற்றிலும் கலைத்துக்கொண்டு, நாடக உலகின் கட்டுக்களை எல்லாம் ஒட்ட அறுத்தெறிந்து, இரவுநேர மலையுச்சியின் மேலெழுந்து வானில் சிறகடித்துப் பறக்கத் தொடங்கிவிட்ட இரு பறவைகளின் சுதந்திரப் பிரகடனம் அது என்பதை ஒரு சிறு புன்னகையுடன் நினைத்துத் தலையாடினார் மாரி.

சின்ன தொர வர்கீஸ் பொன்னம்பலம் எழுந்து நின்று கையை ஆட்டிக் குரல் உயர்த்தி உடல் குலுக்கி ஆடுவதுபோல் தெரிந்தது.

பார்க்க வசதியாய், தலையைச் சன்னலுக்கு வெளி நீட்டி ஆச்சரியத்துடன் உற்று நோக்கினார். ஏதோ பாடியபடி அவர் ஆடுவதுபோல் தெரிந்தது. காதைக் கூர்மையாக்கி, பாடலின் வார்த்தைகளைக் கவனித்தார். பழக்கப்பட்ட வார்த்தைகளாக எதுவுமில்லை. ரேடியோவில் அன்றாடும் கேட்கும் எந்தத் தமிழ்ப் பாட்டும் அதோடு ஒத்துப்போவதாக இல்லை என்பது சில வினாடிகளிலேயே புரிந்துவிட்டது.

ஆனால் தமிழின் வாடையோடுஉச்சரிப்பில் ஒருவித லயத்துடன் வேறுபட்டும் இருந்தது. தலையைச் சொறிந்தபடி யோசித்தார். ''இதென்ன என்னமோ புது பாசயா இருக்கு?'' சட்டெனப் பிடிபட்டது. ''அவன் மலபார்காரன்டா... மலயாலத்தான்... அவுங்க கொஞ்சம் வேற மாதிரி ஆளுங்கடா மாரி''என்று மாயாண்டி கிழவன் சொன்னது நினைவில் ஆடி விளக்கம் சொன்னது.

பிடிபடாத அந்தச் சொற்களுக்குள் இழைந்த சோகம் மனதை நெருடியது. உயிரினுள்ளே பல காலம் புரையோடி ஊறி நொதித்துப் பொங்கி வழியும் வலியுடன், குரல் நடுங்க வரும் ஏதோ ஒரு சோகப் பாடல் என்பது மட்டும் தெளிவாகப் புரிந்தது.

பிரிவின் சோகமாய் இருக்குமோவென அவர் தனக்குள்ளாகவே கேள்வியை எழுப்பிக்கொண்டார். பெரிய தண்டல் மலையேறி வரும்வழியில் பேச்சுவாக்கில் கசியவிட்டது நிழல் தட்டியது. ''நம்ம சின்ன தொர பாவன்டா மாரி... அவரோட பொஞ்சாதிகாரி இப்ப அவரோட இல்லடா... இந்த காட்டுக்குள்ள இருக்க முடியாதுன்னு சொல்லிட்டு அவுங்க மலபாருக்கே கெளம்பி போயிட்டா மாரி... இப்ப இவர வெட்டிவுட போறேன்னு கடுதாசி போட்டுருக்காலாம்... அவுங்க சாதில பொம்பளங்கதான் ஆம்பளங்க மாதிரியான்டா மாரி... அவுங்க வச்சதுதான் சட்டமாம்... சிருப்பா இல்லடா மாரி...? ஆம்பளன்னா ஆம்பளதான்டா... அதென்னடா மாரி, காலோட மூத்தரம் போற பொட்டச்சிக்கு பயந்துகிட்டு...?''

பாட்டு முடியட்டும் என்று காத்திருந்தான்.

குசினியிலிருந்த வெளிப்பட்டு, பின்பக்கம் நீண்டு கிடந்த, விருந்து நடக்கும் பூந்தோட்டத்துக்குள் காலடி வைத்து நடந்து, சின்ன துரையை நெருங்கி, ''ஐயா... எல்லாம் ஆக்கி முடிஞ்சிடுச்சுங்க ஐயா... நா போவலாங்களா...?'' என்று பவ்யமாய்க் குனிந்து அசட்டுச் சிரிப்புடன் அனுமதி கேட்டார்.

தலை தொங்கிக் கண்மூடி உட்கார்ந்திருந்த சின்ன தொரையின் தலை, மாரியின் குரல் உசுப்ப, சிங்கத்தின் பிடரியெனச் சிலுப்பி

அவரை நோக்கித் திரும்பியது- படமெடுத்தாடும் கருநாக முகம். அனல் புரளும் சிவந்த கண்கள். துடித்து நெளியும் கன்னக்கதுப்புக்கள். பெருக்கெடுத்தோடும் உணர்வுச் சுழிப்பில் சிக்கித் திக்குமுக்காடி அதிர்ந்து குலுங்கும் உடல்.

திகைத்து வாயடைத்து நின்றுவிட்டிருந்தார் மாரி. தலை சுற்ற கால்கள் தள்ளாடின. உடல் வியர்த்துக்கொட்டியது. புலியின் வாலை மிதித்தவனின் மிரட்சி. ஓரடி பின்னகர்ந்து சர்வமும் ஒடுங்கதலை குனிந்து நின்றுகொண்டார். எவனோ ராவோடு ராவாக வீசிவிட்டுப் போன குத்து தூண்டியில் சிக்கிய வெறாலின் மரண அவஸ்தை.

தலைகுனிந்து நிற்கும் மாரியின் மனக்கண்ணில், சற்று முன் சன்னல் வழி கண்ட அப்பாவி இளைஞன் மறைந்துவிட்டிருந்தான்.

எதிரில், மூச்சொலி கேட்கும் தூரத்தில், மெத்தை நாற்காலிக்குள் உடல் சரிய, அவனைப் பார்த்தபடிச் சுருண்டு கிடந்தது ஆறடி நீளக் கருநாகம் ஒன்று. சட்டெனத் தலை உயர்த்திப் படமெடுத்து ஆடி சீறியது. ''என்னடா கேட்ட மசுராண்டி? வூட்டுக்கு போறயா?'' என்றபடி எழுந்து நாற்காலியை ஓசையெழப் பின்னகர்த்தி, திரும்பி, மரத்தடி பக்கம் கை சுட்டி, ''அங்க பாருடா ஒங்க பெரிய தண்டல... பச்ச புள்ள மாதிரி கைய கட்டிகிட்டு நின்னுகிட்டிருக்காரு... காட்டு கோழிங்க கொக்கரக்கோன்னு சத்தம் போடற வரக்கும் அப்பிடியே வாய பொத்திகிட்டு நிப்பாருடா... இன்னக்கி வந்த ஒனக்கு மட்டும் என்னடா அவசரம்?பொண்டாட்டியோட படுக்குற நெனப்பு வந்துருச்சாடா?'' என்று சத்தம் போட்டுக் கத்தி மூச்சிரைக்க பொத்தென்று நாற்காலியில் சரிந்து, கன்னம் துடிக்கக் காறி உமிழ்ந்து, சாராய பாட்டிலை கையிலெடுத்து கிளாசில் கவிழ்த்தார்.

கண்கள் கலங்கி உடல் மெல்ல அதிர்ந்தது. நீர்பூத்த நெருப்பாய், இத்தனை காலம் அமைதிக்கடலாய்க் கிடந்த எரிமலை உயிர்த்து வெடித்துக் கிளம்பி அக்கினிக் குளம்பை வாரி இறைக்கத் தொடங்கி விட்டிருந்தது. மாரியின் அடியாழத்துள் பூகம்பம்.

வெகுண்டெழுந்து முட்டி மோதி கதறி ஆர்ப்பரிக்கும் காயம்பட்ட மிருகத்தின் துயர கர்ஜனை. இத்தருணம்வரை அவனறியாமல் அவனுள்ளே அடியாழத்தில் உறங்கிக்கிடந்த ஒரு ஆதி மிருகம்.

அதைக் கண்டு பயந்து நடுங்கினான்.

அந்தக் குரல், தனது அணுவின் ஒவ்வொரு துளியிலும் மோதி எதிரொளிக்க, சாபம் பெற்ற அகலிகை ராமனின் பாதம் பட்ட அக்கணத்தில் உயிர்பெற்றுத் துடித்தெழுந்ததுபோல், அவரது ரத்த

நாளங்களில் புதுப் புனலின் பிரவாகம். அதன் உக்கிரம் தாளாமல் உடல் அதிர்ந்து குலுங்கியது. தசை மடிப்புகள் புடைத்து முறுக்கேறி திமிறிக் கொக்கறிக்க, தனக்கெதிரில் படமெடுத்தாடும் விஷ நாகத்திற்கு சவால்விட-மெல்ல, மலமேட்டு முனி முன் கத்திமேல் நின்று சாமியாடும் சாமியாடியாய்த் தானும் ஆகிக்கொண்டிருப்பதைக் கண்டு பயந்தார்.

''அடி... ஓங்கி அடி... அவன் தலயில ஓங்கி நச்சுனு அடி... தல தெறிச்சு ஒங் காலடில வுழுந்து சாவட்டும் அவன்... கொன்னு கால்ல மிதிச்சு துவம்சம் பண்ணு அவன... சும்மா வுடாதடா மாரி, இந்த விஷ நாகத்த...''

அதன் ஆக்ரோசத் தாக்குதலில் நிலைகுலைந்து தள்ளாடினான். கழுத்து நரம்புகள் புடைத்தெழ உதட்டைக் கடித்து அதனை அடக்கி அமைதிப்படுத்த போராடினான்.

''போடா... போ... போயி தண்டலோட நில்லு...''

தண்டல் பக்கம் திரும்பி, ''எங்கடா... அவள இன்னக்கும் நீ கூட்டிகிட்டு வரலயா? சும்மா கைய வீசிக்கிட்டு வந்திருக்க?''

தண்டலின் உடலில் நடுக்கம். வெடவெடத்த உடம்பு. நீள கைகள். நீள கால்கள். ஒட்ட வெட்டிய தலைமுடி. அதில் பாதிக்கு மேல் நரைத்திருந்து. அரைக்கால் காக்கி கால்சட்டைக்கு மேல் அரைக்கை பனியன். கால்களில் ரப்பர் சப்பாத்து.

தண்டல், ''தோ பின்னாலயே வர்ராங்க அய்யா... நம்ம சாமக்கார அண்ணன் கூட்டிக்கிட்டு வர்ரன்னு சொல்லிருக்காரு...'' என்று மென்று விழுங்கிச் சொல்லிக்கொண்டிருக்க, வர்கீஸ் இரண்டடி முன்னகர்ந்து கை நீட்டிப் பாய்ந்து தண்டலின் கன்னத்தில் விட்ட அறையில், தண்டல் தலை சுற்றித் தடுமாறி, முகம் இறுகி, அழுதுவிடுவதுபோல் கலங்கித் தலை குனிந்து நின்றார்.

''பொய்யாடா சொல்ற பசுரு...? எத்தண தடவடா! இதயே சொல்லி ஏமாத்துவ? என்ன பாத்தா ஒனக்கு என்ன இளிச்சவாயன் மாதிரி தெரியுதாடா? போடா... போ... இப்பவே போயி அவள கூட்டிகிட்டு வா'' என்றபடி போதையில் கால்கள் இடற, ஒரு கணம், தண்டலைக் கூர்ந்து நோக்கி, விஷமப் புன்னகையோடு, ''டே... அவள கூட்டிகிட்டு வர முடியலனா... ஓம் பொண்டாட்டிய கூட்டிக்கிட்டு வாடா...'' என்று சத்தம் போட்டு, உடல் குலுங்கி அதிர, கண்களில் கண்ணீர் பொங்கி வழியச் சிரித்தார்.

●

பொழுது புலர தோட்டம் அதகளப்பட்டது.

முதல் நாள் டவுனுக்குப் போன இருவரும், பொழுது விடிய வீடு வந்து சேர்ந்திருந்தனர். பினாங்கு வரை சென்று ஊர் சுற்றிவிட்டு வந்திருந்தனர்.

அவர்களைத் தேடிக்கொண்டு போன குட்டியப்பனும் நெட்டமணியும் பொழுது விடிந்தும் திரும்பாமல் அவர்களின் வீடுகளில் பதற்றம் நிலவியது. குட்டியின் அம்மாக்காரி முத்தாயி, தலையில் அடித்துக் கொண்டு, வாசலில் உட்கார்ந்துபெருங்குரலில் ஒப்பாரி வைத்துக் கொண்டிருந்தாள்.

சற்று நிறுத்தி, எழுந்து நின்று, அவிழ்ந்து கிடந்த தலைமுடியை அள்ளி முடித்து, குனிந்து அல்லூரில் காறித் துப்பி, நிமிர்ந்து புருசனைப் பார்த்துக் கத்தினாள்.

''இங்க பாருடா கோபாலு... இப்ப நா சொல்றத நல்லா கேட்டுக்க... எம் புள்ளக்கி எதுனா ஒன்னு ஆச்சுனா... அப்புரம் நீ உசுரோட இருக்க மாட்டடா... தோ இருக்கு பாரு... அருவாமன கத்தி... அதாலயே வெட்டி கூறு போட்டுட்டு ஜெயிலுக்கு போயிருவன்டா... எங்கம்மா பத்ரகாளி மூக்கி முனியம்மா ரத்தம் ஓடர ஒடம்புடா இது... அவ மேல சத்தியன்டா...''

கூட்டம் கூடி நின்று வேடிக்கை பார்த்தது. நீளவாங்கில் தலை தொங்கி உட்கார்ந்திருந்தான் குட்டியின் அப்பன்காரன் அம்முவூட்டு கோபாலு. பொஞ்சாதியின் அழுகையும் ஆவேசமும் அவனுக்குத் தெளிவாகவே புரிந்தது. அவனைவிடவும் அதனைத் துல்லிதமாக புரிந்துகொள்ள வேறு எவராலும் முடியாது என்பதில் அவனுக்குத் துளியும் சந்தேகம் இல்லை.

குட்டியப்பன் என்கிற இந்த ஒத்தை ஜீவனுக்காக அவள் எந்த எல்லைவரையும் செல்வாள் என்பதை சற்று முன்பு பத்ரகாளியாய் எழுந்து ஆடி அவனுக்கு அவள் உணர்த்தியிருந்தாள். கன்னங்களை உள்ளங்கைகளுக்குள் குவித்து, குனிந்து அதிர்ச்சியில் உறைந்து உட்கார்ந்திருந்தான்.

அவனைப் பார்த்து வாடா போடா என்று அவள் கோபாவேசத்துடன் கத்தியது, அவர்களின் இருபது வருட தாம்பத்திய வாழ்க்கையில் இதுதான் முதல்முறை என்பதை அவனால் நம்ப முடியவில்லை. உண்மையில் அவனைப் பார்த்து, கண்களில் அக்னித் துண்டங்கள் சுழன்றாட, ஆவேசக் குரல் கொடுத்து, குசினிக்குள் புயலாய் மறைந்துபோனவள் தனது பொஞ்சாதி முத்தாயி இல்லை என்று உறுதியாய் நம்பினான்.

இது வேறு ஒரு பெண். ஏதோ ஒரு துர் ஆவி புகுந்து ஆட்கொண்டு விட்ட அந்நியப் பெண். கூப்பிட்ட குரலுக்கு மலர்ந்த முகத்தோடு எதிரில் வந்து நெருங்கி, ''என்னங்க... எதுக்கு கூப்புட்டீங்க? கோப்பி கலக்கிட்டு வரட்டா?'' என்றபடி, மகுடிக்கு ஆடி அசையும் பாம்பாய், மயக்கும் கண்களில் ஒளி மினுங்க, தன் முன் வந்து நிற்கும் அவள் அல்ல இது.

இனி அவளை, இந்தக் கணத்தில் அவளைக் கையகப்படுத்தியுள்ள அந்த துர் ஆவியின் பிடியிலிருந்து மீட்பதும், நிரந்தரமாய் அதனிடம் ஒப்படைத்துவிடுவதும், அவள் பிள்ளை வரம் கேட்டு, பல காலம் மடிப் பிச்சைக் கேட்டு ஏறி இறங்கிய கோயில் கருவறைகளில் உறையும் தெய்வங்களின் கைகளில் மட்டுமே உள்ளது என்று பொட்டில் அறைந்து சொன்னது அவனது ஆழத்திலிருந்து ஒரு குரல்.

ஆமாம் ஆமாம் என்பதுபோல் தலையை வேகமாய் ஆட்டி எழுந்து நின்றான்.

ஒரு முடிவுக்கு வந்தவனாய், கொடியில் காய்ந்த துண்டை உருவி உதறித் தோளில் போட்டு, தலைவரைத் தேடிக்கொண்டு புறப்பட்டான்.

வீட்டுக்குப் பின்னால் நான்கு லயங்கள் தாண்டி போகவேண்டும். இடையில் குறுக்காய் ஓடும் ஒரு சிறு ஓடை. மலையிலிருந்து இறங்கி வந்த கூழாங்கற்களிடையே புகுந்து வளைந்து நெளிந்து ஓடி சலசலக்கும் பளிங்கு ஓடை. கடக்க சிறு பலகைப் பாலம். பாலத்தில் வந்து நின்று நிமிர்ந்து பார்த்தான். தலைவர் வீடு கண்ணில் பட்டது. சரிந்து மேலேறும் மண்மேட்டின் உச்சியில் நின்றது லயம்.

குனிந்து, காலடியில் ஆனந்தமாய்ப் பாடிச் செல்லும் ஓடை நீரைப் பார்த்தான்.

சற்று முன்பு வாசலில் நின்று பத்ரகாளியாய்ச் சதிராடி வீட்டினுள் புயலாய் புகுந்து மறைந்துபோன அவளது அந்தப் புது அவதாரம் நீரலையில் அசைந்தாடியது. தீக்கனல் ஒன்று அதிலிருந்து முகிழ்த்து, மேலெழுந்து வந்து அவனைத் தீண்டித் துடிக்க வைத்தது.

உடல் நடுங்கிப் பதற ஓட்டமெடுத்தான். விடாமல் துரத்தியது அவளது ஆவேசக் குரல் - 'போடா போ... போயி அவன கையோட கூட்டிகிட்டு வாடா... என்னோட ரத்த கண்ணீர பாத்து, அந்த முச்சந்தி மாரியாத்தா இந்த வயித்துல வாத்த பாலுடா அவன்... ஒத்த கருவேப்பில கொத்துடா...வேணாம்... அனுப்பாத... அவனுக்கு உசுரு கண்டம் இருக்கு... பொழுது போயி, அங்க இங்க அனுப்பாத முத்தாயின்னு, மலமேட்டு முனி முன்னால கத்தி மேல நின்னு சாமியாடி சொல்லிருக்கான்னு சொன்னனே, கேட்டியாடா...?''

யூனியன் தலைவர், வழியை வெறித்து நோக்கியபடி கவலை தோய்ந்த முகத்தோடு யோசனையில் இருப்பதைத் தூரத்திலேயே கண்டுகொண்டான். நடையில் பதற்றம் கூடியது. கால்கள் இயந்திரமாய் இயங்கின.

அவனை எதிர்கொண்டு வாசலில் வரவேற்ற தலைவர், ஒருகணம் அவனிடம் என்ன சொல்வதென்ற குழப்பத்தில் நின்று மீண்டு ஒருவழியாய்ச் சுதாரித்து, ''வா... கோபாலு... ஒண்ணதான் நெனச்சு கிட்டு இருந்தேன் கோபாலு... நீயே வந்துட்ட... வா... வந்து இப்பிடி உக்காரு...'' என்று குழறி முடிப்பதற்குள் மூச்சு வாங்கியது.

அவனது கண்களை எதிர்கொள்ள முடியாமல் தவிப்புடன் பார்வையை விலக்கி, நெருங்கி வந்து அவன் தோள்களில் கைவைத்து, ''ஒன்னோட நெலம எனக்கு நல்லா புரியுது கோபாலு... கவல படாத... எல்லம் நல்லபடியா முடியும்... தெகிரியமா வூட்டுக்கு போ... முத்தாயிகிட்ட சொல்லு... தோ ஆபீசு வரக்கும் போயிட்டு அப்பிடியே வூட்டு பக்கம் வர்ரேன்...''

பதில் எதுவும் பேசாமல், ஒரு அடிபட்ட பார்வையுடன் திரும்பி நடந்து, தளர்ந்த நடையில் அவன் போவதையே பார்த்துக்கொண்டிருந்த தலைவரின் முகத்தில் கலவரம்.

அவருக்கு எதுவும் சரியாகப்படவில்லை. எப்படி யோசித்தும் எதுவும் பிடிபடவில்லை. நின்று திரும்பி யாராவது வருகிறார்களா என்று வழியைப் பார்த்து சோம்பல் முறித்தார். வேட்டைக்காரர் நினைவுக்கு வந்தார். ''அவரயும் போவ சொன்னமே... என்ன ஆனாரு?''

பெருமூச்சுவிட்டு, தலையை ஆட்டி வானத்தை அண்ணாந்து பார்த்தார். கிழக்கில் மலையுச்சிக்கு அப்பால் மெல்லத் தலை நீட்டி மேலெழுந்து வந்துகொண்டிருந்தான் பகலவன்.

வானம் வெளுத்து, நீலம் படர்ந்து, கண்கள் தொட்ட தொலைவு வரை மேகத் திரள் ஏதுமற்று, சலனமற்று, விரிந்து கவிந்து பூமியைப் பார்த்துப் படுத்துக் கிடந்தது.

அதில் ஊடாடிய பேரமைதி இறங்கி வந்து, ஒருகணம் அவருள் நிறைத்து நெகிழ வைக்க, கைகூப்பி, ''அம்மா தாயே... நல்லத நெனச்சு நா செஞ்ச காரியத்துல வில்லங்கம் எதுவும் வராம பாத்துக்க தாயே...'' என்று முணுமுணுத்தார். பின்புறம் யாரோ கூப்பிடும் குரல். பார்வை வானத்தை விட்டகன்று தரைக்கு வந்து குரல் வந்த திசைக்குத் திரும்பியது.

சாமியாடி வந்துகொண்டிருந்தான். மனம் துணுக்குற்றது. அவன் அவசியமில்லாமல் எவரையும் தேடி வருபவன் அல்ல என்பது அவருள் பொறி பறக்கச் செய்தது. அதுவும் இந்த நரக வேதனையில் தோட்டமே தவித்துக்கொண்டிருக்கும் தருணத்தில் அவனது வருகை கெட்ட சகுணமாகவே தோன்றியது. அவன் பக்கம் வந்து நின்று, ''என்னங்க தலவரே... என்ன அப்பிடி ஆன்னு வாய பொளந்து மானத்த பாத்துகிட்டு நிக்கிறீங்க?''என்று கோணலான நக்கல் சிரிப்புடன் அவரது கண்களை நேரெதிர்கொண்டு, சற்றுப் பொறுத்து, ''நீங்க தேடற அந்த பசங்க வரமாட்டானுங்க தலவரே... போய்ட்டானுங்க... அவனுங்க விதிய தேடிகிட்டு போய்ட்டானுங்க... இன்னமே தோட்டத்துக்கு வரமாட்டானுங்க... வீணா தேடாதீங்க...'' என்று வந்த வழியே திரும்பி நடந்தான்.

யூனியன் தலைவர்திக்பிரமை பிடித்துஅவன் போகும் திசையைப் பார்த்து எண்ணங்கள் உறைந்து அசைவற்று நின்றுகொண்டிருந்தார். தலைக்குள் ஏதேதோ இரைச்சல். ''என்ன சொல்லிட்டு போறான் சாமியாடி? இன்னமே அவனுங்க வரமாட்டனுங்களா?''கால்கள் சில்லிட்டு நடுங்கியது. நெற்றிப் பொட்டில் கட்டை விரல்களை வைத்து அழுத்தித் தேய்த்து, ''சாமியாடி சொன்னா... அது மலமேட்டு முனியே சொன்ன மாதிரிதான்... சந்தேகமே இல்ல... இது சாமி வாக்குதான்...'' தலை சுற்ற, கண்களில் கும்மிருட்டு. இதயம் அதி வேகத்தில் அடித்துக்கொள்ளும் ஓசை காதுக்குக் கேட்பதை முதல்முறை மிகத் துல்லிதமாகக் கேட்டுக்கொண்டிருந்தார்.

குட்டியப்பனும் நெட்டைமணியும் கித்தாக்காட்டுக்குள் காணாமல் போனது குச்சிக்காட்டில் தீபோலப் பரவிவிட்டிருந்தது.

அம்மாவூட்டு கோபாலு, வீட்டு வாசலில் தலை கவிழ்ந்து கன்னத்தில் கை வைத்து உட்கார்ந்து கண்ணீர் வடித்துக்கொண்டிருந்தான். குசினியில் உட்கார்ந்து அழுது அரற்றிக்கொண்டிருந்தாள் முத்தாயி. அவளுக்கு ஆறுதல் சொல்ல வந்த பெண்கள், பேச்சற்று உட்கார்ந்து கவலை தோய்ந்த முகத்தோடு பெருமூச்செரிந்து பார்த்துக் கொண்டிருந்தனர்.

பின்பக்க லயத்தில் நெட்டமணி வீட்டிலும் அழுகைச் சத்தம். அவன் அப்பன்காரன் நண்டு கோயிந்தன் பெரிய தண்டல் ஏதோ கேட்க அதில் கவனமின்றி எங்கோ பார்த்துத் தவிப்புடன் தலையாட்டிக் கொண்டிருந்தான். அவன் மனம் முழுக்க உள்ளிருந்து ஓலமிடும் மனைவி அஞ்சலையின் ஆற்றாமைக் குரலில் நனைந்து அல்லாடியது. முற்றின கித்தாமரப் பட்டையை வெயில் கால வறட்சியில் தீட்டாத கத்தியால் வரட்டு வரட்டென்று இழுப்பதுபோல் வலித்தது. சின்ன

மகளும் மகனும் அழுகையை அடக்கி, கண் கலங்க அம்மாவை நெருங்கி உட்கார்ந்து பார்த்துக்கொண்டிருந்தனர்.

வீட்டு வாசலில் சின்னகாடி வந்து நிற்க, நிமிர்ந்து பார்த்துச் சங்கடத்துடன் குனிந்துகொண்டான். அஞ்சலையின் கடைசி தங்கை முனியம்மா கதவைத் திறந்து பதற்றத்துடன் இறங்கி வந்து அவன் எதிரில் நின்றாள். அவள் பின்னாலேயே புருசங்காரன் மீச கருப்பன். அவர்கள் முகத்தை எதிர்கொள்ளும் திராணி இல்லாமல் தரையைப் பார்த்திருந்தான் நண்டு கோயிந்தன். அவள், ''என்ன ஆச்சு மாமா? மணி வந்தானா இல்லயா?'' குரலில் எதிர்பார்ப்பும் பதற்றமும் இருந்தன. அவன் தலையை ஆட்டினான். அவள் அக்காவைத் தேடிக்கொண்டு குசினிக்கு ஓடினாள்.

அவளைப் பார்த்ததும் அஞ்சலையின் அழுகை பெரிதானது. ''எம் புள்ள போயிட்டான்டி புள்ள...'' என்ற கதறல் வாசல் வரை வந்தது. ''அழாதக்கா... அவனுக்கு ஒன்னும் ஆயிருக்காது... வந்துருவான்... பயப்படாத...'' என்று ஏதோ சொல்லி அவளும் அக்காவோடு சேர்ந்து கலங்கினாள்.

ஒன்றும் பேசாமல் நின்று பார்த்துகொண்டிருந்த சகலை மீச கருப்பன் குனிந்துஅவன் கையைப் பிடித்துத் தன் கைக்குள் வைத்தபடிப் பக்கம் உட்கார்ந்துகொண்டான். அந்தத் தொடுதல் அவனை உலுக்கியது. அதன் ஸ்பரிசம் அவனுக்குள் ஒளிந்து கதறிக் கொண்டிருந்த குழந்தை தாயின் அரவணைப்பில் மெல்லக் கரைவது போல் உணர, மெய் சிலிர்க்க, கண்கள் கலங்கி அவனை நிமிர்ந்து பார்த்தான். சில நொடிகள் அவர்கள் கண்கள் தொட்டு விலகின.

அதற்கு மேலும் அங்கு உட்கார்ந்து கொண்டிருக்க அவனால் முடிய வில்லை. பக்கம் வந்து உட்கார்ந்து ஆறுதல் சொல்லிக்கொண்டிருந்த முருகப்பனை ஏறிட்டுப்பார்த்து, ''முருகப்பணே... கொஞ்சம் கூட வாங்கண்ணே. அம்மாவூட்டு கோபாலு வூடு வரக்கும் போவனும்... அவன பாக்கனும்... டே சகல நீயும் வாடா...'' என்றபடி எழுந்து நடந்தான்.

●

இருள் குச்சிக்காட்டுக்குள் திருடனைப்போல் ஓசைப்படாமல் நுழைந்ததை உணராத, ஏதோ சிந்தனையிலிருந்த லட்சுமி, சடக்கென மீண்டுதன்னிலை பெற்று எழுந்து நின்றாள்.

பக்கமிருந்த, பின் பக்க தடுப்புக்குள் மறைந்து, அவசரமாய்க் குளித்து, உடுத்தி, உள் வந்து, மகளைப் பார்த்தாள். அவள் கறியைச்

சுடவைக்க சட்டியை அடுப்பில் ஏற்றி, மணக்கட்டையில் உட்கார்ந்து குளிர்காய்ந்துகொண்டிருந்தாள். மெல்லப் புன்னகைத்தாள்.

போர்வையை இழுத்துப் போர்த்தி அவள் அடுப்படியில் குளிர்காய்வதைப் பார்க்க, ஒரு வருடம் முன்பே சீனன் கடை சாராயத்தைக் குடித்தே சுடுகாட்டுக்குப்போன அவன் நினைவில் வந்து நிழலாடினான்.

கை வைத்து அழுத்த ஒடிந்து விழுந்துவிடும் போன்ற உடம்பு. மேல் வரிசையில் முன் இரண்டு பற்களும் சற்றே தூக்கலாய், சிரிக்கும் போது அதுவே ஒரு அழகாய். அதுவே அவள் அவன் மேல் காதல் கொள்ள முதல் காரணம் என்பதைப் பின்னாளில் அவள் ஒரு நினைவோட்டத்தில் அடையாளம் கண்டபோது, அவளுள் எழுந்த ஆச்சரியம் ஒருநாள் முழுவதும் தொடர்ந்ததை, இன்று நினைத்தாலும் முகம் மலர்வதை அவளால் தவிர்க்க முடிவதில்லை.

''அவனா... அந்த மேக்கு பல்லனா? அவனயா ஆசபடர?'' என்று அவளது நெருங்கிய தோழி மாலா சொன்னதைக் கேட்டு, முகம் சுழித்து, கோபம் கொண்டு அவளோடு சண்டைக்கு நின்றதெல்லாம் இன்று வெகு தூரத்து நிழலாட்டம்.

தோட்டமே தூங்கப்போய்விட்டிருந்தது. கதவு தட்டப்படும் ஓசை. பாதி தூக்கத்திலிருந்த லட்சுமி திடுக்கிட்டு விழித்து எழுந்து தயங்கி கதவைத் திறக்கிறாள். அரை இருளில் யாரோ. உற்று கவனித்தபடி, ''யாரது?'' என்கிறாள். குரலில் பதற்றம். உருவம் பிடிபட, ''என்ன தண்டலே? எதுக்கு இந்த நேரத்துல? என்றபடி திரும்பி, பாயில் படுத்துக்குறட்டைவிட்டுத் தூங்கும் மகளைப் பார்த்து, வெளியில் வந்து, கதவைச் சாத்தி நின்றாள்.

''வேற என்ன லட்சுமி? அன்னக்கி தீம்பாருல சொன்னனே, அதேதான்... சின்னதொர ஒன்ன இப்பவே கையோட கூட்டிகிட்டு வர சொல்லிட்டான் லெட்சுமி...'' இருளில் அவர் முகத்தைப் பார்க்க முடியவில்லை. குரலில் தெறித்த நடுக்கம், அவரது முகத்தில் ஒட்டியிருக்கும் பதற்றத்தை உணர உதவியது. அவளுள் கோபமும் எரிச்சலும் பொசுக்கென எழுந்து வந்தன. அடக்கிக்கொண்டு, ''என்ன சொல்றீங்க தண்டலே? நாந்தான் அதெல்லாம் முடியாதுன்னு அன்னக்கே சொல்லிட்டனே... அப்புறம் எதுக்கு என்ன வுடாம இப்படி தொல்ல பண்றீங்க...?''

பங்களா தோட்டத்தில் வைத்து சின்ன துரை, ''போயி அவள இப்பவே கூட்டிகிட்டு வாடா... முடியலன்னா... ஓம்

பொண்டாட்டிய கூட்டிகிட்டு வாடா...'' என்று மிரட்டியதை நினைத்துக்கொண்டார்.

'இன்னக்கி எப்பிடியாவது இவள கூட்டிகிட்டு போயிரனும்... முடியலன்னா...?'

எண்ணமே உடலை நடுங்கச் செய்தது. 'அதுக்கப்பறம்... பெரிய தண்டல்னு சொல்லிகிட்டு இந்த சனங்க முன்னால தலய நிமுந்து வீராப்பா நடந்த நட போயிரும்... தல குனிஞ்சு, ஒடம்பு வளஞ்சு, தரய பாத்து பூனயாட்டம் நடந்து போவனும்... இப்ப நம்மல பாத்து, தலய சொறிஞ்சு பல்ல இளிச்சு போறவன் எல்லாம்... அப்ப நிமுந்து நின்னு, நம்ம மொகத்த பாத்து, தூன்னு காறி துப்பிட்டு போவான்... அப்புறம் நாலு மொழ கயித்துல புளிய மரத்துல நாண்டுகிட்டுதான் சாவனும்...'

மனம் அசுர வேகத்தில் பரபரத்தது. அவளை எப்படி வழிக்குக் கொண்டு வருவது என்று தீவிரமாகவும் அவசரமாகவும் யோசிக்கத் தொடங்கினார். ''என்ன தண்டலே... சும்மா அப்படியே புடிச்சுவச்ச புள்ளயாராட்டம் நின்னு பாத்துகிட்டு இருக்கீங்க? கெளம்புங்க தண்டலே... தூக்கம் வருது... புள்ள முழிச்சுக்குவா...'' என்றபடி திரும்பிக் கதவில் கை வைத்தவள் திடுக்கிட்டு மீண்டும் திரும்பி நின்றாள்.

அவளது கால்களை இரு கைகள் இறுக்கமாய் பிடித்துக் கொண்டிருந்தன. ''என்ன தண்டலே? என்ன இது? கால எதுக்கு புடிக்கிறீங்க?'' என்றபடி காலை உதறி விலகி நின்றாள். ''எனக்கு வேற வழி தெரியல லெட்சுமி... நாளக்கி நா உசுரோட இருக்குறதும்... நாண்டுகிட்டு சாவறதும் ஒன்னோட கைலதான் இருக்கு லெட்சுமி... அந்த முச்சந்தி மாரியாத்தாவா நெனச்சு, ஒங் கால புடிச்சு கெஞ்சரேன் லெட்சுமி... என்ன காப்பாத்துமா...''

அவள் அதிர்ச்சியில் உறைந்து போயிருந்தாள். சடக்கெனப் பக்கமிருந்த தூணில் சாய்ந்து நின்றுகொண்டாள். கால்கள் தளர்ந்து தள்ளாடின. நா கசந்து வறண்டது. கடகடவென்று ஒரு குவளைத் தண்ணீரை ஊற்றி நனைத்தால்தான் தீரும்போல் இருந்தது. ரெண்டு மிடறு எச்சிலை விழுங்கித் தொண்டையை நனைத்து, சரிந்து வாங்கில் உட்கார்ந்துகொண்டாள்.

இருளுள் நிலைகுத்திய பார்வையில் தலைகுனிந்து அசைவற்று சிறிது நேரம் உட்கார்ந்திருந்தவள், நிமிர்ந்து பெரிய தண்டலின் முகத்தைத் தேடினாள்.

எதிர் வாங்கில் நிம்மதியற்ற ஒரு பெருமூச்சு. தனக்குள் பேசிக் கொள்வதான ஒரு முணுமுணுப்பு. உடல் அசைய கிரீச்சிடும்

வாங்கு. மீண்டும் ஒரு நீள் பெருமூச்சு. தீக்குச்சி உராயும் ஒலி. லெட்சுமி பார்வையைக் கூர்மையாக்கினாள். தீக்குச்சியின் மஞ்சள் சுடரொளி, மெல்ல நகர்ந்து சுருட்டின் நுனிக்குத் தாவி, காற்றில் அசைந்தாடியது. இருளைக் கலைத்த அந்த ஊசிமுனை இடைவெளியில் சில விநாடிகள் மட்டுமே நிலைத்த காட்சி.

பல நாள் பார்த்த முகம்தான். கறுத்து நீண்ட முகம். அதில் அம்மைத் தழும்புகளின் குழிகள். நீண்டு வளைந்த புத்தன் காதுகள். கருமை முடியில் கலந்திருக்கும் சில்லறை நரை. தடித்த பெரிய முனை முறுக்கிய மீசை. இறுகிய உதடுகள். முகத்தில் சவக்களை வந்து விட்டிருந்தது.

''என்ன சொல்ற லெட்சுமி?''

அவள் பதிலேதும் சொல்லாமல் எழுந்து கதவைத் திறந்து உள் நுழைந்து கதவைச் சாத்திக்கொண்டாள். பெரிய தண்டல் நின்று ஏதோ நினைவுடன் திரும்ப, பார்வை நிலைகுத்திவிட்டிருந்தது.

எதிர் லயத்தில் அந்த நடுவீட்டின் கதவு பாதி திறந்த நிலையில் இன்னமும் இருந்தது. அதன்வழி வெளியில் பரவிய மங்கிய வெளிச்சத்தில், வாசலில் நிழலாய் அசையும் உருவைப் பார்த்துஉள்ளே வெஞ்சினம் பொங்கிப் பெருக, திரும்பி, சாத்தப் பட்டிருந்த வீட்டுக் கதவை எதிர்கொண்டபடிமுணுமுணுத்தார்.

''என்னடி பெரிய பத்தினியாட்டம் ஆட்டங் காட்டர? தோ அங்க ஒளிஞ்சு நின்னு பாத்துகிட்டு இருக்கானே எதுத்த வூட்டு நொண்டி கிருஸ்ணன்... அவன் குடுக்குற தகிரியமாடி? பாக்கரண்டி ஒங்க ரெண்டு பேரயும்... என்னயே ஒங் கால்ல வுழ வச்சுட்ட இல்லடி பொட்ட சிறுக்கி? ஒரு நாளக்கி நீங்க ரெண்டு பேரும் வந்து எங் கால்ல வுழுந்து கதறி கெஞ்ச வக்கிறன்னா இல்லயா பாருடி?'' என்றபடி தலையை வேகமாய் ஆட்டி கனைத்து செருமி காறித் துப்பி, அண்ணாந்து நட்சத்திரங்கள் மின்னிய வானத்தை ஒரு கணம் பார்த்து நின்று, திரும்பி சாத்திக்கிடக்கும் லெட்சுமி வீட்டு வாசல் கதவை தீர்க்கமுடன் நோக்கி, ''பாத்துக்கிரன்டி ஒன்னயும் அவனயும்... இன்னயோட ஒங்க ரெண்டு பேரு தலயிலயும் சனீஸ்வரன் வந்து ஒக்காந்துட்டான்டி...'' என்றபடி கறுவி சூளுரைத்து நடைப்பாதையில் இறங்கித் தன் வீடு நோக்கி நடந்தார்.

கால்கள் இரும்பாய்க் கனக்க தள்ளாடி நடந்தார். மனம் கொந்தளித்துக் குமுறியது. ''இன்னக்கி எவளாவது ஒருத்தியோட போவலன்னா... அவன் நாளக்கி காலயில பெரட்டுல நம்மல குச்சிகாட்டுல தல குனிஞ்சு நடக்கவுட்ருவான்... இத்தன நாளு இந்த

சனங்க முன்னால பெரிய தண்டலுன்னு மீசைய முறுக்கி தலய தூக்கி தொர மாதிரி குச்சிக்காட்டுல நடந்த நட காணாம போயிரும்...''

அதைக் கற்பனையில் மீண்டும் பார்க்க, உடல் நடுங்கியது. நா வறண்டு இதயம் படபடத்தது. அப்படியே நின்று திரும்பி லயங்களைப் பார்த்தார். 'இப்ப நம்மல பாத்து தலய சொறிஞ்சு கீழ பாத்து, தண்டலய்யான்னு மரியாதையா பல்ல காட்டி இளிச்சு நிக்கிற இந்த லயத்து சனங்க நாளக்கி நம்ம முன்னால நெஞ்ச நிமுத்தி நின்னு கேலி சிருப்பு சிரிக்கும்... அப்ப அங்கியே அப்பிடியே நாக்க புடிங்கி சாவலாம்னு ஆயிரும்...'

'இந்த லெட்சுமி சிறுக்கி நம்மல இப்பிடி ஏமாத்திட்டாளே... அத்தன கெஞ்சி கேட்டும் வர முடியாதுன்னு சொல்லிட்டாளே நாற முண்ட.... இன்னமே வேற வழி இல்ல... அவ கால்லதான் போயி வுழனும்... ஒம் புருசன் கவுரவத்த காப்பாத்துமான்னு கெஞ்சனும்...' அதை நினைக்கவே அவர் மனம் பதைத்தது. கொதிக்கும் எண்ணெய்யில் தூக்கி வீசப்பட்டதுபோல் உடலும் மனமும் பற்றி எரிந்தன. தலையைக் கைகளில் தாங்கி, குத்துக்காலிட்டு அப்படியே உட்கார்ந்து தலையில் அடித்து அழுதார். உதடு பைத்தியக்காரனைப் போல் எதையோ உளறியது. ''அவ லேசுல வர மாட்டா... அழுது மூக்க சிந்துவா... ஒன்னோட பொளப்புக்காவ... கட்டன பொண்டாட்டியவே கூட்டிகுடுக்க வந்துட்டயாடான்னு எகிறி குதிப்பா...

''ஆமாண்டி... எனக்கு பெரிய தண்டலுங்கர பேருதான் முக்கியம்... அது தர்ர கௌரவந்தான் முக்கியம்... எம் முன்னால கைய கட்டி வளஞ்சு நின்னு கும்புடு போட்டு 'ஐயா சொல்லுங்கையா'ன்னு தலய சொறியர அந்த சனங்க என்னக்கும் எம் முன்னால அப்படியே நிக்கனும்டீ... அதுக்காவ எதயும் செய்வண்டி... கொலகூட செய்வண்டீ... எனக்கு அதுதான் உசுருடீ... அதுக்கு முன்னால மத்தது எல்லாம் எங் காலு தூசுடீ... போ... போ... கௌம்பு... இப்ப நீ பங்களாவுக்கு வரல... நாளக்கி காலயில லூட்டு பின்னால புளிய மரத்துல எம் பொணத்ததான் பாப்படீ...''

பெரிய தண்டல் போவதைப் பார்த்திருந்து திரும்பி கதவை மெல்லத் தள்ளித் திறந்து உள்ளே போய் கதவைச் சாத்தி, அதில் சாய்ந்து நின்ற லெட்சுமிக்கு, பெரிய தண்டலின் ஒவ்வொரு சொல்லும் மீண்டும் வந்தது. காய்ச்சி ஊற்றிய இரும்பாய் உள்ளே இறங்கித் தகித்தது. பெரிய தண்டலின் மிக மோசமான கோபத்திற்குத் தான் ஆளாகி விட்டது புரிந்தது. அவர் மிகக் கடுமையாய் காயம்பட்டிருப்பதை உணர்ந்து உள்ளூர நடுங்கினாள்.

அவர் தனது காலில் விழுந்த அந்தக் கணம் என்பது, ஆணவம் நிறைந்த ஒரு ஆண் மகன் தன் வாழ்நாளில் சந்திக்கும் மிகப் பெரிய அவமானம் என்பதை அவள் அறிந்திருந்தாள். அது ஏதோவொரு அதிகபட்ச நெருக்கடியின் பிடியில் சிக்கி, மன உளைச்சல் தாளாமல் ஒரு அந்நியப் பெண்ணின் காலடியில் தன்னைக் கீழிறக்கி, மண்டியிட்டுப் புழுவாய் நெளிந்து அவர் அசிங்கப்பட்ட தருணம்.

அவர் நினைவில் இனி எப்போதும் அது கூர்முனைப் பம்பரமாய்ச் சுழன்றடித்து ரணகளமாக்கி, அவரைத் துளித் துளியாய் உறிஞ்சிக் கொன்றுகொண்டிருக்கும் என்பதை நினைக்கவே மனம் அதிர்ந்து குலுங்கியது. அங்கிருந்து சட்டென விலகிக் குசினிக்குள் ஓடினாள். மண் பானையைத் திறந்து ஒரு குவளைத் தண்ணீரை மொண்டு அண்ணாந்து வாயில் ஊற்றினாள். கடக்கடக்கென்று அது தொண்டைக்குள் இறங்கும் ஒலி துல்லிதமாய்க் கேட்டது.

கசந்து வறண்டு தவித்த தொண்டைக்குழியை இதமாய் நனைத்து இறங்க பெரியதொரு ஏப்பம் மேலெழுந்து வந்து வெளியேறியது. சிறிது நேரம் அப்படியே சுவரைப் பார்த்து நின்றிருந்தாள். என்ன செய்வதென்று புரியவில்லை. நெற்றிப்பொட்டு வலியில் தெறித்தது. குழப்பமான தருணங்களில் வந்துவிடும் வழக்கமான வலி.

தண்டலுக்குள் அந்தத் தருணம் தந்திட்ட அவமானத்தின் நீட்சியாய் அவருள் இனி காட்டுத் தீயாய் எழுந்து உக்கிரத்துடன் தாண்டவமாடிக் கொக்கரிக்கும் வன்மம் தன்னைப் பலிவாங்கும் தருணம்வரை அடங்காது என்பதை நினைத்து நடுங்கினாள்.

ஒருநாள் நடுப்பகல் தாண்டி தீம்பாரில் விறகு பொறுக்கித் தலையில் வைத்துக் குறுக்கு வழியில் பசிக் களைப்பில் வந்துகொண்டிருந்தாள். வழியை ஒட்டி இரு பக்கமும் மண்டிக் கிடந்தது மீனாபூண்டும் கோப்பிபழச் செடியும். பத்தடி தள்ளி புதருக்குள் சலசலப்பு. ஏதோவொன்று எச்சரிக்க கால்கள் சடக்கென நின்றன. பார்வை அதில் நிலைகுத்தியது. பயத்தில் கைகள் கைவிட தலையிலிருந்து தடாலென சரிந்து கீழே விழுந்த விறகின் ஓசையில் திடுக்கிட்டு எழுந்து நின்றது.

ஆறடி உயரத்தில் வாலைத் தரையில் ஊன்றி நின்று படமெடுத்துச் சீற்றத்துடன் ஆடியது ராஜநாகம். இலை உதிர்த்து அம்மணமாய் நின்ற கித்தாமரங்களினூடாய் இறங்கிய சூரிய ஒளியில் மினுங்கும் உடலின் கருமை. நிலைகுத்திய பார்வையில் வைரக்கல் போன்ற அதன் கண்கள். நாவின் அச்சுறுத்தும் நடனம்.

மீண்டும் ஒரு மிடறு தண்ணீர் ஊற்றித் தொண்டையை ஈரப்படுத்தினாள். அந்த அகால இரவில் அவளுள் எழுந்து நின்ற அந்தக் காட்சியின் பொருத்தப்பாடு குறித்த கேள்வி ஊசலாடியது. சட்டென நினைவின் ஒரு ஓரத்தில் பொறி தட்டியது. அவள்முன் பெரிய தண்டலின் முகம். சற்று முன் வாசலில் தனது மறுப்பைக் கேட்டு, சுருட்டு பற்ற வைக்க அவர் உரசிய தீக்குச்சியின் ஒளி வீச்சில் கனன்ற அவரது கண்கள். ராஜநாகத்தின் அதே கண்கள்.

இப்போது அவள்முன் படமெடுத்தாடும் ராஜநாகமாய் பெரிய தண்டல். அதிலும் அடிபட்டு அவமானத்தில் கூனிக்குறுகி உச்ச வலியில் அலறும் ஆணவ நாகம். தனது உயிர்மூச்சாய்ப் போற்றி, தினம் தினம் ஆறுகால பூசனைசெய்து, மண்டியிட்டு வணங்கி அருள் வேண்டும் குலதெய்வவத்திற்கு, ஒரு பெண்ணால் நேர்ந்த இழிவு.

ஆங்காரத்துடன் படமெடுத்தாடி, வாய் பிளந்து கொத்தி, தன்னுள் காட்டாறாய்ப் பொங்கிப் பெருகி நாடி நரம்பெங்கும் சுழித்தோடி திணறடிக்கும் ஆலகால விசத்தை, அவள் உடலுக்குள், சம்போக உச்சத்தில் சுக்கிலத்தை இறக்குவது போன்ற ஆனந்த நடனத்தில், கக்காமல் அது இனி தூங்காது என்கிற உண்மையை அக்காட்சி அவளுக்குக் கன்னத்தில் ஓங்கி அறைந்து சொன்னது. நடுங்கினாள்.

குசினி வாசலில் வந்து நின்று, சுவரோடு அணைந்து பாயில் ஒருக்களித்த வாக்கில் சுருண்டு படுத்து தூங்கும் மகளைப் பார்த்தாள். அவள் தலை வரை போர்வையை இழுத்துப் போர்த்திக் கொண்டிருந்தாள். அது அவளது ஆழ்ந்த தூக்கத்தின் அடையாளம். குழப்பத்திலும் ஒரு சிறிய புன்னகை. தலையை மெல்ல அசைத்து திரும்பி கதவை நோக்கி நடந்தாள்.

திறந்து வைத்து எதிர் லயத்தை நோட்டம் விட்டாள். அவன் வீட்டு வெளிச்சம் கதவின் அரை திறப்பின் ஊடாய் வெளி வாசலில் வழிந்திருந்தது. அவன் அவளுக்காகக் காத்திருப்பதன் சமிக்ஞை அது. அவள் திரும்பி மகளைப் பார்த்தாள். முழுமையாய்ப் போர்வைக்குள் இருந்தாள். திருப்தியுடன் வெளியில் வந்து, கதவை மெல்ல இழுத்துச் சாத்தி நடந்தாள்.

மரத்தடியில் படுத்திருந்த நாயொன்று எழுந்து நின்று குரைத்தது. மெல்ல, ''நாந்தான்டா... ஆள தெரில...?'' என்றபடி கால்களை எட்டிப் போட்டாள். வாதா மரத்தைக் கடக்க மேலிருந்து சேவல் ஒன்று கூச்சலிட்டது. நிமிர்ந்து பார்த்து ''இது வேற?'' என்று சலித்தபடி சடக்கென மரத்தடி இருளில் மறைந்து நின்றுகொண்டாள்.

வழக்கமாய் இந்நேரத்தில் எதிர் லயத்தில் நடுவாய் இருக்கும் வீட்டு வாசலில் கட்டிலில் படுத்து, தூக்கம் வராமல் எழுந்து உட்கார்ந்து சுருட்டுப் பிடிக்கும் மூக்கன் தாத்தாவைக் கண்கள் தேடியது. சேவலின் கூச்சல் காதில் விழ, ''யார்ராது அங்க?'' என்று அவர் போடுகிற அதட்டலில் உள்ளே தூங்குபவர்கள் விழித்துக்கொண்டு, ''என்ன தாத்தா அங்க சத்தம்?'' என்றபடிக் கதவைத் திறந்து கொண்டு வாசலில் வந்து நின்று நோட்டம் போட வைத்துவிடும் என்கிற பயம். எந்தச் சத்தமும் இல்லை. திடுக்கிடலுடன் அதை நினைத்துக்கொண்டாள். கால்களின் அடிப்பாதங்கள் இரண்டும் பனிக்கட்டி மேல் வைத்ததுபோல், சில்லிட்டன. மூக்கன் தாத்தா இறந்து ஒருவாரமாகிறது. அவரின் இறப்பு அவளுள் இன்னும் முழுமையாய்ப் பதிவாகியிருக்கவில்லை.

ஒவ்வொருமுறை இருளின் மறைவில் அவன் வீடு பார்த்து மெல்ல அடி எடுத்து வைத்து நடக்க, கால்கள் தளர்ந்து தள்ளாட, கண்கள் சுற்றிவர அலைகின்றன. அச்சம் அவளைக் காலைச் சுற்றிய நாகமாய் அலைக்கழிக்க, பார்வை கூர்மையாகிவிடுகிறது. வானம் இருண்டு நட்சத்திரங்கள் மினுங்கும் மங்கிய இருள் சூழ்ந்திருக்கும் நாட்களில் சற்றே பதற்றம் குறைந்து ஆனால் எச்சரிக்கை விலகாமல் தயங்கியபடி நடக்கிறாள்.

வானத்து நீலத்தில் முழுநிலவின் ஒளி வெள்ளம் பாய்ந்தோடிக் கீழிறங்கி மண்ணைத் தொட்டு முத்தமிட, புகைமூட்டமாய் குச்சிக்காடு எழுந்து நிற்கும் நாட்களில், மிகுந்த எச்சரிக்கை கொள்கிறாள். கண்களில் கோட்டோவியமாய் நகரும் ஒவ்வொரு அசைவிலும் ஒவ்வொரு சிறு ஓசையிலும் ஒருகணம் ஊன்றி நின்றுவிடுகிறாள். பதற்றத்துடன் அதனை அவதானிக்கிறாள். ஆபத்தில்லை என்று உறுதிசெய்துகொண்ட பின்பே மிகக் கவனமாய் அடுத்த அடியை எடுத்து வைக்கப் பழகிவிட்டிருந்தாள்.

அவன் வாசலிலேயே சுருட்டுப் பிடித்துக்கொண்டு உட்கார்ந்திருந்தான். இவளை எதிர்பார்த்திருந்த குரலில், ''வா...'' என்று சிரித்து எழுந்து நின்றான். அவள் தலையாட்டி அவனைக் கடந்து வீட்டினுள் நுழைந்தாள். அவன் சுருட்டைச் சுண்டி அல்லூரில் வீசி சுற்று முற்றும் ஒரு நோட்டம்விட்டான்.

லயங்கள் அமைதியில் ஆழ்ந்திருந்தன. அதில் சுகமாய்த் தாளமிட்டுக் கொண்டிருந்தது ராக்குருவி ஒன்றின் குரல். திருப்தியுடன் திரும்பி வீட்டினுள் நுழைந்து கதவைச் சாத்தினான்.

ஒரு மாதத்திற்கு மேலிருக்கும் அவளைப் புணர்ந்து. கதவில் சாய்ந்து அவளைச் சில விநாடிகள் பார்த்தபடி நின்றிருந்தான். ஆடை களைந்து பாயில் படுத்து இவனை எதிர்பார்த்திருந்தாள். மங்கிய மண்ணெண்ணெய் விளக்கு வெளிச்சம் அறையெங்கும். அவளது மதர்த்த அங்கங்களில் அது படர்ந்து விரிந்து சுவரில் தீட்டிய அவளது அம்மணக் கோலம் அவனைக் கிளர்த்த, நாடி நரம்புகள் அத்தனையும் முறுக்கிப் புடைத்துச் சீறி எழுந்து ஆடி, நிலையழிந்து விருட்டென நடந்து ஆடை களைந்து அவளோடு இணைந்தான். ஒருமாதகால இடைவெளி அவனுள்ளும் அவளுள்ளும் பொத்தி வைத்திருந்த இச்சை பெருக்கெடுத்தோடும் காட்டாறாய்க் கரை கடந்து ஓடியது. அனைத்தும் ஒரு உச்சம் ஏறி நின்றாடிய ஒரு தருணத்தில் இரு உடல்களும் இன்ப லாகிரியில் சுழன்றாடித் துடிதுடித்து, பின் நீண்டதொரு முனகலுடன் அடங்கின.

மோட்டு வளையைப் பார்த்தபடி அந்த மோன நிலையில் சில நிமிடங்கள் கரைந்து கழிந்தன. அதிலிருந்து மெல்ல மீண்டு அவன் அவள் மார்பில் தலையை வைத்து எதையோ உளறத் தொடங்கினான். அவள் அதைப் புரிந்தவள்போல் சிரித்தபடி உம்கொட்டி அவனது முடியைக் கோதியபடிக் கேட்டுக்கொண்டிருந்தாள். சடாரென விலகி அவள் கண்களைப் பார்த்து அதைக் கேட்டான். ‘‘தண்டலு என்ன... இன்னக்கும் தொரய பாக்க வர சொல்லி ஒன்ன தொல்ல பண்ணாணா புள்ள?’’

அவள் புறப்பட்டுப் போனபின் ஒரு மாதமாய்த் தன்னுள் அடைபட்டுத் திமிறிக்கொண்டிருந்த தினவெல்லாம் ஒருசேர வடிந்துவிட்ட ஆசுவாசத்தில் பாயில் கண்மூடிக் கிடந்தான். அவள் போகும்போது கதவில் சாய்ந்து நின்று திரும்பி, ‘‘அவனுங்க எவ்வள மோசமானவனுங்கனு ஒனக்கும் நல்லா தெரியும்... இன்னமே என்னயும் ஒன்னயும் வுடாம தொரத்துவானுங்க... கொஞ்ச கொஞ்சமா கொத்தி கொத்தி கொன்னுடுவானுங்க...’’ என்றவள், மோட்டுவளையைப் பார்த்தபடி பெருமூச்சுடன் நிறுத்தி, குனிந்து அவனை ஒருகணம் தீர்க்கமாய்ப் பார்த்து, ‘‘நீ இத்தன நேரம் நெசமா என்ன ஓம் பொண்டாட்டி மாதிரி நெனச்சு படுத்திருந்தனா... நா சொன்ன மாதிரி செய்யி... வேற ஒரு எடம் பாரு... இவனுங்க கண்ணுல படாத மாதிரி ஒரு காடுமேடுன்னாலும் பரவால்ல... அங்க போயிரலாம்...’’

அவள் போனபின், அவன் அவள் போவதற்கு முன் சொன்ன அந்தக் கடைசி வார்த்தைகளையே, ‘வேற ஒரு எடம் பாரு... காடுமேடுன்னாலும் பரவால்ல...’ என்பதிலேயே குழப்பத்துடன்

லயித்திருந்து, 'வேற எடமா? எங்கருக்கு?' என்ற கேள்வியோடு கண்மூடினான்.

யாரோ மெல்ல தட்டி எழுப்பிக் கைப்பிடித்து அழைத்துப் போக, 'யாரது? எங்க கூட்டிகிட்டு போறீங்க?' என்று எந்தக் கேள்வியும் இல்லாமல், அம்மா பின்னால் ஓடும் கன்றுபோல் பவ்யமாய்த் தலை குனிந்து போனான்.

வழியின் இரு பக்கமும் பெட்ரோமாக்ஸ் விளக்குகளின் அணிவகுப்பு. உயர்ந்து ஓங்கி நின்ற மரங்களுக்கு இணையான உயரத்தில் காற்றுக்கு அசைந்தாடும் சுடரொளி.

தரையெங்கும் உதிர்ந்த பல வண்ண மலர்கள். அதன் மயக்கும் மணம். புத்தம் புது மணம், இதுவரை எந்தப் பூவிலும் நுகர்ந்திராத அபூர்வ மணம். பாதங்களின் அடியில் அதன் உடல் மெத்தென வருட படரும் சுகம். பச்சிளங்குழந்தையின் விரல்களின் மென் தொடுதல்.

கையைப் பிடித்து இழுத்துப்போகும் அந்த உருவம் நின்று திரும்பி குனிந்து, ''டே நாம எங்க போறன்னு தெரியுமாடா?'' என்றபடி பூமி அதிரச் சிரித்து மீசையை முறுக்கி நீவி கண்கள் சிமிட்டி அவனிடம் கேட்கிறது. ஒரு கணம் திகைத்து, ''யாரிது? இவர எங்கயோ பாத்த மாதிரி இருக்கே?'' என்று மண்டையைக் கிளறினான். சட்டெனப் பொறி பறந்தது. மலமேட்டு முனி.

ஆச்சரியத்தில் வாய் பிளந்து நடுக்கத்துடன் பார்த்தான். பந்தங்களின் சுடரொளி வெள்ளத்தில் முகம் பிரகாசமாய் ஒளிர்ந்தது. சுழலும் கண்களில் தீக்கனல். காதுகளில் ஒளிர்ந்து அசைந்தாடும் குண்டலங்கள். முதுகில் கருநாகமாய் நீண்டுநெளியும் குழல். வலது கையில் மின்னலாய்ச் சுழலும் அரிவாள். துணைக்குக் கூடவே தொடரும் கருமை பைரவன். பூமி நடுங்கும் யானை நடை.

கோயிலில் ஆறடி உயரக் கற்சிலையாய்ப் பார்த்துப் பழக்கப் பட்டிருந்த கண்களுக்கு முனியின் இந்த விஸ்வரூபம் திகிலூட்டியது. ஆனாலும் சாமியோடு இருப்பது அவனால் புரிந்துகொள்ள முடியாத அதிசயமாய்ப் புல்லரிக்க வைத்தது. எவருக்குமே கிடைத்திராத பெரும் வரம் என்று எண்ணிக்கொண்டான். மனம் ஆனந்தத்தில் துள்ளாட்டம்போட, நாய்குட்டிபோல் வாலாட்டிக் கொண்டு நிமிர்ந்து பார்த்து, அந்த அபூர்வ கம்பீர அழகில் தன்னை இழந்துகொண்டிருந்தான்.

தயக்கத்துடன் கேட்டான், ''எங்க சாமி கூட்டிக்கிட்டு போறீங்க?'' மீண்டும் அதே சிரிப்பு. குனிந்து, ''என்னோட புது வூட்டுக்கு...''

அவன் குழப்பத்துடன் தலையாட்டினான். ''சாமி எதுக்கு புது வூட்டுக்கு போவனும்? மலமேட்டுல ஒங்களோட வூடு அப்படியே தான இருக்கு. போன மாசந்தான கோயிலுக்கு புது சாயம் அடிச்சு கெடா வெட்டி சாமி கும்புட்டோம். நீங்ககூட அன்னக்கி நல்லா குளிச்சு புதுசா பட்டுவேட்டி பட்டுசட்ட பட்டுதலப்பா கட்டி புது ரோஜா மால போட்டுகிட்டு சிரிச்ச மொகத்தோட நின்னு பாத்துகிட்டு இருந்தீங்களே சாமி...?

''சாமியாடி ஒங்க முன்னால வெள்ளயன்வூட்டு சாமி கெடாவ நிப்பாட்டிவச்சு கண்ணமூடி ஒங்கள கையெடுத்து கும்புட்டு குனிஞ்சு அருவாள ஓங்கி அதோட தலைய வெட்டி, கத்திமேல நின்னு சாமி ஆடனப்ப, 'ஒனக்கு என்ன கொற ஐயா?'ன்னு பூசாரி கேட்டதுக்கு, 'இருக்குடா ஒரு கொற... அத இப்ப சொல்ல நேரம் வரலடா... அது வர்ரப்ப ஒங்கல்ல ஒருத்தன் கனவுல வந்து சொல்றன்டா...'ன்னீங்களே... ஒங்க மலமேட்டு வூட்டுக்கு என்ன கொற சாமி?''

முனி மீண்டும் உரக்கச் சிரித்தது. வாயில் சுருட்டை வைக்க அது தானாய்த் தீப்பற்றி எரிந்து அணைய, மூச்சிழுத்துப் புகையைப் புயலாய் ஊத, அது அவர்களைச் சுற்றிப் புயலாய்ச் சுழன்று மேலேறிப் பறந்தது. அதை அதிசயமாய் நின்று அவன் வாய் பிளந்து பார்ப்பதை மேலிருந்து ஓரக்கண்ணால் பார்த்துத் தலையாட்டி ரசித்து, ''என்னடா கிருஷ்ணா? அத அப்படி பாக்கற? தோ பாரு இப்ப...'' என்றபடி மீண்டும் சுருட்டுப் புகையை ஊதிவிட, அது வண்ண வண்ணக் கோலமாய் வானில் மிதந்துபோனது.

சட்டென அவர் முகத்தில் ஒளி மறைந்து இருள் சூழ்வதை அவன் கவனித்தான். அது கவலை குடிகொண்டுவிட்ட முகம். ஆச்சரியப் பட்டுப்போனான். ''மனுசங்களுக்குதான் ஆயிரத்தெட்டு கவல... சாமிக்கு என்ன கவல? என்ன கொற?'' முனிசாமி குனிந்து அவன் தலைமேல் கை வைத்து மெல்ல நீவிச் சொன்னார், ''இருக்குடா... கவல இருக்கு... நாம அத்தன பேரும் நடு ரோட்டுக்கு வர்ர காலம் தொலவுல இல்லடா கிருஷ்ணா... தோ நெருங்கி கிட்ட வந்துருச்சுடா... ஒங்க கண்ணுக்கு அதெல்லாம் தெரியாதுடா கிருஷ்ணா... நீங்க மனுசங்க... கண்ணு போற தொலவுக்குதான் ஒங்க பார்வ போவும்டா... நாங்க சாமிடா கிருஷ்ணா... எங்க கண்ணுக்கு ஏழு லோகமும் தெரியும்...

''அதோ அங்க மலமேல நிக்குது பாரு... அந்த என்னோட மலமேட்டு வூடு... கீழ தெரியுதே அந்த ஒங்க குச்சிக்காடு...

எல்லாமே கூடிய சீக்கிரமா மண்ணுக்குள்ள பொதய போவுதுடா... ஆமாண்டா... அத்தனயும் பறிபோயி கட்டிக்கிற துணியோட சடக்குல வந்து அனாதயா தவிச்சு எங்க போறதுன்னு தெரியாம கண்ண கசக்கிட்டு நிக்க போறம்டா கிருஷ்ணா'' என்றபடி முனிசாமி திரும்பி நின்று குனிந்து அவனது முகத்தைக் கூர்மையுடன் பார்த்தார்.

கண்கள் நெருப்புத் துண்டமாய் சிவந்து சுழல, பெரிய உறுமலுடன் நிமிர்ந்து, பிடரி சடைமுடி சுழன்றாடத் தலையை உலுக்கி ஓங்காரக் குரலில், ''அந்த நம்ம பூமிக்கு அடியில ஒரு அரக்கன் மொளச்சு... கொஞ்ச காலமா அத தின்ன நல்ல நேரம் பாத்து நாக்க சொழட்டி சப்புகொட்டி காத்திருக்காண்டா... அது அசுரனோட பசிடா... தின்ன தின்ன அடங்காம வளர்ற பசிடா அது கிருஷ்ணா... பேராச பசிடா... இங்க எல்லாமே தன்னோடங்கற ஆணவப் பசிடா...'' என்று பேரோசையுடன் கர்ஜித்தார்.

எதிரில் வானம் முட்ட எழுந்து நின்றிருந்தது காடு. அவன் தன் வாழ்நாளில் கண்டிராத காடு. வண்ணக்காடு. வானவில்லின் ஏழு வண்ணக்காடு. மரங்களும் செடிகளும் கொடிகளும் வண்ணங்கள் உருமாறியபடி ஒளிர்ந்தன. அவற்றின் தலைகளைத் தொட்டுத் தடவிக் கூவிச் சிறகடித்து வட்டமிட்டன ஏழு வண்ணப் பறவைகள். முனி கண் பட, சிறிது நேரம் அங்கே அத்தனையும் அடங்கி ஒடுங்கி ஓய்ந்துவிட்டிருந்தது. பறவைகள் வாய் மூடி மரக்கிளைகளில் ஒடுங்கி உட்கார்ந்து ஓசை வந்த திக்கில் கண்களைத் திருப்பிப் பார்த்திருந்தன. குரங்குகள் மரக்கிளைகளின் ஊடாய்த் தெரிந்த இடைவெளியில் மனம் பதைக்க உட்கார்ந்து ஒன்றை ஒன்று கேள்வியோடு பார்த்திருந்தன. தரையில் இரவு வேட்டையில் பதுங்கி நகர்ந்த புலியும் அந்த அசுரப் பேரோசையில் அஞ்சி நடுங்கிப் பதுங்கிப் புதருக்குள் படுத்துவிட்டிருந்தது.

கிருஷ்ணன் குலுங்கி அழத் தொடங்கிவிட்டான். கோபாவேசம் கலையாமல் வானம் பார்த்து உடலதிர நின்ற முனிசாமியை அவனது அழுகையொலி உசுப்பிவிட்டது. தன்னிலையடைந்து தலை குலுக்கிக் குனிந்து அவன் தலையில் ஆறுதலாய்க் கை வைக்க, அவன் பேரழுகையில் வெடித்து அவர் காலில் விழுந்து கதறினான். முனிசாமியின் தொடுதலில் அவன் உயிரின் வேர்கள் பேரொளியில் மிதக்க அவன் பேரானந்த வெளியில் சிறகடித்து அவர் பாதங்களை இறுகப் பிடித்துக் கதறினான். ''என்ன மன்னிச்சிடு ஐயா... எங்க கஸ்டத்த பத்தி எந்த கவலயும் இல்லாத கல்லு சாமின்னு ஒன்ன நெனச்சேன்... ஆனா அது எத்தன தப்புனு இப்ப புரியுது சாமி... என்ன மன்னிச்சிடு சாமி... நா என்ன பண்ணனும் சொல்லுங்க சாமி...''

மீண்டும் முனியின் பழைய சிரிப்பு. திரும்பி, பக்கம் பவ்யமாய் நிற்கும் கறுத்த பைரவனின் தலையில் கைவைத்தார். உடல் சிலிர்த்துத் தலையாட்டினான் அவன். முனிசாமி குனிந்து எதையோ அவன் காதில் சொல்ல அவன் வாலையாட்டிச் சத்தம் போட்டுச் சிரித்தான். கிருஷ்ணன் கண்கள் விரிய அவனைப் பார்த்து நின்றான். சற்றுப் பொறுத்துநிமிர்ந்து முனிசாமியைப் பார்த்து, ''இதென்ன சாமி... நாயி... மனுசங்க மாதிரி சிரிக்குது?'' என்றான். முனிசாமி மீண்டும் சிரித்து அவன் முதுகில் செல்லமாய்த் தட்டிச் சொன்னார். ''ஒங்க குச்சிகாட்டு நாயி சந்தோஷத்துல சிரிச்சு நீ பாத்ததில்ல? வலியில துடிச்சு பாத்ததில்ல? பசில அழுது பாத்ததில்ல? ஒங்களுக்கு எல்லாம் மனசும் கண்ணும் அத்தனயும் அவிஞ்சு போச்சுடா கிருஷ்ணா...''

முனிசாமி சொன்னது சரிதான் என அவனுக்குத் தோன்றியது. தலையை ஆட்டிச்சிரித்து மழுப்பினான். முனிசாமியிடம் கேட்க ஒரு கேள்வி உள்ளே உராய்ந்துகொண்டிருந்தது. கேட்க பயமாகவும் இருந்தது. நிமிர்ந்து முகத்தைப் பார்த்தான். ஆவேசம் வடிந்து மலர்ந்திருந்தார். ''என்ன கிருஷ்ணா? ஒங்களால அந்த அசுரன ஒழிச்சு நம்மல காப்பாத்திக்க முடியாதுன்னுதான கேக்க நெனக்கிற?'' என்று மீண்டும் அதே சிரிப்பு.

மௌனமாய்த் தலையாட்டினான். முனிசாமி பார்வை எங்கோ இருளில் தொலைந்திருக்க, அடங்கிய குரலில் முணுமுணுத்தார். ''அது முடியாதுடா கிருஷ்ணா... எங்கையில பாரு... ஒரு ஒத்த அருவா மட்டுந்தான் இருக்கு... இத வெச்சு ஆடு வெட்டலாம்... கோழி வெட்டலாம்... வேற என்ன பண்ண முடியும் சொல்லு? ஆனா அவன் கையில இப்ப நீங்க சாமின்னு நெனச்சு கோயிலு கட்டி கும்புடற பணம் இருக்கு... அத எதுத்து சண்ட போட்டு ஜெயிக்கிற சாமி இந்த பூமில ஒண்ணுகூட இல்லடா கிருஷ்ணா... அதோ அந்த வானத்துல இருக்கற ஏழேழு லோகத்துலயும் இல்லடா... இன்னமே இந்த ஏழேழு லோகத்துக்கும் அதாண்டா கிருஷ்ணா பெரிய சாமி...'' சட்டென நிறுத்தி, ஏதோ தொலைதூர நினைவில் நிலைகுத்தி, துக்கத்தில் குரலடைத்ததுபோல் மௌனமானார் முனிசாமி. அவர் ஏதோ சொல்லத் தவிப்பதை முகக் குறிப்பால் உணர்ந்துகொண்ட கிருஷ்ணன், கண்களில் வியப்புடன் பவ்யமாக, ''சாமி என்னமோ சொல்ல நெனக்கறீங்க... என்ன சொல்லுங்க சாமி...?'' என்றான்.

ஓசையெழத் தலையைக் குலுக்கிப் பெருமூச்செறிந்தபடி, வந்த வழியைவிட்டு விலகி திரும்பி நின்று நிமிர்ந்து பார்த்தார்.

கிருஷ்ணனின் கண்களும் அத்திசையில் திரும்பியது. வானுயர எழுந்து நின்றது காடு. பைரவன் உற்சாகத்தில் வாலாட்டிக் குரைத்தான். முனிசாமி திரும்பி கிருஷ்ணனின் கண்களைத் தொட்டுப் பரிவுடன் சொன்னார். ''காட்ட பாத்து பயந்துடாத கிருஷ்ணா... தைரியமா எம் பின்னால வா...'' என்றபடி அவன் கைகளைப் பற்றிக் காட்டினுள் காலடி வைத்தார்.

அவரது கால்கள் பட காடு அதிர்ந்து குலுங்கியது. மரக்கிளைகளில் பறவைகள் கூச்சலிட்டுச் சிறகடித்து மேலெழுந்து பறந்தன. இருள் விலகி காடு ஒளி வெள்ளத்தில் மிதந்தது. மரம் செடி கொடிகள் ஒதுங்கி வழிவிட, அதனூடே கம்பீர நடைபோட்டார் முனிசாமி.

சட்டென ஓரிடத்தில் நின்று குனிந்து கிருஷ்ணனைப் பார்த்து, ''டே கிருஷ்ணா... அங்க பாரு...'' என்றார் தலைக்கு மேல் கைநீட்டி. அவர் சுட்டிய திசையில் அண்ணாந்து பார்த்த கிருஷ்ணன், ஆச்சரியத்தில் விழி விரிந்து வாயடைத்து நின்றான். மிக உயரத்தில் தலை விரித்து நின்றது அவன் இதுநாள்வரை கண்டிராத ஒரு மரம், கண் பறிக்கும் பேரொளியுடன். ஆளுயர அதன் வேர் முடிச்சுக்கள் தொட்டு நீண்டு அதன் தண்டைக் கடந்து கிளை இலை பூ காய் என அனைத்திலும் ஆயிரமாயிரம் மின்மினிகள் அதனை ஆரத்தழுவி ஒட்டியுறவாட எழுவது போன்ற பேரொளி வெள்ளம். எதிர்பாரா தொரு பேரழகுத் தேவதையின் தரிசனக் கணத்தில் தன் ஆழத்துள் ஊற்றெடுத்துக் கரைகடந்தோடிய பேருவகை வெள்ளத்துள் மூழ்கித் திளைத்துக் கண்ணீர் சொரிந்து அழுதபடி, தன்னிலை அழிந்து தவிப்புடன் அதனைப் பார்த்திருந்தான் கிருஷ்ணன்.

அதனடியில் அதே பேரொளியுடன் நாகமொன்று. அவன் கற்பனையில் கண்டிராத மிகப் பெரிய நாகம். வாலைத் தரையில் அழுந்த ஊன்றி எழுந்து தலை மரக்கிளைகளைத் தொட்டுப் படம் விரித்தாடும் நாகம். தலை கவிழ்ந்து, நீலநிற வைரக் கற்களாய்ச் சுழன்றாடும் கண்களை ஒருகணம் கிருஷ்ணனில் நிறுத்தி அது தனது நாவை நடனமிட்டபோது, அவன் பீதியில் உறைந்து நிலைகுத்தினான். நடுங்கும் கையை நீட்டி முனியின் கையைப் பற்றி அழுத்தினான். அவர் குனிந்து அவனைப் பார்த்து, தலையை வருடி வெடித்துச் சிரித்தார். காடு மீண்டும் அதிர்ந்தது. பரிவுடன் சொன்னார், ''பயப்படாதடா கிருஷ்ணா... அது நீ செவ்வா கெழம கோயிலு புத்துல பால ஊத்தி கும்புடற நாகம்மாவோட சாமி... அது இந்த காட்ட காவ காக்கற நாக தேவத... நம்ம கொல தெய்வம்... இன்னமே இதான் நம்ம எடம் கிருஷ்ணா... இந்த நாக தேவததான் நம்ம காவ தெய்வம்... சிவனோட கழுத்து மால... இங்க எவனும் வந்து நம்ம கிட்ட வால ஆட்ட முடியாது கிருஷ்ணா...''

உடல் வியர்த்துக் கசகசக்க அதிர்ந்து மூச்சிறைக்க திடுக்கிட்டு விழித்தான்.

எழுந்து உட்கார்ந்து கண்களைக் கசக்கி சுற்றுமுற்றும் கண்களைச் சுழற்றினான். காட்டைக் காணோம். முனியைக் காணோம். பைரவனைக் காணோம். நாகராஜனைக் காணோம். மரத்தைக் காணோம். அத்தனையும் மறைந்து காணாமல் போயிருந்தன. அவனுள் பெருத்த ஏமாற்றம். சலிப்பு. யதேச்சையாய்க் கைகளில் விழுந்த ஏதோவொரு அதியற்புத மாயஜால உலகம் கண்ணிமைக்கும் பொழுதில் கைநழுவிப்போனது போன்றதொரு துக்கம் அவனைத் தாக்கியது. அழத் தோன்றியது.

தலையைக் கால்முட்டிகளுக்கிடையில் நுழைத்து, கண்களைமூடிச் சற்றே மௌனத்தில் கரைந்து மீண்டான். உடலில் அசாதாரண வலி. தொலைதூரப் பயணத்தின் விளைவான வலியோ? முனிசாமியின் பின்னால் இரவு முழுக்க காடுமேடெல்லாம் ஏறி இறங்கி அலைந்து திரிந்த அலைச்சலில் வந்த வலியாக இருக்கலாம். கைகளைத் தலைக்கு மேல் சேர்த்துப் பிணைத்து உடலை வலது இடதாக வளைத்துச் சோம்பல் முறித்தான். தசைகள் தளர்ந்து நெகிழ்ந்து விரிந்து சுகமாய் இருந்தது. கால்களை நீட்டிப்போட்டு உடலைப் பலகைச் சுவரில் சாய்த்து உட்கார்ந்து சுருட்டைத் தேடினான்.

பாயின் ஓரத்தில் வழக்கமான இடத்தில் இருந்தது கோரைச்சாப்* துண்டு சுருட்டும் தீப்பெட்டியும். துண்டு சுருட்டு பிடிப்பது ஏனோ அவனுக்குத் திருப்தியளிப்பதில்லை. தலையை ஆட்டிச் சலிப்புடன் சுருட்டை எடுத்து வாயில் வைத்துப் பற்றவைத்துப் புகையை ஆழ இழுத்து ஊதினான். புகை சுருண்டு மேலெழுவதைக் கண்ணிமைக்காமல் பார்த்திருந்தான். அதன் நாற்றம் ஏனோ முதல்முறை மூக்கைச் சுளிக்க வைத்தது.

முனியின் வாயில் புகைந்த சுருட்டு நினைவுக்கு வந்திருந்தது. ஓரடி நீளத்துக்கு குறைவில்லாத சுருட்டு உலகத்திலேயே அது ஒன்றாகத் தான் இருக்கும் என்று தோன்றியது. அதன் புகையில் கசிந்த நறுமணம் நினைவில் மீண்டு அசைந்தாடி மயக்கியது. அதற்கு இணையானதொரு நறுமணத்தை இதுநாள்வரை தான் எங்கும் நுகர்ந்ததில்லை என்பதை நினைக்கவே சந்தோசம் கிளர்ந்தது. கிளர்ந்த வேகத்தில் கீழிறங்கியது. மனம் யோசனையில் ஏதோ முடிவுக்கு வந்துவிட்டிருந்தது.

* ஒருவகை சுருட்டு

சடக்கெனக் கையுயர்த்தி, வாயில் புகைந்துகொண்டிருந்த துண்டு சுருட்டைப் பிடுங்கி கண் முன்னே நிறுத்தினான். ஒருவித அருவருப்புடன் அதைச் சிறிது நேரம் பார்த்தபடித் தலையாட்டி மெல்லச் சிரித்தான். புகைந்துகொண்டிருந்த சுருட்டை வாயில் வைத்து ஆழ உறிஞ்சினான். மிக ஆழத்துள் புகை மண்டி மேலேறி தலைக்குள் புகுந்து புகைச்சலைக் கிளப்பியது. தொண்டைக் குழியில் அதிர்ந்து மூச்சுத்திணறலில் திக்குமுக்காட வைத்த புகைச்சலை, உச்சந்தலையில் தட்டி மட்டுப்படுத்தப் போராடினான். குனிந்து, துண்டு சுருட்டைத் தரையில் தேய்த்து அணைத்து வீட்டு மூலையில் வீசினான். முனியின் அந்தத் தெய்வீகச் சுருட்டுக்கு மரியாதை செய்யும் பொருட்டு, இனி இந்த நாத்த சுருட்டைப் பிடிப்பதில்லை என்று மனதுக்குள் சங்கல்பம் செய்துகொண்டான்.

மனம் அங்கேயே வளைய வந்துகொண்டிருந்தது. கனவில் கண்டதை எல்லாம் மீண்டும் நினைவில் மீட்டு அசைபோட முயற்சித்தான். முறையாகத் தொகுக்கப்பட்ட தொடர் நிகழ்வுகளாக எதுவும் எழவில்லை. எல்லாம் கலைத்துப்போட்ட, முன்னும் பின்னும் முறையின்றி அடுக்கப்பட்ட காட்சி துணுக்குகளாய் நிழலாடின. ஒன்று மட்டும் மிகத் தெளிவாய்த் தெரிந்தது. முனியின் பேருரு. அதன் சகல விவரணைகளும் கல்லில் உளிகொண்டு செதுக்கி வடிக்கப்பட்ட சிலைபோல கண்முன் நின்று பரவசமூட்டியது.

வேம்பின் அடித்தண்டோ என வியக்கும்படியான அகண்ட கால்கள். மண்ணதிரும் காலடிகள். கணுக்கால்களை இறுகப்பற்றி அதிர்ந்தெழும் கழலொலிகள். உடல் குலுங்க எடுத்து வைக்கும் ஒவ்வொரு காலடியுடனும் இணையும் இரு பெருங்கைகளின் வீச்சில் சுழன்றெழும் புழுதிப் புயல். அகன்று விரிந்து விம்மும் மார்புக்கூடு. அதில் மின்னல் கொடிபோல் கண்களைப் பறிக்கும் ஒளி மாலை. வசீகர முகம். கம்பீர மீசை. கருணை பொங்கி வழியும் கண்கள்.

கிருஷ்ணன் ஒரு கணம் தன்னுள்ளே கொந்தளித்தெழும் உணர்ச்சிப் பெருக்கின் சுழற்சியில் அமிழ்ந்து திக்குமுக்காடி மானசீகமாக அவர் காலடியில் விழுந்து வணங்கி குலுங்கி அழுதான்.

அவர் அவனுக்கு அன்றைய இரவில் அளித்த தரிசனம் கோடியில் ஒருவருக்கு அவர் வழங்கும் அபூர்வ அருட்கொடை என்பதைப் புரிந்துகொள்ளும் நுட்ப அறிவு ஏதும் அவனிடம் இல்லை. ஆனாலும் அது ஏதோவொருவகையில் தன் வாழ்வில் தான் எதிர்கொண்ட ஒரு மிக அபூர்வ தெய்வீகத் தருணம் என்பதை மனதார நம்பினான்.

ஆனால், எந்த மண்ணை தனக்கும் இந்த சனங்களுக்கும் நிரந்தரம் என்று இவ்வளவு நாள் எண்ணிக்கொண்டிருந்தானோ அந்த மண் இனி அவர்களுக்குச் சொந்தமில்லை என்று முனி சொன்னதை அவனால் நினைத்துப் பார்க்க முடியவில்லை. அதை அசைபோடவே பயந்து நடுங்கினான். 'இந்த தோட்டத்த வுட்டு எங்க போறது? வேற எடமே தெரியாதே நமக்கு? வேற வேல எதுவும் தெரியாதே? இந்த கித்தா மரத்த சீவுறது வெளிக்காட்டுல புள்ள செதுக்கறதவுட்டா வேற ஒரு எழவும் செய்ய தெரியாதே? எங்க போனாலும் பச்ச புள்ளய கண்ண கட்டி காட்டுல வுட்ட மாதிரில்ல இருக்கும்...?' பெருமூச்சுடன் நிமிர்ந்து உட்கார்ந்தான். கண்ணை மூடி எதையோ யோசித்தான். உள்ளே புதிதாய் ஒரு ஊற்றுக்கண் திறந்துகொள்வது போலிருந்தது. 'இன்னமே இதான் நம்ம எடம்...' என்ற முனியின் குரல் மீண்டும் மீண்டும் அவனுள் எழுந்தபடி எதையோ அறிவுறுத்திக்கொண்டிருந்தது.

வெளியே பேச்சுக்குரல். எழுந்து கதவை நெருங்கி ஒருக்களித்துத் திறந்து வைத்து தலை நீட்டிப் பார்த்தான். யாரோ இருவர் காலைக்கருக்களில் வீட்டு வழியே பேசிக்கொண்டு போவது போலிருந்தது. கதவை வெடுக்கென முழுமையாய்த் திறந்து வைத்து வெளியில் வந்து நின்று, ''யாருப்பா அது? இத்தன காத்தால எங்கப்பா போறீங்க?'' அதில் ஒருவன் நின்று திரும்பி, ''ஒனக்கு சேதி தெரியாதா கிருஷ்ணா? நம்ம பெரிய தண்டலு சுப்பராயன் பொஞ்சாதிக்காரி ரெங்கி ராத்திரி ஊட்டுக்கு பின்னால இருக்குற தூங்குமூஞ்சி மரத்துல தூக்கு மாட்டி செத்துட்டாளாம் கிருஷ்ணா...''

ராத்திரி லெட்சுமியின் வீட்டு வாசலில் வந்து நின்று, 'சின்ன தொர ஒன்ன கையோட கூட்டிட்டு வர சொன்னாரு லெட்சுமி...' என்று கையேந்தி நின்று, காலில் விழுந்து மன்றாடியும் தோற்று, அடிபட்ட நாகமாய் வெறுங்கையோடு திரும்பிப்போன பெரிய தண்டல் சுப்பராயன் நினைவில் வந்தார்.

௬

வீட்டில் சொல்லிக்கொள்ளாமல் ஒரு காலையில் கிளம்பிப்போன இரண்டு பையன்களும், விளையாட்டாக பினாங்கு வரை சைக்கிள் மிதித்துச் சென்று, ஆசைதீர அந்த அழகிய தீவைச் சுற்றியலைந்து, மறுநாள் மதியம்போல் தோட்டம் திரும்பிய பின்பும், அன்றிரவு கட்சித் தலைவரின் வேண்டுதலை ஏற்று அவர்களைத் தேடிச் சென்ற குட்டியப்பனும் நெட்டமணியும் வீடு திரும்பாமல்போக, போலீசுக்குத் தகவல் கொடுக்கப்பட்டது.

பொழுது விடிய வந்திறங்கிய போலீஸ் கித்தாக்காட்டின் மூலை முடுக்கெல்லாம் மோப்ப நாயின் துணையோடு அவர்களைத் தேடியலைந்தது.

முதலில், சடக்கோரம் விழுந்து கிடந்த குட்டியப்பனின் சைக்கிளைச் சூழ்ந்து நின்று நீண்ட நேரம் எதையோ தீவிரமாக விவாதித்தனர். ஆளுக்கொரு திசையைச் சுட்டி அவரவர் கருத்தை முன்வைத்தும், பிறர் கருத்தை இடைமறித்து வன்மையுடன் மறுத்தும் பேசிக் கொண்டிருந்தனர். நீண்ட விவாதத்திற்குப் பின்னர், தேடுதல் வேட்டைக்குப் பொறுப்பேற்றிருந்த போலீஸ் இன்ஸ்பெக்டர் மொக்தாரின் ஆணையின்படி, எல்லோரும் சிறு குழுக்களாகப் பிரிந்து வெவ்வேறு திசைகளில் தேடுதல் வேட்டையைத் தொடங்கினர்.

தரையை முகர்ந்தபடி நாய் முன்னால் போக அவர்கள் அதைத் தொடர்ந்தனர். எந்தத் திசையிலும் ஓரளவுக்கு மேல் அதனால் தொடர முடியவில்லை. திரும்பிப் பார்த்து, குழம்பிப் பின்னகர்ந்து

மீண்டும் முன்னால் ஓடியது. அதன் செயல் அவர்களுக்கு ஆச்சரியமாகவும் திகைப்பாகவும் இருந்தது. எந்தத் திசையிலும் காணாமல்போனவர்களின் தடயம் தொடராமல் இருப்பது சாத்தியமே இல்லை என்பதை அவர்கள் அனுபவத்தில் அறிந்திருந்தனர். நீர் வழிகள் குறுக்கிட்டால் மட்டுமே அது சாத்தியம் என்பதால் தரைவழித் தேடுதலில் நாயின் அந்தத் தடுமாற்றம் அவர்களுக்குப் புதிய அனுபவமாக இருந்தது.

அதைக் குழப்பும் விதமாய், அந்த மண்ணில் பல்வேறு தடயங்கள் ஆங்காங்கே சிதறிக் கிடப்பதை விரைவிலேயே அவர்கள் புரிந்து கொண்டனர். அதுவே புதிராக இருந்தது. இது எப்படிச் சாத்தியம்? குழப்பத்துடன் திரும்பி, தன் உதவியாளரைக் கையசைத்து அருகில் வரச் சொன்னார் கோப்ரல் மணியம். கட்டான உடலுடன் நல்ல உயரத்தில் தீர்க்கமான பார்வையுடனிருந்த கான்ஸ்டபிள் கிம் லெங் விரைந்து வந்து அவர் பக்கம் பணிவுடன், ''chakap tuan''* என்று விறைப்புடன் நின்றான்.

அவனை உற்றுப் பார்த்து, தலையாட்டி, ''என்ன இது கிம்? டைகர் இன்னக்கி ஒரு மாதிரியா இருக்கு? அலமோதி அங்கயும் இங்கயும் ஓடிக்கிட்டிருக்கு... இன்னும் சரியான பிடி அதுக்கு கெடக்காம இருக்கு... என்ன பெரச்சனயா இருக்கும்? உனக்கு எதுவும் தோணுதா கிம்?'' என்று கேட்டு, பதிலுக்கு ஆவலுடன் காத்திருந்தார்.

கிம் மெல்லியப் புன்னகையுடன் அவரது கூற்றை ஆமோதிப்பவர் போல் தலையாட்டித் திரும்பி, கித்தாக்காட்டில் சுற்றியலையும் நாயை ஒருமுறை பார்த்து, பெருமூச்சுடன், ''எனக்கும் அதே கேள்விதான் துவான்... புரியாத புதிராதான் இருக்கு... இது செம்பியன் மோப்ப நாய்... ஜெர்மனில பல கேஸ்கள புடிச்சு மெடல் வாங்கன நாய்.'' சற்று நிறுத்தி, நாய் ஓடிக்கொண்டிருக்கும் திசை பார்த்து யோசித்தவாறு, ''இதுவரக்கும் எந்த கேஸ்லயும் இது இப்படி அலமோதனது இல்ல துவான்... அஞ்சு பத்து நிமுசத்துல தடயத்த புடிச்சு அது பின்னால ஓட ஆரம்பிச்சிரும்... இத எதிர்பார்த்து நெறய தடயங்கள யாரோ திட்டம் போட்டு இங்க செதறடிச்சிட்டு போயிருக்காங்கனு தோணுது கோப்ரல்...''

''யாரா இருக்கும்னு நெனக்கற கிம்?'' என்றார் கோப்ரல் மணியம் ஆவலுடன். கிம் மெல்லப் புன்னகைத்தார். அந்தக் கேள்வியை எதிர்பார்த்திருந்ததுபோல் தலையாட்டினார். பட்டென பதில்

---

* சொல்லுங்க ஐயா

வந்தது அவரிடமிருந்து, ''நீங்க யார மனசுல நெனச்சிருச்சிருக்கீங்களோ... அவங்களேதான் கோப்ரல்... சந்தேகமே இல்ல...'' என்றபடித் திரும்பி, ''ஆனா ஒண்ணு கோப்ரல்... நம்ம டைகர் சாதாரண மோப்ப நாய் இல்ல... தடயங்கள மோப்பம் புடிக்கிறதுல செம்பியன்... எந்த ஒரு செம்பியனுக்கும் இருக்க வேண்டிய அத்தன குணமும் இவனுக்கு இருக்கு... எத்தன தட வந்தாலும் அத விடாம தாக்கி ஒடச்சிட்டு முன்னால போயிருவான்... சரியான தடயம் கெடக்கிற வரக்கும் இவன் வுடமாட்டான் துவான்.''

ஜெர்மன் நாட்டிலிருந்து விஷேசப் பயிற்சிபெற்று தருவிக்கப் பட்டிருந்த ஜெர்மன் செப்பர்ட் வகையைச் சேர்ந்த நாய் அது. அதிலும் அந்த வகை நாய்களிலும் இதற்கு மேலுமொரு தனிச் சிறப்பிருந்தது. அதிகமும் அடர்ந்த நீள மங்கிய கருமையும் செம்பட்டை நிறமும் கூடிய முடி கொண்டிருந்த நாய் இனம் அது எனப் பொதுவாக அறியப்பட்டிருந்தது. அதை முதல்முறை எதிர்கொண்ட அதன் பாதுகாவளர் கோப்ரல் மணியம் ஆச்சரியத்துடன், ''இதென்ன... இது ஜெர்மன் செர்பட்டா? அப்படி தெரியலயே?'' என்று தனது சகாவிடம் முறையிட்டது உண்டு.

அந்த இன நாய்களுக்கு இயல்பாய் அமைந்த நீளமான மெலிந்த உடல். அதனை முழுமையாய் மூடிய அடர் கருமை நீள முடிகள். ஆச்சரியம் விலகாமல், குனிந்து அதன் உடலை மெல்ல வருடிய கோப்ரல் மணியத்தின் முகம் மலர்ந்தது. அவர் அதுநாள்வரையிலும் பல இன மோப்ப நாய்களின் தொடுதலில் கண்டிராத ஒரு அபூர்வ மிருதுத் தன்மையை அதன் நீளக் கரும் முடிகளில் உணர்ந்து, ''என்னடா டைகர்... ஒன்னோட சட்ட மட்டும் இப்படி வழவழன்னு வழுக்கி போவுது... எண்ண பூசிக்கிறயா?'' என்று செல்லமாய் முதுகில் தட்டினார். அவரின் பாராட்டுதலை ஏற்பதுபோல டைகரும் வாலையாட்டி, தலையைத் திருப்பி அண்ணாந்து பார்த்துப் புன்னகைத்து, 'உன்ன எனக்கு புடிச்சிருக்கு... இனி நாம நண்பர்கள்' என்று முனகலுடன் அறிவித்தது.

இன்று இந்தக் கித்தாக்காடு அவனுக்கு மிகப் பெரிய சவாலாய் எழுந்து நின்று, அவனது தன்னம்பிக்கைக்கும் திறமைக்கும் சவால்விட்டு, அவனைப் புரட்டிப்போடுவதைப் பார்க்க, அவனைத் தொடர்ந்து ஓடிக்கொண்டிருந்த கோப்ரல் மணியத்தின் மனம் குழம்பியது. கவலை அளித்தது. முதல்முறை போர்க்களத்தில் ஒரு மாவீரன் தனக்குச் சரிநிகர் எதிரியைச் சந்தித்துத் திகைத்து நிற்கும் தருணம் அதுதானோ என்கிற பயம் அரிக்கத் தொடங்கிவிட்டிருந்தது. ''விடாத டைகர்... விடாத... போ... போ... நீ செம்பியன்... உன்னால முடியும்...'' என்று உற்சாகமூட்டியபடி அதனைத் தொடர்ந்தார்.

பலவிதத் தடயங்கள் அங்குப் பதிவாகி இருப்பது அவருக்குத் தெளிவாகப் புரிந்தது. காணாமல்போன இருவரின் தடயங்களைத் தவிர்த்து மேலும் பல தடயங்கள் அங்கே இருப்பதே டைகரின் தடுமாற்றத்திற்குக் காரணம் என்பதை சுலபத்தில் கண்டுகொண்டார். இரண்டு பேர் அல்ல, பல மனிதர்கள் அந்த இரவில் அங்கே நடமாடியிருக்க வேண்டும் என்பதை அனுபவம் அவருக்கு அறிவுறுத்தியது.

'எப்படி? எப்படி?' என்று உள்ளூரக் குழம்பினார். தன் பின்னால் வந்துகொண்டிருந்த உதவியாளர் கான்ஸ்டபிள் பாலாவுடன் கலந்தாலோசித்தார். இதன் பின்னணியில் தங்கள் கண்களுக்குப் புலப்படாத மர்மம்ஏதோ இருப்பதை இருவரும் ஒப்புக்கொண்டனர்.

டைகரின் குரைப்பொலி அவர்களின் உரையாடலுக்குள் புகுந்து குறுக்கிட்டுக் கவனத்தை ஈர்த்தது. இருவரும் ஒரே கணத்தில் திரும்பி, குரைப்பொலி வந்த திக்கில் நிலைத்தனர். அந்தக் குரலில் தெறித்த உற்சாகம் அவர்களுக்குப் பழக்கப்பட்டது. தொலைந்த பொருளை நாளெல்லாம் தேடியலைந்து அதைக் கண்முன் கண்ட குழந்தையின் ஆனந்தக் குரல். திசையறியாமல் சுற்றியலைந்து கொண்டிருந்த டைகர், கண்கள் எட்டிய தொலைவில் அடர் புதர்களின் நடுவே நின்றுதனது நீண்ட கரிய வாலை ஆட்டியபடிக் குனிந்து மோப்பம் பிடித்துக் குரைத்துக்கொண்டிருந்தது.

இருவரும் ஒருவர் முகத்தை ஒருவர் பார்த்து முகம் மலரத் தலையாட்டி, அதை நோக்கி ஓடினர். டைகர் தலை திருப்பி சிணுங்கலுடன் அவர்களை வரவேற்றது. ''என்னடா டைகர்... புடிச்சிட்டயாடா?'' என்றபடி அதனை நெருங்கி அருகில் உட்கார்ந்து ஆவலுடன் புதர்களுக்கிடையே பார்த்தார்.

அவர் எதிர்பார்த்திராத ஒன்று. ஜிவ்வென்று ரத்தம் தலைக்கேறியது. ரத்தக் கசிவு. புதருக்கிடையில் திட்டுத் திட்டாக உறைந்து கிடந்தது. கோப்ரல் மணியம் யோசனையுடன் புருவம் உயர்த்தித் தனக்குள் சொல்லிக்கொண்டார், ''சந்தேகமே இல்ல... இது அவனுங்க வேலதான்...'' நிமிர்ந்து கான்ஸ்டபிள் பாலாவைப் பார்த்தார். அவரும், ''நீங்க நெனக்கறது சர்தான் கோப்ரல்... இது நிச்சயமா அவனுங்க வேலதான்'' என்று புருவத்தை நெறித்தபடி தலையாட்டினார். ''சர்ஜனிடம் சொல்லவேண்டும்.'' எழுந்து நின்று திரும்பி, சற்றுமுன் அவர் தென்பட்ட திசையில் கண்களைப் பதித்தார் கோப்ரல் மணியம். சர்ஜன்ட் மொக்தார் மரமொன்றில் உடல் சாய்த்து நின்று சிகரெட் பிடித்தபடி கான்ஸ்டபிள் அலியோடு எதையோ பேசிக்கொண்டிருப்பது தெரிந்தது.

டைகரின் குரல் அவர்களின் கவனத்தையும் ஈர்த்திருக்கவேண்டும். பேச்சை நிறுத்தி அங்கிருந்தே ''என்ன?'' என்று கைசாடையில் கேட்டார். பக்கம் நின்ற கான்ஸ்டபிள் பாலாவிடம், ''இங்கயே டைகரோட இருங்க பாலா...'' என்றபடி சர்ஜன்ட் மொக்தாரை நோக்கி விரைந்தார் கோப்ரல் மணியம்.

கால்கள் விரைய மனம் பின்னோக்கி விரைந்தது.

ஒரு தோட்டப் பாட்டாளியின் மகனாகத் தோட்டப்புறத்தில் பிறந்து வளர்ந்து பின் ரயில்வே காங்கி லயத்தில் அதன் அடிமைக் கூலிகளோடு கலந்துறவாடியிருந்த கோப்ரல் மணியத்திற்கு, அம்மண்ணில் அந்த மக்கள் அனுபவிக்கும் இன்னல்கள் அத்தனையும் அத்துப்படி.

பிழைப்புக்காகப் பல சமயங்களில் தனது ஆங்கிலேய எஜமானர்களின் ஆணைப்படி ஒரு அடிமை போலீஸ்காரனாக அந்த மக்களுக்கெதிராக நடத்திய அடிதடிகளை நினைந்து பல நாட்கள் மனம் குமைந்து நெகிழ்ந்திருக்கிறார்.

பெரும் தீவிரத்துடன் இயங்கிய தோட்டத் தொழிலாளர் சங்கங்கள், ஒடுக்கப்பட்ட தோட்டத் தொழிலாளர் உரிமைக்காக தீவிரத்துடன் ஆங்கிலேய முதலாளிகளை எதிர்த்துப் போர்க்கொடி தூக்கியிருந்த தருணம் அது.

போராட்டம் நடத்திய தொழிற்சங்கங்கள் பல கோரிக்கைகளை நிர்வாகத்திடம் முன்வைத்திருந்தன. 'இந்தியச் சீனத் தொழிலாளர் களுக்குச் சம ஊதியம்; கொடூரமான தோட்ட அலுவலர்களுக்குப் பதிலாக தமிழ் பேசத் தெரிந்தவர்கள் பணியமர்த்தப்பட வேண்டும்; தொழிலாளர்களின் குழந்தைகள் முறையான கல்வி பெற வசதிகள் செய்து தரப்பட வேண்டும்;பெண் ஊழியர்களை ஐரோப்பிய முதலாளிகளும் கறுப்பு ஐரோப்பியர்களும் இழிவுபடுத்துவதை நிறுத்த வேண்டும்; முறையான மருத்துவ வசதி செய்து தரப்பட வேண்டும்; கள்ளுக்கடைகள் மூடப்பட வேண்டும்;நிர்வாகத்தின் அனுமதியின்றி வரும் தோட்டத்து மக்களின் நண்பர்களோ உறவினர்களோ தோட்டத்திற்குள் நுழைவதைத் தடுத்தல் கூடாது; தோட்டத்து நிர்வாகிகளின் முன்னால் வாகனத்திலேறிச் செல்வது கூடாது என்கிற அடக்குமுறைக் கட்டுப்பாட்டை நீக்க வேண்டும்; குறைகள் கூறி மனு அளிப்போரைத் தோட்ட நிர்வாகம் பழி வாங்கக் கூடாது; தொழிற்சங்கம் அமைக்க அனுமதிக்க வேண்டும்.'

அதனை முன்னிறுத்தி 1941 பிப்ரவரி மாதம் கோலாலம்பூருக்கு அருகிலுள்ள கடலோர கிள்ளான் வட்டார இந்தியத் தோட்டத்

தொழிலாளர்கள் வேலை நிறுத்தத்தில் ஈடுபட்டனர். தோட்ட மேலாளர்கள் வேலை நிறுத்தம் செய்தவர்களுடன் பேச்சுவார்த்தை நடத்த மறுத்ததுடன் தொடர்ந்து வேலை செய்யுமாறு கட்டாயப் படுத்தினர். கிள்ளான் மாவட்ட சங்கத்தைத் தடை செய்ய அதிகாரிகளின் உதவியை நாடியது தோட்ட நிர்வாகம். தோட்ட மக்களுக்கு உணவு ரேசன் தருவது மேலாளர்கள் பொறுப்பில் இருந்ததால், சில இடங்களில் ரேசன் மறுக்கப்பட்டது. ஒரு தோட்டத்தில் மேலாளர் ஒருவர் தண்ணீர் இணைப்பை இருபத்து நான்கு மணி நேரம் துண்டித்திருந்தார். அவர்களுக்கு உதவ வந்த உறவினர்களும் நண்பர்களும் தோட்டத்து எல்லையில் தடுத்து நிறுத்தப்பட்டனர். அதன் நீட்சியாய் அவர்களை முன்னின்று வழிநடத்திய ஆர்.எச்.நாதன் என்ற தொழிற்சங்கத் தலைவர் மே ஐந்தில் கைதுசெய்யப்பட்டார்.

அதனால் கோபமடைந்த தொழிலாளர்கள் போராட்டத்தைத் தீவிரப்படுத்தினர். அவர்களை ஒடுக்க மே 11ல் மேஜர் கிட் என்பவரின் உத்தரவில் பஞ்சாப் ரெஜிமெண்டும் மலாய் ரெஜிமெண்டும் களமிறக்கப்பட்டன. கடும் மோதல் தொடங்க, மே 16ல் ஆங்கிலேய அரசாங்கம் அவசரகால நிலையை பிரகடனப் படுத்தியது. அன்றைய மோதலில் நான்கு தோட்டத் தொழிலாளர்கள் உயிரிழந்தனர். முன்னூறுக்கும் மேற்பட்ட தொழிலாளர்கள் கைது செய்யப்பட்டனர். இறுதியில் இருபத்தோரு போராட்டவாதிகள் இந்திய நிலத்துக்கு நாடு கடத்தப்பட்டனர். மேலும் தொண்ணூற்றைந்து பேர் சுயவிருப்பில் தாயகம் திரும்பினர். நாற்பத்தொன்பது பேர் சிறையில் அடைக்கப்பட்டனர். அவர்களில் மேலும் நூற்று எண்பத்தாறு போராட்டவாதிகள் நிபந்தனையின் பேரில் விடுதலை செய்யப்பட்டனர். அந்தப் போராட்டங்களை முன்னின்று நடத்திய தொழிற்சங்கத் தலைவர்களான ஆர்.எச்.நாதனும், ஒய்.கெ.மேனனும் ஆங்கிலேய அரசால் நியாயமற்ற முறையில் முறையான விசாரணை ஏதுமின்றி வலுக்கட்டாயமாக இந்தியாவுக்கு நாடு கடத்தப்பட்டனர்.

நாடு தழுவிய தொழிலாளர்களுக்கு இந்த கிள்ளான் போராட்டம் ஒரு மிகப் பெரிய உற்சாகத்தைக் கொடுத்திருந்தது. அதன் நீட்சியாய் நாடு தழுவிய அளவில் பல தோட்டத் தொழிலாளர் சங்கங்கள் உருவாகி மிகுந்த தீவிரத்துடன் தொழிலாளர்களின் நலனுக்கான போராட்டத்தில் குதித்தன.

அந்தச் சங்கங்களில் பல உறுப்பினர்கள் கம்யூனிஸ்டு சித்தாந்தங்களை உள்வாங்கியவர்களாக விளங்கினர். அது இயல்பான ஒன்றுதான்.

ஒடுக்கப்பட்ட சமூகங்களின் உரிமைக்காகப் போராடும் சித்தாந்தத்தையே கம்யூனிஸ்டுகள் தங்கள் கொள்கையாகப் பிரகடனப்படுத்தியதும், அவர்களை ஒன்றுபடுத்திய மையச்சரடாக அதுவே இருந்திருக்க வேண்டும் என்றும், உலகளாவிய தொழிற்சங்கங்களின் கிரியா ஊக்கியாகவும் அதுவே இருப்பதையும் தனது கூர்த்த அவதானிப்பின் வழி தெளிந்திருந்த கோப்ரல் மணியம் நம்பினார்.

அன்றைய தொழிற்சங்கத் தலைவர்களில் முதன்மையானவராக இருந்தவர் எஸ்.ஏ.கணபதி.

1947 பிப்ரவரி மாதம் அகில மலாயா தொழிற்சங்க சம்மேளனத்தின் தலைவராக அவர் நியமிக்கப்பட்டார். பல போராட்டங்களை முன்னின்று நடத்தினார். இதைத் தங்களின் ஆட்சி அதிகாரத்திற்கு விடப்பட்ட சவாலாக நினைத்த ஆங்கிலேய அரசாங்கம் 1948 ஜூன் 13ல் மலாயா தொழிற்சங்க சம்மேளனத்திற்கு நிரந்தரத் தடை விதித்தது.

அதே நேரம் இன்னொரு பக்கம் கம்யூனிஸ்டுகளின் கிளர்ச்சி தீவிரம் அடைந்து கொண்டிருந்தது. இதனை எல்லாம் ஒடுக்கும் பொருட்டு, 1948 ஜூன் 18ல் ஆங்கிலேய காலனி அரசு நாடு முழுமையும் அவசரக் காலம் பிரகடனப்படுத்தப்படுத்தியது.

அதன் நீட்சியாக, பல தொழிற்சங்க உறுப்பினர்கள் மலாயா கம்யூனிஸ்ட் கட்சி உறுப்பினர்கள், அதன் அனுதாபிகள் என நூற்றுக்கணக்கில் கைது செய்யப்பட்டனர். இதில் 800 இந்தியர்களும் அடங்குவர். அதன் விளைவாக இதுநாள்வரை தலைமறைவாகச் செயல்பட்ட கம்யூனிஸ்டுகள், ஆயுதப் போராட்டத்தைத் தொடங்க காடுகளுக்குள் அடைக்கலம் தேடினர்.

அவர்கள் புகலிடம் தேடிய முதன்மையான பகுதிகளில் ஒன்று, சயாம் நாட்டு எல்லையையொட்டிய, தாங்கள் தேடுதல் வேட்டையிலிருக்கும் இந்த புக்கிட் செம்பிலான் தோட்டத்து கித்தாக்காட்டுக்கு அருகிலிருக்கும் மத்திய மலைத்தொடரின் ஒரு கண்ணியான பாலிங்காடு என்பது காவல்துறையிலுள்ள கோப்ரல் மணியத்திற்கு நன்கு தெரிந்திருந்தது. அவர்களின் தலைவரான காம்ரேட் சின் பெங் இன்னும் பிற உயர் பதவி வகித்த கம்யூனிஸ்டுகளும் அந்தப் பகுதியில்தான் பதுங்கி இயங்கினர் என்பது அந்தப் பகுதிக்கு அதி முக்கியத்துவத்தை வழங்கியிருந்தது. பாதுகாப்புப் படையினரின் மிகுந்த கண்காணிப்புக்குரிய பகுதியாக அதை நிலைநிறுத்தியிருந்தது. அவர்களின் நடமாட்டம் அதனைத் தொட்டுப் பரந்து விரிந்து கிடக்கும் இந்த புக்கிட் செம்பிலான்

மலைக்காடுவரைக்கும் நீண்டிருக்கும் என்பதில் அவருக்கு எந்தச் சந்தேகமும் இல்லை.

மலாயா காடுகள் மிக அடர்ந்த இருண்ட ஈரக் காடுகள். அடர் மரங்களும் தரையை முழுமையும் ஆக்கிரமித்திருக்கும் பசும் இலை தழைகளுமாய் அது ஒரு நெருக்கடி மிகுந்த பிரதேசம். ஒளி ஊடுருவ முடியாத உலகின் மிகப் பெரிய, பல மில்லியன் ஆண்டுகள் பழமையான காடுகளில் அதுவும் ஒன்று என்பது அவர்களின் தலைமறைவு வாழ்க்கைக்கு மிக ஏற்றதாய் இருந்தது.

பொதுவெளியில் ஆங்கிலேய ராணுவத்திற்கு எதிரான யுத்தத்தை அவர்கள் தவிர்த்திருந்தார்கள். அது தற்கொலைக்குச் சமம் என்பதை அவர்கள் உணர்ந்திருந்தனர்.

அது சிறு எண்ணிக்கையிலான தங்களுக்குச் சாதகமாக இராது என்பதை அவர்களின் போர்த் தளபதிகள் தெளிவாகப் புரிந்து வைத்திருந்தனர். ஒளிந்திருந்து தாக்கிவிட்டு மீண்டும் காட்டுக்குள் ஓடி மறைந்துகொள்ளும் 'கெரில்லா' போர் முறையே தங்களுக்கான சிறந்த யுத்த வியூகமாக இருக்கும் என்பதை ஜப்பானிய கால ஆயுதப் போராட்டம் அவர்களுக்கு கற்றுத் தந்திருந்தது.

இதோ இந்த கித்தாக்காட்டு எல்லைக்கப்பால் சுற்றி ஓங்கி நிற்கும் காடுகளில் எங்கோ ஒரு மூலையில் பதுங்கியிருக்கும் அவர்களிடமிருந்து மற்றுமொரு சவால் ஆங்கிலேய அரசுக்குக் காத்திருக்கிறது என்பதை கோப்ரல் மணியத்தின் உள்ளுணர்வு அறிவுறுத்தியது.

கித்தாக்காட்டுக்குள் இருள் ஊடுருவத் தொடங்கிவிட்டிருந்தது. தேடுதல் வேட்டை நிறுத்தப்பட்டது. இனி தேடுதல் வேட்டைக்குச் சிறப்பு ராணுவப் பிரிவு வரவேண்டும். அதற்கு சில நாட்கள்கூட ஆகலாம் என்று கூறிய சர்ஜன்ட் மொக்தார், அவர்களைப் புறப்படச் சொன்னார்.

போலீஸ் படையைச் சுமந்து மண் சடக்கில் ஆடியபடி நகர்ந்து போனது இரண்டு போலீஸ் வாகனங்கள். பின்னால் போன வாகனத்தில் அவர்களுடன் சேர்ந்து நகர்ந்தபடி மெல்ல இருளில் மறையும் கித்தாக்காட்டைப் பார்த்தபடி ஒரு மூலையில் உட்கார்ந்திருந்தார் கோப்ரல் மணியம்.

வீடு போனபின் மிக முக்கிய வேலை ஒன்று பாக்கியிருப்பதை அசைபோட்டு நிமிர்ந்து உட்கார்ந்து திரும்பி பக்கமிருந்த கான்ஸ்டபிள் பாலாவைப் பார்த்துப் புன்னகைத்தார். எவருக்கும் எக்காரணம் கொண்டும் தன்மேல் இம்மியளவு சந்தேகமும்

வந்துவிடக்கூடாது என்பதில் மிகக் கவனமாக இருந்தார். அப்படியும் தன்னை நோக்கும் கணங்களில் கொஞ்ச காலமாக பாலாவின் கண்களில் ஒருவிதப் பதற்றம் ஊடாடுவதைக் கவனித்திருந்தார். அது கவலை அளிப்பதாக இருந்தது. இந்த அரை இருளிலும் பாலாவின் கண்களில் மிதந்த அதைக் கவனித்து, புன்னகை மாறாமல் தலையாட்டி விரைந்து திரும்பி, பார்வையை மீண்டும் ஜீப்புக்கு வெளியே கித்தாக்காட்டில் அலையாடிய அரை இருளுள் பதித்தார்.

பாலாவின் அந்தப் பார்வை அவருள் நடுக்கத்தைத் தந்தது. 'எனக்கு எல்லாம் தெரியும் கோப்ரல்... சும்மா நடிக்காத...' என்கிற விசமச் சிரிப்பு அதில் பளீரென ஓடியதை அவரது போலீஸ் நுண் கண்கள் சிக்கெனப் பிடித்துவிட்டிருந்தன. 'நம்மல ஒலவு பாக்கறானோ?' ஏதோவொரு கரிய நிழல் தன்னை விலகாது நெருக்கமாய்ப் பின்தொடர்ந்து வந்துகொண்டிருப்பதுபோல் ஒரு தீர்க்கமான உள்ளுணர்வு.

நிமிர்ந்து உட்கார்ந்து பெருமூச்சுடன் பாக்கெட்டிலிருந்து சிகரெட்டை உருவி எடுத்தார். பற்றவைத்து ஆழ இழுத்து ஊதிவிட, தலைக்குள் பொறி பறந்தது. கண்களை மூடி உள்ளே அமிழ்ந்துபோனார். எங்கும் காரிருள்.

அவர் வாழ்வைத் தலைகீழாகப் புரட்டிப்போட்ட அந்த நாளை மனம் அசைபோடுகிறது-15 அக்டோபர் 1947 அன்று ஈப்போ நகரின் ஒரு பொது மண்டபம். மலாயா தொழிற்சங்க சம்மேளனத்தின் தலைவர் எஸ்.ஏ.கணபதி கொள்கைஉரை ஆற்றிக்கொண்டிருக்கிறார். கூட்டம் அமைதியாக அதை செவிமடுத்திருக்கிறது. ஆங்கிலேய அரசின் உளவுப் பிரிவின் ஊழியனாக அவரது உரையைக் கண்காணித்து மேலதிகாரிக்கு அறிக்கை கொடுக்கவேண்டிய பணி கோப்ரல் மணியத்திற்கு. அதுவே முதல்முறை அவரது உரையை அவர் கேட்பது.

பொதுவாகவே அவருக்கு இதுபோன்ற, மக்கள் நலனுக்காகக் குரல் கொடுக்கிறேன் என்கிற பேர்வழிகளின் மேல் துளியும் நம்பிக்கை இருந்ததில்லை. அந்த ஆக்ரோஷ கோசங்களுக்குப் பின்னால் அவர்களின் அசலான சுயநலம் மட்டுமே மிகவும் தந்திரமாக ஒளித்து வைக்கப்பட்டிருக்கிறது என்பதில் அவர் மிகத் தெளிவாக இருந்தார். அதனாலேயே மேலதிகாரி அழைத்து இந்தப் பொறுப்பை ஒப்படைத்தபோது சலிப்புடன், 'அட இந்த ஏமாத்துகாரனுங்க மூஞ்சில வேற முழிக்கனுமா இன்னக்கி?' என்று மனதுக்குள்

முனகிக்கொண்டுதான் புறப்பட்டு வந்தார். அதே மனநிலையில் தான் சலிப்புடன் அமர்ந்திருந்தார்.

தலைவர் எஸ்.ஏ.கணபதியின் உரை ஆரம்பித்த சில நிமிடங்களிலேயே தனது அந்த அலட்சிய மனநிலை மெல்ல விலகி நகர்ந்து வேறு திசையில் பயணிப்பதை அதிர்ச்சியுடன் பார்த்துக்கொண்டிருந்தார். சற்றே மெலிந்த உடல். நல்ல உயரம். சுருள் கேசம். பெரிய ஒளிவிடும் கண்கள். அத்தனையையும் கடந்து நின்றது அந்தக் குரல். ஆத்மாவிலிருந்து புறப்பட்டு வரும் சத்தியத்தின் குரல் அது என்பது உரை தொடங்கிய சில நிமிடங்களிலேயே அவருக்குப் புரிந்துபோனது.

தான் பிரதிநிதிக்கும் அந்த எளிய தொழிலாளர்களின் நலனில் நிஜமான அக்கறை கொண்ட ஒரு மனிதனின் குரல் அது என்று உள்ளுணர்வு உரத்துக் கூவியது. உளவுச் செய்தி சேகரிக்க வந்தவர் அவரது வார்த்தைகளிலும் ஆளுமையிலும் மெல்ல கரைந்து காணாமல் போய்க்கொண்டிருந்தார். இந்த ஒடுக்கப்பட்ட சமூகத்திற்கான அசல் தலைவனை தரிசித்துவிட்ட திருப்தி மனதில் ஊறி நிறைய, அசையாமல் உட்கார்ந்து நெகிழ்ந்துகொண்டிருந்தார்.

குரல் கேட்டு சட்டென நினைவுகளிலிருந்து மீண்டு திரும்பிப் பார்த்தார். பாலா சிரித்தபடி, ''நம்ம ஸ்டேசன் வந்திருச்சு கோப்ரல்... எறங்குங்க... போலாம்...'' என்றபடி ஜீப்பிலிருந்து தாவிக் குதித்து கீழே இறங்கிக்கொண்டிருந்தார்.

அது நடக்கும் என கோப்ரல் மணியம் சற்றும் எதிர்பார்த்திருக்க வில்லை. இந்திய அரசாங்கத்தின் தலையீடு இருந்ததால் லண்டனிலுள்ள ஆங்கிலேய அரசாங்கம் கணபதிக்கு விதிக்கப்பட்ட மரண தண்டனையை நிச்சயம் கடைசி நிமிடத்திலேனும் தடுத்து நிறுத்திவிடும் என்று உறுதியாக நம்பினார். கோலாலம்பூர் நகரத்தின் அருகிலுள்ள ரவாங் என்கிற சிறு நகரத்தின் பக்கமிருந்த வோட்டர் வோல்* தோட்ட ஒதுக்குப்புறத்தில் தோட்ட நிர்வாக எட்டப்பன் களால் காட்டிக்கொடுக்கப்பட்டு எஸ்.ஏ.கணபதி கைது செய்யப்பட்ட செய்தியை அறிந்த தருணம் முதல் அவருள் ஒரு பதற்றம்.

அந்தக் கைது குறித்தும் அவர்மேல் வைக்கப்பட்ட குற்றச்சாட்டுக் குறித்தும் வானொலியிலும் பத்திரிக்கைகளிலும் அன்றுமுதல் வந்து கொண்டிருந்த செய்திகளை உன்னிப்புடன் பின்தொடரத் தொடங்கி யிருந்தார். கூடுதலாக அவரது காவல்துறைப் பணியிடத்தில்

---

* Waterfall Estate

பரிமாறப்பட்ட, பொது வெளியில் சொல்லப்படாத சில ரகசியக் குறிப்புக்களையும் கவனத்தில் கொண்டார். அவை அனைத்துமே அவரை ஒரு கம்யூனிஸ்ட் ஆயுதப் போராளி என்ற முத்திரை குத்த முயலும் ஆங்கிலேய அரசின் தந்திரமான சூழ்ச்சியாகவே தோன்றியது.

அடிப்படையில் அவர் உழைப்பாளர் வர்க்கத்தின் நலனில் அக்கறை கொண்ட, அதற்காக அதிகார வர்க்கத்தினரை எதிர்த்துத் துணிச்சலுடன் குரல் கொடுக்கக்கூடிய உண்மையான மக்கள் தலைவன் என்கிற உண்மை திட்டமிட்டு இருட்டடிப்பு செய்யப்பட்டிருந்தது. அந்தக் குரலை வளரவிடுவது தங்களுக்கு எதிரான ஒரு மக்கள் சக்தியை வளரவிடுவதில் சென்று நின்று, தங்களின் அடக்குமுறை ஆட்சி அதிகாரத்திற்கு அது ஒரு பெரிய சவாலாகிவிடும் என்கிற பயத்தில் அவர்கள் மேற்கொள்ளும் திட்டமிட்ட சதி அது என்பதை அவர் சுலபமாய் அடையாளம் கண்டிருந்தார்.

கோப்ரல் மணியம் அப்படியொரு முடிவுக்குவர மேலும் ஒரு முக்கியக் காரணமும் இருந்தது. அவர்கள் ஆயுதப் போராட்டத்தில் குதித்த பிறகு, அதன் தலைமைத்துவத்திலிருந்த முக்கிய கம்யூனிஸ்டுகளான, அதன் தலைவர் சின் பெங்க்[1], மற்ற முக்கியப்பொறுப்புகள் வகித்த அப்துல்லா சி டி[2], சம்சியா ஃபாகே[3], அப்துல் ரஸ்ஸிட் மைடின்[4], 1950ல் பாதுகாப்புப் படையினரிடம் சரணடைந்த வாயீ அன்னுவார்[5], பேராக் மாநிலத்தில் 1949 டிசம்பரில் பாதுகாப்புப் படையினரால் சுட்டுக் கொல்லப்பட்ட லௌ மா[6], போன்றவர்கள் காடுகளில் மறைந்து வாழ்ந்த தருணத்தில், எப்படி கணபதி மட்டிலும் ஜனசந்தடி மிகுந்த பட்டணத்திற்கு மிக அருகிலிருந்த ஒரு ரப்பர் தோட்டத்தில் மறைந்திருக்க இயலும் என்ற கேள்விக்கு தெளிவானதொரு பதிலை எவராலும் தர இயலவில்லை.

அவர் கம்யூனிஸ்டுகளின் ஆயுதப் போராட்டத்தில் பங்குகொள்ள வில்லை என்பதை உறுதிப்படுத்த இந்த ஒரு சம்பவமே அவருக்குப் போதுமானதாக இருந்தது. அவர் ஒரு கம்யூனிஸ்ட் போராளி என்கிற குற்றச்சாட்டுக்கு அவர்கள் முன்வைத்த ஒற்றை ஆதாரமான, பிடிபட்ட தருணத்தில் அவரிடம் ஒரு கைத்துப்பாக்கி இருந்தது

---

1. Chin Peng
2. Abdullah C D
3. Shamsiah Fakeh
4. Abdul Rashid Maidin
5. Waahi Annuar
6. LauMah

என்பதும் அவர்கள் இட்டுக்கட்டிய கதை என்ற முடிவுக்கே அவரால் வர இயன்றது. ஆங்கிலேய அரசு அவர் மேல் சுமத்திய குற்றச்சாட்டு, நன்கு திட்டமிட்டு அரங்கேற்றப்பட்ட ஒரு கபட நாடகம் என்பதை அவரது போலீஸ் மூளை சுலபத்தில் கண்டு கொண்டிருந்தது.

கைது செய்யப்பட்டு 1949ம் ஆண்டு மே மாதத்தில்,தூக்குத் தண்டனை தீர்ப்பளிக்கப்பட்ட இரண்டே மாத இடைவெளியில், இந்திய அரசாங்கம் உட்பட உலகத் தொழிற்சங்க சம்மேளனம் முதற்கொண்டு தண்டனையை ரத்துச்செய்யும்படி வலியுறுத்திய பல்வேறு தரப்புகளின் வேண்டுகோளையும் அலட்சியம் செய்து, லண்டன் மேல் முறையீட்டு நீதிமன்றத்திடம் கோலாலம்பூர் நீதிமன்றத் தீர்ப்பை எதிர்த்து மேல்முறையீடு சமர்ப்பித்துத் தீர்ப்புக்குக் காத்திருந்த நிலையில், கோலாலம்பூர் புடு சிறையில் அவசரகதியில் அது நிறைவேற்றப்பட்ட விதம், ஆங்கிலேயரின் நோக்கத்தில் இருந்த கரும்புள்ளியைத் துலக்கமாக உறுதிப்படுத்தியது.

ஒருவகையில், அன்று தூக்கிலிடப்பட்ட எஸ்.ஏ.கணபதி என்கிற, தஞ்சாவூர் தம்பிக்கோட்டை கிராமத்தில் 1912ம் ஆண்டு ஆறுமுகத் தேவர் வைரம்மாள் தம்பதியருக்கு மகனாகப் பிறந்த அவரை, அந்தத் தலைவனை, தனது மானசீக குருவாகவே ஏற்றுக்கொண்டிருந்தார் கோப்ரல் மணியம். அவர் மரணித்த செய்தி காதுக்கு எட்டிய கணம் முதல் அந்தத் தலைவனுக்கு இழைக்கப்பட்ட அநீதிக்கு, உள்ளே கொந்தளித்து அலைக்கழிந்தபடி தவித்துக்கொண்டிருந்தார் கோப்ரல் மணியம். ஏதேனும் ஒருவகையில் அதற்குரிய விலையை இந்த ஆங்கிலேய காலனிய அரசாங்கம் தந்தே ஆக வேண்டும், அந்தச் சமூகப் போராளிக்கு இழைக்கப்பட்ட துரோகத்துக்கு அவர்கள் பதில் சொல்லியே ஆக வேண்டும் என்கிற ஒரு வகை வெறி அவருள் கனலைத் தொடங்கி கண்மூடித் தூங்கவிடாமல் இரவும் பகலும் துரத்தி நிம்மதியின்றி அலையவிட்டது.

என்ன யோசித்தும் அதை நிறைவேற்றுவதற்கான வழிமுறை மட்டும் துரதிர்ஷ்டவசமாகக்கண்ணுக்கெட்டிய தூரத்தில் எங்கும் தென்படாமல், திரும்பிய திசையெங்கும் இருள் மண்டிக் கிடந்தது.

7

புக்கிட் செம்பிலான் தோட்டத்து கித்தாக்காட்டில் காணாமல்போன இருவரைத் தேடியலைந்து வந்து, ஒரு வாரமாகிறது என்பதை அசை போட்டபடி, இன்னும் அவர்களைத் தேடுவதற்கான ராணுவப் பிரிவு அங்கு சென்றிருக்கவில்லை என்பதைக் காலையில் வேலையிடத்தில் கேள்விப்பட்டதிலிருந்தே கோப்ரல் மணியத்தின் மனம் நிலைகொள்ளாமல் தவித்தது. அது அவர்களின் இயல்பான நடவடிக்கையாகப் படவில்லை. அதனுள் ஏதோவொன்று மிக ஆழத்துள் ஊடாடியபடி நெருடியதை அணுக்கத்தில் கண்டார்.

தகவல் கிடைத்த வேகத்தில் விரைந்து செயல்படுவதே, ஆபத்துக்கள் நிறைந்த அந்த அவசரகால சூழலில் பாதுகாப்புப் படையினரின் நடைமுறை என்பதை நன்கறிந்திருந்த காரணத்தால், அவர்களின் வழக்கத்திற்கு நேர்மாறான இந்த சுணக்கம் குறித்த கேள்விகள் அவருள் முளைத்தெழுந்தபடி இருந்தன. சிந்திக்குந் தோறும் கண்களுக்குத் தென்படாத மர்மக் கண்ணிகள் ஆங்காங்கே தன் முன்னே விரிந்து நீள்வதை, ஒருவித திடுக்கிடலுடன் பார்த்துக் கொண்டிருந்தார். புதிர்கள் நிறைந்த, தனது காவல்துறை வழமை யான அனுபவத்துக்குள் அதுவரையிலும் நுழைந்திராத, தனக்கு முற்றிலும் அந்நியமான புதியதொரு நாடகத் தருணத்தின் சாட்சியாகத் தான் நின்றுகொண்டிருப்பதான பிரமை ஒருகணம் மேலெழ, மேலதிகக் குழப்பமும் கலக்கமும் அடைந்தார்.

மதியமே மழை கொட்டத் தொடங்கிவிட்டிருந்தது. தென்மேற்குப் பருவக்காற்றின் கொடை. ஒரு மாத இடைவெளிக்குப்பின்

காற்றில்லாத ஒரு வெக்கை இரவில் இடி மின்னலுடன் இறங்கியது. ஊய் ஊய் என்ற பேரிரைச்சலுடன் சுழன்று வீசிய காற்றின் மேலேறி ஆனந்தக் கூத்தாடியது. மத்திய மலைத்தொடரின் முதுகிலேறிக் கடந்து நீண்ட பயணத்தின் ஒரு கண்ணியில் பூமிக்குக் குதித்திருந்தது. அன்று தொடங்கி ஒவ்வொரு மதியமும் வானத்தில் கரிய மேகத் திறல் சொல்லி வைத்ததுபோல் வந்து நிறைத்துவிடுகிறது.

மழையின் இதமான குளிரில், வீடு திரும்பி, வேலை அலைச்சலில் உட்கார்ந்த வாக்கிலேயே கண்ணயர்ந்துவிட்டிருந்தார் கோப்ரல் மணியம். ஒரு கோழித் தூக்கம். பக்கமே தரையில் நீட்டியிருந்த பாதத்தின் மேல் தலை வைத்து, இதமான இளஞ்சூட்டில் கண்மூடிச் சுருண்டு கிடந்தது பீட்டர்.

நான்கு மாதக் குட்டி. தெருநாய் சாலையோரப் புதரில் போட்டிருந்த ஆறு குட்டிகளில் ஒன்று. கால் முளைத்ததும் இரவு நேர உலா கிளம்பியதில் இரண்டு குட்டிகள் வாகனத்தில் அடிபட்டுக் குடல் வெளித்தள்ள சாலை நடுவில் இறந்து கிடந்தன. ஒருவழியாக, போகிற வருகிறவர்களில் கண்களில் பட்டுக் கெடா குட்டிகள் வளர்ப்புக்குப் போனபின் ஒரு பொட்டச்சி தனியாகப் புதருக்குள் முடங்கிக் கிடந்தது. முனகல் கேட்டுப் புதரை விலக்கி உள்ளே எட்டிப் பார்க்க, நொசநொசத்த ஈர மண்ணில் குளிரில் உடல் நடுங்க துக்கமும் பயமும் கலந்த ஒரு சோகப் பார்வை. மனம் சொதக்கென்று விழுந்தது. 'கவலப்படாதம்மா... அப்பா இருக்கேன்... வா... பயப்படாத வா...' என்று புதருக்குள் கை நீட்டித் தூக்கி, மோட்டார் சைக்கிள் முன்புற வக்குலில்* உட்கார வைத்து வீடு கொண்டுவந்து சேர்த்தார்.

இப்போது, ஏதோவொரு கனவின் நுனியில் நின்று முகத் தசைகள் இழுபட்டு மெல்ல அதிர, கண்ணிமைகள் துடிக்க சிணுங்கியது. திடுக்கிட்டு விழிக்க வைத்தது தூரத்து இடியோசையொன்று. தலை தூக்கிப் பார்த்தது. அவர் கண் விழிப்பதாக இல்லை. சற்றுப் பொறுத்து, வழக்கம்போலத் தன் முன்னங்காலால் அவரது பாதங்களை மெல்லச் சீண்டியது. சட்டென விழித்துப் பார்த்து, புன்னகையுடன் குனிந்து அதன் தலையை வருடி, ''என்னடாம்மா... பசிக்குதா? தோ வர்ரேன்...'' என்று குசினிக்குள் போய், சுடுதண்ணி போட்டு, பால் கலக்கி அதில் ரொட்டியை பிட்டுப் போட்டு, ''ந்தா...

---

* கூடை

குடிம்மா…'' என்று வைத்து நிமிர, அவர்கள் மனதில் வந்து நின்று, ''என்ன இன்னும் கௌம்பலயா?'' என்று உரிமையுடன் குரல் கொடுத்தனர்.

வாசலைப் பார்த்தார். மழை இன்னமும் கொட்டிக்கொண்டிருந்தது. மனம் பரபரத்தது. மீண்டும் குசினிக்குள் ஓடி, வேலைக்குப் புறப்படும் முன்பே கட்டி வைத்திருந்த பொட்டலங்களை மழைநீர் படாதபடி பையில் சுருட்டி எடுத்து வந்தார். வரும் வழியில் மழை நீரில் தொப்புர நனைந்து ஈரம் சொட்ட நின்றுகொண்டிருந்த மோட்டார் வக்குலில் பொட்டலங்களை அடுக்கிவைத்து, திரும்பி, வெளிப்புறச் சுவரில் தொங்கிய மழைக்கோட்டை எடுத்து அணிந்து கொண்டு, ''பால குடிச்சுட்டு தூங்குமா… அப்பா இல்லன்னு அழாத… தோ கொஞ்சம் வெளிய போய்ட்டு வந்தர்ரேன்…'' என்று குட்டியிடம் விடை பெற்றுக்கொண்டு வீட்டைப் பூட்டி புறப்பட்டார்.

கப்பலா பத்தாஸ் என்கிற அந்த சிற்றூரின் கடைவீதிக்குள் வண்டி நுழையும்போதே மழை வலுத்து கூச்சலிட்டு முகத்தில் அறைந்து போனது. கடும் காற்றுக்கு, சாலையோரம் பெருத்து உயர்ந்து நின்ற ஆங்சானா மரங்கள் நிலைகொள்ளாமல் தலைவிரித்தாடின. கிளையொன்று முறிந்து சாலையின் குறுக்காய் விழுந்து கிடந்ததை விலக்கி வண்டியைச் செலுத்தினார் கோப்ரல் மணியம். முன்னும் பின்னுமாய் ஒருவித ஒழுங்குடன் அமைந்த தரைத் தளமும் மேல் தளமும் கொண்ட, பலகைச் சுவர்களால் இணைக்கப்பட்ட கடைவீடுகள். மழைநாளின் விளக்கொளியில் கடைத்தெரு ஈரம் சொட்ட அழகுச் சித்திரமாய் மிளிர்ந்தது. அதனை ரசித்தபடி அதன் தெருக்களில் அவரது மோட்டார் சைக்கிள் வலம் வரத் தொடங்கியது. கண்கள் அலைபாய தெருக்களைப் பலமுறை மீண்டும் மீண்டும் வலம் வந்தார். அவர் எதிர்பார்த்து வந்தவர்களில் ஒருவனும் கண்ணில் படாத ஏமாற்றத்துடன், கடைவீடுகளுக்குப் பின்புறம் அமைந்த சீன இந்திய கம்பத்துக்குள் செல்லும் குறுகிய மண் பாதையில் மோட்டாரைச் செலுத்தினார்.

மழைநீர் கோர்த்த செம்மண் நொசநொசத்தது. குழிகள் நிரம்பி வழிய, வண்டியின் சக்கரங்கள் அதில் குதித்து நீரை வாரி இறைத்து நகர்ந்தன. ''எங்க போனானுங்க இவனுங்க…? மழல அங்க கட பக்கந்தான மழக்கு ஓரமா ஒடுங்கி நிப்பானுங்க? இன்னக்கி என்ன ஆச்சு?'' என்று முணுமுணுத்தபடி, சலிப்பு மேலோங்க வண்டியை மீண்டும் கடைவீதிப் பக்கம் திருப்பிச் செலுத்தி, ஒரு கடை வாசலில் வண்டியை நிறுத்தி வைத்து, நின்று வேடிக்கை பார்த்தார்.

மழையில் நனைந்தபடி குளிரில் உடல் குறுக்கி மின்சாரக் கம்பியில் நீண்ட வரிசையில் உட்கார்ந்து தியானத்தில் மூழ்கிய மழைக்குருவிகள். சாலைவிளக்கின் மஞ்சள்பூச்சு விரவிப் படரும் ஒளியில் மழைக் குருவிகளின் கருமைச் சிறகுகளில் குட்டி நட்சத்திரங்களாய் மின்னின நீர் மணிகள். கோப்ரல் மணியம் நெகிழ்ந்து பார்த்துக் கொண்டிருந்தார்.

குரல் கேட்டுத் திரும்பினார். மழையில் நனந்தபடி ஒருவன் அவரை நோக்கி வந்துகொண்டிருந்தான். ''வாடா பிச்சாண்டி... வா... வா... எங்கடா போனீங்க அத்தன பேரும்? வா... வா...'' குரைத்துக் கொண்டும் வாலை ஆட்டிக்கொண்டும் அருகில் வந்து நின்றான் பிச்சாண்டி. (தன்னை அடித்துத் துன்புறுத்திப் பாடம் சொல்லிக் கொடுத்த பிச்சாண்டி என்கிற தமிழாசிரியர் நினைவாக,அதிகம் யோசிக்காமல் சட்டெனத் தோன்ற, ஒரு மென் சிரிப்புடன் வைத்த செல்லப் பெயர்.) அவன் முன்னங்கால் ஒன்றைத் தரையில் ஊன்ற முடியாமல் தவிப்பதைப் பார்த்து, ''காலுக்கு என்னடா ஆச்சு பிச்சாண்டி? எங்க காட்டு? எந்த ராஸ்கேல் அடிச்சு ஒடச்சான்?'' குனிந்து, நொண்டியடித்த காலைத் தூக்கிச் சோதித்தார். எலும்பு முறிவு ஏதேனும் இருக்கிறதா என்று கணுக்காலைப் பிடித்து மெல்ல அசைத்துப் பார்த்தார். அப்படியேதும் இல்லை. அடிப் பாதத்தைத் தடவிப் பார்த்தார். ஏதாவது குத்தி இருக்கிறதா என்று கவனமுடன் சோதித்தார். எதுவும் தட்டுப்படவில்லை. காயம் ஏதுமில்லை. உள்ளடி என்பது புரிந்தது.

வழியில் போன பொழுதுபோகாத எவனோ கொழுப்பெடுத்தவனின் கைங்கர்யம். நாயைக் கண்டவுடன் கைகள் நமச்சலெடுக்க, விசுக்கெனக் குனிந்து, தரையில் கிடந்த கல்லையோ கட்டையையோ எடுத்துக் குறி பார்த்து விசிறியடித்திருப்பான். ''ஒன்னுமில்லடா ஐயா... ரெண்டு நாள்ல சரியா போயிரும்...'' என்றபடி திரும்பி, மோட்டார் வக்குலிலிருந்து ஒரு பொட்டலத்தை எடுத்து, ''இந்தாடா...'' என்று பிரித்து வைத்தார். வழக்கம்போல நல்ல பசி.

ஒரே மூச்சில் சாப்பிட்டு முடித்து, தலை நிமிர்த்தி வாலையாட்டி நெருங்கி வந்து கால்களை உரசினான். முழுக்க நனைந்திருந்தான். உடம்பில் நீர் வழிந்தோடியது. தெருவிளக்கொளி படர்ந்த கரிய நிறம் நீரில் மினுங்கியது. உடல் நடுங்கிக்கொண்டிருந்தது. குலுக்கி உதறினான். நீர்மணிகள் அவர் முகத்தில் தெறித்தன. ''டே... என்னடாது...?'' என்று சிரித்தபடி, முகத்தை துடைத்துக்கொண்டார். அவன் நிமிர்ந்து கனிவுடன் அவர் முகத்தைப் பார்த்தான். உலகின் அத்தனை சோகத்தையும் தன்னுள் அடக்கி வைத்திருக்கும்துயரம் மிக்க கண்கள்.

ஆறு மாதத்திற்கு முன்பு, ஒரு பிந்திய பகற் பொழுதின் தகிக்கும் வெயிலின் வெம்மைக்கு கடைவாசலில் ஒதுங்க, சாலையோர வாதாமர நிழலில் அவனை முதன்முதலில் கண்டார். எங்கிருந்தோ இங்கே இந்த இரக்கமற்ற மனித மிருகத் திரளுக்குள் அடிக்கடி வந்து சேரும் புதியவன்களின் கண்களில் மிதக்கும் அதே குழப்பமும் பதற்றமும் நிறைந்த மிரட்சி. வேற்றுக் கிரகத்தில் கொண்டு இறக்கி விட்டது போன்ற நிலகுலைந்த தவிப்புடன், தாகத்தில் வறண்டு நீர் சொட்ட தொங்கும் நாக்கு.

யாரையோ எதிர்பார்த்து ஏங்கும் அலைபாயும் கண்கள். வழியில் போன யாரோ ஒருவன் சட்டென நின்று, அதைத் துரத்துவதுபோல் கையாட்டிச் சத்தம் போட்டான். பிச்சாண்டி அதை எதிர்பார்த்திருக்க வில்லை. திடுக்கிட்டு வாலைச் சுருட்டி கால்களுக்கிடையில் செருகி மரத்தின் பின்னால் பதுங்கிப் படுத்துக்கொண்டான். துரத்தினவன் மீண்டும் அவனைப் பார்த்துக் கோபமாய் ஏதோ ஏசியபடி கடந்து போனான்.

நான்கு சுவர்களுக்குள் சில ஆண்டுகள் பாதுகாப்பாய் வாழ்ந்து பழக்கப்பட்டிருந்தவனை, யாரோவால், ஏதேதோ ஆசை வார்த்தைகள் சொல்லித் தந்திரமாக அழைத்து வரப்பட்டு, அன்று தான் புதிதாக நடுரோட்டில் கைவிடப்பட்டிருப்பவன் என்பது புரிந்தது.

வழக்கமாகிவிட்டிருந்தது. தன்னிச்சையாய் எல்லாம் நடக்கத் தொடங்கியிருந்தது. அவரது அப்பா காங்கி தண்டல் திருச்சங்கோடு ராமசாமியிடமிருந்து அவருக்குத் தொற்றிக்கொண்ட ஒரு பழக்கம். அவர் இருந்தவரை அவர் பார்த்துக்கொண்டிருந்தார். சைக்கிளில் உணவுப் பொட்டலங்களைக் கட்டிக்கொண்டு காலையில் புறப்படுபவர் மதிய வெயிலில் வியர்த்துக்கொட்ட வீடு வந்து சேருவார்.

அந்தச் சாயம் வெளுத்த பழைய இரும்புச் சைக்கிளும் அதில் கறுத்து மெலிந்த உருவமொன்று முதுகு வளைய உட்கார்ந்து மூச்சிறைக்க தகிக்கும் வெயிலில் மிதிக்க, எழும் எண்ணெய்ப் பசை தீர்ந்த சைக்கிள் சங்கிலியின், ‘முடியலடாப்பா திருச்சங்கோடா... முடியலடாப்பா... வயசாயிருச்சுடா பாவி... மூச்சு வாங்குதுடா... சித்த உக்கார வுடுரா பாவி...’ என்ற முனகல் ஓசையும், அந்தச் சிற்றூரின் தெருவாசிகளுக்கு அன்றாடக் காட்சியாகிவிட்டிருந்தது. ‘‘தோ போறார் பார்ரா நம்ம நாய் ராமசாமி...’’ என்று யாரேனும் ஒருவர் செல்லமாய்க் கிண்டலடித்து, பக்கம் நிற்பவரைப் பார்த்துக் கண்ணடித்துச் சிரிப்பதைத் தினமும் கடைவாசல்களில் பார்க்க முடியும்.

ஒருநாள், அவர் தினமும் படும் இந்த சிரமத்தைப் பார்க்கச் சகியாமல், ‘‘ஏம்பா இப்படி வயசான காலத்துல வெயில்ல அலஞ்சு திரிஞ்சு கஸ்டப் படறீங்க?’’ என்று கேட்டு முடிப்பதற்குள், அவர் தலை உயர்த்தி ஒரு கணம் எதையோ யோசித்தார். பின் முகம் பார்க்காமலே எங்கோ பார்த்தபடி, குரல் உடைய, ‘‘ஒருவா சோத்துக்கு வெயிலு மழன்னு பாக்காம, ரோடு ரோடா அலஞ்சு திரிஞ்சு போற வர்றவங்கிட்ட எல்லாம் ஏச்சு பேச்சு வாங்கி, கல்லடி கம்படி பட்டு...’’ என்றபடி நிறுத்தி, திரும்பி முகம் பார்த்தவரின் உள்ளொடுங்கிய புரை திரையிட்ட கண்களில் ஒருவிதப் படபடப்பு துடிப்பதை வியப்புடன் பார்த்து நின்றார் கோப்ரல் மணியம். ‘‘மனுசன்னு சொன்னா... அவன் நின்னு ஒரு நிமுசம் அதுங்க கண்ண பாக்கணும்டா மணி... சும்மா வெத்து கண்ணுல பாக்க கூடாதுடாப்பா... கொஞ்சம் ஈரத்தயும் அதுல கலந்து பாக்கணும்டா... அப்பிடி பாத்தா... எந்த மனுசனாலயும் அதுங்கள தாண்டி சும்மா ஒரு அடி எடுத்து வக்க முடியாதுடாப்பா...’’

முதல் சந்திப்பிலேயே பிச்சாண்டி வயதானவன் என்பதை அவனது சுருக்கம் விழுந்த முகத் தோற்றம் காட்டியது. உடம்பு முழுக்கவே ஆங்காங்கே முடி உதிர்ந்து திட்டுத் திட்டான சொட்டை. அவ்வப் போது உட்கார்ந்து முன்னங்கால்களைத் தூக்கி மாற்றி மாற்றி உடம்பைச் சொறிந்துகொண்டிருந்தான். சொறிந்த இடங்களில் தோல் கிழிபட்டு ரத்தம் கசிந்துகொண்டிருந்தது. உடல் மெலிந்து விலா எலும்புகள் துருத்தி நின்றன. ஒவ்வொன்றாய்த் தொட்டு எண்ணிவிடலாம் போலிருந்தது. வற்றி உள்ளொடுங்கிய வயிறு. ஒடுங்கிச் சிறுத்த, உடம்புக்கு சம்பந்தமில்லாத பெரிய தலை. அதன் உடலில் அதுவே பிரதானமான அவயமாக முன்னின்றது. கண்களோரத்தில் பீலை கட்டியிருந்தது. அபூர்வமாய்ப் பார்க்க வாய்க்கும், தாடையின் கீழ் வெண்குறுந்தாடி.

நடுக் காட்டுக்கு இரண்டு வயதுக் குழந்தையைக் கொண்டுபோய்க் கண்களையும் கட்டி, கைவிட்டு ஓடிப்போன கதைதான்.

ஒருமுறை, தனது தகப்பன் திருச்செங்கோடு ராமசாமி, இப்படி நடுரோட்டில் ஒரு நாய்க்குட்டியைக் கைவிட்டு ஓடிப்போனவனைத் துரத்திப் பிடித்து நிறுத்திக் கன்னத்தில் அறைந்து, ‘‘ஏண்டா மசுராண்டி... அம்மா மடில பாலு குடிக்கிற பச்ச புள்ளடா... இத எப்படிடா ஒன்னால இப்பிடி ரோட்டுல தூக்கி எறிஞ்சிட்டு ஓட முடியுது? நீ பெத்த புள்ளன்னா இப்பிடி தூக்கி எறிஞ்சிட்டு போவயாடா...?’’ என்று, முனிசாமி வந்து தலைக்கு மேல்

உட்கார்ந்துகொள்ள அவர் எகிறிக் குதித்து அதகளம் பண்ணியதை மறுநாள் ஒருவர் விவரிக்க, ஒரு திடுக்கிடலுடன் கேட்டுப் புன்னகைத்த நாளை பலமுறை நினைவுகூர்ந்து அவர் அசைபோட்டதுண்டு.

அந்த நாய்க்குட்டி, அவர் சைக்கிளின் முன்வக்குலில் உட்கார்ந்து தலை நீட்டிக் காற்று வாங்கியபடி வேடிக்கை பார்த்துக்கொண்டு அன்று மதியமே வீடு வந்து, அதற்கு முன்பே ரோட்டிலிருந்து வந்து சேர்ந்திருந்த மேலும் நான்கு குட்டிகளோடு ஒருவானாகியிருந்தான்.

மனித நடமாட்டம் அருகிவிட்டிருந்த அந்த மழை இரவின் அடர் தனிமையில் ஒரு தெருநாயின் அருகில் நின்றுகொண்டிருக்கும் இத்தருணத்தில் கோப்ரல் மணியத்தின் நினைவில் மீண்டும் அவரது அப்பா திருச்செங்கோடு ராமசாமி. மனதில் விவரிக்க முடியாத துக்கம். பல ஆண்டுகளுக்கு முன் ஒரு தகிக்கும் பகல் பொழுதில் இதே தெருவில் ஒரு நாய்க்குட்டியின் பொருட்டு ஒரு சக மனிதனை சட்டை பிடித்து உலுக்கி நிற்க வைத்து, ஓங்கி அறைந்து சாமியாட வைத்தது எது என்கிற கேள்வி அப்போதும் எதிர்வந்தது.

தன்னைச் சுற்றி நடக்கும் அநியாயங்களையும், மனிதனின் சுயநலக் கீழ்மைகளையும், ஒருவித சமரசமற்ற கோபாவேசத்துடன் அணுகும் அந்தக் கூர்தீட்டிய பார்வையை, அவர் தனது விந்துத் துளிகளின் வழி தனக்குள்ளும் கடத்தி இருப்பதை, சில காலமாகத் தனக்குள்ளும் நிகழ்ந்துகொண்டிருக்கும் கொந்தளிப்புகள் நிறைந்த மாற்றங்களினூடாய்க் கண்டடைந்திருந்தார்.

பெருமூச்சுடன், குனிந்து, முகம் நிமிர்த்தி தன்னைப் பார்த்துக் கொண்டிருந்த பிச்சாண்டியின் தலையில் கைவைத்து மெல்ல வருடி, ''ஏண்டா... குளுருதா?'' என்றார். அவன் ஆமாம் என்பது போல் மீண்டும் உடலைக் குலுக்கினான். மீண்டுமொருமுறை நீர் மணிகளை முகத்தில் விசிறியடித்தான். சிரித்தபடி வழித்தெறிந்து அவனது குறுந்தாடியை வருடினார். குறுந்தாடியின் வழக்கமான சொரசொரப்பு, மழை ஈரத்தில் மட்டுப்பட்டிருப்பதை விரல்நுனிகள் உணர்த்தின. சுகமான கொணப்புடன் வாலையாட்டி கண்மூடி அசைவற்று நின்றான்.

''என்னடா இன்னக்கி ஒரு மாதிரியா இருக்க பிச்சு? மொகம் நல்லாலியே? என்னடா ஆச்சு? ஆமா கவனிக்கவே இல்ல பாரு? எங்கடா அவ? ஒங் கூடவே வால புடிச்சிகிட்டு பின்னாலயே திரிவாலே அந்த வெள்ளச்சி எங்கடா? ஒன்ன கழட்டிவுட்டுட்டு போய்ட்டாளா? புதுசா இன்னக்கி எவன சேத்துகிட்டு ஊரு சுத்த போய்ட்டா அந்த தேவிடியா சிறிக்கி...?''

உள்ளே மின் அதிர்வு. மழை வானத்து இடிமின்னல் இறங்கி வந்து தாக்கியதுபோல. நிமிர்ந்து, தலை திருப்பி, சூழக் கவிந்து மழையில் தொப்புர நனைந்து கிடந்த இருளைப் பார்த்தபடி நின்றார். அது தனது ஆழ்மன அந்தரங்கத்துள் நீக்கமற நிறைந்திருக்கும் அகண்ட இருண்மை வெளியை முழுமையாய்த் தொகுத்து ஒன்றுதிரட்டி ஒத்தை உருக்கொண்டு தன்னை நெருங்கி வந்து இறுக அணைக்க, தானே அதுவாய் அதுவே தானாய் ஆகி நிற்பதான மயக்கு நிலை.

வாய் தன்னிச்சையாய் முணுமுணுத்தது. 'தேவிடியா சிறுக்கி... தேவிடியா சிறுக்கி...' உணர்ச்சிப் பெருக்கில் உடல் மேலும் உக்கிரம் கொண்டு நடுங்க, வெறிகொண்ட காட்டு மிருகமாய், கழுத்து நரம்புகள் புடைக்க, கன்னக்கதுப்புகள் வலியுடன் துடிக்க, அடித்தொண்டையிலிருந்து பெரும் ஓசையெழும்பக் காறித் துப்பினார். மீண்டும். மீண்டும். மீண்டும். மீண்டும். தொண்டைக் காய்ந்து வறண்டு எரிச்சல் மிகும் வரை. பிச்சாண்டி திடுக்கிட்டு அவர் முகத்தைக் குழப்பத்துடன் பார்த்தபடி அசைவற்று நின்று கொண்டிருந்தான்.

மனக்கண்ணில் அவள் வந்து நின்றிருந்தாள். இரண்டு வருடங்களுக்குமுன் அவரைக் கைவிட்டு எவனோ ஒருவனோடு ஓடிப்போன மனைவி.

மழை தணிந்து பிசிறுதட்டத் தொடங்கியிருந்தது. மழைக்கு உள்ளொடுங்கி வெறிச்சிட்டிருந்த தெரு மெல்ல அசைவுறத் தொடங்கியிருந்தது. தெருவில் நீர் பெருக்கெடுத்தோடியது. வாகனங்கள் ஊர்ந்து செல்ல, நீரின் மேல் படர்ந்து விரிந்த அதன் விளக்கொளி தீட்டிய மேகத் திறலொத்த உருமாறும் சித்திரங்கள் வியப்பூட்டின. தெருவோரம் விரித்துப் பிடித்த குடையோடு வாகனங்கள் வாரியிறைத்துப் போகும் மழைநீருக்குப் பயந்து, ஒதுங்கி, வரும் வாகனத்தைத் திரும்பிப் பார்த்தபடி சிலர்.

பிச்சாண்டியிடம் விடைபெற்று, கடைவீதியில் மெல்ல வண்டியைச் செலுத்திக்கொண்டிருந்தார் கோப்ரல் மணியம். தெரு முனையிலிருந்த, 'சுவான் லீ கோப்பிக்கடை' என்று நல்ல தமிழில் பிழையேதுமில்லாமல் எழுதப்பட்டிருந்த விளம்பரப் பலகையைத் தாங்கிய கடையைக் கடக்கும்போது மனதில் ஒரு குறுகுறுப்பு. சிறிது தூரம் சென்றபின்சட்டென ஏதோ முடிவுக்கு வந்தவராய் வண்டியை ஒடித்துத் திருப்பி வந்த வழியே திரும்பிச் சென்றார்.

சுவான் லீ கோப்பிக்கடைக்குச் சற்று அருகிலேயே மரத்தடியில் வண்டியை நிறுத்திவிட்டு நடந்தார். ஈரக் காற்றில் கலங்கல் நீரின்

களிமண் வாடை. அது அவருக்குப் பிடித்த வாடை. அது வேறொரு வாடையை நினைவுறுத்தியது. தோட்டத்தில் வாழ்ந்த குறுகிய காலத்தில் அதன் மணம் அவருள் வேர்கொண்டிருந்தது. தோட்டத்து லயங்களில் வெளிக்காட்டு ஆட்கள் புற்களை தாசா கத்தியால் கத்தரிக்க, தலை அறுபட்டுச் சிதறும் பச்சைப் புல்லின் ரத்த வாடை அது. பச்சை மணம். அதற்கு நிகரான பச்சை மண் மணம் இப்போது. நின்று ஆழ மூச்சிழுத்து அடக்கிச் சுகித்து, திரும்ப, நேரெதிரே கண்கள் தொட்டு நிற்குமிடத்தில் கிழக்கு மேற்காய் ஓடிக்கொண்டிருந்தது கோலமுடா ஆறு.

மழைக்கால நீர்ப்பெருக்கு. கரையைக் கடந்து மேலேறி வந்து தெருவை நெருங்கிக்கொண்டிருந்தது.

அதிலிருந்து ஏதோ ஒரு மீன் துள்ளி எழுந்து மீண்டும் நீரில் விழுந்து மறைவது சாலையோர விளக்கொளியில் மங்கலாய்த் தெரிய, 'அது என்னா மீனு? மொடவா மீனா இருக்குமோ?'

அடுத்த வளைவை ஆறு கடக்கும் இடத்தில் இருக்கிற மீன்பிடித் துறையை நினைக்க வைத்தது நீரில் துள்ளிய மீன். அதன் மூக்கைத் துளைக்கும் மீன் வாடை நினைவில் மீண்டது. நீரின் கலங்கல் மண் வாடையில் இப்போது மீன் வாடையும் கலந்திருப்பதாய்த் தோன்றியது.

சற்றுமுன் எதிரில் வந்து நின்றவள், அனுமதி ஏதும் கேட்டுப் பெறாமலே மீண்டும் அவர் முன் பிரசன்னமானாள். அவள் வைக்கும் மொடவாமீன் கறியின் இனிய மணம் நினைவில் ஆட, அறியாமலே நாவில் எச்சில் ஊறியது. மீன் சாப்பிட ஆசை வந்துவிடும் நாட்களில் மோட்டாரை முடுக்கி நேராக இந்த மீன்பிடித்துறைக்குப் பல நாள் வந்து போனதெல்லாமும் இப்போது நெருங்கி வந்து நின்றது. நா நிலையற்றுக் குழன்றது. 'என்னமா மீனு கறி வப்பா தேவிடியா! சிறிக்கி?' நின்று அண்ணாந்து அடித்தொண்டயிலிருந்து ஓசையெழும்ப மீண்டுமொருமுறை காறித் துப்பினார்.

அவள் போய் இரண்டு வருடங்கள் கடந்த நிலையிலும், அவளை என்ன முயன்றும் முழுமையாய்க் கடக்க முடியாமல் தான் இருப்பதை, அவ்வப்போது சுய கழிவிரக்கத்துடன் நினைத்து நிலைகுலைந்து போகிறார். அவளோடு வாழ்ந்த காலத்தில், நினைவின் அடுக்குகளில் சேகரமாகி உறைநிலையில் கெட்டித்துக்கிடக்கும் ஒவ்வொரு சிறு துளியையும் இப்போதெல்லாம் மனம் யதேச்சையாய் எதன் முனையையேனும் தொத்திக்கொண்டு போய்த் தொட்டுவிடுகிறது. அக்கணங்களிலெல்லாம் அவள் எங்கிருந்தோ வெடித்துக் கிளம்பி

வந்து, எதிர் நின்று, வன்மத்துடன் தலையாட்டிச் சிரித்து உக்கிர நடனமிடுகிறாள்.

போகிற வருகிற இடங்களில், மனதுள் ஏதோ இடற, சட்டென நின்று திரும்பிப் பார்க்க, கடந்துபோன யாரோ ஒரு முகம் காட்டாத் தாயின் தோளில் முகம் புதைத்துச் சிரித்துக் கைகாட்டும் குழந்தையின் பூ முகம். விருட்டென உடலில் பரவும் நடுக்கத்தைத் தொடர்ந்து - அவள், மார்போடு அணைத்த குழந்தையோடு முகம் நிறைத்துப் பொங்கி வழியும் தாய்மையின் அதீத பூரிப்புடன், அவளது அதே இனிமையான குரலில் தாலாட்டுப் பாடியபடி எதிர் வந்துவிடுகிறாள்.

திருமணமாகிப் பல ஆண்டுகள் குழந்தையில்லாமல் இருந்த ஏக்கத்தை இப்போது எவனோ ஒருவனோடு ஓடிப்போய்ப் படுத்துப் பெற்றுக்கொண்ட குழந்தையைத் தூக்கிப்பிடித்து ஆனந்தக் கூத்தாடியபடி முகம் நெருங்கி, ''பாத்தியாடா எம் புள்ளய...? பாருடா... பாருடா... நல்லா கண்ண தொறந்து பாருடா... எம் புள்ளடா... எம் புள்ளடா... அவங்கிட்ட படுத்து ஓத்து பெத்துகிட்டதுடா... ஆம்பளடா... ஆம்பளடா... அவன் ஆம்பளடா... பொட்ட பயலே... பொட்ட பயலே...''

ஆங்காரக் காளியாய் ஓங்கரித்துக் கொக்கரிக்கும் அவளது குரல், அவரது ஆண்மை அகங்காரத்துள் அமிலத் துளிகளாய்ச் சொட்டத் தொடங்க, உள்ளே சுழன்றடிக்கும் துக்கப் பேரலைகளில் மோதுண்டு நிலைகுலைந்து பேரோசையுடன் வெடித்துச் சிதறிப்போகிறார்.

குத்துக்காலிட்டு உட்கார்ந்து, நெற்றிப்பொட்டில் அழுந்த தேய்த்து, உடல் குலுங்கச் சில நிமிடங்கள் கடக்க, பெருமூச்செறிந்து, அகல விரித்த கைகளை வானம் நோக்கி உயர்த்தி, தனக்குள் ஏதோ முணுமுணுத்தபடி, சுவான் லீ கோப்பிக்கடை நோக்கி மெல்ல நடந்தார்.

கல்லாவில் நின்று யாருடனோ சிரித்துப் பேசிக்கொண்டிருந்த கடைக்கார சுவான் லீ யதேச்சையாய்த் திரும்ப, கோப்ரல் மணியம் கடை வாசலுக்குள் நுழைவதைக் கண்டுவிடுகிறார்.

முகம் மலர எதிரே வந்து, கைபிடித்துக் குலுக்கி, ''வாங்க கோப்ரல்... வாங்க... எங்க ரொம்ப நாளா இந்த பக்கமே காணோம்? வேல ரொம்பவோ? வாங்க... இப்பிடி... இந்த பக்கமா வாங்க கோப்ரல்... ஒங்க எடம் அங்க உள்ள இருக்கு...'' சுத்தமாகத் தமிழ் பேசும் சீனர். முதல்முறை வந்தபோது அந்தக் குரலைக் கேட்ட மாத்திரத்தில் புருவம் உயர்த்தியதைப் பார்த்துப் புரிந்துகொண்டு,

சிரித்து, ''என்ன அப்படி பாக்கறீங்க? எங்க கம்பத்துல ஒங்க ஆளுங்களும் இருந்தாங்க கோப்ரல்... கத்துக்கிட்டேன்...''

கடையில் உட்கார்ந்து பேசிச் சிரித்துக்கொண்டிருந்த சிலர் கோப்ரலை அடையாளம் கண்டு தலையாட்டிச் சிரித்தார்கள். அவரும் பதிலுக்குக் கைதூக்கி சிரித்தார். ''என்ன இன்னக்கி சத்தம் கொறவா இருக்கே?'' என்று நினைத்தபடி கண்களைச் சுழற்றினார். பெரும்பாலான மேசைகள் காலியாக இருப்பது தெரிந்தது. பொதுவாகவே கடையின் அந்தப் பொதுப் பகுதி இரவு நேரங்களில் களைகட்டிவிடும். மேசைகளில் பீர் பாட்டில்கள் அணிவகுத்திருக்கும். அதன் எண்ணிக்கையைப் பொருத்துக் குரலில் சுருதி கூடும் குறையும்.

புக்கிட் செம்பிலான் தோட்டத்தில் சம்பள பிளாஞ்சா நாட்கள் என்பது அவர்களின் கொண்டாட்ட தினங்கள். மாரியம்மனுக்குக் கும்பாபிஷேகம், தீமிதி, மலமேட்டு முனிக்கு கிடா வெட்டு, சுங்கைப்பட்டாணி சுப்பிரமணி சுவாமி கோயில் தைப்பூசம், தீபாவளி போன்ற திருவிழாக் காலங்களைத் தவிர்த்து இந்த இரண்டு நாட்கள் மட்டுமே அவர்களின் விஷேச சந்தோச நாட்கள்.

பொழுது அமர தோட்டத்து சீன வங்சாகடை* முன் கூடி, சின்னக்காடி** பிடித்து வந்து அந்நாளைக் கொண்டாட ஒரு கூட்டம் புறப்பட்டு சுவான் லீ கடை வாசலில் வந்து இறங்கிவிடும்.

தோட்டத்துப் பெரிய கங்காணி, கள்ளுக்கடையில் அன்றாடம் ஊத்தும், ஊத்த நாற்றம் வீசும் கள்ளுக்கு அன்று விடுப்பு. போட்டிப் போட்டு பீர் பாட்டில் மூடிகளைப் பல்லால் கடித்துத் திறக்க, பாம்பின் சீற்ற ஒலியுடன் பொங்கி வழியும் பீரின் நுரையைச் சந்தோச ஆரவாரமிட்டு, ''வாடா ராஜா... வா... வந்து எங்க மனச பொங்க வைடா ராஜா...'' என்று மேசையைத் தட்டி வரவேற்பார்கள்.

பாட்டில்கள் ஒவ்வொன்றாய்க் காலியாக, சிறிது நேரத்திற்கெல்லாம் தலைசுற்றி கால்கள் காற்றில் மிதக்கத் தொடங்க, ஆட்டமும் பாட்டமும் தொடங்கிவிடும். அதில் அவர்களின் பாட்டுக்கச்சேரி அங்கே பிரசித்தம். கண்டசாலாவின் உயிரைப் பிழியும் தேவதாஸ் பாடல்கள் தொடங்கி ஏ.எம்.ராஜாவின் நெஞ்சுருக்கும் காதல் பாடல்கள் வரை மாறி மாறி வரும். பாடுபவனின் முன்பு மர

---

* மளிகைக்கடை

** கார்

மேசையில் நீண்ட தாடியுடனும் பெரிய மீசையுடனும் உட்கார்ந்திருக்கும் அவர்களின் வாத்தியக்காரன், இரு கைகளையும் மேசைமேல் வைத்து விரல் மூட்டுகளை மடித்து உள்சுருட்டி கணுக்கையோடு இணைந்து தாளம் போட, பாடலில் சுருதி கூடிச் சூழல் களைகட்டிவிடும்.

சில மாதங்களுக்கு முன்பு அப்படி வந்து தன்னை உலுக்கிய, கண்டசாலா தேவதாஸ் படத்தில் பாடிய, 'கனவிதுதான்... நிஜமிதுதான்... உலகினிலே என யார் சொல்லுவார்... விதி யார் வெல்லுவார்?' என்ற அந்தத் துயரப் பாடலைப் பாடியவனின் உருவம், அதன் பிறகான நாட்களில் ஏனோ எதிர்பாராத முனைகளிலெல்லாம் மேலெழுந்து வருவதைப் பிடிபடாததொரு திடுக்கிடலுடன் பார்த்தபடி, ''யாரு இவன்? எதுக்கு அப்பப்ப வந்து முன்னால நிக்கிறான்?'' என்று கேட்க, அந்தக் கணங்களில் தனது ஆளுகைக்கு வசப்படாமல், திமிறிக்கொண்டு தன்னிச்சையாய் தன்னுள் கிளர்ந்தெழும் நினைவுக் கண்ணிகள் நீண்டு, தனது சுய வாழ்வுத் தருணங்களின் துயரப்புள்ளியொன்றில் சென்று நிலைக்க, உடல் அதிர, மேலும் நெகிழ்வுற்றுக் கலங்குகிறார்.

மெலிந்த குள்ள உருவம். ஒரு வறுமையுற்ற பதின்ம வயதுச் சிறுவனின் வதங்கி சிறுத்த உடல் போல. அதற்குச் சிறிதும் சம்பந்தமில்லாத முழு ஆரோக்கியத்தில் தலைமுடி. பம்மிக் கொண்டு நிற்கும் சுருள்சுருளான நீக்ரோ முடி. அதற்கு இணையாக முகத்தின் பெரும் பகுதியும் அடர்ந்த தாடிக்குள் மறைந்து விட்டிருக்க, கண்கள் மட்டும் தனித்து தெரிந்தன. துளை போட்டுப் பதித்துவைத்தது போன்ற ஒளியிழந்த கண்கள், செத்து ஆற்றில் மிதந்து போன ஏதோவொரு மீனின் உயிரற்ற கண்களை அவருக்கு நினைவுறுத்தின.

அந்தக் குரலில் அன்று கொந்தளித்தபடி கொப்பளித்துக் காற்றில் சிதறிய அவனுக்கான துயர வெள்ளம் பெருக்கெடுத்தோடி வந்து அவரையும் தொட்டு உலுக்கி, சடக்கென குனிந்து குத்துக்காலிட்டு உட்கார்ந்து, வாயைப் பொத்தி மௌனமாய் விசும்ப வைத்திருந்தது.

''நல்லவேள... புக்கிட் செம்பிலான் தோட்டத்துல இன்னக்கி சம்பளம் போடல போல இருக்கு... இல்லனா இதுக்குள்ள குடியும் பாட்டும் கூத்துமா கட கலகலன்னு கல்யாண வூடு மாதிரி ஆயிருக்கும்...'' என்று நினைத்துச் சிரித்தபடி, சடக்கென திரும்பி, அதில் கண்கள் ஊன்ற நிலைகுத்தினார். அவனது சிறுத்த உடலை அளவெடுத்து அவனுக்கெனவே மிக நேர்த்தியாய்ப் பின்னப்பட்டது போன்ற மூங்கில் நாற்காலி.

அதில் உடல் உள்ளொடுங்க, தாடிக்குள் முகம் மறைந்து, கண்டசாலாவின் துயர கீதத்தில் தன் உயிரைக் கரைத்துக் காற்றில் அலையவிட்ட அவன், ஒரு கனவின் இடைவெட்டாய் மின்னி மறைந்தான். அவனை முதல்முறை கண்டதே கடைசி முறையாகவும் ஆகிவிடும் என்று அப்போது உணர்ந்திருக்க வாய்ப்பில்லை. இரண்டாவது முறை அவர்களை அங்கே எதிர்கொண்டபோது அவனைக் காணாமல், ''எங்கப்பா ஒங்க பாட்டுக்கார கண்டசாலா? இன்னக்கி வரலயா?'' என்று யதேச்சையாய்க் கேட்டபடி நகர, ''அவனா சார்? அவன் செத்து இன்னயோட சரியா ஒரு மாசம் ஆவுது சார்...'' பின் மண்டையில் யாரோ இரும்புத் துண்டால் ஓங்கி அடித்ததுபோலிருக்க, அதிர்வுடன் திரும்பிப் பார்க்க, பதில் சொன்னவன் பற்கள் தெரியச் சிரித்துக்கொண்டிருந்தான். ''என்னப்பா ஆச்சு?'' என்று கேட்க நினைத்து, அவனது சிரிப்பு மாறாத முகத்தைப் பார்க்கப் பிடிக்காமல் கேட்காமலே வெறுமனே தலையசைத்து நடந்தார். அன்று முழுக்கவே அவன் அவருள் உலவிக்கொண்டிருந்தான். மனம் மிகுந்த சோர்வுற்று எடை கூடி கனத்துக் கிடந்தது. 'எப்பிடி செத்தான்? என்ன ஆயிருக்கும்? மரத்துல தூக்கு மாட்டி செத்துருப்பானோ? ஆத்துல கொளத்துல வுழுந்து செத்துருப்பானோ?'

அன்று இரவே தூக்கத்தில் கனவில் வந்து நின்றான். ராட்சஷப் பறவையொன்றின் மேல் கம்பீரமாய், ஒளிவிடும் கண்களுடன் அவன். அவனை ஏந்தி, புழுதி பறக்க, தன் அகன்ற சிறகைக் காற்றிலசைத்துக் கூவிக் கூச்சலிட்டபடி கித்தாக்காட்டின் மேலேறிப் பறந்து திரிகிறது. அதன் ஆரவாரக் கூச்சலோடு, கூனல் நீங்கி, கண்கள் ஒளிவீச, ஒரு ராஜகுமாரனொருவனின் வசீகரத்துடன், அதன் மேல் வீற்றிருக்கும் அவனது சந்தோசக் கூச்சலும் கலந்து வானம் அதிர்கிறது.

அந்த நாற்காலியில் கூன் விழுந்து, தாடிக்குள் மறைந்த முகத்தில், பஞ்சடைந்த கண்களில் துயரம் வழிந்தோட, உள்ளடங்கி உட்கார்ந்து, கண்டசாலாவின் சோக கீதம் பாடும் அவனில்லை. அவனைமுதல்முறை பார்த்த அன்று, கனவில் பறவையொன்றின் முதுகிலேறி வானத்தில் ஆனந்தக் கூச்சலிட்டுத் திரிந்த அதே ராஜகுமாரனாய். கண்களில் உயிரொளி வீச, பாணிக்கிரகியின் குரலில் காதல் விரகம் விரவிக் குழைந்த அந்த, 'கண் காணும் மின்னல்தானோ... காதல் கலைதானோ... என் வாழ்வின் இன்ப கீதம் நீயோ...' அவனது குரல் வழி அதே குழைவுடன் வழிந்தோடியது. உள்ளே ஏதோ உசுப்ப, சட்டெனப் பாடுவதை நிறுத்தி, ஒருகணம் நிலை மீண்டு, நிமிர்ந்து அவரது கண்களை எதிர்கொள்கிறான். முகம் மலர்ந்து பௌர்ணமி நிலவாய்க் குளிர்ந்து ஒளிவிட,

தலையாட்டி, கையசைத்துக் கண் சிமிட்டி, ‘உன்ன எனக்கு நல்லா தெரியும்… மொத மொற ஒன்ன பாத்த அப்பவே… உன்னோட கண்ண பாத்த அப்பவே… ஒனக்குள்ள இருக்குறது நாந்தான்… எனக்குள்ள இருக்குறது நீதானு எனக்கு பளிச்சுனு புரிஞ்சுருச்சு… எப்பிடினு கேக்காத… ஒத்த மனசுங்க படக்குனு பாஞ்சு எட்டி புடிச்சுகும்னு என்னோட தாத்தா சொல்லுவாரு… எங்க போற…? இப்பிடி வா… வந்து இந்த ராஜகுமாரன் பக்கத்துல உக்காரு… என்ன கட்டி புடிச்சிக்கோ… என்னோட துக்கமெல்லாம் ஒருநா அந்த கோலகெத்தே பெரிய ஆத்துல அஞ்சு நிமுசத்துல மூச்சுமுட்டி குபுகுபுன்னு தண்ணில கரஞ்சு காணாம போன மாதிரி… இந்த பாழாபோன பூமில நீ சொமந்து கொமஞ்சு திரியற துக்கம் எல்லாம் நிமுசத்துல காத்துல கரஞ்சு பஞ்சா பறந்து போயிரும்… வா… வந்து எம் பக்கத்துல உக்காரு… என்னா யோசிக்கற? வா… வா… தயங்காம வா…’ என்பதுபோல் கைநீட்டிக் குறும்புப் புன்னகை புரிந்தான்.

பின்கட்டுக்குள் நுழைந்த சுவான் லீ, நின்று, திரும்பி, தன் பின்நிற்கும் கோப்ரல் மணியைப் பார்த்தபடி, கைநீட்டி, ‘‘தோ பாருங்க கோப்ரல்… ஓங்க எடம்… நீங்க வருவீங்கனு புதுசா மேச நாக்காலி எல்லாம் வாங்கி போட்ருக்கேன்… செங்கே மரத்துல செஞ்ச மேச… பாற மாதிரி கனமா இருக்கும்… நூறு வருசம் தாங்கும்னு சொன்னான் எங் கூட்டாளி தியோங்… கரயான் அத ஒன்னுமே பண்ண முடியாது கோப்ரல்… பழய நாக்காலி மர நாக்காலி… இப்ப இது மூங்கில் நாக்காலி… உக்காந்தா ஒடம்ப சடக்குனு உள்ள இழுத்து சாச்சு அணச்சு புடிச்சுக்கும்… கொஞ்ச நேரத்துல அப்பிடியே கண்ண சொருவிகிட்டு தூக்கம் வந்துரும் கோப்ரல்…’’ என்றபடி, தலையாட்டிச் சிரித்தான். திரும்பி, சிரிப்பு மாறாமலே, ‘‘கொஞ்ச நேரம் உக்காந்துருங்க கோப்ரல்… முன்னால ஒரு சின்ன வேல… முடிச்சுட்டு வந்தர்ரேன்…’’ என்றபடி முன்பக்கம் விரைந்தான்.

வலது பக்க மூலையில் அவன் சுட்டிய இடத்தில் அடக்கமாய் ஒரு வட்ட மர மேசை. அதனைச் சுற்றி உள்ளடங்கிச் சரிந்து தளர்வாய் உட்கார வசதியாய் நான்கு பிரம்பு நாற்காலிகள். மிக கடினமான தடித்த காட்டு ரோத்தான்களைக் கொண்டு வனையப்பட்ட உறுதியான நாற்காலிகள். அதனை நோக்கியபடியே முன்னால் நகர்ந்தார். மேசையை நெருங்க, சூழலில் சென்ற முறை வந்தபோது இருந்திராத ஏதோவொன்று தட்டுப்பட, சட்டென நின்று, சுற்றுமுற்றும் பார்வையைச் சுழற்றினார். அண்ணாந்து பார்த்தார்.

விட்டத்து குறுக்கு மரச் சட்டத்திலிருந்து தொங்கியபடி மஞ்சள் மென் ஒளியை எங்கும் சிதறி நிறைத்தபடி, அலங்கார மின்விளக்

கொன்று. மையத்தைச் சூழ நின்ற கண்ணாடி உருளைகளில் எதிரொளித்த ஒளியின் பிம்பம், ஆடியின் பிம்பம்போல, அபூர்வ அழகுடனும் குளிர்மையுடனும். மிகுந்த ரசிப்புடன் பார்த்து, தலையாட்டியபடி ஒரு பெருமூச்சுடன் மேசையை நோக்கி நடந்தார்.

நாற்காலியைச் சற்றே பின்னகர்த்தி, கால்களை உள் நீட்டி வசதியாய்ச் சாய்ந்து உட்கார்ந்துகொண்டார். கண்களை மூடி அமைதியான அந்தச் சூழலில் மூழ்கியபடி தன்னை அதில் கரைக்க முயன்றார். உளைச்சலான இறுகிய மன நிலைக்குள் ஊர்ந்திறங்கி நெகிழ்த்தி இதமளித்தது அந்தத் தனிமையும் அமைதியும். மெல்ல அதனுள் மூழ்கிக்கொண்டிருந்தார்.

மெல்ல அதனுள் மூழ்கிக் கொண்டிருந்தவரை, திடுக்கிட்டு கண் திறக்க வைத்தது முதுகுப்புறமிருந்து வந்த ஒலி. சடாரென எழுந்து நின்று திரும்பிப் பார்த்தார். பத்தடி தொலைவில் நீர் நிரம்பிய ஒரு பெரிய கல்தொட்டி. ஓசையுடன் அலையடித்துக்கொண்டிருந்தது. ஆச்சரியத்துடன் கண்களால் அதை அளந்தார். சுவரையொட்டி பத்தடி நீளமும் பத்தடி அகலமும் ஐந்தடிக்கும் சற்றே கூடுதலான உயரமும் கொண்ட தொட்டி. திகைப்புடன், ''என்னடாது? சீனப் பையன் தண்ணி தொட்டிக்குள்ள மொதல குட்டி எதுனா வளக்கறானா? இங்க பக்கத்துல ஓடற கோலமுடா ஆத்துல நெறய மொதல இருக்குறதா பேசிக்கறாங்களே... அதுல ஒன்ன புடிச்சுகிட்டு வந்துட்டானோ?'' சற்று எச்சரிக்கையுடனேயே நடந்து, தொட்டியை நெருங்கி, தள்ளி நின்றபடி, அலையடிக்கும் நீர்ப்பரப்பை நோட்டமிட்டார்.

அலைகளில் ஏறி நெளிந்தோடிய மஞ்சளொளியின் வசீகரத்தில் நிலைகுத்தி பெருமூச்சுடன் தலையாட்டினார். நீரினடியில் பெரியதொரு அசைவு தொடர, அடுத்தடுத்து அலையெழும்பி மேல் வந்து, தொட்டியின் விளிம்புகளில் மோதி, கீழ் சரிந்துகொண்டிருந்தது.

மங்கிய வெளிச்சத்தில் எதுவும் சரிவரப் பிடிபடவில்லை. சிரமத்துடன் உற்றுப் பார்த்துக்கொண்டிருந்தார். சடாரென அது நிகழ்ந்தது. ஒரு மிகப் பெரிய மீன், நீர் பரப்பைக் கிழித்துக்கொண்டு துள்ளி மேலெழுந்து அந்தரத்தில் சுழன்றாடி மீண்டும் நீருக்குள் குதித்து மறைந்தது. வாய் பிளந்து நின்றுகொண்டிருந்தார்.

அந்தரத்தில் கயிற்று வலைக்கு மேல் சுழன்றாடும் சர்க்கஸ்காரனின் சாகசம்.

ஒரு சிற்பியின் தேர்ந்த உளிகள் கலை நேர்த்தியுடன் பல மாதங்களாய் மனம் குவிந்து, சன்னஞ் சன்னமாய்ச் செதுக்கி உயிரூட்டிய பொன்

சிற்பமொன்று, தன் முன்னெழுந்து மின்னலிட்டு மறைந்த அந்த எதிர்பாரா தரிசனக் கணத்துள் நிலைத்து நின்று உறைந்து போயிருந்தார்.

அந்தச் சூழலில் தன் கண்களுக்கும் உணர்வுகளுக்கும் புலப்படாத ஒரு மறைவிடத்திலிருந்து யாரோ தன்னைக் கூர்ந்து கவனித்தபடி இருப்பதாய்ச் சட்டென ஒரு குறுகுறுப்பு.

ஏதோ நினைவில் திரும்ப, பின்பக்கச் சுவரையொட்டி அரை இருளில் அது நின்றிருந்தது. மரத்தின் அடித்தண்டுபோலிருந்தது. 'வூட்டுக்குள்ள மரமா?' என்ற திகைப்புடன் எழுந்து நடந்து அதனை நெருங்கினார். ஒரு வேப்ப மரம். 'எப்பிடி இது இங்க?' என்ற கேள்வியுடன் அண்ணாந்து பார்த்தார். அதன் பருத்த தண்டு சுவரையொட்டிச் சென்று மேலேறி சுவருக்கு அப்பால் மறைந்து விட்டிருந்தது. உற்றுக் கவனித்தார். சுவரின் இடுக்கு வழி வெளியில் தலை நீட்டிய அதன் கிளைகள் அசைவது தெரிந்தது. மரத்தை யொட்டித் திரைச்சீலையின் மறைவில் ஆளுயர மண்புற்று ஒன்று சகலவிதமான அலங்காரங்களுடனும் நின்றுகொண்டிருந்தது. அதனுடம்பில் சுகந்த மணம் கமழும், பத்தை பத்தையான சந்தனச் சாற்றுடன் சிதறிக் குவிந்த குங்குமத் தீற்றும் அழகிய மலர்மாலையும் சூட்டப்பட்டு, தெய்வக்கலை மிளிர, கோயில் பிரகாரத்துள் பிரதிஷ்டை செய்யப்பட்டுத் தினம் பூஜைபுனஸ்காரம் ஏற்கும் தெய்வச்சிலைபோல் உட்கார்ந்திருந்தது.

அதன் முகத்தைத் தேட, கலங்கிய நீரடியிலிருந்து மெல்ல எழுந்து வரும் பிம்பம் போல, அதன் தலைப் பரப்பில் மேகத் திறலாய் உருமாறியபடி முகிழ்த்த தெளிவற்ற சித்திரங்களிலிருந்து முகமொன்று தெளிந்து வருவதைக் கண்டார். உற்று நோக்கியபடி, திடுக்கிடலுடன் ஓரடி பின்னகர்ந்தார். ஒரு ராஜநாகத்தின் பத்தி விரித்த முகமாய் நின்று நிழலாடிய அதன் நடனமாடிய நாவிலிருந்து சீறலாய் வந்த மூச்சொலி. முதுகுத்தண்டில் மின்னல் தெறிப்பு. கால்கள் தன்னிச்சையாய் மேலும் ஓரடி பின்னகர, பத்தி விரித்த நாகமும் உள்ளொடுங்கி மறைந்தது.

''யாரு இவன்? சரியான கிறுக்கனா இருப்பான்போல இருக்கே?'' என்று முணுமுணுத்தபடி திரும்பி நடந்து நாற்காலியில் வந்து விழுந்தார். தலை சரித்துக் கண்கள் மூடிப் பெருமூச்செரிந்தார்.

திடுக்கிட்டு எழுந்து நின்றார். தெளிவாகக் கேட்டது மீண்டும் நாகத்தின் சீறலொலி. அச்சத்தில் முகத்தசைகள் துடிக்க, மிரட்சியுடன் திரும்பிப்

பார்க்க, புற்றை மறைத்திருந்த திரைச்சீலை, காற்றில் ஆடும் கொடிபோல் அசைந்தாடிக்கொண்டிருந்தது. கண்கள் விரிய அதைப் பார்த்திருந்து, திரும்பி, நம்ப இயலாத ஆச்சரியம் மேலிட, தலை குலுக்கி, ''இங்க வேற என்னமோ இருக்கு?'' என்று முணுமுணுத்தபடி நாற்காலியில் ஓசையுடன் விழுந்தார்.

பின்புறம் கல்தொட்டிக்குள் மீண்டும் சலசலப்பு. எழுந்து நடந்து அதன் பக்கம் போய்க் கைகாட்டி நின்று பார்த்தார். அலையடிக்க வலம் வந்துகொண்டிருந்தது மீன்.

அப்போதுதான் அதை நெருக்கத்தில் பார்த்தார்.

கண்கள் மேலும் விரிந்தது. 'அட இந்த மீனா? இது எப்பிடி இவனுக்கு கெடச்சது? இது இங்க எந்த ஆத்துலயும் இல்லயே?' பெருமூச்சுடன் தொட்டிக்குள் தொடரும் மீனின் லாகவம் மிகுந்த நடன அசைவுகளை ரசித்தபடி யோசனையில் மூழ்கினார். மனதில் ஏதோ தட்டுப்படுவதுபோல் இருந்தது. நீருக்குள் இப்போது சுவான் லீ நீந்திக்கொண்டிருந்தான். கண்களில் பிடிபடாத குறும்பு. முகத்தில் மர்மச் சிரிப்பொன்று. அதில் அவன் அவருக்கு விடுக்கும் ஏதோவொரு அறைகூவல் மறைந்திருப்பதுபோல் தோன்றியது.

காலடியோசை கேட்டுத் திரும்பினார். தொட்டிக்குள் பார்த்த அதே குறும்புச் சிரிப்பு மாறாமல் எதிரில் வந்து நின்றான் சுவான் லீ. ''மன்னிச்சிருங்க கோப்ரல்... கொஞ்சம் லேட்டாயிருச்சு... என்ன பீர் சாப்படறீங்க கோப்ரல்? கடிச்சிக்க எதுனா வேணுமா? குட்டி காட்டு பன்டி எறச்சி இருக்கு... காலயிலதான் நம்ம புக்கிட் செம்பிலான் தோட்டத்துலருந்து வந்துச்சு... பெரட்டி எடுத்தா பூ மாதிரி இருக்கும் கோப்ரல்... வேணுங்களா?''

அவனையே உற்றுப் பார்த்துக்கொண்டிருந்தார் கோப்ரல் மணியம். 'என்னா மனுசனுங்கடா இவனுங்க? 24 மணி நேரமும் தன்னோட காரியத்துலயே கண்ணா இந்த ஜாதியால எப்பிடி இருக்க முடியுது? தன்னோட சொந்த லாபத்துக்கு, தன் எனத்தோட நலத்துக்கு அடுத்ததுதான் மத்ததெல்லாம்னு நெனக்கறதுக்கு இவனுங்களுக்கு யாரு கத்து குடுத்தது? அந்த சீனா தேசத்துல இவனுங்களோட முப்பாட்டன் பாட்டன் ரத்தத்துல கலந்து வந்து அப்பனோட விந்துல ஊறி பொறப்புலயே இவனுங்ககூட வந்திருச்சோ?' கண்களை அவனிடமிருந்து சட்டென மீட்டு, குனிந்து, ''ஓங்க இஸ்டம் சுவான்...'' அவன் போவதைச் சற்றே பார்த்திருந்து, நீண்ட பெருமூச்சுடன் உடலைச் சற்றே அசைத்து, நிமிர்ந்து, மேசைக்கடியில் கால்களை நீட்டி, நாற்காலியில் உடல் தளர சாய்ந்துகொண்டு, எண்ணங்களைத் தொடர்ந்தார்.

'இது ஒரு சக மனுசனா எனக்கு இவன் தர்ற மரியாதயா?' சிறிது யோசித்தபின், ஒரு மென் சிரிப்பு முகத்தில் படர, 'இல்ல... இல்ல... இது அந்த மாதிரி மரியாத இல்ல...' என்று தலையை ஆட்டினார். முகத்தில் ஒரு கசந்த புன்னகை. எச்சிலைக் கூட்டி விழுங்கினார். 'ம்' என்ற நீள்பெருமூச்சு. 'இது என்னோட கைல இருக்குற கோப்ரல்ங்கிற போலீஸ்காரனோட அதிகாரத்துக்கு இவன் போடற கும்புடு... அதுல என்னவோ ஒரு கணக்கு இருக்குர மாதிரி தோணுது... அது என்ன கணக்குனுதான் சரியா திட்டவட்டமா பிடி கெடக்கமாட்டன்னுது... ஏதோ மர்மமான கணக்கு...' மீண்டும் மீன்தொட்டியில் எழுந்த சலசலப்பு அவரது கவனத்தைக் கலைக்க, திரும்பிப் பார்த்தார். அலையடித்தது. அவர் மனதிலும் தீவிர அலையோட்டம்.

'இப்ப இந்த நாட்டுல நடமாடற ஒவ்வொரு சீனனோட மனசுக்குள்ளயும் ஏதோ ஒரு ரகசியத்த ஒளிச்சு வச்சுதான இருக்கான்... எமகாதனுங்க... போலீஸ் லோக்கப்ல உக்கார வச்சு எத்தன அடி ஒத குடுத்தாலும்... கித்தா பைப்ப தொண்டவர நொழச்சு வயிறு உப்பி வெடிக்கிற வரக்கும் நெரப்புனாலும்... வாயில திரும்ப திரும்ப 'தத்தௌ தத்தௌன்னு'* ஒரே சொல்லுதான வரும்... இரும்பு மனுசனுங்க... சந்தேகமே இல்ல...'

நினைத்துக்கொண்டு, பாக்கெட்டில் கைவிட்டுத் துழாவினார். தேடியது தட்டுப்படவில்லை. வீட்டிலேயே மேசைமேல் எடுத்து வைத்தது நினைவுக்கு வந்தது. 'ச்சே இப்ப என்ன பண்றது?' என்று சலித்துக்கொண்டார். இரண்டு கிளாஸ் பீர் உள்ளே போனதும் அதற்குத் துணை வேண்டும். நச்சரிக்கும். கடிச்சிக்க எறச்சி மட்டும் போதாது. புகை கேட்கும்.

உள்ளே எங்கோ ஓரிடத்தில் இரண்டும் சந்தித்து ஆணும் பெண்ணும் போலப் பின்னிப்பிணைந்து கலக்க வேண்டும். அது ஒரு ரசவாத நிகழ்வு. உடல் முறுக்கேறி நரம்புகள் புடைத்தெழ, பௌர்ணமி நிலவின் ஆகர்சனத்தில் கொந்தளித்து ஆர்ப்பரிக்கும் கடலாய் ஒவ்வொரு அணுவிலும் ஆனந்தக் கூத்து. மண்டைக்குள் தீமூண்டு அனல் பறக்க, கண் படலங்கள் எரிந்து சிவந்து புடைத்தெழ, மாதக்கணக்கில் உள்ளிருந்து வதைத்துக் கொன்றுகொண்டிருக்கும் அத்தனை சுமைகளையும், எகிறி சரேலெனப் பிடித்திழுத்து தரையில் உதிர்த்து விட்டு, வானத்தில் ஏறி மேகமாய் மிதக்கத் தொடங்கிவிடும்.

---

* தெரியாது... தெரியாது

ஏமாற்றத்துடன் சுற்றுமுற்றும் பார்த்தார். ''என்ன தேடறீங்க கோப்ரல்?'' குரல் கேட்டுத் திரும்பி, சுவான் லீயின் கண்களை எதிர்கொண்டார். மெல்லிய துணுக்குறல். தலையசைப்புடன், ''சிகரெட்'' என்று முணுமுணுத்தார்.

மிக நெருக்கத்தில் அதே பவ்யத்துடன் நின்றுகொண்டிருந்தான் சுவான் லீ. அப்போதுதான் அவர் அவனது கண்களை நெருக்கத்தில் பார்த்தார். கால் நிலவாய் வளைந்த அடர் கருமை புருவங்களுக்குக் கீழ் பூனைக் கண்களை ஒத்த சிறு கண்கள். வெண் படலங்களுக்கு மத்தியில் உயிர்ப்பான கரு விழிகள். அசலான சீன தேசத்து மண்ணின் பூர்வீகக் கண்கள், அத்தனையும் ஒரே அச்சில் வார்த்துப் பொருத்தி வைத்ததுபோல். துளைக்கும் கூர்மை. எதிராளிக்குள் கூர் அம்பாய்ப் பாய்ந்து, மிக நுட்பமாய்ப் பிரித்துப்போட்டு மேய்ந்து விடும் காமிராக் கண்கள். முன்னிருப்பவனின் மிக ஆழத்து ரகசிய நீரோட்டங்ளையும் மிக துல்லிதத்துடன் கிளிக் செய்து மூளைக்குள் பத்திரப்படுத்தும் திறன் கொண்ட அதி புத்திசாலிக் கண்கள். மறுமுனையில், தனது மனதின் ஆழத்துள் புதைத்து வைத்து, மிக எச்சரிக்கையாய்ப் பாதுகாத்து வரும் ரகசியங்களில் ஒரு துளியையேனும், எதிராளியின் கண்களுக்குள் சிந்திவிடாதபடி பார்த்துக்கொள்ளும் இரும்புக் கவசம் அணிந்த கண்கள்.

ஒரு கொந்தளிப்பான கால கட்டத்தில் நாடு. 1945ல் இரண்டாவது உலகப்போரில் ஐரோப்பாவில் ஹிட்லர் தோற்றுச் சரணடைய, ஹீரோசிமா நாகாசாகி நகரங்களை அமெரிக்க அணுகுண்டு வீச்சு தரைமட்டமாக்க, தென்கிழக்காசிய நாடுகளில் ஜப்பானும் சரணடைந்து வெளியேறிதைத் தொடர்ந்து மலாயாவில் மீண்டும் ஆங்கிலேய காலனித்துவ ஆட்சி தொடர்ந்தது. இந்திய விடுதலைப் போராட்டமும், ஜப்பானிய ஆட்சியின்போது அவர்களை எதிர்த்துப் போராடிய அனுபவம் தந்த தன்னம்பிக்கையும், ஒருசேர இணைந்து, நாட்டு மக்களின் மனதில் விதைத்திருந்த சுதந்திரம் தன்னாட்சி குறித்த விழிப்புணர்வும் ஒன்றிணைந்து அவர்களை ஆங்கிலேயருக் கெதிராகப் போராட வைத்தது.

மலாயா கம்யூனிஸ்டுகள் அதனை வழிநடத்த முன்னின்றனர். அதன் தலைமையிலும் அங்கத்துவத்திலும் பெரும்பான்மையாக இருந்தது சீனாவிலிருந்து இங்கு குடிபெயர்ந்தவர்களின் வாரிசுகளான சீன வம்சாவழியினரே. பலநூறாண்டுகள் மன்னராட்சியின் கீழ் ஒரு நிலப்பிரபத்துவ நாடாக நீண்ட வரலாறு கொண்டிருந்த சீனா, ஒருகட்டத்தில் மாசேதுங் என்கிற பெருந்தலைவரின் தலைமையில், சோவியத் யூனியனை முன்னிறுத்தி கம்யூனிச சித்தாந்தமான

பொதுவுடைமையை தனது அரசியல் சித்தாந்தமாகப் பிரகடனப் படுத்திக்கொண்டது. அதன் தாக்கம், அம்மண்ணிலிருந்து புலம் பெயர்ந்து, மலாயா, சிங்கப்பூர், இந்தோனேசியா போன்ற தென்கிழக்காசிய நாடுகளில் குடியமர்ந்த அதன் முன்னாள் குடிமக்களிடமும், அவர்களின் வாரிசுகளிடமும் தனது செல்வாக்கை நீட்சிசெய்தது. இதன் விளைவே, இம்மண்ணிலும் கம்யூனிச சித்தாந்தத்தை வேரூன்ற வைத்தது. இதுவே, சீனாவில் மாசேதுங் முன்னெடுத்தது போன்றதொரு ஆயுதப்புரட்சியின் வழி, ஆட்சி அதிகாரத்தைக் கைப்பற்ற அவர்கள் பெருமுனைப்புடன் இயங்கத் தொடங்கியதன் தொடக்கப் புள்ளி.

அதன் விளைவாய், நாட்டிலுள்ள சீன வம்சாவளியைச் சேர்ந்தவர்களில் தொண்ணூறு சதவிகிதத்தினர் கம்யூனிஸ்டுகள் அல்லது அதன் அனுதாபிகள் என்ற ஒரு கருத்து ஆங்கிலேய காலனிய அரசாங்கத்தின் மனதில் ஆழ வேரூன்றி, அவர்கள் அனைவரையும் சந்தேகக் கண்களோடு பார்க்கத் தொடங்கியிருந்தது. அவர்களைக் கண்காணித்து அடையாளம் காண காவல்துறையும், அதிலும் குறிப்பாக அதன் சிறப்புப் பிரிவான உளவுத்துறையும் மிக முக்கியப் பங்காற்ற, அதன் பிற முன்னணி தற்காப்பு இயந்திரமான ராணுவமும் அவர்களை காடு மேடுகளிலெல்லாம் தீவிரத்துடன் விரட்டி வேட்டையாடிக் கொன்றன.

அதிலும் மக்களின் நடமாட்டம் குறைவான காடுகளை ஒட்டிய கொங்சிகளில்*, பன்றி வளர்ப்பு, கோழி வளர்ப்பு, காய்கறிகள் பயிரிடுதல் போன்ற விவசாயத் தொழிலில் ஈடுபட்டிருந்த சீனர்களின் மேலும், உட்புற சிறு பட்டணங்களில் பலதரப்பட்ட சிறு வியாபாரம் செய்யும் சீனர்களின் மேலும், காவல் துறையின் உளவுப் பிரிவு மிகத் தீவிரக் கண்காணிப்பில் இருந்தது.

அத்தகைய ஒரு காவல்துறை உளவுப் பிரிவு அதிகாரியின் கண்களையே எவ்விதப் பதற்றமும் இன்றி நேர்கொள்ளும் அச்சமற்ற அந்தக் கண்கள் அவருக்குள் இனம் புரியாத ஒரு அச்சத்தைக் கிளர்த்தியது.

சட்டெனப் பார்வையை விலக்கி, குனிந்து உள்ளங்கைகளைச் சேர்த்து உரசிச் சூடுபடுத்தியபடி, சற்றே நடுங்கும் குரலில், ''குளுர்ர மாதிரி இருக்குங்க சுவான்'' என்று உடலை மெல்ல நடுக்கினார்.

சுவான் லீயின் கண்களில் இப்போது ஒரு அசட்டுச் சிரிப்பு. ''அப்டியா? கொஞ்சம் இருங்க கோப்ரல். தோ வந்தர்ரேன்...''

---

* குடியிருப்புகளில்

என்று முன்பக்கம் விரைந்தான். திகில் நிறைந்த கண்களோடு, காட்டில் எதிர்பாராமல் நேரெதிர் கொண்டுவிட்ட ஒரு அச்சமூட்டும் விலங்கைப் பார்ப்பதுபோல் அவன் போவதைப் பார்த்துப் பெருமூச்செரிந்தார் கோபரல் மணியம். கண்கள் அவனது விசுக்விசுக்கென மின்னலாய்த் தாவி விரையும் அவனது கால்களில் நின்று அவரை வேறெங்கோ கொண்டு நிறுத்தியது.

பலமுறை பார்த்துப் பழக்கப்பட்ட அதே நடைதான். ஆனால் அத்தருணத்தில் அதில் ஏதோ இதுவரை கண்ணில் சிக்காத ஒரு மர்ம முடிச்சு மனசுள் அவிழ்வதுபோல் உணர்ந்தார். கண்களை மூடி மெல்ல அதனைத் தொட்டுத் தடவினார். ஒரு உளவுத்துறை அதிகாரியின் கண்களுக்கு, அவன் பார்வைக்குள் வந்துவிடும் ஒவ்வொரு துரும்பும் கவனத்தில் கொள்ளப்பட வேண்டும், நுணுகி ஆராயப்பட வேண்டும் என்கிற அடிப்படைப் பாடம் மிக முக்கியமானது.

ஒற்றை கணம். அதன் முடிச்சு எங்கோ அவிழ்ந்து, எதிர் நின்றது. அது அவனது வயதுக்கு உரிய நடை அல்ல என்று அறிவித்தது. அறுபது வயதைக் கடந்துவிட்ட ஒரு முதியவரின் தளர்வோ தடுமாற்றமோ சிறிதும் அதில் இல்லை. முழு ஆரோக்கியத்தில் இருக்கும் ஒரு முப்பது வயது இளைஞனின் துள்ளல் நடை அது. ஒவ்வொரு அடியும் அளவெடுத்து வைத்ததுபோல். தனது பயணத் திசையை துல்லிதமாய் முன்கணிப்பிட்டு, எவ்விதத் தயக்கமோ தடுமாற்றமோ இன்றி, முன்செல்லும் கால்கள். ஒட்டுமொத்த ஒரு துடிப்புமிக்க பழம்பெரும் பல நூற்றாண்டுக்கால அரசியல் பண்பாட்டு வரலாறு கொண்ட ஒரு இனமே, தாங்கள் வேரூன்றிய அந்நிய பூமியில், தங்கள் இயல்பில் கலந்துவிட்ட உலகாயுத வாழ்வியல் யதார்த்தத்தின் வழி, ஒருமித்து வகுத்திட்ட இலக்கை நோக்கி, அழுத்தமுடன் தயக்கமின்றி மிகுந்த தன்னம்பிக்கையுடன் செலுத்தப்படும் கால்களின் பிரதிநிதியாக அவனது கால்கள்.

உள்ளே, அழுத்தமுடன் ஒரு குரல் எழுந்து கூவியது, ‘சந்தேகமே இல்ல... இது அவனேதான்...’

சூரிய அஸ்தமனம் காணாத இருபதாம் நூற்றாண்டின் வலிமைமிக்க பிரமாண்ட சாம்ராஜ்யமான ஆங்கிலேய ஆதிக்க அடக்குமுறை சுரண்டல் சக்திகளை இந்நாட்டைவிட்டுத் துரத்தியடித்து, தங்களாலும் ஆட்சிபீடத்தில் அமரமுடியும் என்ற உன்னதக் கனவில், அடர் காடுகளின் இருளில் வலியுடனும் நோயுடனும் பசி பட்டினியுடனும் சற்றும் தளர்வுராமல் சலியாமல் அலைந்து திரியும் ஒரு இனத்தின் உரமேறிய கால்கள்.

சீனப் பெருநிலத்தில் யாங்ட்ஜீ நதிக்கரையில் வருடந்தோரும் நிகழும் பெரும் வெள்ளங்களில் அத்தனையும் பறிகொடுத்து வறுமையின் கோரப்பிடியில் சிக்கி, தூர தேசத்து வளமான வாழ்வின் கனவுகளைச் சுமந்து, ஓட்டைப் படகுகளில் ஏறி, சில நூறு மைல்கள் கொடுங் கடலை எதிர்கொண்டு கடந்து வந்து, எஞ்சியிருந்த அரைகுறை உயிரோடு இந்த மலாயா பூமியின் திரங்கானுக் கடற்கரையின் சகதியில் வந்து இறங்கியபோது, சூம்பி வளைந்து சக்தியற்றுக் கிடந்த இவர்களின் மூதாதையர்களின் கால்கள் போன்றவை அல்ல இந்தக் கால்கள்.

இந்த பூமிப் பந்தின் எந்த மூலைமுடுக்குகளில் இருக்க நேர்ந்தாலும், எந்த எதிர்மறைச் சூழலிலும், அதில் அழுந்த நின்று அறைகூவி, தனக்கான இடத்தை, தன்னை நிலைநிறுத்திக்கொள்ளும் ஆண்மைத் திமிர்கொண்ட புதிய தலைமுறையின் தன்னம்பிக்கை மிக்க கால்கள் இவனுடையது என்று எண்ணிக்கொண்டார் கோப்ரல் மணியம்.

அவர் உள்ளுணர்வு கணித்ததுபோல் அங்கே அரங்கேறிக் கொண்டிருப்பது முற்றிலும் எதிரும் புதிருமான இருவேறு துருவங்களில் நிற்கும் இருவர், அறிவிப்பு ஏதுமின்றி, மௌனமாய் ஆடத் தொடங்கிவிட்ட ஒரு மிக ஆபத்தான பகடையாட்டம் என்பதை ஒருவித நடுக்கத்துடன் எண்ணத் தொடங்கிவிட்டிருந்தார் கோப்ரல் மணியம்.

போன வேகத்தில் வந்து முன்னால் நின்றான் சுவான் லீ. கையிலிருந்த தட்டில் ஒரு பெரிய நாய்ச்சாப் கின்னஸ் ஸ்டவுட் பீர் பாட்டில் வாய் நுரைத்து வழிந்துகொண்டிருந்தது. அவருக்கு மிகப் பிடித்த பீர். அதன் பக்கமே, பளபளக்கும் பெரிய கண்ணாடிக் குவளை ஒன்று. கொறிப்பதற்கு வறுத்த நிலக்கடலை. ஒரு பாக்கெட் சிகரட். குனிந்து, மிகுந்த பவ்யத்துடன் தட்டை மேசை மேல் வைத்து நிமிர்ந்து, அதே சிரிப்பு மாறாமல், ‘‘ஓங்களுக்கு ரொம்ப புடிச்ச நாய்ச்சாப் கின்னஸ் ஸ்டவுட் கோப்ரல்... ஐஸ்ல வக்கல... சுடச்சுட இருக்கு கோப்ரல்... உள்ள போச்சுனா குளுரு எல்லாம் அம்மா ஆத்தாடின்னு பறந்து போயிரும்...’’ என்றபடி வாய்விட்டுச் சிரித்து, திரும்பி விரைந்தான்.

குனிந்து பீர் பாட்டிலைக் கவனமாய்க் கையிலெடுத்து, கண்ணாடிக் குவளையில் நிதானமாய் ஊற்றினார். அந்தக் கன்னங்கரிய கருப்புத் திராவகம், குவளையினடியிலிருந்து மெல்ல பொங்கியபடி மேலெழுந்து விளிம்பில் வந்து நுரைத்து நிற்க, அதன் தனித்த கசந்த வாடை கிளர்ந்து சுழன்று முகத்தை மோத, திணறலுடன், ஒருகணம், அதனில் நிலைத்து நெகிழ்ந்தார்.

அதைக் குடிப்பதை அவர் நிறுத்தி பல மாதங்கள் ஆகின்றன. அதன் வாடை கூட மறந்துவிட்டிருந்தது. கண்களை இறுகமூடி அதில் சிறிது நேரம் லயித்திருந்தார். பழக்கப்பட்டிருந்த அதன் அபூர்வக் கசப்புச் சுவை நாவில் ஊர்ந்து நமநமத்தது. எச்சில் ஊறியது. மனதைக் கிளர்த்தி உசுப்பியது. 'சீ... இந்த நாத்த கசப்ப எப்பிடிப்பா இப்பிடி நாக்க சப்பு கொட்டி உன்னால குடிக்க முடியுது?' என்று ஆச்சரியப்பட்ட, ஒருகாலத்து நண்பன் ரகுராமனை நினைத்து மனதுக்குள் தலையாட்டிச் சிரித்துக்கொண்டார்.

நிதானமாய்க் குனிந்து கண்ணாடிக் குவளையை இரு கைகாளாலும் இறுகப் பற்றினார். ஒரு பச்சிளங் குழந்தையைத் தூக்குவதுபோன்ற பாவனையில் கவனமுடன் தூக்கி, உதட்டோரம் வைத்து மெல்ல உறிஞ்சி நாக்கைச் சுழற்றிச் சப்புக்கொட்டினார். நினைவடுக்கு களுக்குள் புதைந்து மறைந்திருந்த சுவை மீண்டு தொண்டைக்குள் கூடுதல் கசப்புடன் இறங்க, புரையேறியது. தலையைக் குலுக்கிச் செருமி சிரித்துக்கொண்டார்.

முன்பக்கமிருந்து ஏதோ ஓசை. எழுந்து வந்து எட்டிப் பார்த்தார். சுவான் லீ பலகைகளைப் பொருத்திக் கடையைச் சாத்திக் கொண்டிருந்தான். குழப்பத்துடன் கடைச் சுவரில் தொங்கிய கடிகாரத்தைப் பார்த்தார். நுட்பமான வேலைப்பாடுகள் அமைந்த மரத்தாலான சுவர்க்கடிகாரம். பெண்டுலம் நிதானமாய் அசைய மணி எட்டைத் தொட்டிருந்தது. 'அட என்ன இவன் இதுக்குள்ள சொல்லாம கொள்ளாம கடக்கி பலக போடறான்...? எப்பவும் பத்து மணிக்கு மேலதான பலக போடுவான்?'

கேட்க நினைத்தபோதே, அதை எதிர்பார்த்தவன் போல் திரும்பின சுவான் லீ, அவரது பார்வையைப் புரிந்துகொண்டு, அங்கிருந்தே சிரித்தபடி, ''பயப்படாதீங்க கோப்ரல்... ஒன்னுமில்ல... தோ அஞ்சு நிமுசத்துல வந்தர்ரேன்... நீங்க போய் உக்காந்து சாப்புடுங்க...'' என்று கையசைத்துக் கூறினான்.

மனம் நிறைந்திருந்தது. கடைக்கார சுவான் லீ அவரைக் கவனிக்கும் விதம் ஆச்சரியப்படுத்தியது. ஒரு சீனரிடம் அப்படியொரு கவனிப்பைக் கனவிலும் எதிர்பார்த்திருக்கவில்லை. சுயநலக் கணக்கு ஏதேனும் இருப்பினும்கூட அதனையும் கடந்த நிலையில் ஒரு ஆத்மார்த்த நட்புணர்வு அதில் மிளிர்வதை உய்த்துணர அவரால் முடிந்தது. அன்பையும் பிரியத்தையும்கூடத் தனது இனத்துக்குள் மட்டுமே பகிர்ந்துகொள்ளும் ஒரு நுகர்வுப் பொருளாக உருவகித்து வைத்திருக்கும் ஒரு மனநிலை கொண்ட மனிதர்கள் இவர்கள் என்கிற அவரது பொத்தாம் பொதுவான புரிதலில் ஒரு மாற்றத்தைக் கொண்டு வந்திருந்தது சுவான் லீயின் அந்த அன்பான உபசரிப்பு.

பீர் பாட்டில் காலியாவதற்குள் ஆவி பறக்க வந்து மேசைமேல் உட்கார்ந்தது காட்டுப் பன்றி. குசினியில் சமைக்கும்போதே மணம் மூக்கைத் துளைத்தது. முதிராத இளம் காட்டுப் பன்றி இறைச்சி மெல்லிய சூட்டில் கறிவேப்பிலை தாராளமாய்ப் போட்டு தாளித்த, அம்மியில் மைய அரைத்த மிளகாய்ச் சாந்தில் ஊறி வெந்து இளக காற்றில் கலந்து வந்தது. அவள் இருந்தவரை வாரம் ஒருநாள் சாப்பிட்டு ருசி கண்டிருந்த நாக்கில் நீர் ஊறத் தொடங்கிவிட்டிருந்தது.

''அம்மா, எறச்சி... ஐயா குடுக்க சொன்னாரு...'' என்று வாசலில் நின்று, புக்கிட் செம்பிலான் தோட்டத்து வேட்டைக்காரர் கொடுத்துப் போகும் இறைச்சியை, பின்கட்டில் குத்துக்காலிட்டு மணக்கட்டையில் உட்கார்ந்து, மிக நிதானமாய் உடல் முன்னும் பின்னும் அசைந்து குலுங்க, கை ஓய சரக்சரக்கென்று மைய அம்மியில் அரைத்து, ''அப்பாடா... இத அரச்சு எடுக்குறதுக்குள்ள இடுப்பு ஒடஞ்சு போவுது...'' என்று செல்லமாய் முணுமுணுத்தபடி, இளஞ்சூட்டு விறகடுப்பில் மண்சட்டியில் அவள் தாளிக்கும் அந்த மணத்திற்கு இணையில்லை. ஆனாலும், ஒரு சீனரின் இந்திய சமையல் திறன் என்று பார்க்க அப்போது அடுப்படியிலிருந்து வந்துகொண்டிருந்த அந்த மணம் ஆச்சரியப்படுத்தியது. ஆச்சரியம் விலகாமலே தட்டிலிருந்த இறைச்சித் துண்டொன்றை எடுத்து வாயில் வைத்துச் சுவை பார்த்தார். திகிலடைந்த கண்கள் அகல விரிந்தது. அவளது கைப்பக்குவம் மிளிர்ந்த அந்தத் தனித்த சுவைக்கு மிக நெருக்கத்தில்.

சமைத்துக் கொண்டு வந்து, ''சாப்புட்டு பாத்து எப்பிடி இருக்குனு சொல்லுங்க கோப்ரல்...'' என்று சிரித்தபடி மேசை மேல் வைத்துப் போன சுவான் லீ, இப்போது மனக்கண்ணில் அவளாய் உருமாறி தெரிந்தான். அவனது பூனைக் கண்கள் அவளது கருநீலக் கண்களாய் ஒளிர்ந்தன. சீன இனத்துக்கே உரிய அவனது சப்பை மூக்கு அவளது அழகிய நீள் மூக்காய் இடம் மாறியிருந்தது. அவனது கறை படிந்த பற்கள் அவளது வெண்பளிங்குப் பற்களாய் மின்னி அவரைப் பார்த்துச் சிரித்தன. சட்டெனக் கண்களை இறுக மூடி, உள்ளே மூழ்கி, அரற்றினார். 'போடி... போ... போ... போயிருடி... தேவிடியா சிறிக்கி... எம் முன்னால நிக்காதடி... நிக்காதடி... எதுக்குடீ... எதுக்குடீ... இப்பிடி... எங்க போனலும் எம் பின்னாலயே வால புடிச்சிகிட்டு வந்து முன்னால நின்னு இப்பிடி சித்ரவத பண்ணி சாகடிக்கிற நாயே? போடி... போடி... போயிருடீ... எங் கண்ணு முன்னால நிக்காதடி... அந்த நடுராத்திரில எவங்கூட தேட்டபோட்டுகிட்டு ஓடி போனயோ... அவங்கிட்டயே ஓடிபோயிருடி ஓடுகாலி முண்ட...'

‘‘என்னங்க கோப்ரல்? எப்பிடி இருக்கு நம்ம சமயல்?’’ திடுக்கிடலுடன் அவளிடமிருந்து மீண்டு திரும்பிப் பார்க்க, சுவான் லீ வந்து எதிர் நாற்காலியில் கையில் பீர் பாட்டிலோடு உட்கார்ந்தான். ‘‘ரொம்ப நல்லாருக்கு சுவான்... இவ்ளோ நல்லா எங்க ஆளுங்க ஆக்கற மாதிரி காரசாரமா ஆக்க எங்க கத்துகிட்டீங்க சுவான்?’’ சுவான் லீயின் முகத்தில் எப்போதும் கண்டிராத மலர்ச்சி. கண் இமைகள் சுருங்கி விரிந்து படபடத்தன. தலையை ஆட்டியபடி குனிந்து பீர் பாட்டிலை நிதானமாய்த் திறந்தான். நிமிர்ந்து மெல்லச் சிரித்து, ‘‘வெள்ள பீரு கோப்ரல்... கருப்பு நமக்கு ஆவாது... அதுல மப்பு சுர்ருனு தலக்கு ஏறிரும்... என்னோட மஞ்ச தோலு... ரத்தம் குபுகுபுன்னு வந்து மொகத்துல சேந்து குப்புனு செவந்துரும்... தக்காளி பழம் மாதிரி ஆயிரும் மொகம்...’’

கிளாசில் பீரை நிரப்பிக்கொண்டே, ‘‘எல்லாம் ஒங்க ஆளுங்க கத்து குடுத்ததுதான் கோப்ரல்... அப்பெல்லாம் எங்க சீன கம்பத்துல ஒங்க ஆளுங்க நெறய இருந்தாங்க...’’ என்றபடி பீரை உறிஞ்சத் தொடங்கினான்.

பொதுவாக இலக்கின்றி எங்கெங்கோ சுற்றியலைந்து மெல்ல நாட்டு நடப்புகளில் நுழைய பேச்சு சூடு பிடித்தது. அன்றைய நாட்டு நடப்புகளின் மேல் அவனுக்கிருந்த பார்வையும் விமர்சனமும், காவல்துறையின் உளவுப் பிரிவு அதிகாரி ஒருவரிடம் நாம் உரையாடுகிறோம் என்கிற எச்சரிக்கை உணர்வு துளியளவும் இன்றி அச்சமின்றி வெளிப்பட்டதை மிகக் கூர்மையுடன் அவதானித்தார் கோப்ரல். அன்று நாட்டில் நிலவிய சிக்கலான ஆபத்துகள் நிறைந்த அரசியல் சூழலில், அது நிச்சயமாக சாத்தியமே இல்லாத அசாதாரமாணதொரு முன்னெடுப்பு என்பதை எண்ணுந்தோறும் அவர் மனம் மேலும் குழம்பியது.

‘இவன் எங்கிருந்து இப்படி தன்னை நோக்கிப் புலிபோல அச்சமின்றி அனாயசமாய்ப் பாய்ந்து வருகிறான்? இவனது இந்த அச்சமின்மையின் பின்னணி என்ன?’ என்ற குழப்பம் அவரை ஆக்கிரமிக்கத் தொடங்கியிருந்தது. சதுரங்க ஆட்டத்தில் மிகக் கவனமுடன் மாறி மாறி நகர்த்தப்படும் காய்களில் ஒன்று, எதிராளியின் காயொன்றை அவன் எதிபாராத் தருணத்தில் சட்டெனப் பாய்ந்து காவுகொள்வதுபோல, தங்களுக்குள் தொடரும் இந்த உரையாடலின் ஏதேனுமொரு திருப்பத்தில் அது அவனது கைநழுவித் தன் மடியில் எதிர்பாராமல் விழலாம் என்ற நம்பிக்கை யோடு, உரையாடலை மிக லாகவமாக அந்தத் திசை நோக்கியே பயணிக்கும்படி பார்த்துக்கொண்டார்.

அதிலும் ஒரு அந்நிய சமூகத்தைச் சேர்ந்த ஒருவனிடமிருந்து, தமிழ் சமூகத்தைச் சார்ந்த ஒருவன் சற்றும் எதிர்பார்த்திருக்க முடியாத அந்தக் கருத்துகள், உணர்ச்சிகரமான குரலில் அழுத்தமுடன் அவனிடமிருந்து வெளிப்பட்டதைச் சில கணங்கள் உள்வாங்க முடியாமல் குழம்பித் தடுமாறினார்.

தோட்டப்புறங்களில் சனங்களின் கடும் உழைப்பு ஆங்கிலேய முதலாளிகளால் ஈவிரக்கமின்றிச் சுரண்டப்படுவதையும், அவர்களின் எடுபிடிகளால் அவர்கள் கொத்தடிமைகளைப்போல் நடத்தப்படு வதையும், அவர்களின் நலனுக்கு முன்னின்று போராடும் தொழிற்சங்கத் தலைவர்களைப் பற்றிய குறிப்புக்களையும், புள்ளி விவரங்களுடன், அதுவரை கோப்ரல் அறிந்திராத பல விசயங்களையும், ஒரு சிற்றூரின் ஏதோவொரு மூலையில் கடை வைத்திருக்கும் ஒரு சீனன் புட்டுப் புட்டு வைப்பதை, ஆச்சரியத்தில் கண்கள் விரிய பார்த்துக்கொண்டிருந்தார் கோப்ரல் மணியம்.

அம்புபோல் அது பாய்ந்து வந்தது- ''ஒங்களுக்கு எஸ்.ஏ.கணபதி, ஆர்.ஜி.பாலன், வீரசேனன எல்லாம் தெரியுமா கோப்ரல்?'' கேள்வியைத் தொடர்ந்து அவனது பார்வை தன் மேல் மிகக் கூர்மையாகியிருந்ததைக் கண்டார்.

அதுவொரு சாதாரணக் கேள்விதான். ஆனால், அதற்குள் தன்னை நோக்கி வீசப்பட்ட தூண்டில் முள் ஒன்று ஒளிந்திருப்பதாய் எண்ணினார். அது ஒருவேளை தனது போலீஸ் மூளையின் பயிற்றுவிக்கப்பட்ட கற்பனையின் விரிவாக இருக்கலாமோ என்று ஒரு கணம் எண்ணிப்பார்த்தார். அப்படி இருக்க வாய்ப்பில்லை என்பது புரிந்தது. இது முற்றிலும் வேறு என்பதை அவரது உள்ளுணர்வு உய்த்தறிந்தது. இருவர் ஆடும் பகடையாட்டத்தின் ஒரு உச்ச காய் நகர்வு. மிக லாகவமாக அதனை அவன் நிகழ்த்தியிருப்பதை அவரால் உணர முடிந்தது. நிமிர்ந்து அவன் கண்களை எதிர்கொண்டார். மப்பில் சிவந்த கண்களில் இப்போது கூடுதலாய்க் குறும்பு. உள்ளே பொங்கி எதுகளித்து வரும் சிரிப்பை அவன் மல்லுக்கட்டி அடக்க முயல்வது, அவனது கன்னக் கதுப்புகளின் இறுக்கத்தில் தெரிந்தது.

சற்றே தயங்கிய பின், கண்களை விலக்காமலே, ''கேள்விப் பட்டிருக்கேன் சுவான்... போலீஸ் சிஐடிகாரன் எப்படி அவுங்கள பத்தி கேள்விபடாம இருக்க முடியும்?'' என்றார். சொல்லி முடிப்பதற்குள் சுவான் லீயின் கண்களில் ஒரு மின்னல் தெறிப்பு. பல நாட்கள் தான் இருளில் துழாவித் தேடிக்கொண்டிருந்த ஒரு அரிய பொருள் சட்டெனக் கைகளில் சிக்கிவிட்ட ஆனந்தம். எதிராளியின் காயை ஒரு சின்ன நகர்வில் கபளீகரம் செய்துவிட்ட வெற்றிக் களிப்பு அதில் நடனமிட்டதை கோப்ரல் திடுக்கிடலுடன் பார்த்திருந்தார்.

‘ஆங்... இதுதான்... இதுதான்... இதுக்குதான் இத்தன நாளூ இவன சுத்தி சுத்தி வந்து குத்து தூண்டி போட்டு வச்சு ராத்திரியும் பகலும் கண்ணு முழிச்சு எப்ப இந்த மொரட்டு வெரா மீனு வந்து தூண்டில மாட்டும்னு பொருமயா காத்து கெடந்தேன்... தோ பாருங்க... இங்க பாருங்க... எம் முன்னால இன்னக்கி இப்ப அதுவா தேடி வந்து வசமா தூண்டில மாட்டிக்குச்சு...’ என்று அது கூச்சலிடுவதுபோலிருந்தது.

கோப்ரல் மணியத்துள் ஏதோவொன்று நெருடலுடன் வேகமெடுத்து ஊசலாடத் தொடங்கிவிட்டிருந்தது. பதற்றத்துடன் அதைப் பின்தொடர்ந்து ஓடினார். தொட்டுத் துழாவினார். குழம்பிப்போய் சற்றே உள்ளூரத் தடுமாறியபடி, தன்னைக் கூர்மையுடன் எதிர்கொண்டிருக்கும் அந்தக் கண்களையே பார்த்தபடி அசைவின்றி உட்கார்ந்திருந்தார். அவனது கண்கள் இன்னமும் அவரை விட்டு விலகாமல் அதிலேயே நிலைத்திருப்பது உள்ளூர சங்கடத்துடன் நெளிய வைத்தது. பார்வையை விலக்கி உடலைத் தளர்த்தி மேலும் உள்ளொடுங்கிச் சரிந்து உட்கார்ந்தார். மனம் துரிதக்கதியில் இயங்கிக்கொண்டிருந்தது. சடாரென எங்கோ ஆழத்துள்ளிருந்து அது துள்ளி மேல் வந்து நிழலாடியது... எகிறிப் பாய்ந்து அதனைக் கவ்விக்கொண்டார். முகத்தில் பரவசம் படர்ந்தது. தனது ஆட்டக் காயை ஒரு விளிம்புப்பொழுதில் எதிராளியிடமிருந்து காப்பாற்றி விட்ட திருப்தி.

பின்னால் திரும்பி மீன் தொட்டியைப் பார்த்தார். மேற்பரப்பில் அலையடிக்க அசைவு தெரிந்தது. மீண்டும் அவனை நோக்கித் திரும்பி, அவனது கூர்த்த கண்களை ஒரு வினாடி உற்று நோக்கி, தலையாட்டிப் புன்னகைத்து, ‘‘அந்த தொட்டில இருக்குற மீன எங்க புடிச்சீங்க சுவான்?’’ என்றார் நிதானமாக.

சுவான் லீயின் கண்களில் இப்போது ஓர் அதிர்வு. அவன் அதை எதிர்பார்த்திருக்கவில்லை என்பதை அது தெளிவாக உணர்த்தியது. அந்தக் கேள்வி எங்கிருந்து வருகிறது என்பதை ஊகிக்க அவன் சிரமப்படுவது தெரிந்தது. ஒரு காவல்துறை அதிகாரி தன்னை நோக்கி வீசும், தான் வீசிய தூண்டிலுக்கு எதிர்த் தூண்டிலாக அது இருக்கலாமோ என்கிற ஐயம் அதில் ஒரு கணம் நிழலாடியதை அவன் கவனிக்கத் தவறவில்லை. அவனுள் ஒரு கணநேர தடுமாற்றம்.

‘நீ நெனச்சது சரிதாண்டா மணி... இது பகட ஆட்டந்தான்... அவன் நகத்தன காய்க்கு எதிரா தோ இப்ப நீ காய நகத்திட்ட... அடுத்து அவனோட ஆட்டம்... கவனமா இருடா மணி... இவன் லேசுபட்ட ஆளு இல்லடா... எமகாதகன்...’ என்று மனம் எச்சரித்ததைக் காது கொடுத்துக் கேட்டபடி, அதனை ஆமோதிப்பதுபோல் மௌனமாய்த் தலையாட்டினார்.

எந்தவிதப்பதற்றமும் இல்லாமல் சுவான் லீ சிரித்தபடி தன் காயை அடுத்து அனாயாசமாய் நகர்த்தினான். ''அதுவா கோப்ரல்... காட்லதான்... வேறெங்க? கோலமுடா ஆத்துலன்னு நெனச்சீங்களா? நம்ம பாலிங் காட்லதான் கோப்ரல்... இந்த ஜாதி மீன வேறெங்கயும் பாக்க முடியாது கோப்ரல்... நம்ம நாட்ல இருக்குற பெரிய பெரிய காட்டுல ஓடற சுத்தமான ஆத்து தண்ணில, ரொம்ப ஆழத்துல கண்ணுல படாம ரொம்ப ரகசியமா இருக்கும் கோப்ரல்...'' என்றபடி நாற்காலியைச் சற்றே ஓசையெழப் பின்னால் நகர்த்திஎழுந்து, தொட்டியை நோக்கி நடந்து, திரும்பி, ''வாங்க கோப்ரல்... கிட்ட வந்து பாருங்க...'' என்று அதன் பக்கம் போய் நின்றான்.

''இல்ல நா பாத்துட்டேன்...'' என்று வாய் நுனி வரை வந்துவிட்ட சொற்களைச் சட்டென விழுங்கி, ''தோ வர்ரேன் சுவான்...'' என்றபடி எழுந்து நகர்ந்துஅவனை நெருங்கிப்போய் நின்றார். சுவான் லீ மெல்லியச் சிரிப்புடன் அவர் பக்கம் திரும்பி, ''இப்ப பாருங்க கோப்ரல்...'' என்றபடி சுவரில் கை வைத்து எதையோ அழுத்த, அடுத்த நொடியில் தொட்டியின் நீர்ப் பரப்பில் கடலலைகள். நீல வண்ண அலைகள். அதன் தலைக்கு மேலிருந்து பாய்ந்த நீல வண்ண ஒளி வெள்ளம். நீல வண்ண மீன். அலையில் ஊர்ந்தபடி தொட்டியை வட்டமடித்தது.

சுவான் லீ கண்களில் பெருமை பொங்கத் திரும்பி கோப்ரலின் கண்களை எதிர்கொண்டான். அதில் அவன் எதிர்பார்த்ததுபோலவே குழந்தையின் வியப்பு. ''இப்ப பாருங்க கோப்ரல்...'' என்றபடி தொட்டியின் விளிம்பில் முகம் வைத்து உள் நோக்கி உதட்டைக் குவித்து ஏதோவொரு காட்டுப் பிராணியின் கூவல் போன்ற சீழ்க்கையொலியொன்றைத் தொடர்ச்சியாய் எழுப்பினான். அடுத்த வினாடியில் அது நடந்தது. நீருக்கடியில் வலம் வந்துகொண்டிருந்த மீன் செங்குத்தாய் மேலெழும்பி நீர்ப் பரப்பைக் கிழித்துக்கொண்டு அந்தரத்தில் ஒருகணம் சுழன்று மீண்டும் நீருக்குள் ஓசையுடன் விழுந்து மூழ்கியது.

''எப்படிங்க கோப்ரல்?'' என்று உரத்துக் கூவி சிறுவனைப்போல் கைதட்டிச் சிரித்தான் சுவான் லீ. உடல் குலுங்க மூச்சு வாங்கியது. வழக்கமான இறுக்கம் தளர்ந்து அவன் மெல்ல இளகி நெகிழ்ந்து கொண்டிருப்பதை கோப்ரல் வினோதமாய்ப் பார்த்துக்கொண்டிருந்தார். அவனுள்ளிருந்து வெடித்து வந்த ஒரு புது முகத்தை மிகுந்த ஆர்வத்துடன் கவனித்துக்கொண்டிருந்தார்.

சட்டென நிலையடைந்து, திரும்பி, ''பத்து நாளு அந்த பாலிங் காட்டுக்குள்ள அலஞ்சு திரிஞ்சு புடிச்சது கோப்ரல்...''

ஒரு உளவுத்துறை போலீஸ் அதிகாரியின் மூளையில், அன்றைய பதற்றமான அவசரக்காலச் சூழலில், ஒரு சீனரிடமிருந்து வரும் 'காடு' என்கிற ஒற்றைச் சொல்லே, ஒரு வெடிகுண்டு உள்ளே வெடிப்பதற்குச் சமம். அதிலும் பாலிங் காடு என்பது அவர்களுள் உக்கிர ஒவ்வாமையைக் கிளர்த்தும் சொல். அதன் கூர் முனை தன்னுள் எங்குத் தைத்து, அவனுக்கெதிரான என்னவகை எதிர்மறை விளைவை அது நிகழ்த்தலாம் என்பதை முழுமையும் நன்கு கணக்கிட்டு உணர்ந்த பின்பே, அந்த 'பாலிங் காடு' என்கிற வெடிகுண்டை அவன் தன்னை நோக்கி வீசியிருக்கிறான் என்பதை, என்ன யோசித்தும் எவ்வகையிலும்அவரால் புரிந்துகொள்ள முடியவில்லை. இங்கே யாருக்கு யார் தூண்டில் போடுவது?

கற்தொட்டியில் உலவியபடி இந்த மனித நாடகத்தை ரசித்துச் சிரித்துக்கொண்டிருக்கும் அந்த அபூர்வ கானக மீனின் பூர்வீக வசிப்பிடத்தை அவன் மறைப்பான் என்ற தனது எதிர்பார்ப்பு பொய்த்துப்போனதில் இருந்த ஏமாற்றத்தைவிட, அதை அவன் எந்தவிதப் பதற்றமும் இன்றி, ஒரு காவல் துறை அதிகாரியிடம் அதைச் சொல்கிறோம் என்கிற அச்சம் தொணிக்காத ஒரு இயல்பான குரலில் சொன்ன விதம் அவரைத் தலைகீழாய்ப் புரட்டி அடித்து வீழ்த்தியிருந்தது.

மலாயா அடர் காடுகளின் உட்புறங்களில் சுழித்தோடும் காட்டாறுகளில் மட்டுமே, மிக ரகசியமாய் அதன் ஆழங்களில் உலவித் திரியும் ஒரு அரியவகை மீன் அது. கூர்த்த முகமும், அடர் கருமை விழிகளும், தங்கமுலாம் பூசினதுபோன்ற அதன் ஒளியில் மினுங்கும் பொன்னிற உடலும், நீரில் அதன் அசைவுகளில் இருக்கும் ஒரு தேர்ந்த நடனப்பெண்ணின் லாகவமும், இயற்கையின் கைவண்ணத்தில் உருவான ஒரு மிக நுட்பமான கற்பனை வடிவம் அது என்பதை உரத்துச் சொல்லியது.

அது உயிர் வாழவும் இனப்பெருக்கம் செய்யவும் மிகத் தூய்மையான நீர் தேவை. மனிதர்களின் புழக்கம் நிறைந்த நிலப்பகுதிகளில் ஓடும் ஆறுகள் அவை உயிர்வாழ ஏற்ற இடமல்ல. அதன் மிதமிஞ்சிய தூய்மைக்கேடு அவற்றை வினாடியில் கொன்றுவிடும். உட்புறக் காட்டாறுகளிலும், மிகப் பொறுமையாகப் பல நாட்கள் தேடியலைந்தாலும் அது கண்களில் படுவதென்பது ஒரு பேரதிர்ஷ்டம் என்பது வளர்ப்புமீன் பிரியர்களின் அனுபவம். அது சுவான் லீக்கு வாய்த்திருப்பது ஒரு சாதாரண தற்செயல் நிகழ்வு அல்ல என்பதன் நீட்சியாக, அவருக்குள் ஒரு அழுத்தமான கேள்வி எழுந்தது - 'இவனுக்கும் அந்த பாலிங் காட்டுக்கும் என்ன சம்பந்தம்?'

தன் முன் அங்கே இரு வெவ்வேறு எதிர்முனைகளில் நின்று இருவர் நடத்திக்கொண்டிருக்கும் ஒரு மௌன யுத்தத்தில் ஒரு பகடைக் காயாகத் தான் மாறிவிட்டிருப்பதை உணராமல் அது அமைதியாகத் தொட்டிக்குள் நீந்திக்கொண்டிருப்பதை எண்ணி உள்ளூரச் சிரித்துக் கொண்டார்.

அதற்குமேல் அங்கே உட்கார்ந்திருக்க முடியவில்லை. பதற்றம் எல்லை கடப்பதுபோல் உணர்ந்தார். பேச்சு கண்ணிவெடிகள் நிறைந்த ஒரு புதிய அந்நியப் பிரதேசத்து நுழைவாயிலில் தயங்கிக் குழம்பி நிற்பதான மயக்கம் சூழ்ந்துவிட்டிருந்தது. இத்தனை நேரமும் உச்சந்தலையில் உட்கார்ந்திருந்த போதையில், ஆகாயத்தில் சுகமாய்ப் பறந்துகொண்டிருந்த இருவர் மனமும் விழித்து, தரைக்கு வந்துவிட்டிருந்தது.

தளர்ந்து கிடந்த நரம்புகள் இறுகி முறுக்கேற, மெல்ல அசைந்து நிமிர்ந்து உட்கார்ந்து, கைநீட்டித் தொடும் தூரத்தில் இரண்டு கண்கள் மிகக் கூர்மையாய்த் தனது அசைவுகளை அளந்துகொண்டும் மனக் குறிப்பெடுத்துக்கொண்டும்இருப்பதாய் ஒரு குறுகுறுப்பு உள்ளே எழ, சட்டென நிமிர்ந்து அவன் கண்களை எதிர்கொண்டார். அவர் நினைத்தது தப்பாகவில்லை. நடுங்காத இரு பூனைக் கண்கள் அவரது துணுக்குற்றுக் குழம்பிய கண்களை அம்பெனத் துளைத்துச் சென்றன.

ஆங்கிலேய அரசாங்கத்தின் உளவுத்துறை அதிகாரி கோப்ரல் மணியம்பதற்றத்துடன் மேசையில் கை ஊன்றி எழுந்து நின்றார். சுவான் லீயின் அந்தக் கூர் அம்புப் பார்வையைத் தவிர்த்தபடி, ''சரிங்க சுவான்... மணி ஆயிருச்சு போல இருக்கு... நாளக்கி ஒரு முக்கிய கொல கேஸ்... பினாங்கு வரக்கும் போவனும்... காலயில வெள்ளன எந்திரிக்கனும்... நா கௌம்பறேன்... அருமையான விருந்து... ரொம்ப நன்றி சுவான்...'' என்றபடி அவனது கைபற்றிக் குலுக்கினார்.

அடுத்த அம்பைப் பறக்கவிட்டான்- ''கடசியா ஒரு கேள்வி கோப்ரல். கோவிச்சிக்காதீங்க. நீங்க எப்பனா எங்கனா தோழர் கணபதிய தோழர் வீரசேனன ரகசியமா தனியா பாத்து எதுனா பேசியிருக்கீங்களா கோப்ரல்?''

உடலில் மின்சாரம் பாய்ந்த அதிர்வுடன் சட்டென நிமிர்ந்து பார்த்தார். அதே கூர்மையுடன் சுவான் லீயின் கண்கள். இப்போது அதில் கூடுதலாக ஒரு குறும்புச் சிரிப்பு. ''பயந்துடாதீங்க கோப்ரல்... எனக்கு எல்லாமே தெரியும்... ஒங்க ஜாதகமே என் கைல இருக்கு...'' உடலில் நடுக்கம். தலை சுற்றியது. அசுர வேகத்தில் மூளை சுழன்றது.

''இவனுக்கு... இவனுக்கு... எப்படி அந்த ரகசியம் தெரியும்? நா எம் மனசுல பூட்டு போட்டு பூட்டி வச்சு உசுர போல காப்பாத்திகிட்டு வர்ர அந்த ரகசியம் இவனுக்கு எப்படி தெரிஞ்சுச்சு? யாரு இவன்?'' அவரது அந்தக் குழப்பத்தைப் புரிந்துகொண்டதுபோல் சிரித்துத் தலையாட்டி எழுந்து நின்றான் சுவான் லீ.

எழுந்து நின்று கைகளை அகல விரித்துச் சோம்பல் முறித்து ஆழ்ந்த பெருமூச்சுடன் தலையை ஆட்டி நிதானமான குரலில் தொடர்ந்தான். ''இந்த நாட்டுல ஒங்க சனங்களோட தல எழுத்த தோழர் கணபதியும் தோழர் வீரசேனனும் மாத்திருப்பாங்க கோப்ரல்... நிச்சயமா மாத்திருப்பாங்க... சந்தேகமே இல்ல கோப்ரல்... ஒங்களுக்குனே பொறந்து வந்த நெசமான தலவருங்க அவுங்கதான்... மத்தவனுங்க எல்லாம் பொழப்புக்காவ வெள்ளக்கார தொர தூக்கி வீசற எலும்பு துண்டுக்கு நாக்க தொங்க போட்டு அலயற பொறுக்கி நாய்ங்க...'' நிறுத்தி, கண்களை மேல் தூக்கி உத்தரத்தில் நிறுத்தி, மீண்டும் ஒரு பெருமூச்சுடன் திரும்பி, ''பொறப்படுங்க கோப்ரல்... போய்ட்டு அவசியம் நாளக்கி வாங்க... நாம பேசறதுக்கு நெறய இருக்கு...''

அவருக்கு விடை கொடுப்பதுபோல் தொட்டிக்கு மேல் எழுந்து சுழன்று மீண்டுமொருமுறை நீருக்குள் பேரோசையுடன் விழுந்து வாலைச் சுழற்றியடித்து அலையடிக்க வலம் வரத் தொடங்கியது அந்த அபூர்வ காட்டு மீன்.

புறப்பட ஆயத்தமான கோப்ரல் மணியம் சட்டெனத் திரும்பித் திரைச்சீலையைப் பார்த்தார். அதைக் கண்ட சுவான் லீயின் கண்களில் குறுகுறுப்பு. மெல்லியப் புன்னகை. ''ஓ... அத பாத்திட்டீங்களா கோப்ரல்? வேற ஒரு தடவ அத பத்தி ஒங்ககிட்ட சொல்லலாம்னு இருந்தேன்... பாத்துட்டீங்க... மனசுல கொழப்பம் வந்துருக்கும்... இப்பவே தீத்து வச்சிர்ரேன்... இல்லனா ராத்திரி தூங்காம அதயே நெனச்சிக்கிட்டு இருப்பீங்க...''

ஒரு கணம் நிறுத்தி ஒரு நீண்ட பெருமூச்சுடன், ''இந்த புத்து இங்க வந்தது ஒரு அதிசயம் கோப்ரல்... இந்த வேப்ப மரம் முன்னமே இங்க இருந்துச்சு... அம்மா சொன்னானு மரத்த கீழ கழிச்சு மேல கௌய வுட்டு கூரய போட்டுட்டேன்... வெளிய நின்னு பாத்தீங்கனா வூட்டு மேல மரம் நிக்கிற மாதிரி இருக்கும்...'' என்று சிரித்தபடி தொடர்ந்தார்.

''திடீர்னு ஒரு நாளு காலயில கீழ அம்மா கொரலு கேக்குது... என்னமோ ஏதோன்னு எழுந்து மேலருந்து வுழுந்தடிச்சு வந்து நிக்கறேன்... மரத்துக்கு பக்கத்துல இது ஒரு அடி உயரத்துல நிக்குது... அம்மா அது முன்னால மண்டிபோட்டு உக்காந்து

கையெடுத்து கும்புட்டு அழுதுக்கிட்டிருக்காங்கா... நாகம்மா நம்ம வூட்டுக்குள்ளயே வந்துட்டாடா லீன்னு திரும்ப திரும்ப சொல்லி சந்தோசபடறாங்க... எங்க கம்பத்துல ஒங்காளுங்க ஒரு புத்துல நாகம்மா கோயிலு கட்டி கும்புட்டாங்க... அம்மாவும் போயி கும்புட்டு முட்ட பாலு எல்லாம் வச்சுட்டு வருவாங்க... அன்னக்கி ஒரு அடி ஒசரத்துல இருந்த புத்து... ஒரு மாசத்துல மூங்கில் செடி மாதிரி மளமளன்னு வளந்து நெஞ்சு ஒசரத்துக்கு வந்துருச்சு...'' சட்டென நிறுத்தி மௌனமாய் நின்று எதிலோ ஒரு கணம் காணாமல் போயிருந்தார். மீண்டும் தொடர்ந்தபோது குரல் பிசிறியது.

''இப்ப அம்மா இல்ல கோப்ரல்... போய்ட்டாங்க... எங்கம்மாவ பாக்கறீங்களா கோப்ரல்?'' என்றபடி எழுந்து எதிரிலிருந்த சுவரை நெருங்கி நின்று, ''இப்பிடி வாங்க கோப்ரல்...'' என்று கைகாட்டினான். கோப்ரல் எழுந்து நடந்து அவன் பக்கம் போய் நின்றார். ''தோ பாருங்க கோப்ரல்... அதான் எங்கம்மா... கம்பத்துல ஒங்க ஆளுங்க எல்லாம் செல்லமா ஆச்சின்னு கூப்புடுவாங்க...'' ஆவலுடன்அவன் சுட்டிய சுவர் படத்தைக் கூர்ந்து நோக்கினார் கோப்ரல். அதன் மேல் படர்ந்த மெல்லிய விளக்கொளியில் புகை மூட்டத்திலிருந்து எழுந்து வருவது போன்ற ஒரு உருவம்.

ஏதோ தட்டுப்பட மேலும் உற்றுக் கவனித்தார். மெல்லிய பூச்சாய், பக்கம் நின்ற சுவான் லீ அதில் எழுந்து வந்தான். எப்போதும் குறும்பு குமிழிட்டபடி இருக்கும் அதே பூனைக் கண்கள். அவர்களின் பூர்வீகச் சொத்தான சப்பை மூக்கு. அடர்ந்த புருவம். அகன்ற நெற்றி. நிறைந்து விரியும் புன்னகை. முகத்தில் அதே அச்சு அசல் சாயல். வியப்புடன் திரும்பி, ''நீங்க ஒங்கம்மா மாதிரியே இருக்கீங்க சுவான்...'' அப்போது அவனது கண்களில் ஒருகணம் மின்னலிட்ட அந்த ஒளியை அவரால் என்றும் மறக்க இயலாது. அவன் புன்னகைத்தபடி அதை ஆமோதிப்பதுபோல் தலையாட்டினான். ''எல்லாரும் அப்பிடிதான் சொல்லுவாங்க கோப்ரல்... நீ ஒங்கப்பா மாதிரி இல்லடா சுவான்... ஒங்கம்மா மாதிரிடான்னு சொல்றத கேக்கறப்ப எனக்குள்ள எப்பவும் என்னமோ செய்யும் கோப்ரல்... தானா கண்ணுல தண்ணி வந்து நின்னுக்கும்...'' என்றபடி குனிந்து தரை பார்த்தார்.

''அவுங்க ரொம்ப நல்ல மனுசி கோப்ரல்... சாமி எனக்கு குடுத்த அம்மா... டே சுவான்... எல்லா சாமியும் ஒன்னுதாண்டா... அவுங்க சாமி நம்ம சாமின்னு ஒன்னுமில்லடா... எல்லாம் ஒன்னு தாண்டான்னு எப்பவும் சொல்லுவாங்க... மனுசாலும் எல்லாம் ஒன்னுதாண்டா... தோலு நெறந்தாண்டா வேறன்னு அவுங்க சொன்னத நா இன்னவரக்கும் மறக்கல கோப்ரல்...'' என்றவர் நிறுத்தி, சிறிது மௌனமானார்.

கண்களில் வியப்பு விலகாமலே, அங்கே திடுமெனப் பரவிய புதிய வெளிச்சத்தில் அவனைப் புதிய கோணத்தில் பார்த்துத் திகைத்து நின்றிருந்தார் கோப்ரல். சட்டென மௌனம் கலைந்து நிமிர்ந்து அம்மாவைப் பார்த்தபடி, ''அம்மா போயி பத்து வருசமாச்சு கோப்ரல்... போறப்ப, டே சுவான்... நாகம்மாவ நல்லா பாத்துக்கடா... அவ ஒன்ன காப்பாத்துவான்னு சொல்லிட்டு போனாங்க கோப்ரல்...'' என்றவர் நிறுத்தி தரை மூலையைப் பார்த்தபடி, திரும்பி, ''அம்மா போன பின்னால அவுங்க இங்க வரமாட்டாங்கனு நெனச்சேன் கோப்ரல்... ஆனா இன்னவரக்கும் அவுங்க வந்து என்ன பாத்து போய்க்கிட்டுதான் இருக்காங்க கோப்ரல்... எனக்கு அவுங்க மேல இருந்த பயம் எப்பவோ போயிருச்சு... இப்ப அவுங்க இந்த குடும்பத்துல ஒரு ஆளாயிட்டாங்க...'' என்றவர் சட்டெனத் திரும்பி, ''அதோ அங்க பாருங்க...'' என்றபடி மேசை மேலிருந்த கைவிளக்கை எடுத்து, பின் பக்கச் சுவர் கீழ் மூலையில் ஒளி பாய்ச்சினார்.

கோப்ரல் பதறிப்போனார். 'ஒருவேள அந்த நாகம்மாதான் வந்துட்டாளோ? எப்ப வந்தா? முன்னாலயே வந்துட்டாளோ? கொஞ்ச முன்னால புத்து முன்னால கண்ண மூடி நின்னப்ப அவளோட உறுமலு சத்தம் கேட்ட மாதிரி இருந்துச்சே... அது ஏதோ பிரமன்னுல்ல நெனச்சோம்...? ஒருவேள அவதான் நமக்கு முன்னாலயே வந்து இங்க எங்கியோ ஒளிஞ்சிருந்து நம்மல பாத்து, ஒனக்கு என்னோட வூட்டுல இந்த ராத்திரில என்னாடா வேலன்னு அப்ப உறுமனாளோ?' முதுகுத்தண்டு சில்லிட மயிர்க்கால்கள் குத்திட்டன. பக்கத்தில் இங்கே எங்கோதான் படுத்து தலைதூக்கித் தன்னைக் கவனித்துக்கொண்டிருக்கிறாள் அவள் என்ற எண்ணம் எழ, கால்களில் பீதி பரவி, தரையில் நிற்க இயலாமல் அவை தவித்தன. அப்போதே அங்கிருந்து ஓடிவிட வேண்டும்போல் மனம் தவித்தது.

வறண்ட நாவைச் சுழற்றி ஈரமாக்கியபடி, சுவான் லீ ஒளி பாய்ச்சிய இடத்தை நோக்கினார் கோப்ரல். நாகம்மாவைக் காணவில்லை. உள்ளங்கைஅகல ஒரு பொந்து மட்டும் தெரிந்தது. 'அப்பாடா' என்றிருந்தது. நின்றுவிட்டிருந்த சுவாசம் தொடர்ந்தது. ''அந்த பொந்துதான் கோப்ரல்... எங்க சாமி இங்க வந்துட்டு போற பாத...'' என்று சிரித்தபடி தலையாட்டினான் சுவான் லீ.

ஏதோ சட்டென நினைத்துக்கொண்டவன்போல் கண்கள் சுருங்க, ''இன்னக்கி என்ன கெழம கோப்ரல்?'' என்றான். ''வெள்ளிதான கோப்ரல்?'' வெறுமனே திகிலுடன் தலையாட்டினார் கோப்ரல். அவன் குறும்புச் சிரிப்புடன், திரும்பிக் கடிகாரத்தைப் பார்த்து.

‘‘ம்... மணி பண்ணண்டு ஆவ போவுது கோப்ரல்... தோ அவன் வர்ர நேரந்தான்... ஒங்களுக்கு நல்ல நேரந்தான்... நல்ல நாள்லதான் வந்திருக்கீங்க... நீங்க உண்மல குடுத்து வச்சவரு கோப்ரல்... நம்ம சாமி வர்ர அன்னக்கி வந்திருக்கீங்க... கொஞ்ச நேரம் இருந்து அவுங்கள பாத்துட்டு போறீங்களா கோப்ரல்...?’’ என்றவர் எதையோ நினைத்துச் சிரித்தபடி, அவரைக் கூர்ந்து நோக்கி, ‘‘அப்பிடியே பாத்துட்டு ஒரு கும்புடும் போட்டுட்டு போயிருங்க கோப்ரல்... ஒங்க மன கஸ்டமெல்லாம் காத்தா பறந்து போயிரும்... அதோட, யாரு அவுங்க முன்னால நின்னு கைய தூக்கி கும்புடு போட்டாலும் அவுங்க ரொம்ப குஷி ஆயிருவாங்க கோப்ரல்... சொல்லனும்னா மனுசங்க மாதிரிதான்... நல்லா வளஞ்சு குனிஞ்சு கும்புடு போடற கூலிய பாத்தா வெள்ளக்கார தொரக்கு தலகாலு புரியாம சந்தோசம் வந்துடுதுள்ள... அந்த மாதிரிதான் கோப்ரல்... தலய தூக்கி படம் எடுத்து நாக்க நீட்டி சொழட்டி உஸ்ஸு உஸ்ஸுனு சத்தம் போட்டு பாடிகிட்டு ஆடுவாங்க...’’ என்றவர் முகத்தில் விசமப் புன்னகை.

‘அட போடா கிறுக்கா... யாருடா நீ? என்னமோ வூட்டுக்கு வந்த ஒன்னோட மாமன் மச்சான இருந்து பாத்து பேசி சிரிச்சு விருந்து சாப்புட்டுட்டு போறீங்களானு கேக்கற மாதிரில்ல கேக்கற?’ என்று உள்ளூரக் கறுவியபடி, இயல்பிலேயே பாம்பு பயம் மிகுந்த கோப்ரல், ஒன்றுமே சொல்லாமல் திரும்பி நடந்தார். அவரைப் பின்தொடர்ந்து வாசல்வரை வந்த சுவான் லீ, நின்று கதவைத் திறந்துவிட்டு, கோப்ரலின் கைபற்றிக் குலுக்கி, புன்னகைத்து, ‘‘நாளக்கி மறந்துடாம வந்துருங்க கோப்ரல்... ஒங்களோட நெரய பேசனும்... காத்துகிட்டுருப்பேன்... அத இத நெனச்சு யோசன பண்ணிகிட்டு வராம இருந்துடாதீங்க கோப்ரல்...’’ நிமிர்ந்து அவன் கண்களை எதிர்கொண்டார். பத்தி விரித்தாடும் நாகராஜனின் அசைவற்ற சிறு கூர்கண்கள். அச்சமற்ற வசியமிக்க கனாக் கண்கள்.

ஒருகணம் அவரது உள்வெளி இழையொன்று அதிர்ந்து குலுங்கியது. நிதானித்து, சரி என்று வெறுமனே தலையாட்டி, தன் மோட்டார் நோக்கி நடந்தார். ‘வருவோம்... வந்துதான் பாப்போமே... என்ன ஆயிற போவுது? ஒருவேள இன்ன வரக்கும் என்ன பண்றதுன்னு தெரியாம கொஞ்ச நாளா நாம தேடி அலயற அந்த வெசயத்துக்கு ஒரு பிடி கெடக்கலாம்... பாப்போம்... வந்து பாப்போம்...’

8

காணாமல் போனவர்களைத் தேடும் வேட்டை நிறுத்தப்பட்ட செய்தி கட்சித் தலைவர் இங்கிலீஸ் மணியத்தை வந்தடைந்த போது, மாடுகளுக்குத் தவிட்டுக் கஞ்சித்தண்ணியைக் கலக்கி வாளியில் நிறைத்து, குச்சிக்காட்டையொட்டி தீம்பாருக்குள்ளிருந்த மாட்டுத்தானுக்குப் புறப்படத் தயாராகி, தலை தூக்கி, அந்த குச்சிக்காட்டு* எல்லையோர தீம்பாரை நோக்கித் திரும்பினார்.

அப்போதுதான் மொட்டையடித்த தலை மாதிரி இருந்தது கித்தாக்காடு.

வழக்கமாய் வருடந்தோறும் மார்கழி முடிய தோட்டத்தில் வெயில் காலம் நெருங்கி வருவதற்கான அறிகுறிகள் தெரியத் தொடங்கி விடும். அதன் தொடக்கப்புள்ளி, மழை பெய்வது குறைந்துவிடும். நாள் முழுக்க கித்தாக்காட்டில் சுற்றியலைந்து மதியம்போல குச்சிக்காட்டுக்குள் தலைகாட்டும் காற்றில் ஈரப்பசை குறைந்து வறண்டு கிடக்கும். காலைத் தூக்கத்துக்கு சுகம் தந்து, பெரட்டு மணி அடிக்கும் ஒலி காதில் விழுந்தும், சலிப்புடன் இழுத்துப் போர்த்தி இன்னும் கொஞ்ச நேரம் பாயில் கண்மூடி சுருண்டு கிடக்கச் சொல்லும் இதமான மார்கழி மாதக் குளிர் இல்லாமலாகியிருக்கும். புலரியில் குச்சிக்காட்டுக்கு வெகு தூரத்தில் கிழக்கு மலைத் தொடரின் உச்சந்தலைக்கு அப்பாலிருந்து ஆறு மணிக்கெல்லாம்

---

* தோட்டத்து லயங்கள்

எழுந்து தலை நீட்டிப் பார்க்கும் சூரியனின் இளஞ்சிவப்புக் கதிர்களில் அப்போதே மெல்லிய அனல் தெரியும்.

காலை ஒன்பது மணிக்கெல்லாம் வானம் வெறிச்சிட்டுவிடும். வழக்கமாய் அந்நேரம் குச்சிக்காட்டு லயத்து அஞ்சடி அல்லூர் கரையில் குத்துக்காலிட்டு உட்கார்ந்து, சுருட்டுப் பிடித்தபடி குளிர்காயும் யாரேனும் ஒரு கிழம், அண்ணாந்து பார்த்து, நீலம் விரிந்த வானத்தினடியில் வழக்கமாய் அங்குமிங்கும் ஓடியாடித் திரியும் மேகத் திறல்கள் எங்கே என்று, ஒளிக்குக்கூசும் கண்களைக் குறுக்கித் தேட வைக்கும். ''டோய்... வெயிலு காலம் வந்துருசுச்சுடோ...'' என்ற குரல்கள் கித்தாக்காட்டில் அப்போதே ஒலிக்கத் தொடங்கிவிட்டிருக்கும்.

வெயில் காலம் வந்து ஒரு மாதமாகிற நிலையில், நாலா திசையிலும் கண் தொடும் எல்லைவரை பசுமைக்காடாகப் பரந்து விரிந்து கிடந்தது, தன் ஆடைகளை முழுமையாய் களைந்துவிட்டு வெறிச்சிட்டுப் பொட்டல் காடாய் நிற்கிறது. அதன் அடர் பசுமைக்கும் குளுமை நிழலுக்கும் தினமும் பழக்கப்பட்டிருந்த சனங்களுக்கு அதன் வெறுமை மிகுந்த வருத்தம் அளித்தது. தங்களின் செல்லக் குழந்தைகளிலொன்று கண் முன்னே நோயுற்றுத் துன்புறுவதைப் பார்க்க சகியாதது போன்று அவர்களும் அவஸ்தைப்பட்டனர்.

பொழுது புலர, காண்டா வாளியோடு தீம்பாருக்கு புறப்பட்டுச் சென்று நெரைக்குள் நுழைந்த முதல் வேலையாக, வாளிக்கடையில் காண்டா வாளியை இறக்கி வைத்துவிட்டு, திரும்பி அண்ணாந்து, எதிரில் அம்மணமாய் வெறிச்சிட்டு நிற்கும் தங்கள் செல்லக் குழந்தைகளை ஒருகணம் பார்த்து, மனம் நெகிழ, கண்மூடி நின்று, தங்கள் குலதெய்வமான மலமேட்டு முனிசாமியிடமும் முச்சந்தி மாரியாத்தாவிடமும் மனமுருக வேண்டிக்கொள்கிறார்கள். ''சீக்கிரமா அந்த வர்ண பகவான அனுப்பிவுடு சாமி... எங்க புள்ளங்க குடிக்க தண்ணி இல்லாம நாக்கு காஞ்சு தல தொங்கி போயி அழுதுகிட்டு இருக்குங்க... அதுங்க தெனமும் அண்ணாந்து மானத்த பாத்து இப்பிடி தண்ணிக்கு நாக்கு தவிச்சு நிக்கறத பாக்க மனசு கேக்கமாட்டன்னுது சாமி... கண்ணு கலங்கிடுது... ஓவ்வொன்னா கட்டி புடிச்சு அழனும்போல இருக்கு சாமி... எங்களுக்கு தெனமும் ரெண்டு நேரம் அர வயிறு சோறு போடற மவராசனுங்க சாமி இந்த சென்மங்க... அதுங்க கஷ்டபடலாமா சாமி?

''போன மாசம் வரக்கும் கத்திய போட்டு சரசரன்னு பட்டய சீவி நிமிர்றதுக்குள்ள பீலில்ல சொடசொடன்னு பாலு எறங்கி மங்குல

ஊத்தும்... நீயும் பாத்தல்ல சாமி? மனசு குளுந்துடும்... பாலு எடுக்கறப்ப மங்கு நெரஞ்சு கீழ ஊத்தும்... இப்ப அரமங்கு காமங்குனு பாலு சுண்டி வத்திபோயி கெடக்கு சாமி... பாக்கவே மனசு கஸ்டமா இருக்கு சாமி... இந்த மாசம் தொர போடற சம்பளம் பாதி போயிரும் சாமி... அப்புறம் மாசம் முழுக்க அவங்கிட்ட இவங்கிட்ட தலய சொறிஞ்சு கைய ஏந்தி நின்னுதான் பொழப்ப ஓட்டனும் சாமி... கொஞ்சம் கருண காட்டு சாமி... பொடபொடன்னு நாலு பொட்டு தண்ணி வுழுந்தாகூட போரும் சாமி... எங்க புள்ளங்களுக்கு உசுரு வந்துரும்... கண்ண முழிச்சு பாத்து நாலு நாள்ல கண்ணு முன்னால தளதளன்னு நிக்கும்...''

கித்தாக்காடு நாலு திசையிலும் கண்களெட்டும் தொலைவுவரை தரையை நிறைத்து விரிந்து படர்ந்து கிடக்கிறது,காய்ந்த சருகுகளின் பழுப்புநிறக்கம்பள விரிப்பு. ஆள் நடமாட்டம் இல்லாமலாகிவிடும் அதன் வெறுமை, அல்லாடும் மதியப்பொழுதின் நிசப்தம் அடர்ந்த தனிமை வெளியில், காற்றிலேறிச் சுற்றியலைந்து திரியும். சருகுகள் எழுப்பும் சரசரப்பொலி மட்டும் அதன் துணைக்கிருக்கும். இடைச்செருகலாய், எங்கேனுமொரு மூலையில் மரக்கிளை மறைவில் தனியாளாய் உட்கார்ந்து தன் தனிமையின் துக்கம் பாடும் ஒரு மணிப்புறாவின் மனதை வருடும் குக்கூவோ, லாஸ்டிக்கி லிருந்து விடுபட்ட கல்லாய் எங்கிருந்தோ விசுக்கெனச் சிறகடித்துக் கிளம்பிப் பெரும் கூச்சலிட்டபடி பறந்தோடி, ஏதோனுமொரு மரத்தில் கால் விரல்கள் இறுகப் பற்ற, செங்குத்தாய் அமர்ந்து, மரப்பட்டைகளில் தன் கூரிய அலகால் தாளம் எழுப்பும் மரங்கொத்தியின் இசைக் கச்சேரியோ, புதருக்குள்ளிருந்து முட்டையிட்ட சந்தோசத்தை கித்தாக்காட்டுக்கு அறிவித்தபடி எம்பித் தரைக்கு மேல் சிறகடித்துப் பறந்துபோகும் காட்டுக்கோழியொன்றின் சந்தோசக் குரலோ என ஏதேனும் ஒன்று அதில் வந்து மோத, தன் மோன நிலை கலைந்து திடுக்கிட்டுக் கண் விழித்துப் பார்க்கும் கித்தாக்காடு.

குச்சிக்காட்டு பொடுசுகளுக்கு, கித்தாக்காடு இலை உதிர்ப்பு என்பது வேறொன்றை நினைவுறுத்தும் சந்தோஷ நிகழ்வு. ஆற்றங்கரை மேட்டில் ஏறி நின்று, ''டே அங்க பாருங்கடா... கித்தா மரங்க நம்மல போல மொட்டகுண்டியா நிக்குதுங்க... தைப்பூசம் கிட்ட வந்துருச்சுடா... ஆ... ஆ... ஆ... ஆமாண்டா... நம்ம சுங்கப்பட்டாணி தைப்பூசம் கிட்ட வந்துருச்சுடா...'' என்று மொட்டை மரத்தில் ஏறி நின்று கத்தி ஆனந்தம் தலைக்கேற, தண்ணிக்குள் தலைகுப்புறச் சொரப்பான் அடிக்கும் வீரப்பன் மகன் வயித்தானின் குரல், அவர்களை ஆனந்தப் பரவசத்தில் மூழ்க வைத்திருந்தது.

இன்று, ஆற்றுக்கு அப்பால், குச்சிக்காட்டு லயத்து திறந்த அஞ்சடி வெளியில், வெயில் காலத்துக்குப் பொதுவான பகல்நேர உக்கிர வெயில் மெல்லப் பின்னடைந்து அடிவானத்துள் கால் வைக்க, இனி வரப்போகும் இரவின் வருகையை அவர்களுக்கு அறிவிக்க புறப்பட்டு வந்து நுழைந்தாடும் தென்றலிலும், காலையில் நெரையில் மரம்சீவிப் பாலெடுத்து கொட்டாய்க்குப் பாலூற்றப் புறப்படும்வரை விருப்புடன் ரசித்துக் கேட்ட, அவர்களுக்கு மிகவும் பிரியமான அந்த கித்தாக்காட்டுச் சருகுகளின் பாடலிலிருந்து நுண்ணிழைகள் மிதந்து வருவதை, அதற்குப் பழக்கப்பட்டிருந்த அவர்களின் காதுகள் கண்டு முகம் மலர, தகரக் கூரையின் வெக்கைத் தாளாமல் மரத்தடியிலும் கோயில் கூத்து மேடையிலும் முடங்கிக் கிடந்தவர்கள், மெல்ல அசைந்து எழுந்து நடமாடத் தொடங்கியிருந்தனர்.

கட்சித் தலைவருக்குச் செய்தி கொண்டு வந்தவன் சாவகாசமாய் அதனைச் சொல்லி, ''இன்னமே மிலிட்டரிகாரன் வந்துதான் தேடணுமாம் தலவரே... அவனுங்க வர எத்தன நாளு ஆவும்னு சொல்ல முடியாதுன்னு சின்ன தொர வர்கீசு ஐயா ஓங்ககிட்ட சொல்ல சொன்னாரு தலவரே... இன்னொன்னு சொல்ல சொன்னாரு... ரொம்ப முக்கியம்னு சொன்னாரு... ஓங்ககிட்ட என்னமோ முக்கியமான வெசயம் பேசனுமாம்... அப்பிடியே நாளக்கி பொழுது சாயரப்ப அவுரு பங்களா பக்கம் ஒரு நட வந்துட்டு போவ சொன்னாரு தலவரே...'' என்றபடி, திரும்பி நடந்தவனின் தலை மறையும்வரை, பார்த்து நின்றிருந்தவரின் மனம் மெல்ல உறைந்து அசைவற்று நின்றுவிட்டிருந்தது.

இந்தச் செய்தி, அவர்களின் வருகைக்காக அழுது அரற்றி வீட்டு வாசலில் காத்துக்கிடக்கும் அந்தக் குடும்பங்களில் ஏற்படுத்தப் போகும் விபரீத விளைவை எண்ணிப் பார்க்கவே பயந்தார்.

''வேற வழியில்ல... சொல்லித்தான் ஆவனும்...'' என்று முணுமுணுத்தபடி, கொடியில் காயப்போட்டிருந்த துண்டை உருவித் தோளில் போட்டு, திரும்பி, ''ஏ புள்ள... நா நம்ம கோபாலு வூட்டு வரக்கும் போய்ட்டு வந்தர்ரேன்... பையன் வந்தானா இந்த கஞ்சிய மாட்டுக்கு வச்சிட்டு வந்திர சொல்லு...'' என்று நடந்தார். கண் தொடும் தூரத்திலேயே அம்மாவூட்டு கோபாலு வீட்டுவாசலில் ஒரு கூட்டம் உட்கார்ந்திருப்பது தெரிந்தது. சற்றே தயங்கினார். இனம் புரியாத ஒரு தடுமாற்றம். மனதில் ஒரு பதைப்பு. கால்கள் அழுந்த நின்று பெயர மறுத்தன. அதற்குள் கூட்டத்திலிருந்த எவனோ அவர் வருவதைப் பார்த்துவிட்டிருந்தான். ''தோ நம்ம தலவரு வர்ராரு...'' என்று அவன் குரல் கொடுக்க, அங்கே குழுமிக்

காத்திருந்த சனம், திரும்பிப் பார்த்து எழுந்து நின்றது. இனி தப்பிக்க வழியில்லை. கால்களைத் தயக்கத்துடன் முன்னெடுத்தார். நெருங்கிவர, பார்வை கூர்மையாய் அந்த முகங்களில் ஊர்ந்தது.

அத்தனை கண்களிலும் அதே ஆவல். அதே கேள்வி. ''எங்க அவனுங்க?'' வாசலிலேயே தலை கவிழ்ந்து உட்கார்ந்திருந்த அம்மாவூட்டு கோபால், வெடுக்கெனத் தலை தூக்கிப் பார்த்தான். ஒரு கணம்தான். மனம் சொடக்கெனச் சரிந்து விழ, தலை மீண்டும் கவிழ்ந்து குத்துக்காலிட்டிருந்த கால் முட்டிகளுக்கிடையில் செருகிக்கொண்டது.

பெண்கள் சூழ உட்கார்ந்து அழுது ஓய்ந்திருந்த அவன் மனைவி முத்தாயி சட்டென எழுந்து வாசலுக்கு ஓடி வந்தவள், வாசலில் பதற்றத்துடன் தயங்கி நின்ற தலைவரைப் பார்த்துக்கூச்சலிட்டாள். ''எங்கடா எம் புள்ள? இப்பிடி ஒண்டியா வந்து நிக்கிறியே? எங்கடா எம் புள்ள?'' அவளது ஆவேசத்தைச் சற்றும் எதிர்பார்த்திராத தலைவர் திடுக்கிட்டுத் தடுமாறிச் சுற்றுமுற்றும் பார்த்தார்.

அவர் குரல் கரகரக்க சொற்களை மென்று விழுங்கி, காணாமல் போன குட்டியப்பனும் நெட்டைமணியும் இன்னும் கிடைக்காத செய்தியைச் சொல்லிக்கொண்டிருக்கும்போதே அவள் சடாரெனக் கைகளை ஆட்டிக்கொண்டு மீண்டும் கத்தினாள். ''நிப்பாட்றா திருட்டு நாயே. ஓம் புள்ளயும் எங்க புள்ளங்க மாதிரி மீச மொளச்ச ஆம்பளதானடா? அவன ஏன்டா அனுப்பல? சொல்றா நாயே... சொல்றா... அவன ஏன்டா அனுப்புல நீ? ஒங் கண்ணுக்கு எங்க புள்ளங்கதான் தெரிஞ்சாங்களாடா? சொல்றா நாயே... சொல்றா...'' என்றபடி வேகமாய்த் திரும்பி, சுவரில் சாய்த்து வைக்கப்பட்டிருந்த விளக்குமாறை எடுத்துக்கொண்டு, விதிர்த்து உறைந்து நின்று பார்த்துக்கொண்டிருந்த தலைவரை நோக்கிப் பாய்ந்தோடி வந்தாள்.

இடையில் உட்கார்ந்திருந்த அம்மாவூட்டு கோபால் குறுக்கே பாய்ந்து அவள் கையைப் பிடித்திழுத்து நிறுத்த முயன்றான்.

அவள் அதே ஆவேசத்துடன் அவன் பக்கம் திரும்பி, ''டே கிட்ட வராதடா நீ... என்ன தடுத்த, ஒனக்குதான்டா மொத வெளக்குமாத்து பூச... அவனோட சேந்துகிட்டு, நா சொல்ல சொல்ல கேக்காம, நீதானடா எம் புள்ளய அந்த ராத்திரில... அந்த பொல்லாத பாதயில அனுப்பி வச்ச பாவி...'' கை நீட்டி வந்தவன் தலையில் இடி இறங்கியதுபோல் அப்படியே ஸ்தம்பித்து உட்கார்ந்துவிட்டிருந்தான்.

வீட்டு முன், லயத்து நடைபாதையில் நின்றுகொண்டிருந்த தலைவர் முகத்தில் வியர்வைத் துளிகள் வெடித்துக் கிளம்பி உதிர்ந்து

கொண்டிருந்தன. உடல் வெடவெடத்துக் குலுங்கியது. நா வறண்டு அன்னத்தில் ஒட்டிக்கொண்டிருந்தது.

அவர் கனவிலும் எதிர்பார்த்திராத ஒரு நாடகம் அவர் கண்முன் உயிரும் உடலுமாக உருமாறி நிகழ்வதைக் கண்டு நிலைகுலைந்து திக்பிரமை பிடித்து நின்றுவிட்டிருந்தார். ''அவளா இது?'' என்று குழம்பினார். பொழுது போய், வீட்டு வாசலில் வந்து நின்று, ''அம்மா முத்தாயி... கோபாலு வூட்ல இருக்கானாம்மா?'' என்ற குரல் கேட்ட மாத்திரத்தில், ''யாரது... தலவரு அண்ணனா?'' என்றபடி முகம் மலர வாசலில் வந்து நின்று, ''வாங்கண்ணே... வாங்க... எங்க அண்ணன ரொம்ப நாளா இந்த பக்கம் பாக்க முடியல? வாங்கண்ணே... வாங்க... வந்து உள்ள இப்பிடி வாங்குல சித்த நேரம் உக்காருங்க... அவரு தோ நம்ம சீன வங்சா கட வரக்கும் போயிருக்காரு... அஞ்சு நிமுசத்துல வந்துருவாரு... கொஞ்சம் இருங்கணே... தோ... வந்தர்ரேன்...'' என்றபடிவழக்கம்போல கோப்பி போட்டு வர குசினிக்கு ஓட்டமும் நடையுமாய்ப் போகும் அவளை ஆச்சரியத்துடன் பல நாள் பார்த்த அனுபவம் உள்ளவர்.

வாய்க்கு வாய் அண்ணே அண்ணே என்று வாய் நிறைய கூப்பிட்டு மனதை நிறைத்தவள். இன்று முற்றிலும் வேறொரு அந்நிய மனுசியாய் உருமாறி, எந்தவித மட்டு மரியாதையும் மிச்சம் வைக்காமல் எடுத்தெறிந்து வசைபாடித் தாண்டவமாடுகிறாள். எப்படி, எப்படி என்ற கேள்வி பூதாகரமாய் அவர் முன் எழுந்து நின்று ஆடியது.

அதே அதிர்ச்சியுடனே சுற்றி நின்று வேடிக்கை பார்த்த அத்தனை பேரும் முகம் தொங்கி அவளைப் பார்த்துக்கொண்டிருந்தனர். ''என்னடீ... இந்த முத்தாயி புள்ள இப்பிடி பேசறா?'' என்ற பாப்பம்மா கிழவியின் கேள்விக்குப் பதில் தெரியாமல் பக்கத்து வீட்டு முனியம்மாள், தலையை ஆட்டிப் பெருமூச்சுடன், ''தெரில பாட்டி... புள்ள போனதுல முத்தாய்க்கு புத்தில என்னமோ ஆயிருச்சு போல இருக்கு... மவங்காரன் மேல உசுரயே வச்சிருந்தவ பாட்டி...'' அவள் முதுகு பின்னாலிருந்து ஒருத்தி, ''அதுக்காவ இப்பிடியாடி ஒரு ஆம்பளய காலோட மூத்தரம் போற பொட்டச்சி சிறிக்கி மானவாரியா பேசுவா? அவரு என்னா இப்பிடி ஆவும்னு தெரிஞ்சு வேணும்னா செஞ்சாரு?'' என்று சலித்துக்கொண்டாள். ''அவ சொல்றதுதான் சரிடீ... என்ன இருந்தாலும் முத்தாயி தலவர இப்பிடி மானவாரியா பேசறது நல்லா இல்ல...'' என்று இன்னொருத்தி அதில் வந்து கலந்துகொண்டாள்.

உண்மையில் இது அவளது சுபாவம் அல்ல என்பது அவர்கள் எல்லோருக்குமே தெரியும். அதனாலேயே அவளது இந்த பத்ரகாளி

அவதாரம் அவர்களையும் குழப்பிவிட்டிருந்தது. ''நம்ம முத்தாயியா இது?'' என்று மூக்கில் விரல் வைத்துத் திகைத்துப் பார்க்க வைத்தது.

அதிலும் லயத்து தொங்க வீட்டு கண்ணம்மாவுக்கு அது பேரதிர்ச்சி யாக இருந்தது. நான்கு வருடம் முன்பே புருசங்காரன் தொலைதூரத் தேசத்தில் குண்டுக்குப் பலியாகியிருந்தான். இரண்டு பிள்ளைகள். அவள் ஒருத்தி வேலை. ''சம்பளத்த வாங்கி ஒரு அஞ்சு நிமுஷம் கைல வச்சு பாக்க முடில அக்கா... கடன் கணக்கு புக்கோட ஆபீஸ் வாசல்லயே நிக்கிறான் வங்சாகட ஆ லெங்... அவன் பக்கத்துலயே பல்ல காட்டி நிக்கிறான் தாடி வச்ச வங்காளி ரொட்டி பாய்... வட்டிக்கு வாங்கன பணத்துக்கு கணக்கு சொல்லி மிச்சத்த புடிங்கிட்டு போவ பின்னாலயே வால புடிச்சுகிட்டு வராரு பேச்சிமுத்து மாமா... என்னா பொழப்புக்கா இது?'' என்று ஒவ்வொரு சம்பளம் பிளாஞ்சா நாட்களில் கூடவருபவளிடம் முணுமுணுத்தபடி சலிப்புடன் ஆபீசிலிருந்து வீடு திரும்புவது அவளது வழக்கமாகிவிட்டிருந்தது.

எண்ணி பத்தாவது நாளில் அரிசி பருப்பு உப்பு புளி மிளகாய் பிள்ளைகளுக்கு பால்டின் எல்லாம் தீர்ந்துவிடுகிறது. என்ன செய்வதென்று தெரியாமல் கன்னத்தில் கை வைத்து, குசினி வாங்கில் முகம் தொங்கி விசனத்துடன் உட்கார்ந்துவிடுகிறாள். அப்படியான பொழுது அமர்ந்த ஒரு துக்க நாளில், காலடி கேட்டுத் திரும்பி நிமிர்ந்து பார்த்தாள். முத்தாயி நின்றுகொண்டிருந்தாள். ''என்ன புள்ள என்னமோ கப்ப கவுந்த மாதிரி கன்னத்துல கைய வச்சு உம்முனு மூஞ்ச வச்சு உக்காந்து கெடக்கற? எந்த கப்ப கவுந்துருச்சு? நம்ம ரஜுல்லா கப்பலா?'' என்றபடி குசினிக்குள் நோட்டம்விட்டு, ''பொழுது போச்சு... அடுப்ப பத்த வக்கலயா புள்ள?''

அவள் விசும்பி அழுதுகொண்டே, ''இன்னும் இல்லக்கா... பத்த வச்சு என்ன பண்றதுக்கா? ஆக்கறதுக்கு என்னா இருக்கு? எல்லாமே கோசமா இருக்கு... இவனுங்க போடர சம்பளத்த வச்சி தெனமும் ஆக்கி திங்கிற மாதிரியாவா இருக்குக்கா? முக்காவாசி சம்பளத்த அபீசு வாசப்படிலயே நிக்க வச்சி, ஆளாளுக்கு பிச்சி புடிங்கிட்டு போயிடரானுங்க... மிச்சத்த வச்சு தொட்டு தொட்டு பாத்து எப்பிடி எண்ணி எண்ணி செலவ பண்ணாலும் பத்து நாள்ல எல்லாம் முடிஞ்சு கோசமாயிருது... தெனமும் அர கொர வயிறுதான் புள்ளங் களுக்கு... தூக்கத்துல எழுந்து உக்காந்து அம்மா பசிக்குதுன்னு பெரியவன் கண்ண கசக்கிட்டு சிணுங்கரப்ப கண்ணு கலங்கிடுதுக்கா...'' விசும்பலுடன் நிறுத்தி, தோளில் கிடந்த துண்டால் கண்களைத் துடைத்து, தொடர்ந்தாள்.

‘‘அவரு இருந்த வரக்கும், ஏதோ அப்பிடி இப்பிடின்னு ஒப்பேத்திக் கிட்டு வந்துட்டேன்... இப்ப நா ஒண்டி ஒலச்சு நாளு புள்ளங்களுக்கு சோறு போடனும்... முடியலக்கா... ரொம்ப கஸ்டமா இருக்குக்கா...’’ திரும்பி குசினிக்குள் பார்த்தவாரு, ‘‘இன்னக்கி புள்ளங்களுக்கு கா வயித்துக்குகூட வழி இல்லக்கா... கையும் ஓடல காலும் ஓடல... அதான் அப்பிடியே உக்காந்துட்டேன்...’’ என்றவள் உடைந்து அழுதாள். அம்மாவின் அழுகையைப் பார்த்து, பக்கம் வந்து நின்ற பையன்களை இழுத்து அணைத்து, ‘‘புள்ளங்க ஒடம்ப பாருக்கா... வத்தலும் தொத்தலுமா... வவுறு வத்திபோயி நெஞ்சு எப்பிடி தூக்கி நிக்குது பாருக்கா...’’ அவளது முகத்தைக் கூர்ந்து பார்த்திருந்த முத்தாயி பெருமூச்சுடன் திரும்பி, ‘‘தோ இரு புள்ள வர்ரேன்... நீ போயி அடுப்ப பத்த வையி...’’ என்று தன் வீடுவரை போய் திரும்பியவள், அவள் கைபற்றி,

‘‘தோ இத வச்சுக்க புள்ள... புள்ளங்களுக்கு ஆக்கிபோடு... இன்னமே எதுவும் இல்லனா வெக்கப்படாம என்ன கேளு... பச்ச புள்ளங்கள பட்டினி போட்டு படுக்க வக்காத... அது பாவண்டி புள்ள... ஏழேழு சென்மத்துக்கும் ஒன்ன அந்த பாவம் வுடாம தொரத்தும்... எம் புள்ள ஓம் புள்ளன்னு ஒண்ணுமில்ல... எல்லா புள்ளங்களும் நம்ம புள்ளங்கதான்... எல்லா உசுருக்கும் பசி கொடுமதான் ரொம்ப பெரிய கொடுமன்னு எங்கப்பா வாய்க்கு வாய் சொல்லிகிட்டே இருப்பாரு புள்ள...

‘‘பத்து வருசம் தவம் கெடந்து நம்ம மாரியாத்தாவுக்கு வேண்டிகிட்டு குச்சிகாட்டுல மடிபிச்ச எடுத்து நெரவேத்தி, கருவேப்பில கொத்து கணக்கா ஒத்த புள்ள பெத்தவ புள்ள இந்த முத்தாயி... ஆம்பல பொம்பல ஒன்னா படுத்து எழுந்திருச்சிட்டா புள்ளங்க வந்துராதுடி... கோயில்ல இருக்குற அந்த சாமிங்க கண்ண தொரந்து நம்மல பாக்கணும்... அந்த சாமியாட கருணதான் நம்ம வயித்துல புள்ளயா வந்து பொறக்கும்... அது இல்லனா இல்ல புள்ள...’’ குரல் உடைந்து நா தழுதழுக்க முகம் திருப்பி நிற்கும் முத்தாயியைக் கண் கலங்க பார்த்திருந்த அந்த நாள் அவளுக்கு நினைவில் அந்தக் களேபரத்தின் நடுவில் நின்றுகொண்டிருக்கும் அத்தருணத்தில் மனசுள் ஊர்ந்தோடியது.

முகம் இறுக, ‘‘இப்ப இந்த முத்தாயி அக்காவுக்கு என்ன ஆச்சு? எதுக்கு இப்பிடி பேய் வந்த மாதிரி ஆடறா? புள்ளய பாக்காம மூள எதுனா கோளாறா போச்சோ? பாவம் முத்தாயி அக்கா... ரொம்ப நல்ல அக்கா... ரொம்ப நல்ல மனசு... எம் புள்ளங்களுக்கு எத்தன நாளு கணக்கு பாக்காம வவுறு நெறய சோறு போட்ருக்கா? ஐயா மலமேட்டு முனிசாமி... நீதாம்பா கண்ண தொறந்து பாத்து அவ

புள்ளய அவகிட்ட கூட்டிட்டு வந்து வுடணும்...'' என்று கண்கள் பனித்துக் கனக்க முணுமுணுத்தாள்.

முத்தாயி, தன்னை நாலுபேர் இழுத்துப் பிடித்து அழுத்தி உட்கார வைக்க முயற்சித்தும் அடங்காமல் சீறும் சிங்கமாய்த் தலை குலுங்க சிலிர்த்து எழுந்து புருசனைப் பார்த்து மீண்டும் கத்தினாள். ''நீ ஓத்து பெத்த புள்ளனா அவன அந்த காட்டுக்குள்ள அந்த நேரத்துல அனுப்பி வச்சிருப்பயாடா? சொல்லுடா... அனுப்பிருப்பயாடா? எவனயோ ஓத்து பெத்த புள்ளதானே... அது எக்கேடு கெட்டா நமக்கு என்னான்னுதானடா அவன எவனோ ஒருத்தன் பேச்ச கேட்டு அனுப்பிவச்ச? இல்லன்னு சொல்லுடா நாயே... அந்த மலமேட்டு முனி மேல சத்தியம் பண்ணி சொல்லுடா... சொல்லுடா...'' என்றபடி விருட்டெனப் பாய்ந்து அவன் மென்னியைப் பிடித்து அழுத்தினாள்.

அவன் வெறுமனே உட்கார்ந்து வெறித்த கண்களோடு அவளைப் பார்த்துக்கொண்டிருந்தான். மென்னியில் இறுகும் அவளது பிடியை விலக்கவோ அவளைத் தள்ளிவிடவோ எந்த முயற்சியும் செய்ய வில்லை. தலையில் நச்செனை விழுந்த அடியில் வலி பொறுக்காமல் நெளியும் பாம்பாய் வலியில் துடித்து உறைந்திருந்தான். அவனது மிக ஆழத்து அந்தரங்கத்துள் நுழைந்து, மிக நொய்மையான ஓரிடத்தில்ஓங்கி உதைத்துப் புரட்டிப் போட்டிருந்தாள். ''அவன் ஒன்னோட புள்ளன்னா...'' அசரீரியாய் அவனுள் ஓங்கி மீண்டும் மீண்டும் எதிரொலித்துக் கொண்டிருந்தது.

புருசனை இழந்து நிர்க்கதியாய் நின்றவளை அவனே விரும்பி ஏற்றபோது அவளோடு அவள் மகனையும் தன் பிள்ளையாக மனதார ஏற்றே அவளுடன் வாழத் தொடங்கினான். ஆனால் அந்த எண்ணம் உண்மையானதுதானா? அவள் சொன்னதுபோல் அவனைத் தன் மகனாக மனதார ஏற்றுக்கொள்ளவில்லையோ? ஏதோவொன்று, தனக்கு நேரம் பார்த்து வைத்த சோதனையில் தான் தோற்றுவிட்டதை, அவள் வைத்த அந்தக் குற்றச்சாட்டு நிரூபிக்கிறதோ? தலை சுற்றியது.

இத்தனை கால நம்பிக்கை நிறைந்த அவளுடனான வாழ்வு வினாடிப் பொழுதில் பொட்டெனக் கீழே சரிந்து தரையில் விழுந்து உடைந்து சிதறிக் கிடப்பதை மானசீகமாய்ப் பார்த்தபடி கலங்கினான். அந்தச் சிதறலின் ஒரு துண்டில் அவனது சிதறிய முகமும் தெரிய, தான் அதுவரை உணர்ந்திராத உண்மை துளியளவேனும் அவள் சொன்னதில் இருக்கலாமோ என்கிற ஐயம் எழ, அவனை அது உயிருடன் தீயிட்டுக் கொளுத்தித் துடிக்கவைத்தது. தன் கண்களுக்கு அகப்படாமல், தனது ஆழத்துள், ஒரு குரூரப் பிசாசு

இத்தனை நாளும் ஒளிந்திருந்ததோ என்று எண்ணத் தொடங்கி விட்டிருந்தான்.

பெருமூச்சுடன் நிமிர்ந்து பார்த்தான். அவளை ஆதரவுடன் தலையில் வருடி உடைந்து அழுதான். அவள் அதிர்ந்து அவனிடமிருந்து விலகி, ஒரு கணம் தீர்க்கமாய்ப் பார்த்திருந்து, உதடுகள் துடித்து வளைய, மீண்டும் தரையில் சரிந்து வலிப்பு வந்ததுபோல் தலையில் அடித்துக்கொண்டு அழுது புரண்டு அரற்றினாள்.

ஏதோ நினைத்துச் சட்டென எழுந்து நின்றாள். கண்களைச் சுழற்றினாள். தலைவரை நோக்கி ஓடினாள். அவரை நெருங்குவதற்குள் அவரைச் சுற்றி நாலுபேர் வேலி அமைத்து நின்றனர். அவள் தள்ளி நின்று குனிந்து, நடைபாதை மண்ணில் ஒருபிடி அள்ளி, ஒளியற்ற வானம் நோக்கித் தூக்கிப் பிடித்து, அருள் வந்ததுபோல்உரக்கக் கத்தினாள். ''ஒத்த புள்ளய தவங் கெடந்து பெத்தவ வயிறெறிஞ்சு சொல்றண்டா நாயே... நீ நல்லா இருக்கமாட்டடா... நல்லா இருக்க மாட்டடா... அந்த மாரியாத்தா ஒன்ன சும்மா வுடமாட்டாடா... எம் புள்ள இல்லடா அவன்... அவன் அவ புள்ளடா... அவ கண்ண தொறந்து பாத்து இந்த வயித்துல வந்து மொளச்ச புள்ளடா அவன்... போடா... போடா நாயே... எம் முன்னால நிக்காதடா... போயிருடா... ஒன்ன அவ பாத்துக்குவாடா...'' என்று கையிலிருந்த மண்ணை வானம் நோக்கி எறிந்து, மயங்கித் தரையில் சாய்ந்தாள்.

அவள் வாரியிறைத்த புழுதி மண் காற்றிலாடி, திகிலடைந்து கையறு நிலையில் என்ன செய்வதென்று தெரியாமல் தவிப்புடன் அவளைப் பரிதாபத்துடன் பார்த்துக்கொண்டிருந்த கட்சித் தலைவரின் தலையிலும் முகத்திலும் படிந்திறங்க... அவளது, 'ஒம் புள்ளய ஏன்டா அனுப்பல நாயே? ஓம் புள்ளய ஏன்டா அனுப்பல?' என்ற அந்தக் கேள்வி, ஓங்கரித்துக் கொக்கரித்தபடி விஸ்வரூபமெடுத்துச் சதிராட, கண்கள் இருண்டு கால்கள் தடுமாறின.

ஊரின் கண்களில் படாமல் மிக சாமர்த்தியமாய்த் தனக்குள் மறைவாய்ப் பலகாலம் ஒளித்து வைத்திருக்கும் ஒரு இருண்ட பிரதேசத்தை, ஒரு எளிய கேள்வியைக் கொண்டு உக்கிரத்துடன் கிழித்துத் திறந்து ஊருக்கு படம்போட்டுக் காட்டி, தன்னை அவர்கள் முன் அவள் கூனிக்குறுகி நிற்க வைத்திருப்பதை எண்ணி, உடல் அதிரத் தலைகுனிந்தார்.

சற்றுப் பொறுத்து, தலை குனிந்தபடி, திரும்பி, இருளில் தனது லயம் நோக்கி நடந்தார். அரை இருள் படர்ந்த பாதையில் நிதானத்தில் காலடி வைத்து, தன்னிலையழிந்து போய்க்கொண்டிருந்தார். யாரேனும் எதிர் வந்து ''யாரது தலவரா?'' என்று பேச்சுக்கொடுக்க

பிடித்து நிறுத்திவிடுவார்களோ என்கிற அச்சத்துடன் சுற்றுமுற்றும் பார்த்துக் காலடி வைத்தார். லயங்களின் திறந்தவெளி முற்றத்தில் வழக்கமான மண்ணெண்ணெய்விளக்கின் சிவந்த மஞ்சள் ஒளியின் அரை வெளிச்சம். அதன் பின்னணியில் சுவர்களில் விழும் நடமாடும் உருவங்களின் நிழலுருச் சித்திரக் கோலங்கள்.

வழக்கமான உரத்த பேச்சும் வெடிக்கும் சிரிப்பும் கிண்டலும் கேலியும் இல்லாமல் ஒருவித அமைதி. சிலந்தி வலைப் பின்னலாய் லயத்துக்காட்டில் நிறைத்து ஊடாடிய துக்கம் கனத்து அவர்களுள்ளும் ஊடுருவி மௌனிக்க வைத்திருந்தது. நெருங்கி வட்டமிட்டு உட்கார்ந்து சத்தமின்றிப் பேசிக்கொண்டிருந்தனர் சிலர்.

''தலவரே நல்லா கேட்டுக்குங்க. இது ரொம்ப முக்கியம். பையனுக்கு பதனெட்டு வயசுல ஒரு கண்டம் இருக்கு. உசுருக்கு ஆபத்து இருக்கு. அப்ப அவன நீங்க ரொம்ப பத்தரமா பாத்துக்கணும். ஒண்டி சண்டியா எங்கியும் அனுப்பிடாதீங்க. வாகனத்துல நிதானமா போவ சொல்லுங்க. காத்து கருப்பாலகூட உசுருக்கு ஆபத்து இருக்கு... பொழுது போயி நேரங்கெட்ட நேரத்துல காடு மேடுன்னு அவன் எங்கயும் அனுப்பாம பாத்துக்குங்க...'' என்ற தைப்பிங் தொரசாமி ஜோசியரின் குரலை வேத வாக்காக என்றும் நினைவில் வைத்திருந்தார் கட்சித் தலைவர்.

அவனுக்கு ஒரு வயது ஆனபோது, தைப்பிங் வரை அவனையும் கையோடு கூட்டிப்போய், தனக்கு மிக நம்பிக்கையான தொரசாமி ஜோசியரைக் கண்டு, ''பையனுக்கு ஒரு ஜாதக குறிப்பு பாக்கணும் ஜோசியரே'' என்று கேட்க, அவர் கணக்குப் போட்டுப் பார்த்து சொன்ன குறிப்பில், இறுதியில், முகம் இறுக, அழுத்தமான குரலில் அவர் விடுத்த அந்த எச்சரிக்கையை, அவனுக்குப் பதினெட்டு வயது தொட்ட நாள் முதல், மிகவும் கண்காணித்து அவனைப் பாதுகாத்து வந்த கட்சித் தலைவருக்கு, இந்த அசம்பாவித நிகழ்வு, அது உண்மைதான் என்பதை உறுதிப்படுதியது.

இந்த வலியிலும் அவமானத்திலும் ஏதோ ஒருவகையில் தன் மகன் அழகப்பனை அந்த மரணக் கண்டத்திலிருந்து காப்பாற்றிவிட்ட ஒரு திருப்தி அவருள் நிறைத்து நெகிழ வைத்தது. அண்ணாந்து வானத்தைப் பார்த்தார். காரிருள். ஒளிப் புள்ளிகளாய் மினுங்கும் நட்சத்திரங்கள். கைகளை அகல விரித்துத் தலைக்குமேல் உயர்த்தி ஏதோ முணுமுணுத்தார். தலையைப் பலமாய் ஆட்டி, நீண்டதொரு பெருமூச்சு. உள்ளே பாறாங்கல்லாய்க் கனத்துக் கிடந்தது கண நேரம் விலக, ஒரு நிம்மதி. தொரசாமி ஜோசியரை மனதுக்குள் நினைந்து

கைகூப்பி நன்றி சொல்லிக்கொண்டார். விரைவில் ஒருநாள் அழகப்பனை அவரிடம் அழைத்துப் போய், அவர் காலில் விழுந்து வணங்கச் சொல்லி, பட்டு வேட்டியில் நூறு வெள்ளி வைத்துக் காணிக்கை செலுத்திநன்றி சொல்ல வேண்டும் என்று தீர்மானம் செய்து கொண்டார்.

சட்டெனத் தோன்றிய யோசனையில் திரும்பி மலமேட்டு முனி கோயில் நோக்கி நடந்தார்.

அம்மாவூட்டு கோபால் வீடு மயான அமைதியில் மூழ்கிக் கிடந்தது. அடுப்படியில் மண்ணெண்ணெய் விளக்கின் சுடர் புகை கக்கியபடி, இன்னமும் திறந்து கிடந்த குசினிக் கதவுவழி நுழைந்த காற்றில் அசைந்தாடிக்கொண்டிருந்தது. குசினிச் சுவரில் முதுகு சரித்து உட்கார்ந்திருந்த முத்தாயி தங்கை அஞ்சலை, தன் பக்கம் சிறு குழந்தைபோல் உடல் குறுகி தலைக்குக் கையை மடக்கி முட்டுக்கொடுத்துக் கண்மூடிக் கிடக்கும் தனது அக்காவைப் பரிவுடன் பார்த்துப் பெருமூச்செறிந்தாள். தன் பிரிய அக்கா, அக்கணத்தில் கொடுங்கனவொன்றின் பிடியில் சிக்கித் தவிப்பதை, சுண்டித் துடிக்கும் அவளது கன்னத்தசைகளும் படபடக்கும் இமைகளும் காட்ட, மனம் வெதும்பி, ''இது என்ன சோதன அம்மா மாரியாத்தா? ஒம் புள்ளதானமா அவன்? நீ கண்ண தொறந்து பாத்து குடுத்த புள்ளதான அவன்? அவன காப்பாத்தி கூட்டிட்டு வந்து அக்கா கைல குடுக்க கூடாதா? அவ என்ன பாவஞ் செஞ்சா தாயே? மண்ணுல கெடக்கற ஒரு புழுபூச்சிக்குகூட கெட்டத நெனக்காதவளாச்சே? அவள எதுக்கு இப்பிடி பாடாபடுத்துற?'' என்று தனக்குள் முனகிக் கண் கலங்கினாள்.

வெளி பிராஞ்சாவில் கொசுக் கடியில் காலை நீட்டிப்போட்டு, தலைக்குக் கைமடித்து முட்டுக்கொடுத்து, கண்மூடித் துக்கத்தில் மூழ்கிக் கிடந்த கோபால், சடக்கென வளைந்தெழுந்து உட்கார்ந்து இருமத் தொடங்கினான்.

தொடங்கினால் சுலபத்தில் அடங்காது. புகைந்து புகைந்து தாக்கும் தொடர் இருமல் கொஞ்சகாலமாக. இரவு நேரப் பனிக் காற்றில் படுத்துக் கிடப்பது அதைத் தீவிரமாக்கியிருந்தது.

வாசலுக்கு அப்பால் கண்களை நிறுத்தினான். அவன் எதிர்பார்த்த பனிமூட்டம். குழப்பத்துடன் பார்த்துக்கொண்டிருந்தான். 'இதென்ன இன்னக்கி இதுக்குள்ள எறங்கி இப்பிடி கண்ண மறச்சு கெடக்கு?' ஏனோ இன்று பனி வெள்ளன இறங்கி வெண்ணிற வலைப் பின்னலாய் குச்சிக்காட்டில் கொடிபோல் நீண்டு படர்ந்து கிடந்தது.

பத்தடிக்கு அப்பால் உள்ள எதுவும் கண்ணில் படவில்லை. மார்கழிமாதக் காலைப் பனியின் அடர் குளிரை ஒரு காலத்தில் மிக அனாயசமாய்க் கடந்துபோன உடம்புதான் அவனுடையது. பதின் வயதில் காலைநேர மார்கழி மாத பஜனைக்குத் தலைமைதாங்கி, கருக்கிருட்டில் கும்பலாய்க் கோயில் கிணற்றடியில் அம்மணமாய் நின்று சில்லிட்ட கிணற்றுநீரை அள்ளித் தலைக்கு ஊற்ற, உடல் சிலிர்த்துக் குலுங்கியாடும். தலை சிலுப்பி நீரை உதறி அடுத்த வாளி நீரை ஏற்கத் தயாராகிவிடும். அதெல்லாம் ஒரு காலம். ரத்தம் சுண்டி வறண்டுவிட்ட இந்த வயதில் அதெல்லாம் நினைத்து அசைபோட மட்டுமே. கடும் வெயிலிலும் 'ஏ முத்தாயி... குளிக்க கொஞ்சம் சுடுதண்ணி போடு... ஒடம்பு என்னமோ அடிச்சுபோட்ட மாதிரி இருக்கு புள்ள...' என்று அடிக்கடி சொல்லத் தொடங்கி நாளாகிறது.

அதனாலேயே பொழுது சாய்ந்தபின் மழை கொட்டும் நாட்களிலும் அடர்பனி திரையிடும் காலத்திலும், வாசலைத்தாண்டி எக்காரணம் கொண்டும் நடைபாதையில் சிறிது நேரம் நிற்பதைக்கூடத் தவிர்த்து வந்தான். இன்று அதெல்லாம் ஒரு பொருட்டாக இல்லாமல் போனதில் வந்த வினை. நெஞ்சக் கூடு அதிரத் தன் மாமன் இருமுவதை, குசினியிலிருந்தபடி தலைநீட்டிப் பார்த்து, முதல் முறை அவள் கேட்கிறாள். சென்ற முறை வந்து தீமிதிக்கு ஒருநாள் இரவு தங்கியபோது, இருமல் தொந்தரவு ஏதுமின்றி, அவர் நன்றாகத் தூங்கியதை நினைத்துப் பார்த்தாள். 'எதுனா சீக்கா இருக்குமோ? நம்ம பக்கத்துவூட்டு முனியம்மா பாட்டி ரொம்ப நாளு டிபி புடிச்சு இப்பிடிதான ராத்திரில வுடாம லொக்கு லொக்குனு இரும்பிகிட்டு கெடந்து ரத்தம் கக்கி செத்துபோனா...'

தலையை உள்ளிழுத்து, கைகளை தரையில் ஊன்றி எழ முயன்றாள். நீண்ட நேரம் கால்களை மடக்கிப்போட்டு உட்கார்ந்திருந்ததில் கெண்டைக்கால் நரம்புகள் சுருண்டு வெடுக்கென இழுத்துக் கொள்ள வலியில் உயிர் போனது. ஐயோ அம்மா என்று பொத்தென மீண்டும் தரையில் சரிந்து சுவரோடு அணைந்து உட்கார்ந்தாள். கால்களை மெல்ல நீட்டி, புடைத்துக் குட்டிப் பாம்பாய் நெளிந்த நரம்புகளை நீவியபடி கண்மூடிச் சிலகணங்கள் உட்கார்ந்து கிடந்தாள். அக்கா போன மாதம் சம்பளம் போட்டு டவுனுக்குப் போய், அவளுக்கென மலாய்க்கார போமோவிடம் சொல்லி, வாங்கி வந்து கொடுத்து தைலம் நினைவுக்கு வந்தது. மிக நல்ல தைலம். அக்கா அதை வீடு தேடி வந்து, ''ஏய் புள்ள... இந்தா... இத வச்சுக்க... எப்ப பாத்தாலும் காலு சுண்டி சுண்டி இழுத்துக்குதுனு சொல்லிகிட்டு இருக்க இல்ல... இன்னமே அது வந்தா ஒடனே இந்த தைலத்த உள்ளங்கைல கொஞ்சம் ஊத்தி அப்பிடியே வச்சு

பரபரன்னு சூடு பறக்க தேச்சுவுடு... கண்ண மூடி தெறக்கறதுக்குள்ள வலி பஞ்சா பறந்து போயிரும்டி புள்ள... மலாய்க்கார போமோ சொன்னாரு... என்னமோ அவுங்க சாமி மந்தரத்த சொல்லி... அது மேல ஊ ஊன்னு ஊதி குடுத்தாரு புள்ள... அவுரு நல்லா சாமி கும்புடர போமோ புள்ள... சக்தி உள்ளவருன்னு சொல்றாங்க...'' என்று வாசலில் நின்றபடி, கையைப்பற்றி, பாட்டிலைக் கைக்குள் வைத்து அழுத்தி, கண்களில் பாசம் வழிய நின்ற அக்காவை நினைக்க, குரலடைத்து மெல்ல விசும்பினாள். திரும்பி அக்காளைப் பார்த்தாள். உடலை எதிர்ப்புறம் திருப்பி, சுவரைப் பார்த்த ஒருக்களித்த நிலையிலேயே உடல் அதிர்ந்து அசைய எதையோ நினைவற்றுப் பினாத்திக்கொண்டிருந்தாள்.

கால்களில் வலி குறைதிருந்தது. சுவரில் கைகளை ஊன்றி மெல்ல எழுந்தாள்..நொண்டியபடி நடந்துகுசினி வாசலில் வந்து நின்றாள். குசினி விளக்கு வெளிச்சம் வெளி வாசலில் வடிகட்டிப் படர்ந்திருந்தது. அஞ்சடி வாங்கில் தலைகுனிந்து உட்கார்ந்த நிலையில் அம்மாவூட்டு கோபால். திடுமென அடுத்த தாக்குதல். நெஞ்சில் கைவைத்து அழுத்தி 'அம்மா உசுரு போவுதே' என்றபடி இருமத் தொடங்கினான். அவள் நிழல் நெருங்க, திரும்பிப் பார்த்தான். தலையாட்டி மீண்டும் இருமத் தொடங்கினான்.

''உள்ள வந்து படுங்க மாமா... குளுரு காத்துல இருமலு மோசமாயிரும்... கொஞ்சம் வர கோப்பி போட்டுட்டு வர்ரேன்... குடிங்க மாமா... இருமலு கொறயும்...'' என்றபடி குசினிக்குத் திரும்பிச் சென்று, அடுப்பை பற்றவைத்து, பானையில் தண்ணீரை நிரப்பி அடுப்பில் வைத்தாள்.

தொங்கவூட்டு கண்ணம்மா மத்தியானமே சோறு கறி ஆக்கிக் கொண்டு வந்து கொடுத்திருந்தாள். அவை வைத்தது வைத்த இடத்தில் ஆறிப்போய் ஈ மொய்த்து அப்படியே அடுப்படியில் கிடந்தன. அவற்றை ஒரு ஓரமாய்த் தள்ளி வைத்தாள். இனி யாரும் அதில் கை வைக்கப் போவதில்லை. வாசலில் நாயின் கொணப்பு கேட்டது. பின்னாலேயே கோபாலின் குரல் வந்தது. ''ஏ புள்ள அஞ்சல... தோ பாரு... வெள்ளச்சி வந்து பாத்துகிட்டு நிக்கிறா... கொஞ்சம் சோத்த போட்டு அனுப்பு...''

வழக்கமாய் அவளுக்குச் சோறு போடும் முத்தாயி முடங்கிப் போனதில், சில நாட்களாய் வாசலில் வந்து நின்று பார்த்திருந்து, பசியோடும் ஏமாற்றத்தோடும் வீடு திரும்பியிருந்தாள். கோயில் கூத்து மேடையினடியில் பிறந்து வளர்ந்து அங்கேயே தன் உடன்

பிறப்புகளோடும் பிற உறவுகளோடும் வாழ்ந்தும் வருகிறாள். ஒரு பொட்டு பிற நிற கலவைக்கூட இல்லாத தும்பைப்பூ போன்ற வெள்ளை நிறம். அதனாலேயே வெள்ளச்சியானாள்.

ஒருநாள் மதியம் வேட்டைக்காரர் மார்போடு அணைத்துப் போன குட்டிகளில் ஒன்றை வாங்கி ஆசையாய் வளர்த்த அந்த மணியை, குட்டி மேல் கொண்ட வஞ்சினத்தில், பழிவாங்க, பொய்யாமொழி வீம்புக்கு விஷம் வைத்துக் கொன்றபின், ஒருநாள் நாய்க்குட்டி யொன்றை மார்போடு அணைத்தபடி வந்து நின்ற குட்டியிடம், ‘‘என்ன குட்டி இது? நாய்குட்டியா? வேணா குட்டி... அதெல்லாம் இன்னமே வேணா குட்டி... ஆசயா வளத்து எமங்கிட்ட குடுத்துட்டு இன்னமே அழுவ என்னால முடியாது குட்டி... உசுர வச்சிர்ரோம்... ஒருநா சொல்லாமகொள்ளாம சடார்னு நம்மலவுட்டு போயிருதுங்க... மனசு ஒடஞ்சு போயிருது குட்டி... மணி போனத நெனச்சே எனக்கு இன்னும் மனசு ஆரல... இப்ப இது வேறயா? வேணா குட்டி... இன்ன வரக்கும் மணி கண்ணுலயே இருக்கான்... அப்பப்ப தூக்கத்துல வந்து நிக்கிறான்... டே மணி வாடா இங்கன்னு கூப்புட்டுகிட்டு பின்னாலயே ஓட்டமா ஓடறேன்... சடார்னு காத்து மாதிரி கலஞ்சு மறஞ்சுபோறான்... திடுக்குனு முழிச்சதும் கையி டக்குனு பக்கத்துல போயி தரய தடவி பாக்குது... அவன் இல்ல... மூச்சு தெணறுது... கண்ணு கலங்கிடுது... வூட்டுக்குள்ள எங்க பாத்தாலும் அவந்தான் நிக்கிறான் குட்டி...

‘‘இன்னக்கும் பொழுது போனா மங்குல சோத்த போட்டு எடுத்துகிட்டு வெளிய போயி நின்னு, ‘டே மணி வந்து சாப்புடுறான்னு’ சொல்லிட்டு திடுக்குனு முழிச்சு பாத்துகிட்டு நிக்கிறேன்... ஒடனே அவன் இல்லன்றது நெனப்புக்கு வந்து மனசு ஆடிப்போயிருது குட்டி... இன்னும் எத்தன நாளு இப்பிடி கஸ்டப்படணுமோ தெரில குட்டி... வேணா குட்டி... வேணா... இன்னமே இதுங்க எதுவும் நம்ம வூட்டுல வேணா குட்டி...’’ என்று நிமிர்ந்து, சுவரில் மாட்டியிருந்த மணியின் படத்தைப் பார்த்து நெகிழ்ந்தபடி, திரும்பி, ‘‘இன்னமே பொழுது போனா வூட்டு பக்கம் வந்து நின்னு, பசியோட எட்டி பாக்கற எதுனா ஒரு நாய்க்கு ஒருவா சோறு போட்டு நாலு வார்த்த நல்லா பேசி அனுப்பி வச்சா போதும் குட்டி...’’ என்று அவள் துயரத்துடன் செய்த பிரகடனத்தை, ஊன்றிக் கேட்டிருந்த குட்டி, அவள் கூறியதன் நியாயத்தை ஏற்று, கையோடு கொண்டு வந்திருந்த நாய்க்குட்டியைக் கொண்டுபோய், அவன் நண்பனிடமே ஒப்படைத்துத் திரும்பினான்.

அப்படி வந்து சேர்ந்தவள்தான் வெள்ளச்சி. அன்று முத்தாயி செய்த அந்தப் பிரகடனம் எப்படியோ கோயில் கூத்து மேடைக்கடியில்

படுத்திருந்த வெள்ளச்சியின் காதுக்கும் எட்டியிருந்தது. எப்படி என்பது புரியவில்லை. ஒருவேளை அவளுக்கு எதிரில் கருவறைக்குள் உட்கார்ந்து தினமும் அவளது பசித்த வயிற்றைப் பார்த்துக்கொண்டிருந்த அந்த மாரியாத்தா அன்றே அவள் கனவில் போய், ''ஏய் வெள்ளச்சி... என்னாடி தூக்கம்... கண்ண முழிச்சு பாருடி... நாளயலருந்து நீ அந்த முத்தாயி ஊட்டு முன்னால போயி நில்லுடி... இன்னமே அவ ஒனக்கு தெனமும் சோறு போடுவா...'' என்று உத்தரவு போட்டிருக்கலாம்.

மறுநாள், பொழுது போய், சொல்லி வைத்ததுபோல் அவள் வீட்டு வாசலில் போய் நின்று உரிமையுடன், 'ஏய் முத்தாயி... இங்க வா... இன்னமே அந்த முத்தாயி ஒனக்கு சோறு போடுவா... போன்னு... அம்மா சொல்லிச்சு... போ... போயி சோத்த எடுத்துகிட்டு வா... நாளு நாலு கொல பட்டினி... பசி உசுர புடுங்குது...' என்று கண்களால் கட்டளையிட்ட வெள்ளச்சியைப் பார்த்து ஒரு கணம் மெய்சிலிர்க்க திரும்பி, ''ஐயா குட்டி... இங்க கொஞ்சம் வா ஐயா... ஊட்டுக்கு யாரு வந்துருக்கா பாரு...'' என்ற குதூகலக் குரல், அவனையும் வாசலில் இழுத்து வந்து நிறுத்தியது. ''என்னா குட்டி ஐயா இது? நேத்து அம்மா ஒங்கிட்ட சொன்னது கோயில்ல படுத்து கெடக்கற இவ காதுல எப்பிடி வுழுந்துச்சு? என்னா செவடாலா வந்து நிக்கிறா பாரு...'' என்று கண்கள் விரியச் சொன்னாள். பின் ஏதோ யோசித்து நிறுத்தி, வாசலில் அப்பாவிபோல் நின்று பார்த்துக்கொண்டிருந்த வெள்ளச்சியை ஒரு கணம் கூர்ந்து நோக்கிப் பெருமூச்சுடன் தொடர்ந்தாள்.

''ஆமா குட்டி... இது அந்த அம்மா வேலதான்... அவ ஊட்டு புள்ளதான இவளும்... அவதான், நேத்தே இவ கனவுல போயி நின்னு, ''ஏய் வெள்ளச்சி நாளக்கி பொழுது போயி அந்த முத்தாயி ஊட்டு முன்னால போயி நில்லுடின்னு ரகசியமா சொல்லி அனுப்பி வச்சிருப்பா... நடுராத்திரில எழுந்து மானத்துல சுத்தி திரியற நம்ம சாமிங்க இந்த வாயில்லாத சீவனுங்க கனவுல போயி நின்னு பேசி சிரிச்சு வெளயாடிட்டு போவும்னு ஒங்க தாத்தா எப்பவும் சொல்லுவாரு...''

அந்த முதல் வருகைக்குப் பிறகு தினமும் பொழுதுபோய் அவள் வாசலில் வந்து நிற்பது வெள்ளச்சிக்கு அன்றாட நிகழ்வாகி விட்டிருந்தது. இப்போது ஆறு குட்டிக்குத் தாயாகியிருக்கிறாள். குட்டி போட்டு ஒரு மாதமிருக்கும். பல வண்ணங்களில் ஆறு குட்டிகள். கண் திறந்து அம்மாவின் மார்க்காம்பைத் தட்டுத் தடுமாறாமல் தேடிப் பிடித்து உறிஞ்சத் தொடங்கிவிட்டிருந்தன.

பால் கொடுப்பதால் தாய்க்குப் பசி அதிகரித்திருந்தது. இருட்டிய பின்பு பிள்ளைகளிடம் சொல்லிக்கொண்டு வீட்டிலிருந்து புறப்படும் வெள்ளச்சி, முத்தாயி வீட்டுக்குப் போகும் குறுக்குப் பாதையில் இறங்கி நாலாபுறமும் கவனித்தபடி மார்புக் காம்புகள் தொங்கி அசைந்தாட நடப்பாள்.

''வாடிம்மா வெள்ளச்சியம்மா... வா... வா... வந்துட்டியா? வாடி... இப்பிடி வாடி... இன்னக்கி கோழிகறிடீ... ஒனக்குனு தனியா சோத்தோட நாலு எலும்பு துண்டு எடுத்து வச்சிருக்கேன்... நல்லா சாப்புடுடீம்மா... புள்ள பெத்தவ... பசி தாங்கமாட்ட... புள்ளங்களுக்கு பாலு குடுக்கனுமில்ல... எப்படீ இருக்கானுங்கடீம்மா ஒம் புள்ளங்க? தத்தக்காபுத்தக்கானு நடப்பானுங்களே? ஒரு நாளக்கி அவனுங்கள கூட்டிட்டு வாடீம்மா... பாக்கணும்போல இருக்கு...'' என்று எப்போதும் சிரிப்போடு விசாரிக்கும் முத்தாயியின் முகத்தை எதிர்பார்த்து வெள்ளச்சியின் கண்கள் அலைமோதுவதைத் தவிப்புடன் பார்த்திருந்தான் கோபால்.

அவள் முகத்தைப் பார்த்து பல நாள் ஆகிற ஏக்கம் கண்களில் தெரிந்தது. 'அம்மாவுக்கு என்ன ஆச்சு?' என்று கேட்பதுபோல் இருந்தது. மீண்டும் உள் பார்த்துக் குரல் கொடுத்தான் கோபால். ''ஏய் அஞ்சல புள்ள... அங்க என்ன பண்ற? எத்தன நேரம் இவ பசியோட இங்க நிப்பா? சீக்கிரம் சோத்த எடுத்துட்டு வா...'' சாப்பிடாமல் அப்பிடியே கிடந்த அத்தனை சோறு கறியையும் ஒன்றாகப் போட்டு பிசைந்து எடுத்துக்கொண்டு வாசலுக்கு வந்தாள் அஞ்சலை. அவளைப் பார்த்த வெள்ளச்சியின் கண்களில் ஏமாற்றம். முகம் தொங்கியது. கண்களில் கலக்கம். நெருங்கி வந்து, ''ந்தா சாப்புடு'' என்று தன் முன் மங்கை வைத்த அவளை நிமிர்ந்து பார்த்துக் குரைத்தது. 'நீ யாரு இங்க புதுசா இருக்க? அந்த மவராசி எங்க? என்னா ஆச்சு அவளுக்கு? சொல்லு...' என்று அவளைக் கேட்பதுபோல் இருந்தது. அந்தத் துக்கத்திலும் அவள் முகத்தில் ஒரு புன்னகை. ''ஏ வெள்ளச்சி... எதுக்கு அவள ஏசற... ஒங்கம்மா தூங்கறா புள்ள... அவளுக்கு ஒடம்பு நல்லா இல்ல... வக்கிறத சாப்புட்டுட்டு போ... ஒம் புள்ளங்க அங்க, எங்க போன அம்மா இன்னும் வரலன்னு பாக்குங்க... சீக்கிரம் தின்னுட்டு போ...'' என்று செல்லமாய் அதட்டினான் கோபால்.

நாயின் குரைப்பு அரைத்தூக்கத்தில் இருந்த முத்தாயியை உசுப்பிவிட்டது. அன்றாடம் கேட்டு மனதில் பதிந்துபோன குரல். முனகலுடன் கண்களைக் கசக்கி திடுக்கிட்டதுபோல் எழுந்து உட்கார்ந்தாள் முத்தாயி. எதையோ தேடுவதுபோல் கண்களைச் சுழற்றினாள்.

சட்டென இரு கைகளையும் விரித்து மார்பில் ஓங்கிப் பலமுறை அறைந்தபடி அரற்றினாள். ''ஐயா குட்டி... என் ராசா... அம்மாவ வுட்டுட்டு எங்கடா போன? எங்கடா போன ஐயா?'' என்று அடிவயிற்றிலிருந்து பீரிட்டு வந்த அழுகையில் மீண்டும் உடைந்து நொறுங்கினாள்.

குரல் கட்டி கரகரத்து ஒலித்தது. மகன் காணாமலான நாள் தொடங்கி அடை மழையாய்த் தொடரும் அவளது அழுகை, மண் அரிப்பாய் அவளது குரலைத் தின்றுவிட்டிருந்தது. பாதாளக் கிணற்றுக் குள்ளிருந்து வருவது போன்றதொரு ஈனஸ்வர அழுகையொலி. உயிரின் வேர்களில் பிரிவின் பெருந்தீ மூண்டு எழ, எரிந்து கருகிச் சாம்பலாகும் தாயின் ஆற்றாமைக் குரல். எந்த சக்தியாலும் எதனாலும் ஈடுசெய்ய இயலாத உலக மாந்தரின் மாய வாழ்வு எதிர்கொள்ள நேரும் மாபெரும் இழப்பொன்றின் துயரத் தருணத்தில் உழன்று, உயிருடன் எரிந்து அணுவணுவாய்ச் சாம்பாலாகிக் கொண்டிருந்தாள்.

தனக்கு மிக அண்மையில் பிரவாகமாய்ப் பெருக்கெடுத்தோடும் அந்த பெருந்துயரத்தின் சாட்சியாய்த் தான் ஒருத்தி அங்கே நின்று கொண்டிருப்பதை அஞ்சலை ஆற்றாமையுடன் உள்வாங்கி நிலையழிந்து தத்தளித்தாள். தள்ளாடி நடந்து அவள் பக்கம் உட்கார்ந்து கைகளைப்பற்றித் தன் மடியில் வைத்து நீவியபடி, ''அக்கா... அழாதக்கா... குட்டிக்கு ஒண்ணும் ஆவாதுக்கா... வந்துருவாங்கா... அவன் வந்துருவாங்கா... நீ செஞ்ச புண்ணியம் அவன காப்பாத்துங்கா...'' என்று குரல் தழுதழுக்க நெகிழ்ந்து, உள்ளே தேங்கிக் கிடந்த அத்தனை துக்கமும் மடை திறந்த வெள்ளமாய் அக்கணம் பீரிட்டோட, கரை உடைந்து சிதறினாள்.

உள்ளே நடக்கும் இந்தத் துயர நாடகத்தைக் கண்கொண்டு பார்க்க முடியாத துயரத்தில் கண்கள் கலங்க எழுந்த அம்மாவூட்டு கோபால், கொடியில் கிடந்த துண்டை உருவித் தோளில் போட்டு, லயத்து நடைபாதையில் இறங்கி நடந்து இருளுக்குள் மறைந்துபோனான்.

●

பத்து நாட்களாகப் பகலெல்லாம் அம்மாவூட்டு கோபால் வீட்டு வாசலில் உட்கார்ந்து கிடந்த லயத்து சனங்கள் தூக்கமின்றிப் பாயில் புரண்டுகொண்டிருந்தனர்.

காணாமல்போன குட்டியின் நினைப்பு அவர்களை விடாமல் துரத்தித் தொந்தரவு செய்துகொண்டிருந்தது. அம்மாவூட்டு

கோபால் லயத்து தொங்கல் வீட்டிலிருந்த கண்ணம்மா, தன் உடலைப் பாயில் கிடத்தாமல் இன்னமும் சுவரில் சாய்ந்து உட்கார்ந்துமுத்தாயியின் துயரை நினைந்து அடக்கி விசும்பிக் கொண்டிருந்தாள். அறையென்று ஏதுமில்லாத அந்தச் சின்ன கூட்டில் நான்கு பிள்ளைகளோடு வாழ்வதின் சிரமம் இப்போதெல்லாம், கண்ணை மூடிக் கடந்துபோகும் பிரக்ஞையற்ற ஒரு அன்றாடச் செயல்பாடாக ஆகிவிட்டிருந்தது.

இரவு நேரப் படுக்கை-பத்தடிக்குப் பத்தடி சதுர திறந்தவெளி வரவேற்பறையில் பாயை விரித்துப்போட்டு நெருக்கிச் சுருண்டு கொள்வது. கண்ணம்மா நிமிர்ந்து, எதிர்ச் சுவரோரம் கட்டி அணைத்தபடி பாயில் சுருண்டு தூங்கும் தனது நான்கு பிள்ளைகளைப் பார்த்துப் பெருமூச்செரிந்தாள்.

எழுந்து ஓசை எழாமல் கதவைத் திறந்துகொண்டு வெளி வாசலில் வந்து நின்றாள். குளிர்க் காற்று சரேலென அவளைத் தொட்டுச் சிலிர்க்க வைத்து நகர்ந்துபோனது. வழியில் போன நாயொன்று நின்று பார்த்து, 'ஏய்... கண்ணம்மா புள்ள... இந்த நேரத்துல இங்க வாசல்ல என்னா பண்ற? தூக்கம் வல்லியா? போ... போ... போயி தூங்கு... பொரட்டு மணிக்கு எழுந்திருக்கனுமில்ல?' என்று கரிசனத்துடன் உத்தரவு போட்டு வாலையாட்டி ஓட, திரும்பி, முன்னால் நீண்டு கிடந்த லயத்தை எதிர்கொண்டாள். அரை இருளில் கண்தொடும் எல்லைவரை நீண்டு கிடந்த திறந்தவெளி, அஞ்சடியில் நடுவாய் வரிசையில் நின்ற தூண்களில் மாட்டப் பட்டிருந்த லாந்தர் விடிவிளக்குகள் சிந்திய அரைகுறை மஞ்சள் ஒளியில் வேற்றுலகமாய் விரிந்திருந்தது.

லயத்துக்கு எதிரே இருளில் நனைந்து கோட்டோவியமாய் நின்ற தென்னந்தோப்பிலிருந்து, பகல் நேரத்தில் இல்லாத, ஏதேதோ சத்தங்கள். மனதை, அது கிடந்து உழலும் துன்பச் சுமையிலிருந்து விலக்க, கண்களைக் கூராக்கி, இருளைத் துளைத்து, தோப்புக்குள் வீசினாள். காதுகளைக் கவனப்படுத்தி ஒலிக்கூறுகளை உள்வாங்கினாள். பலமுறை கேட்டிருந்தும் அவளால் அவற்றைத் தனித்தனியாகப் பிரித்து வைத்து ஒவ்வொன்றையும் அடையாளம் சொல்ல இன்னமும் முடிவதில்லை, ஒருசிலவற்றைத் தவிர. ஒன்றோடொன்று பின்னிப் பிணைந்து ஒற்றைச் சரடாய் உருமாறிய ஒலிக்கூறுகளின் தொகையாக அவை எழுந்து வந்தன.

தூக்கலாய் வந்த சில்வண்டுகளின் ரீங்கரிப்பைச் சுலபத்தில் கண்டுகொள்ள முடிந்தது. பொழுதுபோகத் தொடங்கி கருக்கல்

வரை நீளும் கானாங்கோழியின் குரல் அடையாளம் தெரிந்தது. கோரஸாய்க் கேட்கும் அதன் இடைவிடாத குவேக்... குவேக்... மனப்பாடமாகியிருந்தது. தென்னை மரத்தின் தலையில் மட்டைகளின் இடுக்குகளில் குடித்தனம் நடத்தும் நூற்றுகணக்கான மைனாக்களின் ஆரவாரம் ஓய நடுநிசயாகிவிடுகிறது பல நாட்களில். இன்று புதிதாய் அடையாளம் பிடிபடாத வேறொரு பறவையின் கிரீச்சிடல் கவனத்தை ஈர்க்க, உற்றுக் கேட்டாள். ரசிக்கும்படியாய் இல்லை. இடைவெட்டாய் வந்தது கோட்டானொன்றின் அலறல். பின்னணியில் கேட்டபடியிருந்த போங் தவக்களைகளின்* ஒருமித்த கோரஸ் பாடல் மழை வரலாம் எனச் சொல்லிக்கொண்டிருந்தது. உடலை உரசிப்போன காற்றைச் சோதித்தாள். குளிர்ந்திருந்தது. அண்ணாந்து இருண்ட வானத்தைப் பார்த்தாள். மின்னலொன்று விரைந்து கிளைவிட்டு மேற்காய் ஓடி மறைந்தது. மழையின் முன்னோட்டம்தான் என எண்ணிக்கொண்டாள். 'வரட்டும்... வந்து கூர தகரத்துல தபதபன்னு ஊத்தட்டும்... காங்க போயிரும்... புள்ளங்க குளுருக்கு நல்லா தூங்கும்...'

மீசைக்கார சிங்காரம் வீட்டுவாசலில் மூங்கில் கூடைக்குள்ளிருந்து வரும் ஆட்டுக்குட்டியின் பசிக்குரல். பக்கமே கட்டில் போட்டு படுக்கை போட்டிருந்த அவனது அம்மாக்காரி முனியம்மா, ''ஏய் சத்தம்... மூடிகிட்டு தூங்கு...'' என்று அதட்டுகிறாள். வெளி வாசலில் அவள் படுக்கைபோட்டு பல ஆண்டுகள் ஆகின்றன. மருமகளோடு ஒத்துப்போக முடியாமல் போனதன் பலன் அது.

இரவில் அவள் தூங்குவது அபூர்வம். அவளுக்கு உற்ற துணையாக அவளோட எப்போதும் இருப்பது வெற்றிலை உரலும் அதன் நங்நங் சத்தமும் கருப்பா எனும் ஒரு நாய்க்குட்டியும் மட்டுமே.

சக மனிதர்களுடனான உறவை அவள் கசந்து நிராகரித்திருந்தாள். தான் பெற்ற பிள்ளை ஒருநாள் இரவில் இந்த அஞ்சடி வாசலில் கொண்டு வந்து கட்டிலைப் போட்டு, ''ந்தா இன்னமே நீ இங்கயே இருந்துக்க'' என்று முகம் பார்க்காமல் சொல்லிப் போன தருணம், அவள் மனித உறவுகளை முற்றிலும் வெறுத்துத் துறந்துவிட்டிருந்தாள்.

அவளது உரையாடல் என்பது, இரவும் பகலும் துணைக்கிருக்கும் கருப்பனோடும் காலையில் இரை பொறுக்க கூச்சலிட்டுப் பறந்து திரியும் சிட்டுக்குருவிகளோடும், போகிறபோக்கில் நின்று குரைத்து 'என்ன பாட்டி? எப்படி இருக்க?' என்று அக்கறையோடு குசலம்

* மழைக்காலத் தவளைகள்

விசாரித்து ஓடிப்போகும் தெருநாய்களோடும், மேச்சலுக்கு குச்சிக் காட்டில் சுற்றித் திரியும் ஆடுகளோடும் கோழிகளோடும் என்று தன்னை எவ்விதத்திலும் காயப்படுத்தாத பாதுகாப்பான சிறு வட்டத்து வேற்றுலக ஜீவராசிகளின் உறவுகளுக்குள் அடங்கிய ஒரு சிற்றுலகமாகக் குறுக்கிக்கொண்டிருந்தாள்.

எதிர்கொள்ளும் ஒரு நாளின் மிக நீண்ட வெறுமைப் பொழுதின் பெரும்பாலான தருணங்களை, காலை நீட்டிப் போட்டு, சுவரில் உடல் சரித்து, பல் போன பொக்கை வாயில் வெற்றிலையைக் குதப்பியபடி, இரண்டு கண்களிலும் புரை படிந்தும் அதிசயமாய் இன்னும் பார்வையை முழுமையாய் மறைத்திராத, கண்ணுக் கெட்டிய தூரம் வரை விரிந்து பரந்து கிடக்கும் தென்னந்தோப்பில், மலைக்காட்டிலிருந்து இறங்கி வந்த குளிர் காற்றின் சுகமான வருடலில் சிலிர்த்தெழுந்து தலைவிரித்தாடும் தென்னை மரங்களின் சந்தோஷ ஆரவாரத்தில், தன்னிலை இழந்து, கலந்து கரைந்து லயித்துக் கிடப்பாள்.

ஒரு பழைய நைந்து கிழிந்த கோரைப் பாய். தலைக்கு எச்சிலூறிஅழுக்கேறிய ஒரு பஞ்சுத் தலையணை. அதே வகையான ஒரு பீத்த போர்வை. கட்டிலுக்கடியில் துணிப்பையில் இரண்டு கைலிகள், இரு ரவிக்கைகள். தலைமாட்டுக்கு மேலே கொடியில் குளித்துத் துவட்டிக் காயவைத்த துண்டு ஒன்று. படுத்தவாக்கில் கை நீட்ட, நாற்காலிமேல் அகப்படும் மூடி இல்லாத ஒரு மஞ்சள் குவளை. வழக்கமாய் ஈ மொய்த்து அதில் ஒன்றிரண்டு, மீந்த வரக் கோப்பியைக் குடிக்க இறங்கி மூழ்கிச் செத்துக் கிடக்கும். மருமகள் முகத்தை வேறெங்கோ வைத்து, கோழிகூவக் கொண்டு வந்து வைத்துப் போகும் வரக்கோப்பி. அதனையொட்டி ஒரு தகர சோத்து மங்கு. கட்டிலுக்கடியில் கைக்கெட்டும் வாட்டத்தில் வெற்றிலை எச்சிலைத் துப்புவதற்கென பால்டின் குவளை ஒன்று. குசினிக்குப் பின்புறமிருக்கும் தகர தடுப்புக்குள், அடிக்கடி முட்டிக்கொண்டு வந்து தொந்தரவு பண்ணும் ஒண்ணுக்குப் போகவும், பொழுது அமர குளிக்க சுடுதண்ணி போட்டுக் கொடுப்பதை மருமகள் என்றோ நிறுத்திவிட்டதால் காலையிலேயே வெயிலில் வைத்துச் சூடேற்றிய நீரில் மதியம்போல் குளிக்கப்போகவும், பொழுது விடிய துண்டை உதறித் தலையில் முக்காடு போட்டு, வாயில் துண்டு சுருட்டைப் பற்றவைத்து இழுத்தபடி நாலு லயங்கள் கடந்து குச்சிக்காட்டு விளிம்பில் கித்தாதோப்புக்குள்ளிருக்கும் கக்கூசுக்குப் போகவும் உதவியாய் ஊன்றி நடக்க ஒரு மூங்கில் தடி எப்பவும் கட்டிலையொட்டி விசுவாசமாய்க் காத்திருக்கும்.

ஏனோ, இன்று வெற்றிலை உரலோசை இதற்குள் ஓய்ந்து விட்டிருந்ததை எண்ணி ஆச்சரியப்பட்டாள் கண்ணம்மா. 'என்ன இன்னக்கி ஒரலு சத்தத்த காணோம்...?' அதை, வெறுமனே இரும்பு உருளைக்குள், உள்ளங்கைக்குள் அடங்கிய ஒரு இரும்புத் துண்டு மோதி உராய எழும் அர்த்தமற்ற ஓசையாகவே பலநாட்கள் எண்ணியிருந்தாள். இதேபோன்றதொரு இரவில் அவள் சற்றும் எதிர்பார்த்திராத ஏதோவொரு தருணத்தில் சட்டென அதனுள் குதித்துவிட்டிருந்தாள். ஒருகணம் இன்னதென்று பிடிபடாத குழப்பத்தில் திடுக்கிட்டு நின்று, மீண்டும் மீண்டும் அதனுள் புகுந்து மனத்துரட்டியால் ஆழத் துழாவினாள். ஒரு கட்டத்தில் அதன் நெகிழ்வான ஓரிடத்தை மனம் தொட்டுவிட, பட்டென வழி திறந்து அவளை உள்ளிழுத்துக்கொண்டது. ஒப்பாரி ஓலம். இழவு விழுந்த வீட்டில் ஏதோவொரு பிணத்தின் முன் கிழவிகள் கூடி உட்கார்ந்து, தங்கள் வாழ்வுத் துயரத்தை நினைந்துமாரடித்து அழுது அரற்றும் ஒப்பாரிப் பாடல் நினைவிலாடியது. மீண்டும் காதைக் கூராக்கி உற்றுக் கேட்டாள். அரை இருளின் மறைவில், உடம்பை வீட்டுச் சுவரில் சரித்து, காலை நீட்டிப்போட்டு உட்கார்ந்து வெற்றிலை இடிக்கும் கிழவியின் உரலிலிருந்து அக்கணத்தில் எழுந்து வந்தது அவளது மனத் துயரம் ஏந்திய ஒப்பாரிப்பாடல் என்பதைக் கண்டுகொண்டிருந்தாள்.

அது பொருளற்ற வெற்று ஓசையின் கோர்வையல்ல. கைவிடப் பட்ட ஒரு தாயின் தீராத உள்ளத்துச் சோகத்தின் கையறுநிலையில் வேர்கொண்டு கிளைத்தெழுந்து பீச்சியடிக்கும் ஆற்றாமையின் ஒலி வெள்ளம் அது என்பதை உணர்ந்துகொண்டாள். ஆச்சரியப் பட்டாள். 'இது எப்பிடி முடியுது இந்த முனியம்மா பாட்டியால? ஒரு சின்ன வெத்தல ஒரலுக்குள்ள எப்பிடிஅவளால அவ மனச அப்பிடியே கவுத்துபோட்டு ஒலக்கயால சும்மா லொட்டு லொட்டுனு தட்டிஅத எப்பிடி எழுப்பி காத்துல பறக்க வக்க முடியுது?'

பல இரவுகளின் நிசப்த இருளுள் வெற்றிலை உரலுக்குள் முனியம்மா பாட்டி தட்டியெழுப்பும் அந்தச் சிதறுண்ட மன உலகம் நீண்டு வந்து தனக்கான உலகமாகவும் உணர்வுத் தளத்தில் இணைந்துகொள்ள, தத்தளித்து நிலைகுலைந்து நின்றிருக்கிறாள். ஒருமுறை அத்தகையதொரு தருணத்தில், தன்னுள் தன்னிச்சையாய் நிகழ்ந்த நெகிழ்வின் உச்ச விரிவில் அல்லாடி, நாடிநரம்புகள் அதிர்வுற ஓடி, வெத்தலை பாட்டியின் பக்கம் சட்டெனக் குத்துக்காலிட்டு உட்கார்ந்து, அவளது காய்ந்து வறண்ட கரம்பற்றி மடியில் வைத்துக் கண்கலங்கியபடி வருடினாள். ''என்னடி புள்ள? என்ன ஆச்சு? எதுக்கு அழுவர?'' என்ற முனியம்மா பாட்டியின்

கேள்விக்கு என்ன பதில் சொல்வது என்று தெரியாமல், ''ஒண்ணுமில்ல பாட்டி...'' என்று சமாளித்தாள்.

அவன் போய்ச் சில வருடங்கள் ஆகிற நிலையிலும் அவளால் இன்னமும் அவனை மனதால் பூரணமாய்க் கடந்து செல்ல முடிந்திருக்கவில்லை என்பதை அவளிடம் அறைகூவிச் சொல்லிச் செல்கிறது, நாளின் ஒவ்வொரு நகரும் கணமும். இளமையின் ஆழத்துள் வேர்கொண்டு கைக்கு அடங்காமல் திமிறி எழுந்து ஆர்ப்பரிக்கும் அடர் இச்சைகளின் உக்கிரத்தை எதிர்கொள்ளும் ஒவ்வொரு நீண்ட நிசப்த இரவும், அவளது கொலைக்களமாக மாறிவிட்டிருந்தது. அவனோடு வாழ்ந்த நாட்களின் அவனது இரவு நேரத் தொடுதலின் சுகம் நினைவில் ஊசலாட, நரகத்துள் புழுவென நெளிந்து துடித்துப்போகிறாள்.

மிகுந்த விருப்பத்துடனே, ஓரளவு படித்திருந்த அவன், இரண்டாம் உலக யுத்தத்தின் பிறகான ஆங்கில அரசின் தீவிர ஆள் சேர்ப்பில் மலாயா ராணுவத்தில் இணைந்திருந்தான். சேர்ந்த சில மாதங்களிலேயே ஆப்பிரிக்காவில் இருக்கிற காங்கோ நாட்டில் உள்நாட்டுக் கலவரம். இனங்களுக்கிடையிலான ரத்தக்களரி. மலாயா அரசாங்கம் அங்கு அனுப்பிய சமாதானப் படையில் அவனும் இருந்தான். போனவன் சில மாதங்களில் பிணமாக வந்தான். இப்போது வீட்டுச் சுவரில் தொங்கும் போட்டோவில் ராணுவ உடையில் கம்பீரமாக நிற்கிறான். கேப்டன் கணபதி சுந்தரேசன். இப்போது அவனது போட்டோவை அலங்கரிக்கிறது, அவனது வீரத்தையும் தியாகத்தையும் பாராட்டி அரசாங்கம் வழங்கிய வீரப்பதக்கம்.

அவன் நினைவுடன் எப்போதும் இணைந்தே வந்துவிடுகிறது அந்த ஒரு பாடல். அவன் நினைவாக அவன் அவளிடம், நினைவுச் சரடில், உயிருள்ளவரை உதிராத கண்ணியாக, கொடுத்துச் சென்ற உன்னதப் பரிசு. அப்பாடல் கடல் கடந்த தொலைதூரக் கானகப் பிரதேசத்திலிருந்து ஒரு பகல் பொழுதில் அவன் அவளுக்கெனக் காற்றில் அளையவிட்ட அன்பு முத்தம். காணாமல் போயிருந்த குட்டி இப்போது இருந்திருந்தால், ஒருவேளை இன்றும் அந்தப் பாடல் காற்றில் அசைந்தாடி வந்திருக்கும் என்பதைத் துக்கத்துடன் நினைவுகூர்ந்தாள்.

அவன் ஆப்ரிக்காவுக்குப் புறப்பட்டுப் போய்க் கொஞ்ச நாளில், ஒரு பிற்பகலில் முதல்முறை அந்தப் பாடல் வானொலியில் குச்சிக்காடு முழுக்க அவளுக்கான அவனது விருப்பப் பாடலாக ஒலித்தது.

ஆப்ரிக்காவிலிருந்து ரங்காயான் மேரா தமிழ் வானொலி நேயர் விருப்ப நிகழ்ச்சிக்கு வந்த அவனது நேயர் விருப்பம். அன்று பாட்டு முடிய தோட்டமே அவள் வாசலில் வந்து நின்று கேலி பண்ணியது. அவள் நாணத்துடன் முறுவலித்து, ''போங்க... போங்க... இப்ப என்னா ஆச்சுன்னு இப்பிடி கூட்டமா வந்து என்ன நோண்டறீங்க?'' என்று சந்தோசமாய்ச் சிணுங்கினாள். அவனது அன்பும் அவள் மேல் அவன் கொண்டிருந்த பெருங்காதலும் அன்று வானொலியில் வழிந்தோடியதைக் கண்டு கொண்ட அந்த அருந்தருணம், அவளது வாழ்வின் மகத்தான தருணங்களில் முதன்மையானதாகி விட்டிருந்தது. வீட்டு வாயிற்படியில் ஒருக்களித்து நின்றபடி, பக்கத்து வீட்டு ரேடியோவிலிருந்து வந்துகொண்டிருந்த அந்தப் பாடலைக் கேட்டுக்கொண்டிருந்த அந்த மதியப் பொழுதில், அவள் பல நாட்களாய் உள்ளே புதைத்துப் புழுங்கிய காதலின் ஆற்றொணா பிரிவுத் துயர், ஒருகணம் காட்டாறாய்ப் பெருக்கெடுத்து நாடிநரம்பு களிலெல்லாம் அமிலமாய்க் கொந்தளித்தோடிக் கரைகடக்க, நொறுங்கி உடைந்துஅவள்அப்படியே தரையில் சரிந்து உட்கார்ந்து குலுங்கி அழுததை, அவள் இப்போதெல்லாம் அடிக்கடி தன் கனவிலேயே கண்டு திடுக்கிட்டு விழித்தெழுந்து, சுற்றுமுற்றும் பார்த்து, சட்டென நிமிர்ந்து, எதிர்ச் சுவரிலிருக்கும், விடிவிளக்கின் மங்கிய ஒளியில் மயங்கித் தெரியும், அவனது நிழற்படத்தில் சிலகணங்கள் நிலைகுத்திவிடுகிறாள். ஒருமுறை, அதே கனவின் பின்பான தருணத்தில், கண்கள் அதில் நிலைகுத்தி நின்றிருக்க, நிழற்படத்திலிருந்த அவனது கண்கள் மெல்ல மூடி திறப்பதைக் கண்டு வீரிட்டலறி எழுந்து உட்கார்ந்தாள். அன்றுமுதல் தன்னை விடாமல் துரத்தும் அதே கனவின் இறுதியில் வந்துவிடும் விழிப்பில் சட்டென நிமிர்ந்து, எதிரில், தன் மேல் கண்கள் பதிந்திருக்க நின்றிருக்கும் அவனது கண்களை நேர்கொள்வதை அவள் தவிர்த்து விட்டிருந்தாள்.

தன் அம்மா முத்தாயியோடு பலநாள் மல்லுக்கு நின்று கெஞ்சிக் கூத்தாடி போராடி வாங்கிய கிராமபோன் பெட்டி வீட்டுக்கு வந்த அன்று, குட்டி, கையில் எதையோ வைத்து மறைத்தபடி முகத்தில் புன்சிரிப்புடன் தன் வீட்டுவாசலில் வந்து ஒருக்களித்து நின்றதைப் பார்த்து, ''என்ன குட்டி? என்ன ஒரு மாதிரியா நிக்கிற? கைல என்னமோ வச்சிருக்கபோல இருக்கு?'' அவன் மறைத்திருந்ததைப் புன்சிரிப்புடன் அவள் முன் நீட்டினான். அவள், ''என்ன குட்டி இது?'' என்றபடி அதைக் கையில் வாங்கி ஆவலுடன் பார்த்தாள்.

இதுவரை அவள் அதுபோல் ஒன்றை எங்கும் பார்த்ததில்லை. வட்ட உலோகத் தட்டின் ஒரு பக்கத்தில் ஒரு நாய் உட்கார்ந்து வாய் பிளந்து

குரைப்பது போன்ற ஒரு படம் பொறித்திருந்ததைச் சுட்டி, ''இது என்னா படம் குட்டி? எதுக்கு இந்த நாயி இப்பிடி வாய பொளந்து கொலக்குது?'' என்றாள். அவன் சிரித்தபடி அதைக் கையில் வாங்கி, ''இதான் கிராமபோன் ரிக்கார்டுக்கா... இத பாட்டு பொட்டில வச்சு சுத்த வச்சா பாட்டு வரும்... இந்த ரிக்கார்டுல என்னா பாட்டு இருக்கு தெரியுமாக்கா?'' அவள் கண்களை ஆவலுடன் பார்த்து நின்றான். அதில் ஒரு குறுகுறுப்பு. எதையோ சொல்ல நினைத்து, சொன்னால் அது தவறாகிவிடுமோ என்னும் தயக்கம். அவன் அவளது சங்கடத்தை ரசித்தபடி, கண் சிமிட்டி, ''ஓம் புருசனுக்கு ரொம்ப புடிச்ச அந்த பாட்டு இதுக்குள்ள இருக்குக்கா... நேத்து பூரா சுங்கப்பட்டாணில மண்டய பொளக்கர வெயில்ல அலஞ்சு திரிஞ்சு ஒனக்குனே தேடி வாங்கிட்டு வந்தங்கா...'' அவள் சட்டென உடைந்து அவன் கைகளைப் பற்றிக்கொண்டாள்.

அன்று இரவே லயம் ஓய்ந்து உட்கார்ந்து கதை பேசிக்கொண்டிருந்த வேளையில், குட்டி முதன்முதலாக அந்தப் பாடலை, முதல் பாடலாக தனது கிராமபோனில் சுழலவிட்டான். சீர்காழியின் கணீர் குரலில், 'சித்திரமே... சித்திரமே... சிரிக்க கூடாதா...? சிறிது நேரம் அருகில் நீயும் இருக்க கூடாதா...?' காற்றில் கரைந்தோடியது. எங்கோ ஆப்பிரிக்க கண்டத்திலுள்ள ஒரு அடர் காடொன்றில், என்றோ ஒருநாள் இரவில் தனது பாக்கெட்டில் பத்திரமாய்ப் பாதுகாத்து வைத்திருக்கும் தன் மனைவி கண்ணம்மாவின் போட்டோவைக் கையிலேந்தி ஏக்கத்துடன் அவன் முணுமுணுத்த பாடல் அது என்பதை நினைத்து மனம் நெகிழ, மௌனத்தில் உறைந்து நின்று அதில் லயித்துக் கிடந்தது லயம்.

அவனது அந்தக் கடைசி ஊர்வலத்தையும் அவர்களில் எவரும் மறந்திருக்கவில்லை. அது இதுவரை இந்தத் தோட்ட மண்ணில் எவருக்கும் கிடைத்திராத மரியாதை என்பதை அவர்கள் பெருமையுடன் ஒவ்வொரு மரண வீட்டிலும் பேச்சுவாக்கில் நினைவுகூர்வதைப் பார்க்கமுடிகிறது. ''அந்த மாதிரி ஒரு சாவ இது வரக்கும் நா இந்த சுத்துவட்டாரத்துல எங்கயும் பாத்ததில்லப்பா... எத்தன பெரிய கூட்டம்... மிலிட்டரிகாரங்க... கவர்மென்ட் தலவருங்க எல்லாம் மாலையோட வந்து நின்னு மரியாத செஞ்சது இன்னக்கும் கண்ணுல அப்பிடியே நிக்குதுப்பா...''

''அம்மா நீ எதுக்கும் கவலப்படாதம்மா... நம்ம தாத்தா பாட்டி அப்பா அம்மா எல்லாம் இந்த தோட்ட மண்ணுல காலங்காலமா ரத்தத்த சிந்தி பொன்ன வெளய வச்சு இந்த நாட்ட ஒசத்தி வச்சிருக்காங்க... ஆனா அத எல்லாத்தயும்விட ரொம்ப பெருசு

இந்த நாட்டுக்காவ ஒம் புருசன் குடுத்த உசுரும்மா...'' என்றபடி திரும்பி, தன் பின்னால் நின்று குறிப்பு எடுத்துக்கொண்டிருந்த பத்திரிக்கை நிருபரை ஓரக்கண்ணால், ''என்னப்பா? எல்லாத்தயும் சரியா குறிச்சிக்குட்டயா?'' என்று சாடையால் வினவி, புன்சிரிப்புடன் மீசையை நீவி, தொடர்ந்தார், கோலாலம்பூரிலிருந்து வந்திருந்த தமிழர்களின் அரசியல் கட்சியான மலாயா இந்தியன் காங்கிரஸின் தலைவர்.

''அந்த தியாகியோட குடும்பத்த நல்லா பாத்துக்கறது இந்த அரசாங்கத்தோட கடமம்மா... எங்க கட்சியோட பொறுப்பும்மா... நீ எதுக்கும் கவல படாதம்மா... நா கோலாலம்பூர் போன மொத வேலயா... அரசாங்கத்துகிட்ட பேசி ஒனக்கு தேவயான ஒதவி எல்லாம் செய்ய ஏற்பாடு பண்றம்மா... நீ எதுக்கும் கவலபடாதம்மா...'' என்று அழுது நின்ற கண்ணம்மாவின் கைகளைப் பிடித்து ஆறுதலாய்த்தடவிச் சொன்ன வார்த்தைகள், மறுநாள் அத்தனை தமிழ்ப் பத்திரிக்கைகளிலும் முதல் பக்கத்தில் கொட்டை எழுத்தாக பிரசுரமாகியிருந்ததைத் தோட்டமே பெருமையுடன் பார்த்து மகிழ்ந்தது- 'நம் தலைவரின் தயாள குணம்-நாட்டுக்காக உயிரைக் கொடுத்ததியாகியின் மனைவிக்குத் தலைவரின் உதவிக்கரம்.' அதன் கீழ் ஒரு பெரிய புகைப்படம். இறப்பு வீட்டில் கண்ணம்மாவிடம் அவர் 500 வெள்ளிக்கான காசோலையை வழங்கிய காட்சி.

அன்றோடு எல்லாம் முடிந்தது. போனவர் போனவர்தான். இன்று வரை அவரிடமிருந்து எந்தப் பதிலும் இல்லாத நிலையில், ஒருநாள் குட்டியப்பன் ஏதோ யோசனையுடன் வாசலில் வந்து நின்றதைப் பார்த்து, 'என்னடா குட்டி? என்னமோ கேக்க நெனக்கிறபோல இருக்கு?' என்று அவன் முகத்தை நோக்கினாள். அதில் ஊடாடிய கோபம் அவளைத் திடுக்குறச்செய்தது. ''எனக்கு அன்னக்கே தெரியுங்கா... அந்த தலவரு அவரோட பத்திரிக்கல ஊரு மெச்சிக்க தன்னபத்தி சேதி வரனும்னு ஒங்கிட்ட பச்சையா புளுகுரான்னு அப்பவே மனசுல சுர்ருன்னு பட்டுச்சுக்கா... அப்பவே அவனோட சட்டைய புடிச்சு ஆட்டி ஓங்கி ஒரு அர வுடனும்னு இருந்துச்சுக்கா... நறநறன்னு பல்ல கடிச்சு கோவத்த அடக்கிகிட்டங்கா... அந்த கூட்டத்துல நா வேற என்னா பண்ண முடியுங்கா? நம்ம பேர சொல்லி பொழப்பு நடத்தற குள்ளநரிங்க அவனுங்கனு எனக்கு ரொம்ப நாளக்கி முன்னயே தெரியுங்கா... நா கொஞ்சம் படிச்சவன் இல்லயா?''

தனது துயரத்தைப் புரிந்து அதில் பங்கும் கொண்ட அந்த செல்லத் தம்பி குட்டி இன்று இல்லை. ''டே குட்டி... இங்க வாடா ஐயா...''

என்றதும் ஓடி வந்து ''என்னக்கா வேணும்... கடக்கி போவணுமா? என்னக்கா வாங்கணும்?'' என்று பவ்யமாய்ச் சிரித்து நிற்கும் தனது உடன்பிறவாச் செல்லத் தம்பி சென்ற இடம் தெரியாமல் தவித்துக் கிடக்கும் இந்த இரவில், அவனில்லாமல் ஒலிக்காமல் போன அந்தப் பாடலும் விஸ்வரூபமெடுத்து அவளைச் சூழ்ந்து நின்று சூறைக்காற்றாய்ப் பேரிரைச்சலுடன் சுழன்று திணறடித்தது. மூச்சை இறுக்கிப் பிடித்து மறுகினாள். கண்கள் சிவந்து கலங்கியது. ''எங்கடா போன தம்பி? அம்மா அப்பா அக்காவ இப்படி தவிக்க வச்சிட்டு எங்கடா போன தம்பி?'' என்றபடி திரும்பி, முத்தாயி வீட்டுவாசலை நோக்கிக் காலடி வைத்தாள்.

நிலைகுலைந்து அப்படியே பாதி வழியில் குத்துக்காலிட்டு உட்கார்ந்து, மகனைப் பிரிந்த அந்தத் தாயின்,காற்றில் அலையடித்து வந்த ஆற்றொணாத் துயர வெள்ளம், கணவனை நாட்டுக்குப் பறிகொடுத்து அவளது அடியாழத்தில் புதையுண்டு எரிமலையாய்க் குமுறிக் கொந்தளித்துக்கொண்டிருக்கும் பிரிவுத் துயரில் ஒரு புள்ளியில் சந்திக்க, எல்லாம் வெடித்துக் கிளம்பி மேலேறி வந்து அழுகையாய் பீரிட்டடிக்க, உடைந்து சிதறினாள்.

அப்போதும் அவன் எதிரில் வந்து நின்றான்.

ஆறடி உயரத்தில் ஒட்ட வெட்டிய தலை முடி. நல்ல கருப்பு. ராணுவ உடைக்குள் மிடுக்குடன் வாளிப்பான உடம்பு. உதடுகள் பிரிய பளிச்செனத் துலங்கும் பற்கள். மலர்ந்த முகத்தில் நிரந்தரமாய்க் குடி வந்துவிட்ட அரை சிரிப்பு. அதில் ஒட்ட வைத்தது போல் நன்கு கத்தரித்து அழகு செய்யப்பட்ட மீசை. குறுகுறுப்பு மினுங்கும் கண்கள். அவள் நீர் திரையிட்ட கண்களூடாய் அவனைப் பார்த்தபஐ, உடல் அதிர்ந்து குலுங்க, ''எங்கயா போன நீ இத்தன நாளா? என் கருப்பு ராசா... என்ன இங்க இப்பிடி தனியா தவிக்க விட்டுட்டு எங்கயா போன நீ?'' என்று குரல் தழுதழுத்து மீண்டும் உடைந்தாள்.

அலுத்து உறங்கிய லயத்து சனங்கள் திடுக்கிட்டு எழுந்து உட்கார்ந்து, ''யாரது? இந்த நேரத்துல அழுவறது? நம்ம கண்ணம்மா புள்ள கொரலு மாதிரில்ல இருக்கு...?'' என்றபடி கதவைத் திறந்துகொண்டு, லாந்தர் விளக்கைத் தலைக்கு மேல் தூக்கிப் பிடித்துவாசலில் வந்து நின்று இருளைத் துழாவி, ''யாரது?'' என்றபடி அவளை நோக்கிச் சென்றது.

குச்சிக்காட்டின் இன்னொரு மூலையில், கண்ணம்மாவின் அழுகையொலி எட்டாத தூரத்தில், வங்சாகடை வாசல் வேப்பமரத்தடி

மேடையில் உட்கார்ந்து குழம்பிக்கொண்டிருந்தார் கட்சித் தலைவர் இங்கிலீஸ் மணியம்.

மனசுக்குள் ஏதேதோ குடைச்சல்கள். கேள்விகள். எத்தனை சமாதானம் சொல்லியும் எதற்கும் மசியாமல் ஒவ்வொன்றையும் பகடிச் சிரிப்புடன், 'அதெப்படி? அதெப்படி' என்கிற எதிர்க்கேள்விகளால் உடைத்தபடி தொடரும் உள்ளார்ந்த மர்மக் குரல்.

அதன் பகடிகளில் ஒளிந்திருந்த நியாயம் மனசாட்சியைஉறுத்த, பெருமூச்சுடன் தலையாட்டி ஒரு கணம் அண்ணாந்து மரத்தைப் பார்த்தார். அடர் இருளுக்குள் தன் முகம் மறைந்து அது திரும்ப அவரைப் பார்த்துக்கொண்டிருந்தது. அவ்வழி கடந்த மென் காற்றின் தொடலில் இலைகள் சலசலக்க, தன் இருப்பை அவருக்கு அறிவித்தது. மூச்சு முட்ட வைக்கும் மன அழுத்தம் வந்துவிடும் இரவுகளில் அவருக்குத் துணை நின்று ஆற்றுப்படுத்தும் ஒரே ஜீவன் அதுதான்.

அவரோடு சேர்ந்து வளர்ந்த மரம். சிறு கன்றாக அதனை நட்டு வேலி பிடிக்க கடைக்காரருக்கு உதவிய நாள் தொட்டு தொடரும் உறவு. தினமும் தன் கையால் ஒரு குவளை நீர் பருகாமல் அது ஒரு நாளும் இருந்ததில்லை என்பதில் அவருக்கு எப்போதிலுமே ஒரு நிறைவு. சுண்டுவிரல் அளவில் இருந்தது, இப்போது வளர்ந்து உயர்ந்து செழித்துப் பெரிய ஆளாகி, குனிந்து நின்று பார்த்துத் தலையசைக்கிறது. அதனடியில் உட்கார்ந்தோ நின்றபடி அண்ணாந்தோ பார்க்க அவருள் விவரிக்க இயலா ஆச்சரியம் நிறைக்கிறது.

கடைக்காரர் பார்க்கும்போதெல்லாம் சொல்வதுபோல், ''தலவரே... நாம நட்ட அன்னக்கி சின்ன குச்சி மாதிரி நோஞ்சானா இருந்த இந்த பையன்... இன்னக்கி இப்பிடி சடசடன்னு ஒசந்து வளந்து நம்ம தலக்கி மேல நின்னு சந்தோசமா சிரிக்கிறானா... அது அன்னக்கி... அவன் தாகத்துக்கு தெனமும் வந்து தண்ணி ஊத்துன ஒங்க கைராசிதான் தலவரே... சந்தேகமில்ல... ஒங்க கைராசிதான் தலவரே... எல்லாரும் மனுசனுக்கும் மனுசனுக்கும்தான் விட்டகொற தொட்டகொற இருக்கும்னு சொல்லுவாங்க... அது அப்பிடில்ல தலவரே... எல்லா உசுருக்கும் அது இருக்கு தலவரே... ஒங்களுக்கும் இவனுக்கும் அது இருக்கு தலவரே...''

இந்த மன நிலையிலும் அதனை நினைக்க ஏனோ மனம் நெகிழ்ந்தது. தனது முதல் குழந்தையின் மடியில் நோயுற்ற வயதான தந்தை ஆறுதல் தேடி வந்து நிற்கும் நிலை. மீண்டும் அண்ணாந்து

மரத்தைப் பார்த்தார். அவரது நினைப்பை ஆமோதிப்பதுபோல் இலைகள் காற்றின் விசை ஏதும் உந்தாமலே சலசலத்தன. அவர்களுக்கிடையிலான மௌன உரையாடல்களில் இதுபோன்ற சிலிர்க்க வைக்கும் அனுபவங்கள் நிறைய உண்டு. தலையாட்டிப் பெருமூச்செரிந்தார்.

ஏதோ முடிவுக்கு வந்தவராய்ச் சட்டென எழுந்து நின்றார். திரும்பி, தோட்டதுக்குள் நுழையும் பிரதான சடக்கைப் பார்த்தார். கண்கள் சென்று தொட்ட மும்முனைச் சந்திப்பில் வடக்கு தெற்காய் நீண்டு கிடந்தது சடக்கு. பெருமூச்சுடன் கல்மேடையிலிருந்து இறங்கிச் சடக்கை அடைந்து, மலமேட்டு முனி கோயில் இருக்கிற வடக்குத் திக்கு நோக்கி திரும்ப, பின்னாலிருந்து சிரிப்பொலி.

திடுக்கிட்டு திரும்பிப் பார்த்தார். சாமியாடி நின்றுகொண்டிருந்தார். ''என்ன தலவரே... எங்க போறீங்க இந்த அர்த்த ராத்திரில? முனிய பாக்கவா? பாத்து அவருகிட்ட என்னா சொல்ல போறீங்க தலவரே? நன்னி சொல்ல போறீங்களா? எதுக்கு நன்னி தலவரே? ஒங்க புள்ளய காப்பாத்தி குடுத்ததுக்கா? அவன காப்பாத்தி குடுத்தது அவரு இல்ல தலவரே... ஒங்க மூள... ஒங்க திருட்டு மூள... அதுக்கு நன்னி சொல்லுங்க... அதுக்கு திருவிழா அன்னக்கி கெடா வெட்டி ரத்த காவு குடுத்து கொண்டாடுங்க... முனிக்கு சொல்ல ஒங்ககிட்ட ஒண்ணுமில்ல தலவரே... வேணா தலவரே... வேணா... அங்க போவாதீங்க... திரும்பி போயிருங்க... இப்ப போயி அவரு முன்னால நின்னீங்கனா, எரிஞ்சு சாம்பலா போயிருவீங்க தலவரே... போயிருங்க... போயிருங்க... திரும்பி போயிருங்க தலவரே... அங்க இப்ப வேற ஒருத்தன் இருக்கான்... அவரு முன்னால நின்னு பேசி அழுதுக்கிட்டிருக்கான்...''

முத்தாயி படும் பாட்டை உட்கார்ந்து பார்க்க முடியாத துயரத்தில் வீட்டிலிருந்து புறப்பட்ட அம்மாவூட்டு கோபால், கால்போன போக்கில் நடந்து ஒருவழியாக அப்போதைய தனது மன நிலைக்கு உகந்த இடம் அந்த மலமேட்டு மீசைக்கார முனியையா காலடிதான் என்று தோன்ற, கட்சித் தலைவரை முந்திக்கொண்டு வந்து முனியின் முன்பு நின்றுகொண்டிருந்தான்.

'வாடா கோபாலு... இன்னக்குதான் ஒனக்கு என்ன கண்ணுக்கு தெரிஞ்சுச்சா? என்ன இந்த நேரத்துல இந்த பக்கம்? மனசு சரியில்லயா? அழனும்போல இருக்கா? தெரியும்டா... சாமிக்கு எல்லாம் தெரியும்டா... இங்க இந்த மலமேல சாமி சும்மா உக்காந்து சுருட்ட புடிச்சு பொகய ஊதிகிட்டு சந்தோசமா இருக்கலடா... அங்க

கீழ நடக்கற கூத்த எல்லாம் பாத்துகிட்டுதாண்டா இருக்கேன் சாமி... விதின்னு ஒன்னு இருக்குடா கோபாலு... இருக்குடா... அத மிதிச்சு ஏறி போற மனுசன் இந்த மண்ணுல இன்னும் பொறக்கலடா கோபாலு... தோ அங்க கீழ அம்மா கோயில் சொவத்துல ஒருநா ராத்திரி ஒரு கிறுக்கன் வந்து வரஞ்சிட்டு போனானே... அந்த ராமரு சாமி சீதயோட காட்டுல போயி பதனாலு வருசம் அலஞ்சு திரிஞ்சு பட்ட கஸ்டம்... அது ஒங்களுக்குனு அந்த அம்மா சொன்ன கதடா... விதி... அது அந்த சாமியகூட வுடாதுன்னு அவ சொன்ன கதடா... நீங்க அதுக்கு புழு மாதிரிடா... ஏறி மிதிச்சுட்டு போயிகிட்டே இருக்கும்... ஒன்னும் பண்ண முடியாதுடா கோபாலு...' என்பது போலிருந்தது முனியின் பார்வை. அவரது முகத்திற்கு நேரெதிரில் சுடர்விட்ட விடிவிளக்கின் மஞ்சள் ஒளி முகத்தில் படர, வழக்கமான கோபக்கார முனியின் முகத்தில் அபூர்வமானதொரு சாந்தம் தவழ்வதை அவனால் உணர முடிந்தது.

யாராவது வேண்டுதல் நிறைவேறி கெடா வெட்டி சாமி கும்பிடும் நாட்களில் வந்து நாலுபேரோடு நின்று கைகூப்பி வணங்குவதுண்டு. முறுக்கிய மீசையும் கோபம் கொப்பளிக்கும் கண்களும் ஓங்கிய அரிவாளும் ஒருவித பயத்தை அவனுள் கிளர்ந்தெழச் செய்ய, வாய்மூடி மிரட்சியுடன் பார்த்துக்கொண்டிருப்பான். இப்போதும் பார்த்துக்கொண்டிருந்தான்.

அப்போதெல்லாம் அவன் புலன்களுக்கு எட்டிடாத ஏதோவொன்று, தனியனாய் துக்கத்தின் சுமை தாளாமல் தள்ளாடி அவர் முன் நிற்கும் இந்த நிசப்த இரவில், அந்தக் கண்களின் வழி வழிந்தோடித் தன்னுள் நிறைவதை உணர்ந்தான். உடல் சிலிர்த்தது. கண்மூடி நின்றான். கண்களை நீர் திரையிட்டது.

அப்படியே சரிந்து அவர் காலடியில் உட்கார்ந்தான். உடல் கட்டற்று அதிர்ந்துகொண்டிருந்தது. அப்படியே அயர்ந்து கண்மூடினான். வாய் ஏதேதோ உளறிக்கொண்டிருந்தது. உள்ளே ஆழத்தில் ஒளிந்து பதுங்கிக் கிடந்ததெல்லாம் முனிசாமி காதுபட வழிந்து கொட்டிக் கொண்டிருந்தது.

வீட்டை விட்டுப் புறப்படும்போதே முடிவுசெய்துகொண்டான். ஒருநாள் முத்தாய்க்குத் தலையில் அடித்து, 'இன்னமே சத்தியமா குடிக்க மாட்டேன் புள்ள...' என்று கொடுத்த வாக்குறுதியை அன்று காற்றில் பறக்கவிடுவதென்று. சில நாட்களாய் உள்ளே, அடுப்பில் உலை போலக் கொந்தளித்துக் கொண்டிருந்த ஆற்றொணாத் துயரத்தைக் கொஞ்ச நேரமேனும்மறந்து கண்மூட வைக்க அது ஒன்றினால் மட்டுமே முடியும் என்பது அவனது அனுபவம்.

நேராகச் சென்று ஆலெங் கடை வாசலில் நின்றான்.

சிறிது தயங்கிப் பெருமூச்செரிந்து நின்ற பின், தட்டினான். பலகைச் சுவரில் சிறு சன்னல் போன்ற திறப்பு அது. இரவு நேரத்தில் கடை அடைத்த பின் வருபவர்களுக்குச் சாராய விநியோகம் அதன் வழிதான். உள்ளிருந்து சன்னல் திறக்கப்பட்டு, ''யாரது? என்னா வேணும்?'' என்ற குரல் வந்தது. ''ரெண்டு அர குடுப்பா.'' குரல் கேட்டு ஆச்சரியத்துடன் உள்ளிருந்து எதிர்க்குரல் வந்தது. ''யாரது? கோபாலா?'' ''ஆமாம்பா...'' ''தோ வர்ரேன் இரு...'' சாராய பாட்டிலை வெளியே நீட்டி, ''என்னப்பா கோபாலு... ஒம் மவன் குட்டி வூட்டுக்கு வந்துட்டானா? நீ குடிக்கிறத வுட்டுட்டனு சொன்ன?'' ''இந்தா காச புடி'' என்றபடி அவன் கேள்விக்குப் பதில் ஏதும் சொல்லாமல், திரும்பி, பாட்டிலை பாக்கெட்டில் செருகி விரைவாக நடந்தான்.

சிறிது தூரம் கடந்து, இருளில் மறைந்து நின்று, பாக்கெட்டிலிருந்து பாட்டிலை உருவி முகத்தருகே பிடித்து முகர்ந்து பார்த்தான். சாராய நாற்றம் நினைவில் மீண்டது. ஏனோ குமட்டியது. நீண்ட நாள் அதைத் தொடாததன் விளைவு என்பதைப் புரிந்துகொண்டான். குடித்த நாட்களில்கூட அந்த நாற்றம் அவனுக்குள் ஏற்படுத்திய ஒவ்வாமை அலாதி. முகம் சுழித்தபடி மூக்கைப் பிடித்துக்கொண்டு பாட்டிலை அப்படியே வாய்க்குள் கவிழ்ப்பான். எரிக்கும் தீயாய்த் தொண்டைக்குள் இறங்கிக் கீழிறங்கும் ஈகுச்சாய்* சாராயத்தைச் சபித்தபடிக் கண்மூடுவான்.

இப்போதும் அதன் மீதான அதே கசப்புடன் பாட்டில் மூடியை வாயால் கடித்துத் திறந்து தூவென்று துப்பினான். அது பறந்து போய்த் தரையில் விழ எழும்பும் ஓசைக்காய்க் காதைத் தீட்டிக் காத்திருந்தான். ஓசையற்று எங்கோ விழுந்திருந்தது. நீண்டநாள் முகர்ந்திராத சாராய நெடி குப்பென மூக்கைத் தாக்க செருமலுடன் முகத்தைச் சுழித்தான். ''என்ன நாத்தண்டா?'' என்று சலிப்புடன் மீண்டும் ஒருமுறை முகர்ந்து பார்த்தான். ''எப்டி குடிக்கறது இந்த நாத்த சனியன? கொடல புடுங்குது... மூச்சு முட்டுது'' என்று முணுமுணுத்தபடி அங்குமிங்கும் நடந்தான்.

நின்று, சட்டென அண்ணாந்து, பாட்டிலை அப்படியே வாய்க்குள் கவிழ்த்தான். தொண்டைக்குழி நனைந்த வேகத்தில் நெஞ்சக்கூடு தீ பிடித்து எரிந்தபடி நகர்ந்து குடலுக்குள் படர்ந்தது ஈகுச்சாய்.

---

* ஒருவகை மலிவான சாராயம்

செருமலுடன்மீண்டும் ஆழ மூச்சிழுத்து தம்கட்டி நின்று அண்ணாந்து வானத்தைப் பார்த்தபடி தன்னுள் மூழ்கினான். சிறிது நேரத்தில் ரத்த நாளங்கள் புடைத்தெழ உச்சி முதல் உள்ளங்கால் வரை கரைபுரண்டோடும் அனல் வெள்ளம். அனலின் வெம்மை சன்னஞ் சன்னஞ்சமாய் மேலேறி உச்சமடைய உடலே தீப்பற்றிக்கொண்டது போன்று உணர்ந்தான்.

திடுமென அது மாறியது. வருடக் கணக்கில் வானம் பார்த்துத் தாகத்தில் தவித்துக்கிடந்த மானம் பார்த்த பூமியில், எதிர்பாராத ஒரு கணத்தில் படபடவென கொட்டிய மழை நீர் தரும் ஆனந்தம் போல, உள்ளிருந்த அத்தனை இருளும் ஈகுச்சாய் தந்த அனலின் வெம்மையில் கரைந்தோட, பொங்கி வழிந்து விரிந்து படரும் பரவச வெள்ளத்துள் மூழ்கி நீந்தித் திளைத்தபடிக் கண்களை மூடி நின்றான்.

சிறகு முளைத்து மேலேறி வானத்து மேகங்களிடையே பறந்தபடி அவற்றைத் துரத்திப் பிடித்து விளையாடினான். வான் நிறைத்த நிலவின் பொன்னொளியில் தன்னுடல் நனைந்து மினுங்க, பொன்னொளிரும் மேலுமொரு மேகத் துண்டாய்வானில் உலவித் திரிந்தான். கூச்சலிட்டுச் சிறகுரசி அடிவானம் நோக்கி ஏகும் ஏதோவொரு பறவையைக் கைநீட்டி அழைத்து, ''ஏய் குருவி... நில்லு... எங்க போற? ஒன்னோட வூட்டுக்கா? எந்த காட்டுல இருக்கு ஒன்னோட வூடு? எங்க தோட்டத்து மலக்காட்டுலயா? நானும் ஒங்கூட வந்தர்ரேன் குட்டி... என்னயும் ஒன்னோட வூட்டுக்கு கூட்டிகிட்டு போயிரு... ஒங்களோட ஒருத்தனா அன்னாடும் இந்த மானத்துல பறந்து திரிஞ்சு சந்தோசமா பாடிகிட்டு இருந்துக்கறேன்... இங்க இந்த மனுசங்களோட இருக்க முடியல குருவி... யாருமே மனுசனா இல்ல குருவி... ஓடாத குருவி... என்ன வுட்டுட்டு எங்க ஓடற குருவி? நில்லு... நில்லு?'' என்று அழுதபடி, வானத்துக் குருவி திரும்பிப் பாராமல் பறந்து அடிவானத்தில் சென்று மறையும்வரை கத்திக்கொண்டு பின்தொடர்ந்தான்.

திடுக்கிட்டுக் கண் திறக்க, இப்போதும் முனி அதே கருணை பொங்கும் விழிகளுடன் நின்றுகொண்டிருந்தார். நிலைகுத்திய பார்வையில் சிறிது நேரம் நின்று மெல்ல உள் நோக்கினான். மனதின் பாரம் மெல்ல மெல்லக் கரைந்துகொண்டிருப்பதை உணர்ந்தான். பெருமூச்சுடன் தலையாட்டினான்.

திடுமென அவள் வந்து எதிரில் நின்றாள்.

கோபாலின் முதல் மனைவி. ஆகாயத்திற்கும் பூமிக்கும் எழுந்து நின்று தலைவிரித்தாடினாள். அவன் அதிர்ச்சியுடன் அவளையே

பார்த்திருந்தான். மனதில் இறங்கியிருந்த பாரம் மீண்டும் வந்து உட்கார்ந்துகொண்டது. வன்மம் பொங்க கத்தினான். ''வாடி வா... வந்துட்டியாடி? இதெல்லாம் ஒன்னோட வேலதானாடி? நெனச்சன்டீ தேவிடியா சிறிக்கி... நெனச்சேன்... எம் புள்ளய என்னாடி பண்ண? எங்கடீ ஒளிச்சு வச்சிருக்க அவன? உசுரோட வச்சிருக்கயா இல்ல கொன்னுட்டயாடீ?''

துர்கனவொன்றின் இடையில் விழித்துக்கொண்டதுபோல் அலறினான். ''அவன் எங்கடி? எங் கூட்டாளி... அந்த நம்பிக்க துரோகி... ஒன்னோட கள்ள புருசன்... அவன் எங்கடீ? ஒங்கூட வரலயா? வுட்டுட்டு போய்ட்டானா? ஒங்க ரெண்டு பேரயும் ஒன்னாதானடி வெட்டி கூறுபோட்டு காட்டுக்குள்ள பொதச்சி வச்சேன்... எப்படிடீ பொழச்சு வந்தே? அவனும் பொழச்சுகிட்டானா? அடக் கடவுளே... ஒனக்கு கண்ணே இல்லயா? இந்த துரோகிங்கள எப்பிடி பொழக்க வச்ச? ஒனக்கு மனசாட்சியே இல்லயா? போடி... போ... அவனயும் கூட்டிகிட்டு வாடி... ரெண்டு பேரயும் இன்னொரு தடவ வெட்டி கூறு போடறேன்... ஒங்க ரெண்டு பேரயும் எத்தன தடவ வெட்டி கூறு போட்டாலும் எம் மனசு ஆறாதுடி நாயே...''

சற்றே நிறுத்தி முகத்தில் மந்தகாசம் விரவிப் படரத் தொடர்ந்தான். ''ஒனக்கு தெரியுமாடி தேவடியா சிறிக்கி? நீ அவனோட ஓடி போயிட்டதாதாண்டி இன்ன வரக்கும் இந்த தோட்டம் நம்பிகிட்டு இருக்கு... நம்ப வச்சண்டி... நா போட்ட நாடகம் அப்படிடீ... கண்ணுல தண்ணிய கொடகொடன்னு ஊத்திகிட்டு வூட்டு முன்னால நின்னு உச்சுகொட்டி, 'ஐயோ பாவம் நம்ம கோபாலு... அவன இப்படி அனாதயா ஆக்கிட்டு அவனோட ஓடி போயிட்டாலே அந்த தேவிடியா சிறுக்கி...' னு கன்னத்துல கைய வச்சு நின்னுச்சுடி குச்சிக்காடு... அதெல்லாம் தெரியுமாடி ஒனக்கு? ஒங்க ரெண்டு பேரயும் கொன்னது தப்பே இல்லன்னு இன்ன வரக்கும் மனசு சொல்லுதுடி... அந்த பாரமே இல்லடி... போடி... போ... இப்ப எதுக்கு இங்க வந்து எம் முன்னால நின்னு குதிக்கிற?'' பல்லைக் கடித்து முறைக்க அவள் ஓடி மறைந்தாள்.

அவள் மறைய, முத்தாயி வந்து நின்று அழுதாள். ''இன்னமே குடிக்கமாட்டன்னு சத்தியம் பண்ணது என்ன ஆச்சுடா கோபாலு?'' போதை தலைக்குள் முழுமையும் நிறைத்துவிட்டிருக்க உடல் தள்ளாடியது. நெஞ்சக்கூடு விரிய வாய்விட்டுச் சிரித்து அலறினான். ''போடி... போ... நீயும் போயிருடி... எம் முன்னால நிக்காதடி... ஒரு அப்பனோட மனச புரிஞ்சுக்காத ஒன்னோட எனக்கு என்னடி பேச்சு வேண்டி இருக்கு? அவன என்னோட புள்ள இல்லனு நீ எப்பிடிடீ சொன்ன? அத சொல்ல ஒனக்கு எப்பிடிடீ மனசு வந்துச்சு?

போடி... போ... நீயும் அவகூடவே போயிரு... சத்தியம் என்னாடி சத்தியம்? அத தூக்கி குச்சிக்காட்டு ஜாமக்கொட்டா பிய்யில போடு... என்னோட கொல தெய்வமே இன்னமே இந்த ஈகுச்சாய் சாராய போத்ததாண்டி...''

இனி குட்டியை என்றுமே பார்க்கப்போவதில்லை என்ற எண்ணம் யதேச்சையாய் ஏனோ அந்தக் கணத்தில் அவனுள் எழுந்தது. அதுவரை இருந்த அரைகுறை நம்பிக்கையும் கரைந்து பின்னகர்ந்து விட்டிருந்தது. உடல் பயத்தில் நடுங்க குழப்பத்தோடு முனியின் முகத்தைக் கேள்விக்குறியோடு உற்றுப் பார்த்தான். அவர் தலைக்குமேல் இன்னமும் கூரை முகட்டில் படுத்து வாலாட்டிய பல்லி உச்சுக்கொட்டியது. திடுக்கிட்டு நிமிர்ந்து அதைப் பார்த்தான். 'ஆமாண்டா கோபாலு... உம் புள்ள இன்னமே வரமாட்டாண்டா...' என்று அது சொன்னதுபோலிருந்தது.

அவனுள் முத்தாயியின் துயரம் தோய்ந்த முகம் மேலெழுந்து வந்தது. ''எம் மவன் எங்க? எம் மவன் எங்க?'' என்று பெருங்குரலில் அரற்றி அழுதபடி லயத்துகாட்டில் தலைவிரிக் கோலமாய் ஓடிக்கொண்டிருக் கிறாள். பின்னாலேயே அவளைத் துரத்திக்கொண்டு ஒரு கூட்டம். ''டே... அங்க பாருங்கடா... நம்ம முத்தாய்க்கு புள்ள பைத்தியம் புடிச்சுருச்சுபோல இருக்குடா... தலய விரிச்சு போட்டு கத்திகிட்டு ஓடறா பாருங்கடா... ஓடுங்கடா... ஓடி புடிங்கடா அவள... ஆத்துல கீத்துல வுழுந்து சாவப்போறாடா...''

அதைக் காணத் திராணியற்று, உடல் குறுகி, குலுங்கி வெடித்து அழுது, அப்படியே முனியின் காலடியில் சரிந்தான் அம்மாவூட்டு கோபால்.

எதிரே வானத்து இருள் வெளியில் எங்கோ ஒரு மூலையில் மறைந்திருக்கும் ஏதோவொரு கண்காணாத் தூரத்துப் புள்ளியில் கண்கள் நிலைகுத்த, வழக்கம்போல சலனமற்று அமைதியாய் இருந்தார் மலமேட்டு முனி.

௭

குச்சிக்காட்டின் முந்திரிமர லயத்தில் அவள் இன்னமும் கண்மூடாமல் பாயில் உட்கார்ந்து மோட்டுவளைப் பார்த்துக் கொண்டிருந்தாள்.

கண்கள் கலங்கிச் சிவந்திருந்தது. எதிரில் உட்கார்ந்து அவளைப் பார்த்தபடி சிவந்த மஞ்சள் ஒளியைச் சுவரின் பலகையில் அசைய விட்டு மௌனத்தில் மூழ்கியிருந்தது மண்ணெண்ணெய் விளக்கு. அதன் ஒளியில் அவளது உருவ நிழல் சுவரில் படிந்திருந்தது.

மூன்று மாதத்திற்கு முன்புதான், கோயில் திருவிழாவில் தூணில் ஒருக்களித்து நின்று கூத்து பார்த்துக்கொண்டிருந்தவளின் கையில் துண்டுக் காகிதமொன்றைத் திணித்து, திரும்பிப் பார்க்காமல் போனவன் குட்டியப்பன்தான் என்பதை அந்தக் கூத்து மண்டபத்தின் அரை வெளிச்சத்திலும் அவள் கண்டுகொண்டிருந்தாள். மனம் படபடக்க அதை உள்ளங்கையில் வைத்து மறைத்து கூத்தில் கவனம் செலுத்த முயன்றாள். முடியவில்லை. மனம் படபடப்புடன் உள்ளங்கைக்குள் பத்திரப்படுத்திய காகிதத்திலேயே இருந்தது. அம்மாவிடம் தலை வலிப்பதாகச் சொல்லி வீட்டுக்குப் புறப்பட்டாள்.

கோயில் வளாகத்தைக் கடந்து குச்சிக்காட்டுக்குச் செல்லும் நடைபாதையில் காலடி வைக்கும்வரைகால்கள் தரையில் நிற்கவில்லை. சிறகு முளைத்து தரைக்கு மேலெம்பிக் காற்றில் மிதந்து போவது போன்ற பிரமை. மனம் பூரித்துப் பொங்கியது.

உவகையின் உச்சத்தில் நின்று தத்தளித்துத் தள்ளாடினாள். ஒரு துண்டுக் காகிதம் தனக்குள் ஆர்ப்பரித்து அல்லாட வைக்கும் இன்ப அதிர்வைத் தாளமுடியாத தவிப்பில் உடல் நடுங்குவதின் மாயம் இன்னதென்று விளங்கிக்கொள்ள முடியாமல் ஏதேதோ தனக்குள்ளாகவே முனகிக்கொணடாள். நாணம் மேலிடக் கன்னம் சிவக்க வாய்விட்டுச் சிரித்தாள்.

அண்ணாந்து வானத்தைப் பார்த்தாள். அத்தனை அழகான பௌர்ணமி வானத்தை அவள் அதுவரை கண்டதில்லை என்று எண்ணிக் கொண்டாள். உள்ளங்கையில் அவன் கொடுத்துவிட்டுப்போன அந்தத் துண்டுக் காகிதம் பூனைக்குட்டியைப்போல் சுருண்டு கிடந்தது. மெல்லக் கையைத் தூக்கி மெல்ல விரித்து ஒரு கணம் அதைப் பார்த்திருந்தாள். மனம் விம்மி வந்தது. அழுதுவிடலாம் என்றிருந்தது.

இந்த ஒரு காகிதத்திற்காக அவள் அந்த மாரியாத்தா முன் ஒவ்வொரு வெள்ளியும் போய் நின்று சூடம் ஏற்றி மனமுருகி வேண்டிக் கொண்டிருக்கிறாள். அது போதாதென்று செவ்வாக்கிழமை தோறும் பொழுதுபோய் தன் அம்மாவைத் துணைக்கு அழைத்துக் கொண்டு, மலமேட்டு முனியிடமும் சென்று சூடமேற்றிக் கோரிக்கை வைத்திருக்கிறாள். ''அவரு காதுல என்ன பத்தி நாலு வார்த்த போட்டு வையி சாமி... ஒனக்கு கோடி புண்ணியமா போயிரும்...''

பதினாறு வயதில், வயதுக்கு மீறிய வனப்புடன், பாவாடை தாவணியில் குச்சிகாட்டை வலம் வந்த அவளை, அவன் மட்டும் கண்டுகொள்ளாத பாவனையில் ஒவ்வொரு முறையும் கடந்து செல்லும்போதெல்லாம், அவள் உள்ளூர அவனைத் தொடரத் தொடங்கியிருந்தாள். அதன் பின் ஒருநாள் அவன் குச்சிக்காட்டு சண்டீர்* அமீட்டை அடித்து உதைத்து இழுத்து வந்து கோயில் வாசலில் நிறுத்தியபோது, அவளும் கூட்டத்தில் ஒருத்தியாய் நின்று கண்கள் விரிய அவனையே பார்த்துக்கொண்டிருந்தாள்.

தொண்டர்படைத் தலைவனாக இருந்தபோது, பொழுதுபோய் காக்கி உடையில் தலையில் சிவப்புத் துணி கட்டிய தொப்பியோடு கையில் ஒரு தடியுடன் தனது மற்ற தொண்டர்கள் பின்தொடர அவன் போவதை அவள் குசினி பின்னால் குளியல் தடுப்புக்குள்ளிருந்து பலநாள் ரகசியமாய்ப் பார்த்து ரசித்திருக்கிறாள். மாநிறத்தில் நெடுநெடுவென அவன் அப்பனைப்போலவே நல்ல உயரம். நீண்ட கலைந்த முடியை அடிக்கடி கையால் வாரிவிட்டபடி அவன் பற்கள்

* வஸ்தாது

பளீரிடச் சத்தம் போட்டுத் தன் நண்பர்களோடு பேசிக்கொண்டு செல்வதை, கண்களில் ஆவல் பொங்க பார்த்துப் பெருமூச்செரிவாள்.

அவனிருக்கும் லயத்து வழி சென்று அல்லூரைத் தாண்டி சரிந்து பள்ளத்தில் இறங்கும் ஒத்தையடிப் பாதையில் கண்தொடும் தொலைவில் இருந்தது, குளிக்க சமைக்க துணி துவைக்க தண்ணி கொடுக்கும் கலங்கிய குட்டை. மேய்ச்சலுக்கு அலையும் ஆடு மாடுகளும் தாகம் தீர்க்க அங்குதான் வந்து நிற்கும். வெயில் காலத்தில் தண்ணீர் வற்றி வறண்டுவிட, அங்கிருந்து ஒரு மைல் தூரத்திலிருந்த ஆற்றுக்கு ஓட வேண்டும்.

சுட்டெரித்த மதிய வெயில் தணிந்துபொழுது அமரும் தருணம், குட்டியப்பன் லயத்து நடைபாதை களைகட்டிவிடும். குச்சிக்காட்டு இளங்குமரிகள் சீவிச் சிங்காரித்து காண்டா வாளி தோளில் அசைந்தாட தண்ணீர் எடுத்து வர, கூட்டமாகக் கதைபேசிச் சிரித்துக் குட்டையை நோக்கிப் படையெடுத்திருப்பார்கள். குட்டிக்கு அது பிடித்தமான தருணம். மதியம் ஒரு தூக்கம் போட்டு எழுந்து, ''அம்மா கோப்பி கலக்கிட்டு வாம்மா...'' என்று குசினிக்குள் தலை நீட்டிக் குரல் கொடுத்துவிட்டு, வெளி பிராஞ்சாவில் வந்து சுவரில் முதுகு சரித்து உட்கார்ந்துகொள்வான்.

லயத்து முனையில் வரும் அந்த இசைக்காகக் காதைக் கூர்மையாக்கிக் காத்திருப்பான். இருபது முப்பது கைகள் ஒன்றாக இணைந்து ஒரே தருணத்தில் மோதி எழும் கண்ணாடி வளையலோசை.

அதற்காகக் காத்திருந்த ஒருநாளில்தான் அது நடந்தது. லயத்து முனையில் அவர்கள் வருவதற்கான அறிவிப்பு ஓசை கேட்டதும் அவன் வழக்கம்போல உஷாரானான். கண்களைமூடி உட்கார்ந்து அதில் லயிக்கத் தொடங்கினான். இசைக்கோர்வை அவன் வீட்டைக் கடக்கிற நேரம், இதுநாள்வரை இல்லாதா ஏதோவொன்று உள்ளிருந்து உந்த, தியானம் கலைந்த முனிவனைப்போல், சடக்கெனக் கண் விழித்துப் பார்த்தான். கூரீட்டியாய் முதல்முறை அந்த கண்களை எதிர்கொண்டான். வழக்கமாய்த் தலைகுனிந்து மண் பார்க்க கடந்துபோகுபவள், அன்று பக்கவாட்டில் மெல்லத் தலை திருப்பி, ஷணப்பொழுது அவன் கண்களைத் தொட்டு, மென்னகை இதழிலோட, சட்டெனத் திரும்பிப் போய்க்கொண்டிருந்தாள்.

அவனுள் புதியதோர் அதிர்வு. அவர்கள் சென்று பார்வையிலிருந்து விடுபட்டுச் சரிவில் இறங்கி மறைந்த பின்பும், அவனுள் அந்த அதிர்வின் இழைகள் தொடர்ந்தன.

மீண்டும் கண்களை மூடி அதில் ஊன்றி நின்று கவனித்தான்.

ஒருவினாடி தன்னில் நிலைத்து விலகிய அந்தக் கண்களில் ஒளிர்ந்த உணர்வின் அதிர்வலை, அவன் அதுவரை எந்தப் பெண்ணின் கண்களிலும் கண்டிராத அசாத்திய மென்மையும் கனிவும் கொண்டிருந்ததை அவனது உள்ளுணர்வு அதீத நுட்பத்துடன் பதிவுசெய்துகொண்டிருந்தது. அத்தருணத்தில் அக்கண்களில் மினுங்கிய நீரின் துளிர்ப்புகூட அவன் நினைவில் அத்தனை துல்லிதமாகப் பதிந்துபோனது எப்படிச் சாத்தியமானது என்பது குறித்து மீண்டும் கண்மூடி யோசித்தபடி, அக்கணத்தில் அவளது இதழ்களிலாடிய புன்னகையில் நெழிந்தோடிய மின்சாரம் எகிறித் தன்னுள் கிளைவிட்டோடி நிலைகுலைய வைத்ததை எண்ணி வியந்தான்.

அங்கு அந்த ஷண நேர அவகாசத்தில் சந்தித்து உரையாடி மீண்ட அவர்களின் கண்களில் இழையோடிய அதீத உணர்வலைகளின் ஆர்ப்பரிப்பு, இனி தொடரப்போகும் வாழ்வுப் பயணத்தில் அவர்களின் இறுதி மூச்சு நிற்கும் தருணம் வரை நினைவுச் சரடில் அழியாச் சின்னமாய் நிலைத்திருக்கும் என்பதை அவனது ஆழ்மனம் மீண்டும் மீண்டும் சொல்லிக்கொண்டிருந்தது.

அன்று முழுக்கவும் அந்த மாலைபொழுதில் ஒரு வினாடி தன் கண்முன் மின்னி மறைந்த அந்தக் கண்களையே தனக்குள் மீண்டும் மீண்டும் மீட்டிக்கொண்டிருந்தான். அந்த முகம் என்பது அவன் முன்பு போகிறபோக்கில் பலமுறை சலனமேதுமின்றிக் கடந்துபோன முகம்தான் என்பதை நினைக்க அவனுள் பிடிபடாத உணர்வலை. தவிப்புடன் கூடிய விவரிக்க இயலா உணர்வலை அவனது அடியாழத்திலிருந்து கிளம்பி வந்து தொடர் தாக்குதலை அன்று இரவு முழுக்க நடத்திக்கொண்டிருந்தது. உள்ளே வாழ்நாளில் இதுநாள்வரை கண்டிராத புத்தம் புதிய நெகிழ்ச்சி. அடிக்கடி கண்களை மூடி அதில் கரைந்துகொண்டிருந்தான்.

நெடிய மெலிந்த உருவில் கூரிய நீள் முகம். அந்த உடலுக்குள் சற்றே சிறுத்த அம்முகம் சற்றே வித்தியாசமாக இருந்தது. நினைத்து அசைபோட வைத்தது. அலையென நெளிந்தலையும் சுருளான நீள் முடி. பார்ப்பவர் கண்களை சட்டென ஈர்த்து நிலைகுத்த வைக்கும் கூரிய மூக்கு. அதில் கண்சிமிட்டும் ஒற்றைக்கல் மூக்குத்தி. அடர் கருமை இமைகளின் கீழ் அந்த விழிகள்.

இனி தன் வாழ்நாளில் என்றுமே அக்கணத்தில் கண்ட அந்த விழிகளை மறக்க முடியாது என்ற எண்ணம் அவனை ஆச்சரியத்தில்

ஆழ்த்தி உணர்வுகளைத் தொட்டுக் கிளர்த்தி இரவெல்லாம் தூக்கமின்றித் தவிக்கவிட்டது. பாயில் படுத்துப் போர்வையைத் தலைவரை இழுத்துப் போர்த்தி, கண்களை மூடிக் கிடந்தவனின் கண்களுக்குள் அவளது கண்கள் குடிவந்துவிட்டிருந்தது. அந்தக் கணநேர ஓரத்துப் பார்வையில் நிழலாடிய அவளது அந்தரங்கம் அவனை அடித்து வீழ்த்தி துவம்சம்செய்து, நினைக்குந்தோறும் பரவசப்படுத்தியது. எப்படியோ தூங்கிப்போன அவனது கனவிலும் அந்தக் கண்கள் மட்டும் துரத்திவர, தலைதெறிக்க ஓடினவன் சட்டென நின்று திரும்பிப் பார்க்க அவள் நின்றுகொண்டிருந்தாள். சற்றே தூக்கலான அந்த முன்னிரு பற்களும் பளீரிட அவள் புன்னகைக்க, அதன் வசீகரத்தில் அவன் நிரந்தரமாய் அவள் காலடியில் சரிந்து விழுந்தான்.

திடுக்கிட்டு விழிக்க கோழியொன்று தூரத்து லயமொன்றில் கூவி ஓயும் ஒலி சன்னமாய்க் கேட்டது. அவன் போர்வையை விலக்கி எழுந்து மெல்ல கதவைத் திறந்துகொண்டு வெளியில் வந்து சோம்பல் முறித்து அண்ணாந்து வானம் பார்த்தான். கிழக்கில் எப்போதும் கண்சிமிட்டும் அந்த நட்சத்திரம் அன்று கூடுதல் பிரகாசத்துடன் ஒளிர்வதாய்த் தோன்றியது அவன் கண்களுக்கு. அதைப் பார்த்தது அவனது கண்கள் அல்ல, அவளது கண்கள் என்பதை அவன் உணரச் சில கணங்கள் ஆனது. வாய்விட்டுச் சிரித்தான்.

அன்று பகல் தூக்கம் கலைந்தெழுந்து முகம் கழுவி, அம்மாவுக்குத் தெரியாமல் அவளது முகப்பவுடரை முகத்தில் ஒத்தி, கண்ணாடியில் முகம் பார்த்துத் தலைவாரி, அம்மா துவைத்து அலமாரியில் அடுக்கி வைத்த சட்டைகளில் கலரான சட்டையாகப் பார்த்துப் போட்டுக் கொண்டு வெளி பிராஞ்சாவில் வந்து கால்மேல் கால் போட்டு உட்கார்ந்து, ‘‘அம்மா... கோப்பி போட்டுட்டு வாம்மா...’’ என்று குரல் கொடுத்தான். இதற்குமுன் இல்லாத ஒருவிதப் படபடப்பு உடலுக்குள்ளும், மனதில் ஒருவிதப்பதற்றமும் ஒட்டிக்கொண்டிருப் பதை ஆச்சரியத்துடன் கவனித்துப் புரியாமல் தடுமாறினான். உள்ளூரச் சிரித்து வெட்கப்பட்டான்.

‘‘ந்தாய்யா... கோப்பி...’’ என்று வந்து நின்ற அம்மாவை வினோதமாய்ப் பார்த்தான். அம்மா வேறு மாதிரி தெரிந்தாள். ஏனோ நிமிர்ந்து அவளது கண்களைக் கவனித்தான். கூர்ந்து கவனித்தான். பின் திரும்பிக்கொண்டான். இது வேறு கண்கள். அம்மா போனபின், அவன் அவள் வருகிற வழிமேல் விழி வைத்து அவளது கண்களுக் காக காத்திருந்தான். லயத்து முனையில் வளையலோசை கேட்க மீண்டும் அவனுள் பரபரப்பு தொற்றிக்கொண்டது. இதயம்

வேகமுற்றுத் துடிப்பதை முதல்முறை கேட்டான். உடல் லேசாக நடுங்குவதுபோல் உணர்ந்தான். வளையலோசை நெருங்க உள்ளே நெருக்கடி மிகுந்து கண்கள் இருண்டு வந்தது. பார்வை மங்கியது. சட்டென எழுந்து வீட்டினுள் மறைந்தான்.

இந்த விளையாட்டை அவனால் புரிந்துகொள்ள முடியவில்லை. பொழுதுபோய் தொண்டர்படைத் தலைவனாக குச்சிக்காட்டில் உலா வந்தபோதெல்லாம் அவனைக் கடந்து போன பிற பெண்களின் கண்களிலும் மினுங்கிய அந்தச் சிரிப்பொலி அவனை எவ்வகையிலும் தீண்டியதில்லை. அனாயாசமாய்ப் பார்த்துத் தலையாட்டி ஒரு மென்புன்னகையில் கடந்து போயிருக்கிறான். அந்தப் பெண்களின் நடுவில் இவளை மட்டும் ஒருமுறைகூடக் கடந்து போனதில்லை என்பதை நினைவுகூர்ந்து நேற்று முதல் ஆச்சரியப்பட்டுக்கொண்டிருக்கிறான். ‘எங்க ஒளிஞ்சிருந்தா இவ? இத்தன நாளு கண்ணுல படாம?’

மறுநாளும் காத்திருந்தான். வளையோசையைப் பின்தொடர்ந்து வந்த பேச்சொலியும் சிரிப்பொலியும் காண்டாவில் தொங்கியசைய எழுந்த வாளிகளின் சிணுங்கல் ஓசையும், அஞ்சடி பிராஞ்சாவில் உட்கார்ந்திருந்து வழியில் விழி வைத்திருந்தவனின் காதுகளில் பாடலிசைத்துப் பரவசப்படுத்தின. ஓசை நெருங்கிவர நேற்றைய அதே அவஸ்தை. அவன் திகைப்புடன் தன்னைக் கவனித்தான். இதயப் படபடப்பு தொடங்கிவிட்டிருந்தது. மூச்சுமுட்டித் தலைசுற்றியது. கண்களில் இருள் மண்டியது. மனதை அதட்டி சமாதானம் சொல்லிஉடலைத் தளர்த்தி இலகுவாக்கிக் காத்திருந்தான். அவர்கள் கடந்து போனார்கள். கண்கள் அவளைத் தேடியது. அந்தக் கண்கள் அங்கில்லை என்பதை நம்பமுடியாமல், அவர்கள் கடந்து போன பின்பும், ‘என்ன ஆச்சு இன்னக்கி? எங்க அவ?’ என்று பினாத்தி உட்கார்ந்திருந்தான்.

தன்னையறியாமல் தனக்குள் ஒரு பூதம் குடிவந்திவிட்டதை அக்கணத்தில் மனம் உணர, அவன் உடல் மெல்ல நடுங்கியது. தன் வாழ்நாளில் என்றுமே அனுபவித்திராத ஒரு மர்மம் நிறைந்த அவஸ்தை மனப்பரப்பில் விரவிப் படர்வதைப் புரிபடாமல் பார்த்துக் கலங்கினான். ஒரு பெண்ணின் கனிவான பார்வை ஒருத்தனுக்குள் இத்தனை பித்தை எப்படி விதைக்க முடியும் என்கிற கேள்வி வானுயர எழுந்து நின்று மிரட்டியது. அவளது கண்களை எதிர்கொண்டு நின்ற தருணம் கடந்து இரண்டு மாலைகளே ஆகிற நிலையில், இந்த மிகக் குறுகிய கால இடைவெளி என்பது எங்கனம் பல ஆயுள்களின் இடைவெளிபோல் மனப்பிரமை கொண்டு வதைப்பது சாத்தியம் என்கிற குழப்பமும் அவனுள் மிகுந்தது.

அன்றைய இரவும் அவனுக்கு சிவராத்திரியானது. அம்மாக்காரி எத்தனை வற்புறுத்தியும் சாப்பிடாமல் வெள்ளன பாய் விரித்துப் போர்வைக்குள் சுருண்டுகொண்டான். அந்த இருளுள் அவனும் அவளும் மட்டும். தனியனாய் கித்தாக்காடு மலைக்காடு என்று சுற்றியலைந்து திரிந்தவன் இப்போது மனதுள் இன்னொரு ஜீவனோடு கைகோர்த்து அங்கெல்லாம் சுற்றியலைந்தான். கண்ணயர கனவில் இருவரும் சிறகு முளைத்த பறவைகளாகி நிலவு வானத்தில் மிக உயரே பாடித் திரிந்தனர்.

பத்துநாள் கடந்த நிலையில், மன அவஸ்தை தாக்குப்பிடிக்க முடியாமல், திருவிழா கூத்து மண்டபத்தில், அவன் அவளது கையில் தனது மனதைக் கொடுத்து விரைந்து இருளில் மறைந்துபோனான்.

மறுநாள் அவள் தனியாக காண்டா வாளியோடு தண்ணீர் எடுக்க புறப்பட்டு வளையோசையோடு குனிந்த தலையோடு எவ்விதச் சலனமுமின்றி அவன் வீடு கடக்க, அவனுள் பூகம்பம். அந்த ஒத்தை வினாடிக்குள் அவனது உலகமே தகர்ந்து சிதறிக்கொண்டிருந்தது. முகத்தில் நீர்க்குமிழ்கள். கைகள் நடுங்க, கண்கள் இருள, அவளைப் பார்த்துக்கொண்டிருந்தான். சில அடி தூரத்தில் சடக்கென நின்றவள், காண்டாவில் தொங்கிய வாளிகள் அசைந்தாட சற்றே திரும்பி அவன் கண்களை எதிர்கொண்டாள். அவனது முழுமையும் இதற்குள் ஆக்கிரமித்து அவனுள் வியாபித்துப் பிரமாண்டம் கொண்டுவிட்டிருந்த அவளது அந்த ஓரத்துப் பார்வையில், அவன் எதிபார்த்திருந்த பதில் தெளிவாக எழுதப்பட்டிருந்தது.

அவளது பதில் கிடைத்த பத்தாவது நாள் அவன் காணாமல் போயிருந்தான்.

அவள் அவனுக்காய் முச்சந்தி மாரியாத்தாவிடமும், மலமேட்டு முனியிடமும் ஒவ்வொரு செவ்வாயும் வெள்ளியும் சூடமேற்றிக் கைகூப்பி நின்று மனமுருகி வேண்டிக்கொண்ட செய்தியை, அதே ஓரத்துப் பார்வையோடு வெட்கத்தில் கன்னங்கள் சிவக்க, அதற்கு முன்பே அவனிடம் சேர்ப்பித்திருந்தாள்.

●

கோப்ரல் மணியம் நீண்ட யோசனையில் ஆழ்ந்து, பொழுது விடிந்தும் படுக்கையிலிருந்து எழுந்திரிக்க மனமில்லாமல், சன்னலுக்கு அப்பால் மரக்கிளைகளில் எழுந்தலையும் பறவைகளின் குரலையும் மேய்ந்தபடி, போர்வையைத் தலைவரை இழுத்துப் போர்த்திப் படுத்திருந்தார்.

வெயில் ஏறி அறை குளிரவில்லை என்றாலும் போர்வை உடம்பை முழுமையும் மறைத்திருந்தது. அதற்குள் உடம்பில் பரவிய கதகதப்பு மிகச் சுகமாய் இருந்தது. அவள் அவருடன் இருந்த நாட்களில் அது குறித்து அடிக்கடி கிண்டலடிப்பாள். ''என்ன பழக்கங்க இது? மண்டய பொளக்கற வெயிலு அடிக்கற நேரத்தலயும் போர்வய போத்திகிட்டு சின்னபுள்ளயாட்டம்...''

''ஆமாண்டி... சின்னபுள்ளதான்... நீயும் சின்னபுள்ள மாதிரிதான இருக்க... வா... நீயும் வா... தோ பாரு... போர்வக்குள்ள நெறய எடம் இருக்கு... வா... வா... வந்து படுத்துக்க...'' என்று வம்பிழுத்துச் சிரிப்பார். அவள் கன்னம் சிவக்க, ''ஒங்களுக்கு அத வுட்டா வேற ஒண்ணும் தெரியாது... என்ன சொன்னாலும்... அங்கயே போயி நின்னுடுங்க... ஒங்கள சொல்லி குத்தமில்ல... ஒங்கம்மாவ சொல்லனும்...'' என்றபடி விலகிச் செல்வாள்.

இப்போதும் அது நினைவிலாடியது. அம்மா வந்து நின்றாள். போர்வைக்குள் புதைந்து கிடந்தவனை நெகிழ்ந்து பார்த்துக் கொண்டிருந்தாள். பத்து வயதுச் சிறுவனாய் அவள்முன் நின்று கொண்டிருந்தார்.

பட்டணத்துப் பிரதான சாலையின் குறுக்காய் வடக்கு தெற்காய் ஓடும் ரயில் ரோட்டின் ஓரம் கல்லெறியும் தூரத்தில் அமைந்த ரயில்வே கேட்டின் அருகே நீள்வரிசை, அரக்கு மஞ்சள் வர்ணம் பூசிக்கொண்ட காங்கி லயங்கள். நாற்புறம் கற்சுவரும் ஓட்டுக் கூரையும். ஒரு வரிசை, சாலைக்கு இந்தப்புறம் ரயில்வே ஸ்டேசனக்கு அருகில் இருந்தது. இன்னொன்று சாலைக்கு அந்தப்புறம் போலீஸ் ஸ்டேசனுக்குப் பின்புறம் அமைந்திருந்தது.

தோட்டத்துத் தமிழ்க் கூலிகளின் குடியிருப்புகளுக்கு இணையாக பட்டணத்துத் தமிழ்க் கூலிகளுக்கு வெள்ளக்கார தொரைமார்கள் கட்டிக்கொடுத்த மனிதக்கொட்டகைகள். வடக்கே சியாம் எல்லையோர சிற்றூரான பாடாங்புசார் தொடங்கி, கடாரத்தின் தலைநகரமான அலோர்ஸ்டார், பேராக் மாநிலத்தின் தலைநகர மான ஈப்போ, நாட்டின் தலைநகரமான கோலாலம்பூர் வழியாக தெற்கே ஜோகூர்பாரு வரை நீண்டு சிங்கப்பூரில் முடிவுறும் ரயில் பாதை.

ரத்தம் சிந்தியும் உயிரையும் பலிகொடுத்துக் காடழித்து ஆறு மலை தாண்டி எலும்பொடியும் கடும் உழைப்பினால் பாதை அமைத்தும், அதனைத் தினசரி பராமரிப்பும் செய்து வந்த அவர்களும் இந்நாட்டில் வெள்ளைக்காரத் துரைமார்களின் அதிதீவிர விசுவாச அடிமை கூலிக்கார தமிழ்ச் சமூகத்தின் ஒரு பகுதியே.

கோப்ரலுக்கு இன்றும் அந்த ஒருநாள் பயணம் நினைவிருக்கிறது. தனது அப்பா காங்கி தண்டல் ராமசாமியைத் தொந்தரவு செய்து கெஞ்சிக் கூத்தாடி எப்படியோ சம்மதிக்க வைத்து மேற்கொண்ட முதல் ரயில் பயணம். நான்கு சக்கரங்களின் மேல் அமைந்த திறந்தவெளி வாகனம் என்று சொல்வது பொருந்தும்.

அதனை ஒரு பத்து வயதுச் சிறுவனாக நின்றே நினைத்துப் பார்ப்பது அவருக்கு விருப்பமாக இருந்தது.

''வூட்டு முன்னால நின்னு, அப்பா தெனமும் அதுல ஏறி மத்த வேலக்கரங்களோட போறத பாத்துகிட்டு இருப்பேன். அப்பா முன்னால உக்காந்து கைய ஆட்டிக்கிட்டு போவாரு. ரயில் ரோட்டுல தெனமும் எதுனா வேல இருக்கும். தண்டவாளத்த பதிச்சு வச்ச மரக்கட்ட, இரும்பு தண்டவாளம், அதுக்கு அடியில பரப்பி வச்ச சரலிக்கல்லுனு... எல்லாத்தையும் அன்னாடும் சரி பாக்கனும். அப்பாவுக்கு பக்கத்துலயே முன்னால உக்காந்திருக்கேன். ஏறும்போதே, 'பாத்து இரும்ப நல்லா புடிச்சு உக்காருடா... இல்லனா கீழ வுழுந்துடுவேன்னு'மெரட்டிருந்தாரு.

''வண்டி ரொம்ப மெதுவா கடக் கடக்னு தாளம் போட்டு நகந்து போச்சு. பாட்ட கேக்கற மாதிரி சொகமா இருந்துச்சு. கையி கூடவே சேந்து தாளம் போடுது. ரெண்டு பக்கமும் கண்ணுக்கு எட்டன தொலவுக்கு பச்சபசேல்னு நெறஞ்சுருக்கு. மரத்துல கொரங்கு கூட்டம் ஒண்ணு எங்கள பாத்து பல்ல காட்டி கீச்சுகீச்சுன்னு சத்தம் போட்டு கூடவே வருது. அப்பா சிரிச்சுகிட்டே அதட்டல் போடறாரு, 'டே... சும்மா இருங்கடா... அன்னாடுந்தான பாக்கறீங்க... அப்புரம் என்னடா சத்தம்?'

''தலக்கு மேல கால சூரியன். கணகணண்ணு சூடு ஒடம்புல ஏறுது. சிலுசிலுன்னு காத்து மூஞ்சில மோதி போவுது. தலமுடி கலஞ்சு பறக்குது. அப்பா சிரிச்சுகிட்டே திரும்பி, 'என்னடா மணி? எப்படி இருக்கு'ன்னு கண்ணடிக்கிறாரு. என்ன சொல்றதுன்னு தெரியல. பாலம் தெரியுது.

''அதுக்கு கீழ ஓடற ஆறு ரொம்ப பெருசு. அப்பாவோட மீனு புடிக்க தொணக்கி போனப்ப பல தடவ பாத்திருக்கேன். எப்பவும் மூனு பேராதான் போவோம். டே சீசர் நீயும் வா... மீனு புடிக்க போலாம்னு அப்பா சொன்னதும் புரிஞ்சிகிட்டு அவன் குதிக்க ஆரம்பிச்சு சத்தம் போட்டு ஓடி வாசல்ல நின்னு லொல்லு லொல்லுன்னு சத்தம் போடுவான்... வாங்க வாங்க... சீக்கிரம் வாங்கன்ற மாதிரி இருக்கும். அப்பா சிரிச்சுகிட்டே, டே இருடா சீசர்... தோ தூண்டிய எடுத்துகிட்டு வந்துர்ரேன்னு உள்ள போவாரு.

''அப்பா தூண்டிய தண்ணில தூர வீசிட்டு அத கண்டுக்காம வேடிக்க பாப்பாரு - காலடி சத்தம் கேக்காம பச்சபுள்ளயாட்டம் தாண்டி போற ஆத்த... ஆத்துக்கு நடுவுல துடுப்ப தள்ளி மெதந்து போற படக... எதுத்த கரயில தண்ணில குதிச்சு சத்தம்போட்டு ஆடர மலாய்க்கார கம்பத்து பையனுங்கள... தண்ணிக்குள்ள கைலிய மாரோட இழுத்து கட்டி நின்னு குளிக்கிற மலாய்க்கார பொம்பள சனங்கள... கர ஓரமா வந்து தலய நீட்டி பாத்துட்டு மறஞ்சு போற நீர் நாய... தண்ணிக்கு மேல சர்ருனு எறங்கி தொட்டு மீன லபக்குனு வாயில கவ்விக்கிட்டு மேல ஏறி பறந்து போற மீனு கொத்திய... மேக்குல தூரத்துல கீழ எறங்கி தண்ணிய தொட்டு தகதகன்னு ஜொலிக்க வக்கிற சூரியன...

''எனக்கு பக்கத்துல ஒட்டி உக்காந்து ஆத்த பாத்துகிட்டு இருப்பான் சீசர். தண்ணில தூரத்துல மெதந்து ஆடற தக்க மேல இருக்கும் அவனோட கண்ணு. அவனுக்கு அப்பா தூண்டிய சரக்குனு தண்ணிலருந்து இழுத்து மேல வர, தூண்டில்ல அந்தரத்துல ஆடிகிட்டு வர்ர வெறா மீன பாக்கனும். சந்தோசத்துல எகிறி குதிச்சு சத்தம் போட்டு ஆடுவான். டக்குனு திரும்பி எம் மொகத்த நக்குவான். ரொம்ப சந்தோசமாயிட்டானு அர்த்தம்.

''மீனு பறந்து வந்து பொத்துனு தரய தொட ஓடி அத சுத்தி வந்து கொலச்சு வெளயாடுவான். அப்பாவுக்கு சிருப்பு தாங்காது. கிட்ட வந்து குனிஞ்சு அவனோட தலய தடவி, 'போதுண்டா சீசர்... அவன வுடு... பாவம் ஒன்ன பாத்து பயந்து கெடந்து துடிக்கிறான் பாரு'ன்னு சொல்லிகிட்டே மீனு வாய தொறந்து தூண்டிய எடுப்பாரு... அன்னக்கி வூட்டுக்கு போயி அம்மா பொரிக்கிற வெறா மீனுல பாதி மீனு சீசருக்கு போயிரும்.

''அந்த ஆத்த வண்டில உக்காந்து ரயில் பாலத்துக்கு மேலருந்து குனிஞ்சு பாக்கறத நெனச்சு மனசு சந்தோசத்துல அடிக்குது. அப்பா வண்டிய கொஞ்சம் பாலத்துக்கு மேல நிப்பாட்டறீங்களான்னு கேட்டுட்டு சிரிக்கிறேன். அப்பா சத்தம் போட்டு சிரிச்சு ஏன்டான்னு கேக்கறாரு. சட்டுனு மொகம் மாறிடுச்சு. புரிஞ்சுகிட்டாரு. அட கிறுக்கு பயலே. அப்பனுக்கு தப்பாம பொறந்திருகடா நீயும்.

''அத அப்பா சொன்னப்ப ஏன்னு தெரியாம அந்த கண்ண உத்து பாத்துகிட்டிருந்தேன். அப்பா கண்ணுல தண்ணி கோத்து வந்து குண்டுமணி மாதிரி கண்ணு ஓரத்துல நிக்குது. எதிரு வெயிலு பட்டு அது மின்னறது நல்லா தெரியுது. அப்பாக்குள்ள ரொம்ப ஆழத்துல அவரு ரகசியமா பதுக்கி வச்சு காப்பாத்துன ஏதோ ஒண்ணு அப்ப

அவருக்கே தெரியாம சடார்னு எளகி முட்டி ஒடச்சு மேல வந்து கண்ணுல வழியுதுன்னு தோணுது.

''ஒடம்பு சிலுக்குது. சடார்னு கண்ண வேற பக்கமா திருப்பிகிட்டேன். அம்மா கண்ணுல அத பல தடவ பாத்திருக்கேன். ஆனா அப்பாகிட்ட அதுவரக்கும் பாத்ததில்ல. இப்பவும் அப்பாவ நெனக்கறப்ப, அந்த நேரத்துல அந்த ரயில் பாதயில பாத்த அவரோட அந்த கலங்கன கண்ணுதான் முன்னால வந்து நிக்குது.

''அன்னக்கிதான் ரயில்வே காங்கி கூலிங்க படற கஸ்டத்த மொத மொற பாத்தேன். மேல சுட்டெரிக்கிற வெயிலு. கீழ நெருப்பா சுடற தண்டவாளம். தண்டவாளத்துக்கு கீழ பொதஞ்சு கெடந்த மக்கன நாலு மரக்கட்டங்க. மல்லுக்கட்டி வேத்து கொட்ட பேத்து எடுத்துட்டு புது கட்டய பொதச்சு வச்சு இரும்பு துண்ட அடிச்சு எறக்கி தண்டவாளத்த சரி பண்ணி முடிக்க பொழுது போயிருச்சு. அப்பாடா இடுப்பு ஒடஞ்சு போச்சுடாப்பான்னு பெருமூச்சோட நிமுந்து இடுப்ப புடிச்சுகிட்டு வந்து உக்காந்து கடக்கு கடக்குன்னு தண்ணிய வாயில ஊத்தன பக்கத்துவூட்டு கன்னியப்பன் மாமா முனுசாமி மாமா சின்னமுத்து மாமா ஊருக்கார ரங்கன் மாமா மீசக்கார தங்கவேலு மாமாங்கள, எட்ட உக்காந்து பாக்க ரொம்ப கஸ்டமா இருந்துச்சு.

''அன்னயோட அப்பாகூட வேலக்காட்டுக்கு போறத வுட்டுட்டேன். ஒருநா காலயில அப்பா, படுத்து தூங்கனவன தட்டி எழுப்பி, 'ஐயா மணி வர்ரயாடா'ன்னு எதுக்க நின்னு கேக்க, ஒண்ணும் சொல்லாம தலய ஆட்டிட்டு கண்ண மூடிக்கிட்டேன்.''

திருமணமாகிப் பல ஆண்டுகள் கழித்து பிறந்த ஒரே பிள்ளை என்பதில் கோப்ரல் மணியம் அப்பாவுக்குச் செல்லம். அம்மாவுக்குக் கூடுதல் செல்லம். இரவில் தூங்குவது எல்லாம் அம்மாவின் அரவணைப்பில்தான். அடுத்த ஓராண்டிற்குள் வாயில் வந்த புற்று நோய்க்கு அம்மாவைப் பறிகொடுத்தவருக்கு இரவு தூக்கத்திற்குத் துணை வந்தது போர்வைதான். அதற்குள் சுருண்டுகொள்ள அம்மாவின் இடத்தில் போர்வை.

அதனுள் தன்னை முழுமையாய் நுழைத்துக்கொண்டு கிடைக்கும் கதகதப்பில், இழந்துவிட்ட அம்மாவின் உடல் சூட்டைக் கற்பனையில் மீட்டெடுத்து ஆறுதல் கொண்டார். அம்மா போன நாள் தொடங்கி, அதன் அரவணைப்பில், இரவு நேரங்களில் அம்மாவை நினைந்து ஓசைப்படாமல் பல நாட்கள் அழுதிருக்கிறார்.

அழுது கண் மூடும் கண்களுக்குள் மீண்டும் கனவில் வந்து நிற்பாள், கடைசிக் காலத்தில் பார்த்த அம்மா.

பல் வலி என்று ஆஸ்பத்திரிக்கு போனவள் கொஞ்ச நாளில் புத்து நோய் என்று திரும்பி வந்தாள். வலது பக்க கன்னத்தில் ரத்த சிவப்பில் சிறு ஓட்டை. ''ஒன்னும் இல்லடா கண்ணா... சின்ன புண்ணு... கொஞ்ச நாள்ல ஆறிடும்னு டாக்டர் சொல்லிருக்காரு...'' என்று சமாளித்தார். நாளாக ஓட்டை பெரிதானது. கண்கொண்டு பக்கம் நின்று பார்க்கமுடியவில்லை. ஓட்டை வழி வாயின் உட்புறம் ரணகளமாய்த் தெரிந்தது. கொஞ்ச நாளில் புண்ணில் சீழ் வைத்து ஒழுகி நாறியது. எவரையும் மூக்கைப் பிடித்துப் பத்தடி தூரத்தில் முகம் சுழித்து நிறுத்திவிடும் அசுர நாற்றம். அம்மா முகத்தைத் துணியால் மூடி, வீட்டின் பின்கட்டில் ஒரு இருட்டு மூலையில் முடங்கி, தூக்கம் தொலைத்து இரவும் பகலும் வலி தாளாமல் அனத்தியபோது, அம்மா சொன்னதுபோல் அது சாதாரணப் புண் இல்லை என்பது புரிந்தது.

அப்பாவின் முகம் இறுகிக் கறுத்துச் சிறுத்துவிட்டிருந்தது. வீட்டுக்குள் இருந்த கலகலப்பு சந்தோசச் சிரிப்பு எல்லாம் வாசலுக்கு வெளியே பறந்துபோய்விட்டிருந்தன. உள்ளே இருள்குடிவந்துவிட்டிருந்தது.

நாளாக, அம்மா கிட்டத்தில் வரவேண்டாம் என்று சொல்லி விட்டிருந்தார். இருளுக்குள் முகத்தை முழுமையாக மறைத்துக் கொண்டார். புண்ணைச் சுத்தம் செய்து மருந்து கட்டும் வேலையை அப்பா பார்த்துக்கொண்டார். எந்தவித அசூயையும் இல்லாமல் அவர் அம்மாவின் நாறும் சீழ்ப்புண்ணைச் சுத்தம் செய்து மருந்து கட்டுவதைப் பார்த்துப் பலநாள் மனம் நெகிழ்ந்து கண் கலங்கியிருக்கிறார்.

சீசரும் முன்புபோல் இல்லை. ஆட்டபாட்டம் குறைந்திருந்தது. சாப்பாட்டைக் குறைத்துவிட்டிருந்தான். கவலை தோய்ந்த முகத்தை வாசலில் கிடத்தி, அடிக்கொருதரம் தலை திருப்பி அம்மா முடங்கிக் கிடக்கும் இருள் மூலையைத் துழாவினான். பெருமூச்செரிந்து முனகிக் கண்மூடி, ''என்ன ஆச்சு அம்மாவுக்கு?'' என்று யோசிக்கத் தொடங்கினான்.

அம்மா இறப்பதற்கு முதல் நாள் அவரின் நினைவில் இன்றும் உண்டு. அன்று முழுக்க சீசர் உணவு எடுக்கவில்லை. காலையி லிருந்தே வாசலில் படுப்பதும் ஒரு திடுக்கிடலுடன் முனகி எழுந்து உள்ளே குசினி வாசல் வரை போவதும் வருவதுமாகப் பதற்றமுடன் இருந்தான். வாலைத் தாழ்த்தி கால்களுக்கிடையில் செருகி

நிலைகொள்ளாத தவிப்பில் உடல் குளிர்ஜுரம் கண்டதுபோல் நடுங்க, கண்களில் எதிரில் பேயைக் கண்ட மிரட்சி. ஒருநாள் பேச்சுவாக்கில் அம்மா சொன்னது அப்போது நிழல்தட்டியது. ''ஐயா நாய்ங்க கண்ணு நம்ம மனுசாலு கண்ணு மாதிரி இல்லயா... அது வேற மாதிரி... அதுங்க கண்ணுக்கு சாமி பேயி எமன் எல்லாம் நல்லா தெரியும்யா...''

பொழுதுபோய் வாசல் இருளில் உட்கார்ந்து அண்ணாந்து வானம் பார்த்து ஊளையிட்டவனை அப்பன்காரன் எழுந்து ஓடி அதட்டினார். ''டே சீசர்... என்னடா பண்ற? இதென்னடா பொழுது போயி புதுசா வூட்டு முன்னால உக்காந்து ஊல வுட்டுகிட்டு... வாடா... உள்ள வாடா...'' வீட்டுக்குப் பின்னால், தடுப்புக்குள் மறைந்து குளிப்பதற்குச் சுடுநீர் விளாவிக்கொண்டிருந்த மகனை சீசரின் அந்தத் துயரக் குரல் வந்து தாக்கி உலுக்க, மின்னலடித்தது போல் விதிர்த்து அப்படியே ஸ்தம்பித்து நின்றுவிட்டிருந்தார்.

விடிந்து பார்க்க அம்மா போய்விட்டிருந்தாள்.

நாளடைவில் படுக்கையில் உடலைக் கிடத்தும் பொழுதின் எந்தத் தருணத்திலும், மழையோ வெயிலோ இரவோ பகலோ, போர்வை என்கிற அம்மாவின் அரவணைப்பு அவசியத் தேவையாகிப் போனது. அந்த ரகசியத்தை ஏனோ தன்னோடு வாழ வந்தவளோடு அவர் பகிர்ந்துகொண்டதே இல்லை.

ஒரு வேளை பகிர்ந்து கொண்டிருந்தால் அதனையும் கேலி செய்திருப்பாளோ என்று அவள் ஓடிப்போனதன் பிறகான இந்நாட்களில் அவர் பலமுறை எண்ணிப்பார்ப்பதுண்டு.

10

அம்மாவூட்டு கோபால் தூக்கம் வராமல் பாயில் நீண்ட நேரமாய்ப் புரண்டுகொண்டிருந்தான்.

தான் நிறைவேற்றப்போகும் ரகசியத் திட்டம் குறித்த பதற்றம் அவனுள் அதிகரித்தபடி இருந்தது. திட்டத்தின் ஒரு பகுதியாக கொக் செங் தோட்டத்திலிருக்கும் தனது சிறிய மச்சினிச்சி முனியம்மவை வரச் சொல்லி, முத்தாயிடம் பேசி சம்மதிக்க வைத்து, அவளோடு புறப்பட்டுப் போக வைத்திருந்தான். இடம் மாறினால், மனதுக்குச் சற்று ஆறுதலாய் இருக்கலாம் என்று சொல்ல வைத்துச் சம்மதிக்க வைத்திருந்தான். முத்தாயி சுலபத்தில் சம்மதிக்கவில்லை. ''நா எங்கியும் போவல... எம் புள்ள இல்லாம நா எங்கியும் போவல...'' என்று முரண்டு பிடித்தாள்.

''குட்டி வந்துருவாமா... தோ... மிலிட்டிரிக்காரன் வந்து தேட போறான்... அவன் எப்பிடியும் கண்டுபுடிச்சிருவான்... கவலபடாம போ... அவன் வந்ததும் கையோட கூட்டிகிட்டு அங்க வந்தர்ரேன்... இங்க இருந்தனா அவன் நெனப்புதான் ஒன்ன சுத்தி சுத்தி வரும்... போ புள்ள... போ... நாலு நாளு அப்பிடி போயி இருந்தா மனசு பாரம் கொஞ்சம் எறங்கும்...'' ஒருவழியாய் அவளைச் சம்மதிக்க வைத்து சின்னகாடி வரச் சொல்லி அனுப்பி வைத்த பின், ஒரு நீண்ட பெருமூச்சுடன் அஞ்சடி வாங்கில் கால் நீட்டி உட்கார்ந்து யோசிக்கலானான்.

அவளிடம் ஏதேதோ நம்பிக்கை வார்த்தைகள் சொல்லியிருந்தாலும், உண்மையில் அதில் எதிலுமே அவனுக்குக் கிஞ்சிற்றும் நம்பிக்கை

இல்லாமலாகியிருந்தது. மிலிட்டரி வந்து தேடப்போகிறது என்று சொல்வதெல்லாம் தங்களை ஏமாற்ற, போலீஸ் தோட்ட நிர்வாகத்தோடு கூட்டு சேர்ந்து போடும் கபட நாடகம் என்றே அவர் நினைத்தார். அவர்களுக்கு ஏதோ உண்மை தெரிந்திருக்கிறது. அது கசப்பான உண்மை என்பதால் சொல்லத் தயங்குகிறார்கள். அவ்வப் போது ஏதேனும் சால்ஜாப்பு சொல்லி நாட்களைக் கடத்திக் கொண்டே போய், இதை ஆறப்போட்டு மறக்கடித்துவிடாலாம் என்கிற எண்ணத்தோடு செயல்படுவதுபோல் தோன்றியது அவர்களின் நடவடிக்கை. இந்தச் சதிக்கு உடந்தையாக கட்சித் தலைவரையும் அவர்கள் பயன்படுத்துகிறார்களோ என்கிற ஒரு சந்தேகமும் வலுத்தபடி இருந்தது.

தோட்ட நிர்வாகம் இதில் ஏதோ உள்நோக்கத்துடன் கபட நாடகம் ஆடுகிறதோ என்கிற நியாயமானதொரு கேள்வியும் அவருள் அவ்வப்போது தலைநீட்டியபடி இருந்தது. தொண்டர் படை தலைவனாக இருந்தபோது, டிரசர் பாலையாவுடன் கூட்டுச் சேர்ந்து, ஓர் இரவில், துரை பங்களாவுக்குத் தண்ணீர் கொண்டு வந்த லாரியை மடக்கித் தோட்டத்துக்குள் கொண்டு வந்து நிறுத்தியதையும், அதைத் தொடர்ந்து நடந்த கலவரத்தில் அவன் முன்னின்று போராடியதையும் அவர்கள் இன்னமும் மறக்காமல், அதற்குப் பழி தீர்க்கும் ஒரு சந்தர்ப்பமாக, அவன் காணாமல் போனதைப் பயன்படுத்த நினைக்கிறார்களோ என்ற சந்தேகம் வலுத்தது. அவன் காணாமல் போனவனாக, இனி தோட்டத்தில் இல்லாமல் இருப்பதே, அதுபோன்ற ஒரு எதிர்ப்பு தோட்டத்தில் இனி நிகழாமல் தடுத்துவிடும் என்கிற ஒரு நப்பாசைகூட அவர்களை வழி நடத்தலாம் என்று எண்ணினான்.

இந்தச் சதிக்கு உடந்தையாக அவர்கள் கட்சித் தலைவரை மறைமுகமாகப் பயன்படுத்துகிறார்களோ என்கிற ஐயத்தையும், அவரின் சில முகக் குறிப்புகளும் செயல்பாடுகளும் காட்டுவதாகத் தோன்றியது. முத்தாயி அன்று கோபத்தில் வீட்டு வாசலில் வைத்து மானாவாரியாய்ப் பேசி அனுப்பிய பின், அவர் கோபால் வீட்டுப் பக்கம் தலை வைத்துப் படுப்பதில்லை. வழியில் தூரத்தில் எதிரே தென்படும்போதும், சடக்கென நின்று வழிமாற்றி நடந்து மறைந்துவிடுகிறார். வீடு தேடிப் போய்த் தகவல் கேட்டாலும், முகம் கொடுத்துப் பேசாமல், ஏதேதோ மழுப்பலான சமாதானம் சொல்லி அனுப்பி வைப்பதிலேயே குறியாக இருக்கிறார். ''வந்துருவான் கோபாலு... மிலிட்டிரிக்காரன் இன்னும் நாலு நாளுல வந்துருவானாம்... சின்ன தொர சொன்னாரு... அவனுங்க எப்பிடியும் கண்டுபுடிச்சிடுவானுங்க... கவலபடாம போ

கோபாலு... எல்லாம் நல்லபடியா நடக்கும்...'' அவரது வழக்கமான உற்சாகக் குரல் மெலிந்து உள்ளடங்கிய பதற்றத்துடன் கரகரத்து ஒலிக்கிறது. நேரெதிர்கொள்ளாத கண்கள் அங்குமிங்கும் அலைபாய, நின்ற நிலையில் சங்கடத்துடன் நெளிகிறார்.

கோபாலை மேலும் குழப்பியது தலைவருடைய மனைவியின் மாறிவிட்ட நடவடிக்கை. வழக்கமாய், வாசலில் கோபாலின் குரல் கேட்டதும், வந்து நின்று முகம் மலர, ''வாங்கண்ணே... வந்து உக்காருங்க... தோ அவர வர சொல்றேன்... நம்ம பெரியான் ஊடு வரக்கும் சவரம் பண்ணிக்க போயிருக்காரு... பையன அனுப்பி வர சொல்றேன்... வந்து உக்காருங்க...'' என்பது காணாமல் போயிருந்தது. இப்போதெல்லாம், குரல் கேட்டதும், புத்துக்குள் உடல் மறைத்து, பொந்தில் தலை நீட்டி எட்டிப் பார்க்கும் நாகம்போல, குசினி வாசலில் உடல் உள் மறைத்துஒருக்களித்துத் தலை நீட்டிப் பார்த்து, தலையாட்டி, முகம் சுருங்க உள் திரும்பி, ''ஏங்க... இங்க வாங்க... அவரு வந்திருக்காரு பாருங்க...'' என்பதோடு தலையை வெடுக்கென உள்ளிழுத்து மறைந்துவிடுகிறாள்.

தொடக்கத்தில் அது குறித்து உறுத்தலான எண்ணம் எதுவும் எழவில்லை என்றாலும், தனிமையில் உட்கார்ந்து அவற்றை ஒவ்வொன்றாய் இழைபிரித்து நோட்டமிட, அதனுள் நிழலாடிய ஏதோவொன்று மெல்ல மேலெழுந்து வந்து மனதுள் இருள் மேகமாய்க் கவிந்து படர்ந்தது. துணுக்குற்று அதனை ஊடுருவ, அதன் வால்முனை கைகளில் தட்டுப்பட்டது. திட்டமிட்ட ஒரு கபட நாடகம் அங்கே அரங்கேறிக்கொண்டிருப்பதான எண்ணம் வலுத்தது.

அந்த உறுத்தலை உண்மைதான் என்று உறுதிப்படுத்துவதுபோல் இருந்தது, காதில் வந்து ஈட்டியாய் இறங்கிய அந்தச் செய்தி. ''என்ன கோபாலு... நம்ம கட்சி தலவரு அடுத்த மாசம் வெளிக்காட்டுக்கு தண்டலா போவ போறாராம். அவரோட நெரய இன்னமே அவரோட பொஞ்சாதி வெட்ட போவுதாம்... ஓங் காதுல எதுவும் வுழுந்துச்சா கோபாலு? தலவரு குடுத்து வச்ச மனுசன் கோபாலு... அவுருக்கு தண்டலு வேல... பொஞ்சாதிக்கு எள மரம்...'' என்று பக்கத்துவீட்டு சிங்காரம் யதார்த்தமாய்ச் சொன்னதுஅவருள் ஒரு எரி மலையைக் குமுறி வெடிக்க வைத்திருந்தது. ''ஓ... அதான் கதயா?'' என்று பல்லைக் கடித்து முணுமுணுத்தார்.

இதுநாள்வரை தான் மதித்து மரியாதை செலுத்தி வந்த கட்சித் தலைவரைப் புதியதொரு இடத்தில் வைத்துப் பார்க்கத் தொடங்கியிருந்தான். அந்த இடம் அவனுக்கு உவப்பான ஓரிடமாக இல்லை என்பதைக் கசப்புடன் ஒப்புக்கொண்டிருந்தான். ஏதோ ஒரு

வகையில் தலைவர் தனக்கும் தன் குடும்பத்துக்கும் அவரது மனசாட்சிக்கு விரோதமாய்ச் செயல்படத் தொடங்கியிருப்பதாக கோபால் நம்பத்தொடங்கியிருந்தான். தொடக்கத்தில் ஒரு கரும்புள்ளியாய் மனதின் ஒரு மூலையில் முளைவிட்ட அந்தக் கொடிய நச்சு, இப்போது அவனுள் ஆழ வேர் விட்டு எட்டுத் திக்கிலும் கிளை பரப்பி விருட்சமாய் பேருருக்கொண்டு எழுந்து நிற்பதைத் திகிலுடன் பார்த்து நின்றான். கித்தாக்காட்டில் எதிர்பாராமல் பாதத்தில் குத்தி உள்ளொடிந்த சிறு மீனாப்பூண்டு முள்*, சில நாட்களில் உள்ளே புடம் வைத்துச் சீழ் பெருக நாறி உயிர் வதையில் துடிக்க வைப்பதுபோல, அந்த எண்ணச் சுழலில் மீண்டும் மீண்டும் உழன்று மூச்சுமுட்ட பரிதவித்தான்.

அது முதல்அவன் பார்வை படும் ஒவ்வொன்றிலும் கட்சித் தலைவர் தெரிந்தார். வழியில் எதிர்ப்படும் ஒவ்வொரு முகத்திலும் அவர் முகம் வந்து ஒட்டிக்கொண்டு நினைவுகளைக் கலைத்துப்போட்டு விளையாடியது. ஒரு கட்டத்தில் கண்ணில் பட்ட மரம் செடி கொடி, அண்ணாந்து பார்க்க தெரிந்த நீலவானம், அரைவட்ட நிலா, கருக்கலில் அடிவானத்தில் தலை நீட்டும் சூரியன், தன்னைச் சூழ்ந்து தினமும் உலவி உறவாடிய பறவைகள் ஆடு மாடுகள் பூனைகள் நாய்கள் என சகல ஜீவராசிகளின் முகங்களும் அவரது முகமாக உருமாறுவதைப் பார்த்து, வெறிகொண்டு தலையைக் குலுக்கிக் கத்தினான்.

திகிலடைந்த கண்களுடன் தயங்கியபடி அதனை மெல்லப் பின்தொடர்ந்து செல்ல, அது தன்னை, தனது ஆழத்து மூலையொன்றில் புதையுண்டு மறைந்திருக்கும் இருட் குகை வாசலில் கொண்டு சென்று நிறுத்தியதைக் கண்டு கூச்சலிட்டுக் கதறினான். அதனுள் பல காலம் நீளுறக்கத்திலிருந்த ஒரு கொடிய மிருகம் கண்விழித் தெழுந்து குகைச்சுவர்கள் இடிந்து நொறுங்க, பிடரி குலுக்கி ஊளையிட்டபடிப் பாய்ந்தோடி வந்து அவனெதிரில் நின்றது.

தனது ஏவலைச் சிரமேற்கொண்டு எதனை இழந்தேனும் செய்து முடிக்கச் சித்தமாயிருக்கும் தனக்கான கொத்தடிமையைத் தன் வாழ்நாளில் மீண்டுமொருமுறை கண்டுவிட்ட, அந்த இருள்வெளி தேசத்துச் சக்கரவர்த்தியின் மந்திரப் புன்னகையில் அவன் தன்னை இழந்து ஒரு கணம் உறைந்து நின்றான்.

மண் அதிரப் புழுதி கிளப்பி, பிடரி குலுக்கிச் சுழன்று குதித்துக் கூத்தாடிச் சிரித்துநின்று, திரும்பி, மீண்டும் அவனை ஏறிட்டுப்

---

* ஒரு வகை முள்செடி

பார்த்துத் தலையாட்டி, முகம் மாறுபட, அண்ணாந்து தனது இஷ்ட தெய்வமான இருளரக்கனுக்குக் கால் தூக்கி வணக்கம் சொல்லி, பெருங் குரலெடுத்துக் கூக்குரலிட்டபடிப் பாய்ந்தது. நாலுகால் பாய்ச்சலில் அது தன்னை நோக்கிப் பறந்து வந்து, கைப்பிடித்துத் தரதரவென்று புழுதி பறக்க இழுத்துச் செல்ல, அது கொண்டு போய்த் தன்னை நிறுத்தப்போகும் இடம் எது என்பதை அக்கணத் தெறிப்பில் துல்லிதமாய்க் கண்டுகொள்ள, கொடுங் கனவென நினைத்து அலறினான்.

ஒருகண சுதாரிப்பில் கைநீட்டித் தாவி அதன் கால்களை இறுகப் பற்றி, அதன் எரிச்சலுற்ற கோபாவேச உறுமலையும் புறந்தள்ளி, ‘‘வேணா... வேணா... அங்க வேணா... இன்னொரு தடவ என்ன அங்க கூட்டிகிட்டு போவ வேணா... சொன்னா கேளு... ஒரு தடவ நீ அங்க என்ன கூட்டிகிட்டு போனது போதும்... இன்னொரு தடவ அங்க போய் என்னால நிக்க முடியாது... வெந்து சாம்பலா போயிருவேன்... சொன்னா கேளு... வேணா... அங்க வேணா...’’ என்று கதறியழுதான்.

அனைத்தையும் தொகுத்து வைத்து நினைத்துப் பார்க்க, இனி தனது மகன் குட்டி திரும்பி வீடு வரப்போவதில்லை என்று அவரது உள்ளுணர்வு மிக உறுதியாய் நம்பியது.

தன்னுள்ளே அடியாழத்துள் இரண்டாம் முறையாக விழித்துக் கொண்டு தன்னைத் தனது கட்டுப்பாட்டில் முழுமையாய் வைத்து இயக்கத் தொடங்கிவிட்ட அந்தச் சைத்தானுக்கு, அது தனது தரப்பு சார்ந்து முன்வைத்த வாதங்களில் இருந்த நியாயங்களின் அடிப்படையில் தன்னை ஒப்புக்கொடுத்து, காது கொடுக்கத் தொடங்கிவிட்டிருந்தான்.

அது சிந்தித்து வகுத்துக் கொடுத்த அதிரடிக்கு, அவன் தன்னை முழுமையாய்த் தயார்படுத்திக்கொண்டிருந்தான்.

தனக்குத் துரோகம் செய்த அவளையும் அந்த நண்பனையும் தீம்பார் பாசாவில் வைத்துக் கண்டந்துண்டமாக வெட்டிக் காட்டில் புதைப்பதற்கு முன்பும், பல நாட்கள் இதேபோன்ற மன உளைச்சலில் தான் தவித்ததை எண்ணிக்கொண்டான். இந்தமுறையும் சென்றமுறை போலவே, அது தனது இருட் பிரதேசத்திலிருந்து, தனது தரப்பு சார்ந்து முன்வைத்த வாதங்களில், இறுதியாகத் தலையாட்டி அதன் கூற்றை முழுமையாய் அவனை ஏற்கச் செய்தது- நம்பிக்கைத் துரோகம் என்பது, அது எவராயினும்,

எதுவாயினும், எந்த வகையிலும் மன்னிப்புக்கு உரியதல்ல என்ற அதன் தீர்க்கமான அறிவுறுத்தல்தான்.

மறுநாள் பொழுது விடிய புறப்பட்டு, தன் மனைவியைப் பார்த்து வர, பக்கமிருக்கும் கொக் செங் தோட்டத்திற்குப் போனான். அவள் நிலையில் எந்த மாற்றமும் இல்லாதது கண்டு மேலும் மனம் நொந்தான். அவள் அங்கே தன் எதிரில் அவன் உட்கார்ந்திருப்பதை உணர்ந்திராத பாவனையில், தொலைதூர உலகொன்றில் சஞ்சரித்தபடி, அஞ்சடி பிராஞ்சாவில் உட்கார்ந்து, வாய்க்கு வந்தபடி பினாத்திக்கொண்டிருப்பதை சிறிது நேரம் வெறுமனே பார்த்திருந்து, சலிப்புடன் மூச்செறிந்து தலையாட்டி எழுந்து, புறப்பட்டு, மண் சடக்கின் எல்லையை அடைந்து, பாலிங் பட்டணத்திற்குப் போகிற பிரதான வழி நோக்கிச் சைக்கிளைத் திருப்பி மிதிக்கத் தொடங்கினான்.

வெயில் உறைக்கத் தொடங்கிவிட்டிருந்தது. அதனோடு போட்டி போட்டு இயங்கிய மனதுக்குள்ளும் உக்கிரத் தாண்டவம். வழிநெடுக, துணைக்கு வந்த அடர்காடு, பறவைகளின் பேச்சொலி, மலாய்க் கம்பங்களின் பசுமையழகு, அதன் வயல்வெளிகளில் உல்லாசமாய் உலவித் திரியும் காற்றுக்கு தலையசைத்தாடும் பொன்னிற நெற்கதிர்கள், சாலையையொட்டி உடன் பயணித்த பாலிங் ஆறு என எதிலும் கண்கள் ஊன்றாமல், பாலிங் பட்டணத்து வாசலை கோபாலின் சைக்கிள் கடந்தபோது, சூரியன் உச்சிக்கு வந்து விட்டிருந்தான்.

அவன் மனதுக்கு மிகவும் அணுக்கமான சிறு பட்டணம். எங்கு நின்று நிமிர்ந்து பார்க்கவும், சூழ எழுந்து நிமிர்ந்து நிற்கும் மலைகள். நீலம் போர்த்திய பசுமை. அதன்மேல் எப்போதும் சுற்றியலைந்தபடி மழையைப் பொழியும் கார்மேகக் கூட்டம். மலையையொட்டி, அதன் அடிவாரத்தில், முன்னும் பின்னுமாய்ச் சில கடைவீதிகள் மட்டுமே கொண்ட சிற்றூர். மலைச் சரிவிலிருந்து குதித்தோடிவரும் வெள்ளியோடைகளைத் தூரத்தில் நின்று பலமுறை ரசித்துப் பார்த்து மகிழ்ந்திருக்கிறான். அது தரை தொட்டு சிற்றாறாய் மாறி பட்டணத்தின் நடுவாய்ப் பெருக்கெடுத்தோடும் காட்சியின் அழகை பாலத்தின் மேல் சைக்கிளில் காலூன்றி நின்றபடி பார்த்திருப்பான். அதிலும் பொழுது உள்வாங்கும் தருணத்தில் மலை முகடுகளுக்குப் பின்னாலிருந்து இறங்கி வரும் மஞ்சள் கிரணங்கள் பொன்னலைகளாய் ஆற்றில் நகர்ந்து போவதை மெய்மறந்து பார்ப்பது அவனுக்கு மிகவும் பிடிக்கும்.

சம்பளம் பிளாஞ்சா நாட்களில் தோட்டமே, மேற்கு நோக்கி, கோலகெட்டில் டவுனுக்கும் சுங்கைப்பட்டாணி டவுனுக்கும் படை எடுக்க, அம்மாவூட்டு கோபால் மட்டும் சைக்கிளை கிழக்கு திருப்பி, தனது கள்ளக் காதலியை எதிர்கொள்ளப்போகிற மந்தகாசப் புன்னகையில் பாலிங் நோக்கி விரைந்து மிதித்துப் போவான்.

தனது பிரியத்துக்குரிய அந்தக் காதலியை இறுதியாய் ஒருமுறை பார்த்து, கை பிடித்துக் கண்ணீர் வடித்து, பிரியாவிடை பெற வந்து அதன் நுழைவாயிலில் நின்றபோது மனம் துக்கத்தில் அடைத்ததைத் தவிர்க்க வேண்டி, அண்ணாந்து ஏக்கம் நிறைந்த கண்களோடு சுற்றிவர எழுந்து நின்ற பசுமை மலை முகடுகளைத் தொட்டுப் பார்த்து விலகியோடும் மேகத்திரள்களை ஒரு கணம் அசையாமல் நின்று நெகிழ்ந்து பார்த்திருந்தான்.

பின், அந்தக் குறுகிய கடைவீதிகளில் ஆமையொன்று ஊர்ந்து போகும் நிதானகதியில்,பழமையாகி நட்டுகள் தளர்ந்து லொடலொடக்கும் தனது சைக்கிளை மிதித்து ஒருமுறை வலம் வந்தான். ஒவ்வொரு கடை வாசலையும் கடக்கும்போதும், பல காலம் பழகிய நண்பனைப் பிரியும் துயரம் ஆட்கொள்வதை உணர்ந்தான். வழக்கமாய், சம்பள பிளாஞ்சா நாட்களில் வந்து, செலவுசாமான் வாங்கிச் செல்லும் சின் தியோங் கடை வாசலில் அதன் முதலாளிநின்று கையாட்டி நிறுத்தினான். அதே முகம் நிறைந்த சிரிப்புடன், ''அபா கோபால்? மனா பீ? தரா பீ கெர்ஜாகா?* என்றான். மேல் வரிசைப் பற்களில் முன்பற்கள் அனைத்தும் கொட்டிவிட வாயிற்கதவு அகலத் திறந்து கிடந்தது.

அந்த முதுமையின் கள்ளமற்ற சிரிப்புக்கு அது தனியழகு சேர்ப்பதாய் அதை எதிர்கொள்ளும் போதெல்லாம்அவனுக்குத் தோன்றும். இப்போதும் தோன்றியது. மனம் கனத்தது. சைக்கிளை விட்டிறங்கி, ''சஜா மரி தௌகே... அரி இனி சயா மிந்தா ச்சூத்தி... பீனி சகிட்...''** என்று புன்னகைத்தபடி நகர்ந்தான்.

அடுத்த நிறுத்தம்லம் சுவான் கோப்பிக்கடை. பக்கத்து தெருவின் மூலைக் கடை. பெருக்கெடுத்தோடும் சிற்றாரை எதிர்கொண்ட கடையை நெருங்குவதை, காற்றில் மிதந்து வந்த அந்த நறுமணம் சொல்லியது. கோப்பிக்கொட்டையை வறுக்கும் மணம். அந்த கனக்கும் துயரத்திலும், அவனால் அதில் திளைப்பதைத் தவிர்க்க

---

* என்ன கோபால்? எங்க போற? வேலக்கி போவலயா?

** சும்மா வந்தேன் மொதலாளி... லீவு... பொஞ்சாதிக்கு ஒடம்பு சரியில்ல...

இயலவில்லை. மனம் முணுமுணுத்தது, ''என்னா வாசனடா...?'' என்றபடி ஆழ மூச்சிழுத்து அதில் சிலகணங்கள் கரைந்திருந்தான். சைக்கிளைக் கடைமுன் நிறுத்திவிட்டு அங்கிருந்தபடியே, ''தவுக்கே கோப்பி சத்து...''* என்று உள் பார்த்துக் குரல் கொடுத்தான். ஆற்றைப் பார்க்க, அந்தச் சீன கோப்பிக்கடைக்குச் சொந்தமான மூங்கில் நாற்காலியில், தளர உட்கார்ந்து, கோப்பிக்காகக் காத்திருந்தான். மீண்டும் அதே மணம். திரும்பிப் பார்த்தான். காப்பி ஆவி பறக்க வந்துகொண்டிருந்தது. இந்த வட்டாரத்திலேயே காப்பிகொட்டையை அங்கேயே வறுத்துக் காப்பிபோடும் ஒரே கடை. அதற்கு இணையான காப்பியை அவன் வேறெங்கும் இதுவரை குடித்ததில்லை. அங்கே வந்து போகும் போதெல்லாம் அதைக் குடிப்பது ஒரு முக்கியச் சடங்கு. வந்த வேலை எல்லாம் முடித்து இறுதியாக அங்கு வந்து உட்கார்ந்து விடுவான். காப்பியை ஒவ்வொரு துளியாக நாவில் நிறுத்தி, கண்மூடி அதன் சுவையில் லயித்துக் குடித்து முடிக்கும்போது மனம் நிறைந்திருக்கும். ''அப்பாடா என்னமா கோப்பி போடறான் இந்த சடபையன்...?''** என்று மெய்மறந்து சிலகணங்கள் கண்மூடி உட்கார்ந்திருப்பான். இன்று வழக்கத்தைவிட மிக மெதுவாய், ஒவ்வொரு துளியையும், விழுங்க மனமற்றுத் தயங்கி நின்று குடித்து முடிக்கும்போது, எதிர் நின்ற மலைமுகட்டில் கருமேகம் சூழத் தொடங்கியிருந்தது. மலைச் சரிவிலிருந்த சீன குகைக் கோயிலில் எரியும் விளக்குகள் கண்ணில் பட்டன. குவான் யீ என்கிற அவர்களின் மாரியம்மா. ஒருமுறை மலைப்பாதையில் மல்லுக்கட்டி சைக்கிள் மிதித்துப் போய் நீண்ட நேரம் அங்கே குவான்யீ அம்மாவை சொற்களற்று வெறுமனே உட்கார்ந்திருந்து பார்த்துக் கொண்டிருந்தது நினைவிலாடியது.

பெருமூச்சுடன் அதனைப் பார்த்தபடி, மனம் நெகிழ, ''போறேன் குவான்யீம்மா...'' என்று தன்னிச்சையாய்க் கைகூப்பி நின்றான். திரும்பி, கல்லாவை நெருங்கிப் பணத்தை லம் சுவான் கைகளில் வைக்கும்போது, ஏனோ தன் கைகள் நடுங்குவதை உணர்ந்து, வழக்கம்போல் நிமிர்ந்து புன்னகைப்பதைத் தவிர்த்து, குனிந்தவாறு, ''பலேக் தவுக்கே...''*** என்றபடி, வெடுக்கெனத் திரும்பி விரைந்து கடைவாசலைக் கடந்து தெருவில் வந்து நின்றான்.

---

* ஒரு காப்பி

** சட என்பது சீனர்களைக் குறிக்கும் வட்டாரத் தமிழ்ச் சொல்

*** போறேன் மொதலாளி...

வீடு திரும்பும் வழியில், மீண்டும் கொக் செங் தோட்டதுக்குள் சைக்கிளை விட்டு, தனது மனைவியை அன்றைய தினத்தில், இரண்டாம் முறையாகப் பார்த்து வர, அவள் தங்கை வீட்டு முன் போய் நின்றான். அவள் வாசல் வாங்கில் குத்துக்காலிட்டு எங்கோ வெறித்து, தலை கவிழ்ந்து உட்கார்ந்திருந்தாள். தலை முடி முதுகு பின்னால் கலைந்து விரிந்து கிடந்தது. வாய் தன்னியல்பாய் முணுமுணுத்துக்கொண்டிருப்பதை ஊன்றிக் கவனித்தான். மனம் கசிந்தது. அவளுள் குட்டியின் நினைவு துளித் துளியாய்ச் சொட்டி அவளது உடலின் ஒவ்வொரு அணுவிலும் நாக விஷமாய் விரவிப் படர்ந்து, அவளைச் சன்னஞ் சன்னமாய்க் கொன்றுகொண்டிருப் பதை உணர, அணைபோட்டிருந்த அத்தனையும் அக்கணம் உடைந்து கரை கடக்க, உட்கார்ந்து கதறியழுதான்.

●

கண் தொடும் தொலைவுக்கு நாலா திசையிலும் பசுமை ஏதுமற்ற வெட்டவெளி. கண்கள் கூசச்செய்யும் அனல் பறக்கும் கோடை வெயில். வானம் மேகமற்று நீலம்பூத்துப் பரந்து விரிந்து அடிவானம் தொட்டுக் கீழிறங்கி மறைந்துவிட்டிருந்தது. வானத்தின் அகண்ட பரப்புக்கு சவால்விடும் தோரணையில் அதன் கீழ் விரிந்து செல்லும், பூமிப் பரப்பெங்கும் நுரைத்துப் பொங்கிச் சுழன்றாடிப் பெருக் கெடுத்தோடும் ரத்த ஆறு. அதில் பிணக்குவியல்கள். ஆயிரமாயிரம் பிணங்கள். அத்தனையும் கை இழந்த கால் இழந்த கண்ணிழந்த தலை இழந்த வெறும் முண்டங்கள். முண்டங்களின் துளைகள் வழி இன்னமும் பீரிட்டபடி ஒழுகிச் செல்லும் ரத்தப் பெருக்கில் வினாடிதோறும் பொங்கிப் பெருகி வளர்ந்து கரை கடக்கும் ரத்தக்காடு. அதன் சுழற்சியில் சிக்கி மேலும் கீழும் அலைக்கழிந்து வாய் பிளந்து அவை பாடிப்போகும் ஆற்றொணாத் துயர கீதம் பேரழுகையாய் அவனுள் எதிரொலிக்க, காதை இறுகப் பொத்திய படி பிணங்களிடையே திசையறியாமல் மிதந்து போனான் குட்டி.

அவனது அழகிய முகம் கன்னாபின்னாவென்று வளர்ந்த தாடி மீசைக்குள் புதைந்து கிடந்தது. நம்பிக்கையொளி வீசும் அவனது ஒளிமிக்க கண்களில் இப்போது இருள் மேகம் சூழ பஞ்சடைந்து கிடந்தது. வாளிப்பான உடல் இளைத்து வற்றிச் சுருங்கி நெஞ்செலும்புகளும் விலா எலும்புகளும் புடைப்புடன் துருத்தி வெளித் தெரிய, அடையாளமிழந்திருந்தான். மிதந்துபோன பிணங்கள் ஒவ்வொன்றாய்க் கண்ணிலிருந்து மறைந்துபோவதைப் பதற்றத்துடன் பார்த்திருந்தான். சட்டென அது நடந்தது. விசையுடன் ஏதோ அவனைக் கீழ் நோக்கி இழுத்துச் சென்றது.

திமிறினான். அதன் பிடியை உதறி மேலெழ முயன்றான். முடிய வில்லை. அவன் மல்லுக்கட்டுந்தோறும், உடல் விசையுற்று அசுர வேகத்தில் கீழ் நோக்கி ரத்த வெள்ளத்தில் பிணக்குவியலோடு சேர்ந்து உருண்டுபுரண்டபடி கீழே கீழே என்று விரைந்து கொண்டிருந்தது. கண்கள் இருண்டு மூச்சுத் திணற, பேரோசையுடன், அந்தப் பிராந்தியமே அதிரும்படி, அவனது தொண்டைக் குள்ளிருந்து வெளிப்பட்டது மரண ஓலம்.

திடுக்கிட்டு வீரிட்டு எழுந்து படுக்கையில் உட்கார்ந்தாள் பவானியம்மாள். உடல் நடுங்கிக்கொண்டிருந்தது. இதயம் வேகமெடுத்திருந்தது. முகத்தில் வியர்வை அரும்புகள். தலையை உலுக்கிக் கண்களை மூடித் திறந்தாள். கனவின் மூர்க்கம் அவளுள் விலகாமல் துடித்துக்கொண்டிருந்தது. முதுகுத்தண்டில் என்று மில்லாத சிலிர்ப்பு. முகத்தில் கலவர ரேகைகள். பேயை நேரெதிர் கொண்ட மரண பயம்.

மகளின் அலறல் கேட்டு திடுக்கிட்டு கண் விழித்த சின்னத்தாய், கண்களைக் கசக்கியபடி எழுந்து உட்கார்ந்து மகளைப் பார்த்தாள். வீட்டுப் பலகைச் சுவரிலிருந்த மண்ணெண்ணெய் விடி விளக்கு, எண்ணெய் தீர்கிற தறுவாயில் உயிர் ஊசலாட அசைந்து கொண்டிருந்ததில் மகளின் முகம் மங்கித் தெரிய, ''என்னா புள்ள இவ? எண்ணய நெறய ஊத்தி ஏத்தி வைடீன்னு சொன்னா கேக்குதா பாரு? பத்து நாளா இப்பிடிதான் இருக்குற புள்ள நீ? உம்முனு மூஞ்சிய வச்சிகிட்டு எங்கியோ பாத்துகிட்டு சொல்றத காதுல வாங்காம திருதிருன்னு முழிச்சுகிட்டு வாய தொறக்காம தாலிய அறுத்த முண்டச்சியாட்டம் வூட்டு மூலயில உக்காந்து கெடக்கற... என்னா ஆச்சு புள்ள ஒனக்கு? துருதுருன்னு நல்லாதான ஆடிபாடிக் கிட்டு திரிஞ்ச...?'' என்றபடி கால் முட்டியில் கையூன்றி எழுந்தாள்.

விளக்கில் எண்ணெய் நிரப்பி, திரியை ஏற்றிவிட ஒளி படர்ந்து மகளின் முகம் தெளிந்துவர, அவளை நெருங்கி குனிந்து பக்கம் உட்கார்ந்து தலையை வருடி, ''என்னடி புள்ள? எதுக்கு இப்பிடி தூக்கத்துல அன்னாடும் கத்தற? எதுனா கெட்ட கனவுகினவு கண்டயா? பொழுது போனா கண்ட பக்கம் போவாதன்னு சொன்னா கேட்டாதான? காத்துகறுப்பு சுத்தும் புள்ள... வயசு பொண்ணுங்கள கண்டா வுடாது... போவாதன்னு எத்தனவாட்டி சொன்னாலும் போவன்னுதான் ஒத்தகால்ல நிக்கற? இப்ப பாரு... எது கூட ஒட்டிகிட்டு வந்துச்சோ? வர்ரப்ப கால கழுவிட்டு வூட்டுகுள்ள வாடின்னு சொன்னாலும் கேக்கறதுள்ள? நீ என்னா சொல்றது நா என்னா கேக்கறதுன்னு செவடாலு பண்ற? கொஞ்ச நாளாவே நீ

இப்பிடிதாண்டி புள்ள தூக்கத்துல பேயி அடிச்ச மாதிரி கத்தி பயங்காட்டற... கோலகெத்தே கம்பத்து மலாய்க்கார போமோகிட்ட சொல்லி தண்ணி மந்திரிச்சுட்டு வர சொல்லனும்டீ... எழுந்திரி புள்ள... போயி சாமிய கும்புட்டுட்டு திருநீறு வச்சுகிட்டு வந்து படுடீ...'' என்றாள்.

அம்மாக்காரியின் பினாத்தல் எதுவும் காதில் விழாத தொலைதூரத்தில் இருந்தாள் பவானியம்மாள். ரத்த வெள்ளத்தில் மிதந்துபோன குட்டியின் கை பிடித்து அவளும் அதில் அவனோடு மிதந்து போய்க் கொண்டிருந்தாள். உடல் எடை இழந்து பறவையின் ஒற்றைச் சிறகுபோல அவன் தன் அருகில் இருக்கும் மிகு பரவசத்தில் அவனோடு போய்க்கொண்டிருந்தாள். பிருந்தாவன நிலவொளியில் குழலூதிவரும் கண்ணனோடு உலா போகும் ராதையின் காதல் போதை கண்களில் வழிந்தோட, அவள் அவனோடு விரல் பிணைத்து மிதந்துபோய்க்கொண்டிருந்தாள்.

கோயில் திருவிழா கூத்து மண்டபத்தில் தூணோடு சாய்ந்து அரை இருளில் நின்று, புக்கிட் மெர்தாஜம் நாடகக் குழு வருடா வருடம் திருவிழாவுக்கு வந்திருந்து மூன்று நாட்களுக்கு நடத்தும் புராண நாடகத்தில், அந்த வருட இரண்டாம் நாள் நாடகமான 'வள்ளித் திருமணம்'தொடங்கி பாதி வழி கடந்திருந்த தருணத்தில்தான், அதை உணர்ந்தாள். முற்றிலும் புதிதான அந்த ஸ்பரிசம் அவளுள் விரவிப் படர திடுக்கிட்டுத் திரும்பிப் பார்த்தாள். அரை இருளிலும் அவனது கண்களை அடையாளம் கண்டுகொண்டாள்.

கண் படாத மறைவிடத்திலிருந்து பலநாள் ஏக்கத்துடன் ரசித்துப் பார்த்த முகத்தை, தனது மூச்சு தொட்டுவிடும் அருகாமையில் பார்ப்பதின் அதிர்வு அவளை ஒருகணம் நிலைகுலைய வைத்தது. முகம் கனிந்து சிவக்க தலை கவிழ்ந்தாள். நிமிர அவன் கூத்து மேடையின் முனை நோக்கிப் போய்க்கொண்டிருந்தான். கையின் பிடிக்குள் அவன் கைபற்றித் திணித்துப்போன காகிதம். அதனைப் பிரித்துப் பார்க்காமலே, அவனது உணர்வு ததும்பி வழிந்த அந்த வினாடிப் பார்வையிலிருந்து அதனுள் இருக்கும் செய்தியை அவள் பரிபூரணமாய் அறிந்துவிட்டிருந்தாள். பிரித்துப் படிக்க வேண்டிய பதற்றம் ஏதும் எழவில்லை.

மெல்ல அம்மாவிடம் சொல்லிக்கொண்டு கூத்து மேடையை விட்டகன்று வீடு நோக்கி நடந்தாள். பளிச்சென இருந்தது வழி. வானத்தில் முழு நிலா. நீல வானத்தில் மிதந்துபோகும் மேகக் கூட்டம். விண்மீன் கூட்டம். கையிலிருந்த கடிதத்தை வானத்தை

நோக்கிப் பிடித்து விரித்துப் பார்த்தாள். எதுவும் பிடிபடவில்லை. முகத்தருகே கொண்டுவந்து பிடித்து நின்றாள். சில கணங்கள் நிலையழிந்து பார்த்துக்கொண்டிருந்தாள். இத்தனை நாளும் எங்கோ ஒளிந்திருந்து தனது ஆழத்து அந்தரங்கத்துள் கனவுகளை விதைத்து ஏக்கப் பெருமூச்சாய்க் கண்ணாமூச்சியாடிக்கொண்டிருந்த அந்த மாய தேவதை சட்டென பிரசன்னமாகி காட்சி தர, கட்டுக் கடங்காத உணர்வுகளின் கொந்தளிப்பில் தத்தளித்தபடி, சிதறுண்டு குலுங்கி அழுதபடி, அதனை முத்தமிட்டாள்.

தான் ஒரு பறச்சி என்கிற நினைவின் தீவிரத்தில் கழிவிறக்கம் மிகுந்து, தன்னை விரும்பும் அவனைக் கடவுளாய் அண்ணாந்து பார்த்து மானசீகமாய் வணங்கி நெக்குருகினாள். இரண்டு மாதம் முன்பு இந்தத் தோட்டத்திற்குச் சொந்தமான இன்னொரு டிவிஷனான கோலகெட்டில் தோட்டத்திலிருந்து தன் அப்பன் வடமலை இங்கு மாற்றலாகி வந்து, மூட்டை முடிச்சுக்களை லாரியிலிருந்து இறக்கி வீட்டுமுன் வைத்துத் திரும்ப, பெரிய தண்டல் கள்ளச் சிரிப்புடன் பக்கம் வந்து நின்று, ''வடமல... வூடு எப்பிடி இருக்கு? அங்க மாதிரிதான்... சின்ன வூடு... நாலு புள்ளகாரனா வேற இருக்க நீ... படுக்ககொள்ள செரமந்தான்... பாத்து சமாளிச்சுக்க வடமல... அங்க மாதிரிதான்... இது ஒங்க ஆளுங்களுக்கனு சின்ன மேனேஜரு ஒதுக்குன லயம் வடமல... பக்கத்துல எல்லாம் ஒங்க ஆளுங்கதான்...'' என்று சாவதானமாய்ச் சொல்லிப் போனார்.

அவர்கள் பேசுவது காதில் எட்டும் கைதொடும் தூரத்தில் சாமான்களை இறக்கி வைத்துக்கொண்டிருந்த பவானியம்மாளின் காதிலும் அது விழுந்தது. அடுப்பில் கொதிக்கும் எண்ணெய்யை ஒரு குவளை மொண்டு சரேலென காதுக்குள் யாரோ வலிய ஊற்றியது போன்ற வலி.

முதல் நாள் வெளிக்காட்டு வேலைக்கு மம்மட்டி தாசாகத்தியோடு புறப்பட்டுப்போய், கண்தொடும் தூரம்வரை நாலாபக்கமும், தவரணையிலிருந்து புதிதாய்க் கொண்டுவரப்பட்டு நடப்பட்ட ஒருமாதமேயாகிற இளம் கித்தாக்கன்றுகள், இரவுப்பனியில் நனைந்து ஈரம் சொட்ட காலை மென் காற்றுக்குத் தலையாட்டிப் பசுமைக்காடாய் வரவேற்பதை ரசித்தபடிப் போய்க்கொண்டிருந்தாள் பவானி. கூடவே, முதிர்ந்த பெண்களும் இளங்குமரிகளுமாய்ப் பத்துப் பதினைந்து பேர் சலசலவெனப் பேசிச் சிரித்துப் போய்க் கொண்டிருந்தனர். முற்றிலும் புதியவள் என்பதால், அதில் கலக்க முடியாமல் அவர்களின் கேலி கிண்டல்களை உள்வாங்கி ரசித்து மௌனமாய்ச் சிரித்தபடி ஒதுக்கமாய்ப் போய்க்கொண்டிருந்தாள்

பவானி. ''யாருடி அவ... எவளோ ஒருத்தி புதுசா பற லயத்துக்கு வந்துருக்காளாமே... ரொம்ப அழகா இருக்காளாமே...?'' என்ற உரத்த குரல். அவள் அவர்களோடு வருவதை அறிந்திராதவளின் குரல் என்பதை பவானி சட்டென புரிந்துகொண்டாள். மீண்டும் அவள் புழுவாய்த் துடித்தாள். தலை தாழ்த்தி மௌனமாய்க் கண் கலங்கினாள்.

பறச்சி ஒருத்தியை நல்ல சாதிக்காரன் ஒருவன் விரும்புவதில் உள்ள விபரீதம் அவளை நடுங்க வைத்தது. அவன் அவளை விரும்புவது அவன் வீட்டுக்கும் அவன் லயத்துக்காரர்களுக்கும் தெரியவரும் போது அங்கே லயங்களுக்கிடையில் நிகழப்போகும் மோதலில் ரத்தம் சிந்தப்படலாம், உயிர்கள் பலியாகலாம் என்பதை முன்பு வாழ்ந்த கோலக்கெட்டில் டிவிஷனில் பலமுறை பார்த்திருக்கிறாள்.

இவளது அத்தை மகள் ஒருத்தி மேல் சாதிகாரன் ஒருவனை விரும்புவதைத் தெரிந்துகொண்டு காலைக்கருக்கலில் தன்னந்தனியாய் தீம்பாருக்குப் போய்க்கொண்டிருந்தவளை வழிமறித்துக் கற்பழித்துக் கொன்றுபோட்டதை அவள் மறந்திருக்கவில்லை. அதைத் தொடர்ந்து லயத்தில் நடந்த மோதலில் வெட்டருவாள் வீச்சுக்கு கைகால் இழந்த சிலர் இன்னமும் ஊனமுற்ற மனிதர்காளாய் அரை பிணங்களாய் நடமாடும் கொடுமைகளைக் கண்டிருந்தவளுக்கு அவன் அவள்மேல் கொண்டிருக்கும் இந்தப் பிரியம் மிகுந்த மனக்கலக்கத்தைக் கொடுத்திருந்தது. ஒருவேளை அதில் தன் அத்தை மகளைப்போல் தானும் பலியாகாலாம் என்பதை எண்ணிப்பார்க்கவே உள்ளம் அதிர்ந்தது.

இந்தச் சூழலில் பிறந்து அதன் ஒவ்வொரு அசைவுக்குள்ளும் பலகாலம் புழங்கி வாழ்ந்து அனுபவப்பட்டவன், இதை எல்லாம் எண்ணிப்பாராமல், தன் அழகில் மயங்கி, வேறெதையும் சிந்திக்காமல் முடிவெடுத்துவிட்டானோ என்கிற கேள்வி கண்முன் எழுந்து ஊசலாடியது.

நிச்சயம் அப்படி அதையெல்லாம் யோசிக்காமல் முடிவெடுக்கும் அவசரக்குடுக்கை அவனல்ல என்பதை அவனது நடவடிக்கைகள் உரத்துச் சொல்லின. சின்ன வயதிலேயே தீர்க்கமாக முடிவெடுக்கும் சிந்தனைத் தெளிவும், அதை துணிவுடன் முன்னெடுக்கும் ஆற்றலும் கொண்டவன் என்பதை நிரூபித்திருந்தான். அவள் கோலகெட்டில் தோட்டத்தில் இருந்தபோதே அவனைப் பற்றிக் கேள்விப் பட்டிருந்தாள். தோட்டத்தில் தொண்டர் படைக்குத் தலைவனாக இருந்து குடிக்கு எதிராக அவன் நடத்திய போராட்டங்களும், அதனைத் தொடர்ந்து பீடோங் சிறுபட்டணத்தில் ஒன்றுகூடிய

ஆயிரம் தொண்டர் படையினருடன் சேர்ந்து கள் குடிக்கு எதிராக அவன் முன் நின்று நடத்திய போராட்டமும், அதில் போலீசாரின் அடிதடிக்கு ஆளாகி பத்து நாள் ஆஸ்பத்திரியில் கிடந்து வந்ததை எல்லாம் அவள் ஆவலுடன் கேட்டு மனதில் இருத்தி வைத்திருந்தாள்.

அதனைவிடவும் அவன் தோட்டத்து துரை பங்களாவுக்குத் தண்ணீர் கொண்டு வந்த லாரியை வழியில் மடக்கி, அமீட் என்கிற மலாய்க்கார முரடனை அடித்து வீழ்த்தி, லாரியைக் கோயில் வாசலில் கொண்டு வந்து நிறுத்திய செய்தி காட்டுத்தீபோல் பரவி, பல நாட்கள் குச்சிக்காட்டில் அவனைப் பற்றிய பேச்சாகவே இருந்ததையும் அவள் எண்ணிக்கொண்டாள். விளையாட்டுத் தனமாக எந்த முடிவையும் எடுக்கும் பொறுப்பற்ற ஆள் அவனல்ல என்பதை அது உறுதிப்படுத்தியது. அதிலும் தன் வாழ்வில் மிக முக்கிய முடிவான தானும் ஒரு பெண்ணும் சம்பந்தப்பட்ட விஷயத்தில் அவன் நன்கு தீவிரமாக யோசித்த பின்பே அத்தகைய தொரு முடிவை எடுத்திருக்க வேண்டும் என்கிற நம்பிக்கை சில நாட்களில் வலுப்பெற்றது. இந்த உறவில் சாதி என்கிற பேய் குறுக்கு வந்து பிரளயத்தைக் கிளப்பி ரத்தகளறியாகலாம் என்பதையும் கணக்கில் கொண்டே, துணிவுடன் அன்று அவள் கைபற்றிக் கடிதத்தைக் கொடுத்துப் போயிருக்க வேண்டும் என்கிற எண்ணம் அவளுக்கு ஆறுதல் சொன்னது. தைரியம் கொடுத்தது. சில நாட்கள் தடுமாற்றத்தில் போக வேண்டிய திசையறியாது தவித்தவள், இறுதியில் ஒரு நல்ல முடிவுக்கு வந்தவளாய், அவனது கடிதத்திற்கு சாதகமான பதில் எழுதினாள்.

அம்மாவின் குரல் உசுப்ப, உலகு மீண்டு, உட்கார்ந்த நிலையில் கண்களை மூடிக்கிடந்தவள், உணர்வுகள் சுழன்று பொங்கிப் பெருக, உடல் தளர்ந்து அல்லாடி, விருட்டெனக் குனிந்து முழங்கால்களுக்கிடையில் முகத்தைப் புதைத்து வெடித்து அழத்தொடங்கினாள்.

கனவில் கேட்பது போன்ற தொலதூர பேச்சுக்குரல் கேட்டு அரை தூக்கத்தில் புரண்டுகொண்டிருந்த அவளது அப்பனை, அவளது அழுகையொலி முழுமையாய்த் தூக்கத்திலிருந்து விடுவித்திருந்தது. திடுக்கிட்டு எழுந்து உட்கார்ந்தான். உடலின் திடீர் விசைக்கு கட்டில் கிறீச்சிட்டு முனகியது. ''என்னா புள்ள சத்தம்? புள்ள எதுக்கு அழுவுறா? ஒடம்புக்கு எதுனா முடில்லயா? போயி டிரசரகூட்டி கிட்டு வரட்டா?'' என்று பதற்றத்துடன் எழுந்து நின்று குனிந்து சுருட்டைத் தேடினான். தட்டுப்படவில்லை. பதற்றத்துடன், ''போச்சுரா... இன்னிக்கும் அதுங்க சுருட்ட தூக்கிட்டு போயிருச்

சுங்களா? என்னா எலிங்க இதுங்க? எத வச்சாலும் தூக்கிட்டு போயிருதுங்க...?'' என்று சலிப்புடன் துழாவ, ராத்திரி படுக்கும் முன் பிடித்த துண்டுச் சுருட்டு கையில் தட்டுப்பட முகத்தில் சின்ன துளிர்ப்பு. பற்றவைத்து இழுத்துப் புகையை ஊதிவிட்டு மீண்டும் கேட்டான். ''என்னா புள்ள? என்னா பண்ணுதான் புள்ளக்கு?'' சின்னத்தாய்க்கு என்ன சொல்வதென்று புரியவில்லை. வெறுமனே, ''தெரிலயா... தூக்கத்துல கத்தனா... இப்ப அழுவுறா... எதுனா காத்து சேட்ட புடிச்சுருக்குமோனு பயமா இருக்குயா...'' என்றாள் மகளின் மேலிருந்த கண்கள் விலகாமலே.

அழுகை அடங்கி மீண்டும் படுக்கையில் முடங்கிக்கொண்டாள் பவானி. தூக்கம் முழுமையாய்க் கலைந்துவிட்டிருந்தது. சலனமற்று காட்டு நீரோடையாய்த் தெளிந்து நிதானமாய் ஓடிக்கொண்டிருந்தவள், அவன் காணாமல்போன செய்தி காதில் விழுந்த தருணம் தொட்டு, நிலையழிந்து உன்மத்தம்கொண்டு அலைக்கழிந்தாள். அவன் அவளுள் விஸ்வரூபமெடுத்து மண்ணுக்கும் விண்ணுக்கும் எழுந்து நின்று நர்த்தனமாடி சூறைக்காற்றாய் உள்ளே சுழன்று மூச்சுமுட்ட திக்குமுக்காட வைத்திருந்தான். கண்படும் அனைத்திலும் அவன் வந்து நின்றிருந்தான். அவள் தன்னைப் பிற அனைத்திலுமிருந்தும் முழுமையும் துண்டித்துக்கொண்டு புதை மணலில் மெல்லப் புதைவதுபோல, அவனுள் கரைந்து காணாமல் போய்க் கொண்டிருந்தாள்.

தன்னுள் நிகழும் அந்த விசித்திர நாடகத்தை மிக அருகில் நின்று பார்த்துக்கொண்டிருந்தவளுக்கு, ஏதோவொரு கண்காணாத் தருணத்தில், ஏதோவொரு மாயக்கரம் எங்கிருந்தோ நீண்டு தன்னைத் தீண்ட, பிரமாண்டம் கொண்டுவிட்டிருந்த இந்த அதீத உணர்வுகளின் மர்ம முடிச்சு நம்ப முடியாததாக இருந்தது. ஒரு உயிரின் மேல் இன்னொரு உயிர் கொள்ளும் பிரேமம் என்பது எவ்வித உலகியல் காரண காரியங்களுக்குள்ளும் அடங்காத, வானத்துத் தெய்வங் களுக்கு மட்டுமே புரிதலுக்குரிய மர்மமோ என்று குழம்பினாள். இப்போதெல்லாம் அவளது உயிரின் ஒவ்வொரு அணுவிலும் அவனது மூச்சுக்காற்று மட்டுமே அவளுக்கான ஜீவ சக்தியாய் இயக்கம்கொள்வதை, கடந்து போகும் ஒவ்வொரு நொடிப் பொழுதிலும் உணர்ந்தாள். ஒரு குழந்தையின் ஆச்சரியம் பொங்கும் விழிகளால் அதை உற்றுப் பார்த்தபடி நெகிழ்ந்து மருகினாள்.

அவன் இருந்த நாட்களில், தன் வீட்டுக் குசினி வாசலில் தலைமறைவாய் நின்றோ, குளத்துக்குத் தண்ணீர் எடுக்கப் போகிற சாக்கில் வீட்டு வாசலில் உட்கார்ந்திருக்கும் அவனை ஓரக்கண்ணால் ஒரு

நொடிப்பொழுது பார்த்துக் கடக்கவோ, கடைக்குப் போகிற சாக்கில், கண் தொடும் தொலைவிலிருக்கும் அவனது வீட்டு வாசலில் அவன் நிழல் அசைய, இதயம் பட்டாம்பூச்சியாய்த் தடதடத்துகண்கள் இருண்டு கால்கள் தடுமாற, உடலெங்கும் ஆனந்த வெள்ளம் பெருக்கெடுத்தோடி சிறகு விரித்து வானேகிப் பறந்ததெல்லாம், அவனில்லாத இந்த நாட்களில், பேயுருக் கொண்டு நெருங்கிக் கைநீட்டி மென்னியைத் திருகி உயிர் வதை புரிவதைப் புரிந்துகொள்ள இயலாத ஆற்றாமையில் குமைந்து தவித்தாள்.

அவன் கண்ணிலிருந்து மறைந்த நாள் தொடங்கி, தான் கட்டிய சொர்க்கலோகம் இடிந்து தரைமட்டமாகிக் காணாமல்போனதில், இரவு நேரத்தில் கண்மூட, துரத்தும் கனவில் ஒவ்வொரு முறையும் பிணமாக மிதந்து போகும் அவன், அவளுக்கான நரக வாசலை அகலத் திறந்து வைத்து மறைந்து போகிறான்.

அவள் நிலையழிந்த உன்மத்தம் கொண்டு வீட்டுக்கும் ஊருக்கும் தெரியாமல் தன் ஆழத்து அந்தரங்கத்துள் முடங்கி ஊமை அழுகையில் தினமும் கரைந்துகொண்டிருக்கிறாள்.

அவனைப் பார்த்தாலன்றி இனி உயிர்த்திருக்க இயலாது என்கிற கையறு நிலையில், அவன் வருகைக்காக தனது இஷ்ட தெய்வங் களான மலமேட்டு முனியிடமும் முச்சந்தி மாரியாத்தாவிடமும் சூடமேற்றி மனமுருகிக் கண்ணீர் மல்கி கோரிக்கை வைத்துக் கொண்டிருக்கிறாள் தினம் தினம்.

11

எழுந்து சவரம் செய்து குளித்து உடுத்தி மணி பார்க்க ஒன்பதை நெருங்கிக்கொண்டிருந்தது.

காலைச் சுற்றிச் சுற்றி வந்து உரசி நிமிர்ந்து குரல் கொடுத்துக் கொண்டிருந்தான் ஜிம்மி. பசி. பசியாறுகிற நேரம். குனிந்து தூக்கி முகத்தருகே கொண்டுவந்து, ''என்னடா ஜிம்மி? பசிக்குதா?'' என்றபடி குசினி நோக்கி நகர்ந்தார் கோப்ரல் மணியம். சாக்லெட் நிற ஆறு மாதக் குட்டி. நீலநிறக் கண் மணிகள். கூரிய முகம். தறிகெட்டு விரைந்த வாகனத்தில் அம்மா அடிபட்டுச் சாலையோரம் குடல் தெறித்து ரத்த வெள்ளத்தில் செத்துக் கிடக்க, சுற்றி வந்து முகர்ந்து பார்த்து அழுதுகொண்டிருந்தவனை, ''அம்மா போய்ட்டாளாடா ஐயா...? கவல படாதடா ஐயா... அப்பா இருக்கேன்...'' என்று தூக்கி ஆறுதல் சொல்லி, கொண்டு வந்து ஒருவாரமிருக்கும். அடுப்பைப் பற்றவைத்து, பானையில் நீரைப் பிடித்து, அடுப்பில் வைத்தார்.

கொஞ்சம் கூடுதலாகவே பாலைக் கலக்கி, மங்கில் ஊற்றி வாயால் ஊதி ஆற்றியபடி, ''இந்தாடா ஜிம்மி... சூடா இருக்குடா... பாத்துக்க... சடக்குனு வாய வச்சிறாத... சுட்டுரும்... பாத்து குடி... நெறய இருக்குடா... பசி எடுத்தா அப்பப்ப குடிச்சிக்க... சிணுங்கிட்டு அப்பாவ தேடாத... இன்னக்கி அப்பா வர கொஞ்சம் நேரமாவும்... புரியுதா?'' என்று சிரித்தார். ஜிம்மி 'சரிப்பா' என்பதுபோல் நிமிர்ந்து பார்த்து, கண்கள் சிரிக்க நின்று தன் மழலைக் குரலில் குரைத்தான்.

அவன் பக்கம் உட்கார்ந்து உடலை நீவி, ''தோ அங்க பாருடா ஜிம்மி... படத்துல ஒந் தாத்தா காங்கி தண்டலு ராமசாமி... ஒன்னயே வச்ச கண்ணு வாங்காம பாத்துகிட்டு இருக்காரு பாரு... நா இல்லாத நேரம் அவரு ஒனக்கு தொண இருப்பாருடா... எதுவா இருந்தாலும் அவருகிட்ட சொல்லு... ஒன்னபோல அனாதங்களுக்கு அவரு தெய்வமா இருந்தாருடா... ஒனக்கும் இருப்பாரு... பால குடிச்சிட்டு நல்ல புள்ளயா படுத்து தூங்கு... அப்பா வந்து பிஸ்கெட் தர்ரேன்... சரியா?'' திரும்பிச் சுவரைப் பார்த்தார்.

மணி ஒன்பதைக் கடந்துவிட்டிருந்தது. அவசர வேலை ஒன்று இருப்பதாகச் சொல்லி ஒருநாள் லீவு கேட்டபோது இன்ஸ்பெக்டர் அவாங் நிமிர்ந்து, முகம் சுருக்கி, ''அபா கெர்ஜா மணியம்?* என்றபடிக் கண்களை நேர்கொண்டு உற்றுப் பார்த்திருந்தான். தன்னைச் சடக்கென எதிர்கொண்ட அந்த மேலதிகாரியின் கண்களுக்குள் எதுவோ நெருடுவதை ஒரு கணம் உணர்ந்து, திகைப்புடன் பார்வையை விலக்கிக்கொண்டு, ''கெர்ஜா சென்டிரி துவான்... பெந்திங்...''**

சிறிது தயங்கி யோசித்தபடி, ''ஓகே... சத்து ஹரி சஜா மணியம்... பேசோக் டத்தாங் கெர்ஜா...''*** என்றவனின் கண்களில் இப்போது குழப்பமும் கலந்துவிட்டிருந்தது. தீர்க்கமாக அவரைப் பார்த்து, ஏதோ நினைத்து, மெல்லத் தலையாட்டினான்.

இரவு நடந்ததை நினைத்து அசைபோட்டபடி நடந்து காவல்நிலைய வளாகத்தை விட்டு வெளியேறினார்.

●

''நேத்து ராத்திரி மனசு கேக்காம ஒண்டியா கெளம்பி போயி, அந்த பையனுங்களோட அப்பா அம்மாவ பாத்து பேசிட்டு வந்தேன் சுவான்... ராத்திரியும் பகலும் சோறு தண்ணி இல்லாம உக்காந்து அழுதுகிட்டு பாதய பாத்து கெடக்குதுங்க அந்த சனங்க... பாக்க ரொம்ப பாவமா இருக்கு சுவான்...'' என்றவர், சற்று நிறுத்திப் பின் தொடர்ந்தார். ''அந்த ரெண்டு பையனுங்க என்னா ஆனானுங்க சுவான்? ஒங்களுக்கு தெரியனுமே...?'' என்றபடி அவனது பூனைக் கண்களைக் கூர்ந்து நோக்கி நின்றார் கோப்ரல் மணியம்.

---

* என்ன வேல மணியம்?

** சொந்த வேல துவான்... முக்கியம்...

*** சரி மணியம்... ஒரு நாளுதான்... நாளக்கி வேலக்கி வந்துருங்க...

மிக நிதானமாக, கோப்ரல் சொல்வதைப் புருவம் உயரத் தலையாட்டிக் கேட்டிருந்த சுவான், சிரித்தபடி, ''எனக்கு இதுவரக்கும் எந்த தகவலும் வரல கோப்ரல்... விசாரிச்சு பாக்கலாம்... ஒருவேள தகவல் கெடக்கலாம்... பொதுவா இந்த மாதிரி விசயங்கள நம்ம இயக்குத்துல ரொம்ப ரகசியமா வச்சிருப்பாங்க... லேசுல சொல்ல மாட்டாங்க... ஆனா இப்ப அந்த குடும்பங்க படற கஷ்டத்த சொல்லி கேட்டு பாக்கலாம்... ஒருவேள கெடக்கலாம்...'' என்று கையை அசைத்து, சற்று யோசித்தபடிக் கடந்து சென்றான்.

அறை மூலையில் நின்று, திரும்பி, கோப்ரலை வரும்படிக் கையசைத்தான். நெருங்கி வந்து கேள்விக்குறியுடன் நின்றவரிடம், ''கொஞ்சம் இந்த மேசய அந்த பக்கம் புடிங்க கோப்ரல்... நகத்தனும்...'' இருவருமாய் செங்கே மரத்தாலான அந்தக் கனமான மேசையை அப்புறப்படுத்தியபின், அதன் கீழ் விரிக்கப்பட்டிருந்த தடித்த அழகிய கம்பளி விரிப்பை அகற்றினான் சுவான்.

கண்கள் ஆச்சரியத்தில் தவிக்க பார்த்திருந்தார் கோப்ரல் மணியம். அதனடியில் ஒரு கனத்த சதுர இரும்புத் தளம். திரும்பி நின்ற சுவான் சிரிப்பு மாறாமல், ''என்னங்க கோப்ரல்... அப்படி பாக்கறீங்க...? இதெல்லாம் ரொம்ப ரொம்ப ரகசியம்... எம் பொண்டாட்டி புள்ளங்களுக்கே தெரியாது... ஆனா ஒங்களுக்கு தெரியலாம் கோப்ரல்... நீங்கதான் இப்ப நம்ம ஆளாயிட்டீங்களே...'' என்று கண் சிமிட்டினான். சுருங்கி விரிந்த பூனைக் கண்களில் குறும்பு மின்னலிட்டது. சிமிந்தி* தளத்துடன் பொருத்தப்பட்டிருந்த இரும்புப் பிடியை அழுந்தப் பிடித்துத் தூக்கினான். கதவுபோல் கிறீச்சிட்டுத் திறந்து மேல் வந்தது. எட்டி திறப்புக்குள் பார்த்தான். இருண்டு கிடந்தது.

''வாங்க கோப்ரல்...'' என்றபடி அந்தத் திறப்புக்குள் மெல்ல அடி வைத்து இறங்கினான் சுவான் லீ. இருளில் அவன் தலை மறையும் வரை காத்திருந்து, அவரும் மெல்ல கால் வைத்து இறங்கினார். ஏணி போன்ற படிகள். ''பாத்து வாங்க கோப்ரல்...'' கால் வைத்து எண்ணியபடி இறங்கினார். பத்து படிகள். தரையில் கால் பதிய, நின்று நிமிர்ந்து பார்த்தார்.

விளக்கு போடப்பட்டிருந்தது. வெளிச்சத்தில் கண்களுள் வந்தது ஒரு சிறிய அறை. ஆச்சரியத்துடன் கண்களை அறைக்குள் சுழல விட்டார். பத்தடிக்கு பத்தடி நீள அகலத்தில், ஒரு ஆள் சௌகரியமாய் தலை முட்டாமல் நிற்கும் வசதியுடன் இருந்தது பாதாள அறை.

---

* சிமெண்ட்

''என்ன அப்பிடி பாக்கறீங்க கோப்ரல்...? இதான் நம்ம ஆபீஸ்... இப்படி வாங்க... தோழருக்கு சேதி அனுப்பிடுவோம்...'' என்றபடி அறை மூலையில் இருந்த சிறிய மேசை நோக்கி நகர்ந்தான். அதில் ஏதோவொரு பொருள் துணியால் போர்த்தி மறைந்திருந்தது. துணியை விலக்கித் திரும்பி, ''இது என்னன்னு தெரியுதுங்கலா கோப்ரல்? போலீஸ்ல உள்ளவங்களுக்கு தெரியுனுமே?'' ''அட இது ரகசிய சேதி அனுப்புற மோஸ்கோட் மெசினுதான சுவான்?'' என்றார். தலையாட்டிச் சிரித்தான் சுவான்.

மெல்லிய ஓசையுடன் ரகசியக் குறிப்புகள் சென்றன. அந்தச் சங்கேத மொழி தெரியாதவர்களுக்கு, அனுப்பப்படும் செய்தியைப் படிக்க முடியாது. புள்ளிகளாலும் கோடுகளாலும் இடைவெளி மௌனங் களாலும் பேசும் இந்த ரகசிய மொழிக்கு, அவை ஒவ்வொன்றுக்கும் அவரவர் விருப்பப்படி வெவ்வேறு அர்த்தங்களைக் கற்பித்துக் கொள்ளும் அதன் சாத்தியம் ரகசியங்களின் பரிமாற்றத்திற்கு மிக உகந்ததாய் இருப்பதை அவர் அறிந்திருந்தார். ''இன்னேரம் இத படிக்க ஸ்டேசன்ல அவனுங்க மண்டய பிச்சுகிட்டு உக்காந் திருப்பானுங்க...'' என்று முணுமுணுக்க, சுவான் லீ நிமிர்ந்து, ''என்னங்க கோப்ரல்?'' என்றான். ''ஒன்னுமில்ல சுவான்.''

இவர்களின் இந்த சங்கேத மொழியின் உட்குறிப்புக்களை உடைத்துப் பார்க்க ஆங்கிலேய அரசு, இரண்டாம் உலக மகா யுத்தத்தில் இட்லர் பயன்படுத்திய சங்கேத மொழியை உடைத்துத் திறந்து படித்த அசகாய சூர ராணுவ உளவுத்துறை நிபுணர்களைக் களத்தில் இறக்கியும், இன்னமும் அவர்களால் அதனை உடைத்து உள்ளே செல்ல முடியவில்லை என்பது பிரிட்டிஷ் ராணுவத்தின் வல்லமைக்கே விடப்பட்ட பெரிய சவாலாகக் கருதப்பட்டது.

அது, இவர்கள் பயன்படுத்திய சிக்கலான மொழியமைப்புக்கொண்ட சீன மொழியில் ஒளிந்துள்ள ஏதோவொரு அவிழ்க்க முடியாத மர்ம முடிச்சு என்பதில் அவர்களிடையே ஒருமித்த கருத்து நிலவியது. ஆனால், கூடிய விரைவில் அதனை எப்படியும் உடைத்துவிட முடியும் என்கிற உறுதியான நம்பிக்கை அவர்களிடம் நிலவியதை யும் அவர் கவனிக்கத் தவறவில்லை. 'யாரு கண்டது? இப்பகூட இத ஒடச்சிட்டு இந்த சேதிக்கு உள்ள பூந்து படிச்சுகிட்டுருக்கலாம்... அவனுங்களும் எமகாதனுங்கதான?'

சில நிமிடங்களில் பெட்டிக்குள் மெல்லிய ஒலியெழும்ப பதில் வந்தது. அவரது முகம் மலர்வது தெரிய, பெருமூச்சுடன் சிரித்துக் கொண்டார் கோப்ரல் மணியம். சுவான் லீ முகம் திருப்பி, அடங்கிய குரலில் உற்சாகத்துடன், ''நல்ல பதுலுதான் கோப்ரல்... நீங்க

நாளக்கி பொறப்பட்டு போயி... அன்னக்கி நா சொன்ன அந்த தோழர பாருங்க கோப்ரல்... தகவல் கெடக்கும்.''

தலை சுற்றியது. சிக்கலான வழி. ரப்பர் தோட்டங்கள் பழத் தோட்டங்கள் வழியாகவும் மலாய்க் கம்பங்கள் வழியாகவும் சீன காய்கறி கொங்சிகள் வழியாகவும் மலை வழிப் பாதையில் குறுக்கிடும் சில சிற்றாறுகளையும் கடந்து போகவேண்டும். இடையில் சில மைல் தொலைவுக்கு இரு பக்கமும் அடர்ந்த காடும் இருப்பதாக முன்பே ஒருமுறை சுவான் லீ சொன்னது நினைவில் இருந்தது.

''இப்படி வாங்க கோப்ரல்... நீங்க பாக்கறதுக்கு இங்க இன்னொரு அதிசயம் இருக்கு...'' அவன் முன்னால் நடக்க குழப்பத்துடன் பின்தொடர்ந்தார் கோப்ரல். நாலு எட்டு முடிவதற்குள், அது ஒரு சுரங்க வழிப்பாதை என்பதைப் புரிந்துகொண்டார். இருவர் சிரமமில்லாமல் செல்வதற்குப் போதுமான அளவில் உயரமும் அகலமும் கொண்ட நடைபாதை. பக்கச் சுவரில் ஒளி உமிழும் விளக்குகள் பொருத்தப்பட்டிருந்ததால், நடப்பதில் சிரமம் இருக்க வில்லை. செங்கற்களால் ஆன சுவர். தரையிலும் செங்கற்கள் பதிக்கப்பட்டு சிமிந்தி மெழுகப்பட்டு நடக்க காலுக்கு இதமாய் இருந்தது. சிரிப்பு வந்தது.

சுரங்க வழியில் அது பெரிதாக எதிரொலிக்க, சட்டெனப் பின்னால் திரும்பி, ''என்னங்க கோப்ரல்? எதுக்கு சிரிக்கிறீங்க?'' என்றான் சுவான். ''ஒண்ணுமில்ல சுவான்... நீங்க எங்க தமிழ் படத்த ரொம்ப இஸ்டமா பாப்பீங்கனு தெரியும்... அலிபாபாவும் நாப்பது திருடர்களும்னு ஒரு படம் வந்துச்சே பாத்திருக்கீங்களா? அதுல எங்க எம்ஜிஆரு, ஒரு கொக கதவு முன்னால நின்னு மந்தரம் போட்டு தெறந்து உள்ள போவாரே... அதே மாதிரி இருக்கு சுவான் இதுல போறதும்...''

ஓரிடத்தில் நின்று, நிமிர்ந்து கூரைச் சுவரைக் கைகளால் தட்டினான். சிறிது நேரத்தில் மேலிருந்து திறந்தது. கையொன்று நீண்டு வந்தது. அதைப் பிடித்து மேலேறினான் சுவான். அடுத்து கோப்ரல். மேலே வந்து, வியப்பு விலகாமல், ''எங் கண்ண என்னால நம்ப முடியல சுவான்... இந்த கட்டடங்களுக்கு கீழ இந்த மாதிரி ஒரு சொரங்க பாத... ஆச்சரியமா இருக்கு சுவான்... யாருக்கும் தெரியாம இத எப்பிடி தோண்டணீங்க சுவான்? இவரு யாரு? நம்ம சைக்கிள்கட சொங்தான?''

எதிரில் சிரித்த முகத்துடன் சைக்கிள் கடை சொங் நின்றுகொண்டிருந்தார். அவரது படுக்கை அறையில் மூவரும் நின்றுகொண்டிருந்தனர். சுவான், ''இங்க வாங்க கோப்ரல்'' என்று கைகளைப் பிடித்து

அழைத்துப் போனான். திறந்திருந்த சன்னலை நெருங்கி நின்று, திரும்பி, ''அங்க பாருங்க கோப்ரல். என்ன தெரியுது சொல்லுங்க?''

மீன்பிடித் துறை. அவள் வைக்கும் மீன் கறிக்காக, நினைத்த போதெல்லாம் வந்து கம்பத்து மலாய் மீனவர்களுடன் ஆத்தோரமைந்திருந்த ஒஸ்மான் ஒட்டுக்கடையில் உட்கார்ந்து, ஒரு கோப்பியோவை உறிஞ்சி சுவைத்தபடி, நகர்ந்தோடும் ஆற்றையும் அதன் மறு கரையில் நிரைவரிசையில் அடர்ந்திருக்கும் பசுமை நீப்பா மரங்களையும்* ரசித்தபடி, கதை பேசிச் சிரித்து, கரை வந்து சேர்ந்த மீனவர்களோடு பேரம்பேசி வாங்கிப்போன, தனக்கு மிகவும் பிடித்த மொடவா மீன்களும் வஞ்சனை மீன்களும் பட்டென நினைவில் முகிழ்த்தன.

அதனை ஒட்டி, பகடி பேசிச் சிரித்து உறவாடிய அந்த முகங்கள் ஒவ்வொன்றாய் எழுந்து வந்தன. அத்தனையும் கபடமில்லா கம்பத்து பசுமை வெளிகளைப் போலவே மாசு படாத அசலான கம்பத்து வெகுளி முகங்கள். இன பேதமோ நிற பேதமோ மத பேதமோ கண்களுக்குத் திரையிடாத, எதைப் பற்றியும் உரசலின்றி மனம் விட்டுப் பேச இடைவெளி கொடுத்த நட்பின் அசல் பிரதிகள்.

அக்கணம், அவர்களை எல்லாம் பார்த்துப் பேசி வெகு நாளாகிறது என்று எண்ணிப் பார்ப்பதும்கூட மனதைக் கனக்கச் செய்தது. தனது ஆழத்துத் துயரைச் சிறுபொழுதேனும் தூர விலக்கி வைத்து விட்டுஎவருடனும் சிரித்துப் பேசிப் பொழுதைக் கழிக்கும் மனநிலை இனி தனக்குச் சாத்தியமில்லை என்பதை உணர்ந்த தருணம் முதல் அவர் அவர்களைச் சந்திப்பதைத் தவிர்த்துவிட்டிருந்தார். அவள் போன பின், அவருள்ளிருந்து தன்னிச்சையாய் உதிர்ந்து விட்டிருந்த உயிர்ப்பான பலவற்றுள், இந்த நட்பின் உதிர்வும் ஒன்றாகிவிட்டிருந்தது.

படகுத்துறையில், படகுகள் நீரில் ஆடிக்கொண்டிருப்பது தெளிவாகத் தெரிந்தது. ''அங்க இருக்குர படகுல ரெண்டு நம்மலது கோப்ரல்... எப்ப இங்க ஆபத்துனாலும் சொரங்க பாதயில வந்து இங்கருந்து ஓடி அதுல ஏறி தப்பிச்சு ஓடிரலாம்'' என்றபடி தோளில் தட்டிய சுவான் லீயைத் திரும்பிப் பார்த்துப் புன்னகைத்தார் கோப்ரல்.

●

முதல் நாள் இரவில் அந்தச் சுரங்க வழியில் சுவான் லீயுடன் நடந்த உரையாடலை அசைபோட்டு வியந்தபடி, சாலையின் இரு

---

* ஆற்றோரங்களில் வளரும் ஒருவகை மரம்

பக்கத்திலும் கண்ணுக்கெட்டிய தூரம் பச்சைக் கம்பளி போர்த்திய கம்பத்து வயல்களையும், அதன் வரப்புகளில் நின்ற தென்னை மா மரங்களையும், வயல்களில் சேற்றில் படுத்துக் குளிர் காய்ந்த எருமைக்கூட்டங்களின் முதுகில் உட்கார்ந்து உன்னி பொறுக்கி உண்டு பறந்து திரிந்த நூற்றுக்கணக்கான வெள்ளைக் கொக்கு களையும் ரசித்துப் போய்க்கொண்டிருந்தார் கோப்ரல்.

இன்னும் சில மணி நேரமாவது பயணிக்க வேண்டும். சரியாக குறிப்பிட்ட நேரத்தில் அங்கே இருந்தாக வேண்டும். ஐந்து நிமிடம் கடந்தாலும் சம்பத்தப்பட்ட தோழர் மாயமாய் மறைந்துவிடுவார். அது மேலிடத்தின் ஆணை.

ஆபத்துகள் நிறைந்த ஒரு விபரீத விளையாட்டில் அவர்கள் அனைவரும் மிகுந்த எச்சரிக்கையுணர்வுடன் இயங்க பழகிக் கொண்டிருந்தனர். கண்மூடி திறப்பதற்குள் மிக முக்கிய முடிவுகளை எடுத்தாக வேண்டும். தவறினால் ஏதேனும் ஒரு திசையிலிருந்து பாய்ந்து வரும் குண்டு மூளையைச் சிதறடித்துத் தரையில் சாய்த்துவிடும். புலன்களின் அத்தனை வாசல்களும் எந்நேரமும் சூழலை உள்வாங்கிக் கணக்கிட்டுச் சரிபார்த்துகொண்டே இருக்க வேண்டும். கொடூர மிருகத்தால் வேட்டையாடப்படும் எளிய மிருகம்போல, மிக எச்சரிக்கையுடன் இருந்தாக வேண்டும்.

இந்த மிக ஆபத்தான விளையாட்டுக்குள் தன்னை வலிய ஒப்புக்கொடுத்துப் பொருத்திக்கொண்ட நாள்தொட்டு, கோப்ரலின் கண்களும் காதுகளும்கூட மிகக் கூர்மையுடன் சூழலை எடைபோடக் கற்றுக்கொண்டிருந்தன. உள்ளுணர்வு மிகுந்த நுண்மை அடைந்து, புறக் கண்களுக்குப் புலப்படாத பலவற்றுக்குள்ளும் நுழைந்து அலசி ஆராய்ந்து பொருள் காண தீவிரம்கொண்டிருந்தது. அதன் நீட்சியாய், சில காலமாகத் தன்னுடைய சகல அசைவுகளையும் கண்களுக்கு அகப்படாத ஏதோ இரண்டு மர்மக் கண்கள் தூர நின்று தொடர்வதான ஒரு குறுகுறுப்பு அவரது உள்மனதுள் அவ்வப்போது எழுந்தபடி இருந்தது. அப்போதெல்லாம் தன்னுடன் வேலை செய்யும் கான்ஸ்டபிள் பாலாவை நினைத்துக்கொள்கிறார். ''பொல்லாத பய... கொஞ்ச நாளா அவன் நம்மல பாக்கற பார்வயே சரியில்ல... நம்ம முதுகு பின்னால நமக்கு எதிரா அவன் என்னமோ பண்ணிகிட்டு இருக்குற மாதிரி தோணிக்கிட்டே இருக்கு...''

இந்தப் பயணத்திலும் அவன் நினைவுக்கு வர, வண்டியை சாலையோரம் நிறுத்தி, பின்னால் திரும்பி நோட்டமிட்டார். சாலை வெறிச்சோடிக் கிடந்தது. தூரத்தில் ஒரு மோட்டார் வண்டி மிக மெதுவாய் நெருங்கி வந்து கடந்து போனது. தன் பக்கம் முகம்

திருப்பி, மென் சிரிப்புடன் தலையாட்டிப் போன மலாய் முகம் மறையும் வரை பார்த்துக்கொண்டிருந்து, பயணத்தைத் தொடர்ந்தார்.

காற்றில் குளிர் மிகுந்திருந்தது. உடல் சிலிர்த்தது. காடு நெருங்கி வருவதை உணர்த்தியது.

இரு பக்கமும் பச்சைக்கட்டி நிறைத்திருந்த இளங்காடு. இனி வரும் வழி நெடுகவும் கம்யூனிஸ்டுகள் புழங்கும், அரசாங்க கருப்புப் பட்டியலில் உள்ள நிலப்பகுதி. எமெர்ஜென்சி சட்டத்தின் கீழ் மாலை ஆறு மணி முதல் ஊரடங்கு அமுலுக்கு வந்துவிடும். மனிதர் நடமாடத் தடை செய்யப்படும். மீறுவோரைக் கண்டதும் சுட உத்தரவு உள்ளது. பொழுது விடியும் வரை ராணுவத்தின் கட்டுப் பாட்டில் வந்துவிடும்.

மாலைக்குள் இந்தப் பகுதியை விட்டு விலகிவிட வேண்டும் என்கிற பதற்றம் தலை தூக்க, வண்டியோட்டத்தை விரைவுப்படுத்தினார். மனம் என்னவோ வீட்டிற்குள் விட்டு வந்திருக்கும் ஜிம்மி குட்டியையே சுற்றிச் சுற்றி வந்துகொண்டிருந்தது. 'ம்… வந்த வேல முடிஞ்சதும் வீட்டுக்கு பறந்துடனும்… அப்பிடியே கொஞ்சம் லேட்டானாலும் பரவால்ல… அதுவரக்கும் அப்பா பாத்துக்குவாரு… பசிக்கு கத்தனானா பால கலக்கி வச்சிடுவாரு… ரொட்டி துண்ட எடுத்து வாய்ல ஊட்டிவுடுவாரு… அப்றம் ஆட்டந்தான்… ரெண்டு பேரும் ஓடி கட்டி புடிச்சு உருண்டு சிரிச்சு வெளயாடிகிட்டு இருப்பாங்க… அப்பா வூட்ல இருக்குறது ரொம்ப நல்லதா போச்சு… பெரிய ஒதவியா இருக்கு… இல்லனா நாம இல்லாத சமயத்துல அவன யாரு பாத்துக்குவாங்க?'

சட்டென சாலையின் ஒரு கூரிய முனையில் எதிர்ப்பட்ட வளைவு ஒன்றைக் கடந்து நிமிர, எண்ணி வந்த காடு வான் பார்த்த மலைச் சரிவில் நீலம்பூத்து எழுந்து நின்றது. ஆகாய சூரியன், அதன் தலைக்கு மேல் நின்று உமிழ்ந்த பொன்னிற ஒளியில், அழகின் பேருருவாய்க் கண் முன் விரிந்து படர்ந்து சென்றது. அவருக்குள், மேகங்களற்ற தெளிந்த இரவுநேர நடுவானில் தொங்கும் பௌர்ணமி நிலவைப் பார்க்கும்போது வந்துவிடும் அதே ஆற்றாமை. 'அடக் கடவுளே… இத பாக்க இந்த ரெண்டு கண்ணு பத்தாதுப்பா… நூறு கண்ணு இருந்தாலும் பத்தாதுப்பா… எதுக்குப்பா இத்தன அழக இந்த ஒரே எடத்துல நெறச்சு வச்சு இப்பிடி மூச்சுமுட்ட உசுர துடிக்க வக்கிற?'

நா வறண்டது. நீர் பாட்டில் கொண்டுவர மறந்துபோயிருந்தது. சாலையோரத்திலேயே மலைச்சரிவிலிருந்து மலையூற்று நீர்

கொட்டிக்கொண்டிருப்பது கண்ணில் பட்டது. வண்டியை சாலையோரமாய் நிறுத்தி வைத்து, குனிந்து உள்ளங்கைகளைச் சேர்த்துக் குவித்து நீரை ஏந்தினார். பளிங்கு நிற ஐஸ் கட்டிகளைத் தொட்டுவிட்ட ஜில்லிடல். அடர்காட்டின் நிறை குளுமையைத் தன்னுள் நிறைத்து வைத்திருந்தது மலையூற்றுநீர்.

சில்லென்று தொண்டையை நனைத்தபடி உள்ளிறங்கியது. அடர்காடுகளின் சுனைகளுக்கே உரிய தூய சுவை. ஊற்றின் பக்கமிருந்த புதருக்குள்ளிருந்து ஏதோ அசைவு. குறுகுறுப்புடன் கூர்ந்து கவனித்தார். காட்டு மிருகங்களில் ஏதேனுமொன்றாக இருக்கலாம் என்கிற அச்சம். உடல் செடி மறைவில் ஒளிந்திருக்க, சுழலும் இரு கரு விழிகள் கூர்ந்து பார்த்திருந்தன. என்ன ஏதென்று நிதானிப்பதற்குள் விருட்டென மறைவிலிருந்து வெளிப்பட்டு, சாலையில் எகிறிக் குதித்து குறுக்காய் ஓடி மறுபக்க பள்ளத்தில் பாய்ந்தது, வாட்டசாட்டமான காட்டுப்பூனை. அடர்கரு நிறத்தில் வாலைச் சுழற்றியபடி ஓடி மின்னலாய் மறைந்துவிட்டிருந்தது.

சாலை வெறிச்சோடிக் கிடந்தது. மனித நடமாட்டம் முற்றிலும் இல்லாமலாகியிருந்தது. சரிவிலிருந்து கொட்டும் சுனை நீரின் நிதானமான துல்லிதமான தாள கதி. கண் மூடிக் கேட்டு நின்று, திரும்பி, உயரே பரந்து விரிந்து பறவைகளின் ஆரவார இசை மழையில் நனைந்தபடி மோனத்தில் மூழ்கிக் கிடந்த காட்டைப் பார்த்தார்.

பாடும் அந்தப் பறவைகளில் ஒன்றாகத் தானும் ஆகி அவைகளோடு சேர்ந்து உயர்ந்த மரக்கிளைகளில் உட்கார்ந்து பாடிக்கொண்டும் பேசிக்கொண்டும் சிரித்து ஓடிப்பிடித்து விளையாடிக்கொண்டும், அமுதூறிக் கனிந்து சிவந்த பழங்களைக் கூர் அலகால் கொத்திச் சுவைத்து உண்டும், ஒருசேர வானத்திலேறி காலை இள வெயிலில் நனைந்து மிதந்தபடி வனமெங்கும் சுற்றியலைந்து, தின்னத் தின்ன திகட்டாத அதன் முடிவிலா அழகில் மயங்கித் திளைத்தபடி, இன்னும் மீதமிருக்கும் இந்த சொற்ப ஆயுளையும் கடந்துவிட்டால், அது எத்துணை மகோன்னத வாழ்பனுபவமாக இருக்கும் என்ற கற்பனையில் மூழ்கி மனம் நெகிழ்ந்தார்.

இந்த மனித வாழ்வு இதுநாள்வரை தனக்கு விதித்திட்ட தாங்கொணாத் துயரங்களனைத்தையும், மாயக்கோல் ஒன்று கொண்டு இல்லாமலாக்கி, மனிதச் சிறுமைகள் இன்னமும் தொட்டு மாசுபடுத்தியிராத, இந்தப் புனித இயற்கையின் கள்ளமில்லா மடியில் ஆனந்தமாய்ச் சில காலம் அதன் செல்லக் குழந்தைகளில் தானும் ஒருவனாகி வாழ்ந்து தீர்த்து, என்றாவது ஒருநாள் அதன்

காலடியிலேயே கரைந்து காணாமல் போனால் போதும் என எண்ணிப் பார்க்க, நெஞ்சக்கூடு விம்மி எழுந்து குலுங்கியது...

தேடி வந்த இடம் நெருங்கி வருவதை, சுவான் லீ குறிப்பிட்டிருந்த அடையாளத்துடன் கூடிய இரண்டு பெரிய காட்டாறுகளைக் கடந்து ஒரு திருப்பத்தில், சாலையோரம் இருந்த ஒரு இளைப்பாறும் மூங்கில் குடிசையைப் பார்த்ததும் புரிந்ததுகொண்டார். சுவான் லீ குறிப்பிட்டிருந்த நில அடையாளங்களில் அது முக்கியமானது. ''கவனமா பாத்து போங்க கோப்ரல்... நா சொல்ற ஒண்ணொன்னும் முக்கியம்... வுட்டுட்டீங்கன்னா போச்சு... அங்க போயி சேர முடியாது...''

இடம் நெருங்கி வர பதற்றமும் நெருங்கி வந்திருந்தது. நெற்றியில் வியர்வைத் துளிகள். அடுத்த அடையாளமும் கடந்திருந்தது. மறைவாய் வைத்திருந்த கைத் துப்பாக்கியை ஒருமுறை தொட்டுப் பார்த்துக்கொண்டார். இரவில் அதைக் கொடுக்கும்போது சுவான் லீ எச்சரித்திருந்தார், ''எதுவும் நடக்கலாம் கோப்ரல்... ரொம்ப கவனமா இருக்கனும்... அது பிளேக் ஏரியா... ரொம்ப ஆபத்தான பிளேக் ஏரியான்னு தெரியுமில்ல கோப்ரல்?''

கண்கள் பல மடங்கு கூர்மையாகிவிட்டிருந்தன. வண்டி துரித கதியில் நகர்ந்தபடியிருக்க, மலைச் சரிவின் உயரமான பகுதிகளைக் கண்கள் சல்லடை போட்டு அலசின. அங்கிருந்து எந்நேரத்திலும் சடசடவெனக் குண்டுகள் பாய்ந்து வர, கூச்சலுடன் காலடிகள் இறங்கி வரலாம் என்கிற எதிர்பார்ப்பு மிகுந்துவர, நரம்புகள் புடைத்து முறுக்கேறி விரைத்து இறுகியது. வண்டி வேகமெடுத்திருந்தது.

சடாரென ஓசையெழ பிரேக் போட்டு வண்டியை நிறுத்தினார். அவரது அவஸ்தை புரியாத மலைப்பாம்பொன்று சாலையில் மிகுந்த நிதானகதியில் சாலையைக் கடக்க முயற்சித்துக்கொண்டிருந்தது. உப்பிய வயிறு. எதையோ அப்போதுதான் விழுங்கி முடித்துப் பயணப்பட்டிருக்க வேண்டும் என நினைத்துக்கொண்டார். பாதி வழியில் பயணத்தை நிறுத்தி நீட்டி படுத்துக்கொண்டது. ''டே போடா... போடா... நீ வேறடா... நேரங்காலம் தெரியாம வந்து குறுக்க நின்னுகிட்டு...? போடா... போ...'' அது அசைவதாக இல்லை. உண்ட களைப்பு. என்ன செய்வதென்று புரியாமல் குழம்பி நிற்க, மலைச்சரிவில் சலசலப்பு. துப்பாக்கியில் கை இறுக, பதற்றத்துடன் திரும்பிப் பார்த்தார்.

மலைச்சரிவிலிருந்து சாலையில் குதித்த உருவத்தை பதற்றத்துடன் அளந்தார். கையில் துப்பாக்கி ஏந்திய மிலிட்டரிக்காரன் இல்லை

என்பது உறுதிப்பட, பெருமூச்சுடன் தலையாட்டி, உடலின் இறுக்கம் தளர, அடுத்து சாலையில் குதித்த உருவத்தையும் கவனித்தார். நாட்டின் அசல் ராஜாக்கள். இடையில் பிழைப்புக்காக, சில நூறு ஆண்டுகளுக்கு முன்பு இங்கு வந்து குடியேறிய எவனெல்லாமோ தன்னை மண்ணின் மைந்தர் என்று கூவி உரிமை கொண்டாடிக் கொண்டிருக்க, அது குறித்த எவ்வித பிரக்ஞையும் இல்லாத அறியாமை இருளில் மூழ்கி, வறுமையின் விளிம்பில் துன்புறும், பல்லாயிரம் ஆண்டுகளுக்கு முன்பே இம்மண்ணில் முளைத்து விட்ட பூர்வீகக் குடிகளின் ஒரு பிரிவினரான சக்காய்கள். ஐந்தடி உயர குள்ளர்கள். இடையில் ஒரு துண்டு கோவனத்துடன், முக்கால் நிர்வாணமாய், கையில் ஒரு வேட்டைக்கான மூங்கில் குழாயுடன் நால்வர் தன்னை நோக்கி வருவதை ஒருவித திகைப்புடன் பார்த்து நின்றிருந்தார்.

உடல் விதிர்த்து நிலைகொள்வதைப்பதற்றத்துடன் உள்வாங்கினார். மெல்ல ஒருவித அச்சம் மேலெழ, துப்பாக்கியில் மேலும் அழுந்திக் கை இறுக, அந்த நால்வரும் மலைச்சரிவிலிருந்து வெளிப்பட்ட கண்களுக்குப் புலப்படாத குறுகிய வழித்தடத்திலும்அதனைச் சூழ்ந்த மலைச்சரிவிலும் கண்கள் மிகத் துரிதமாய்ச் சல்லடை போட்டு அலசின. சந்தேகம் எழும்படியான அசைவுகள் எதுவும் தென்படாத திருப்தியில் பெருமூச்சுடன், தன்னை நோக்கி வந்து கொண்டிருக்கும் அவர்களை எதிர்கொண்டார்.

புறப்படும்போது அவர்களின் நினைப்பு எப்படித் தன்னை விலக்கி வைத்திருந்தது என்பதை எண்ணி மேலும் வியந்தார். இந்தப் பகுதி நிலப்பரப்பை, ஜப்பானிய காலனித்துவ அராஜக ஆட்சியின்போது, அவர்களை எதிர்த்து, தோற்றோடியிருந்த ஆங்கிலேயருக்கு ஆதரவான படையில் சேர்ந்து காடுகளிலிருந்து நடத்திய போராட்டத்தின் போது, இந்த வனப்பகுதியின் மூலைமுடுக்கெங்கும் அலைந்து திரிந்து, அதன் நாடிநரம்புகளை நன்கு அறிந்து வைத்திருந்த சுவான் லீ, பயணித்திற்கு முந்திய இரவில், ஒரு பள்ளி மாணவனுக்குப் பாடம் எடுப்பதுபோல், அங்குப் பயணிக்கையில் தான் கவனிக்க வேண்டிய பாதுகாப்பு அம்சங்கள் குறித்தெல்லாம் மிக விரிவாக விளக்கிச் சொல்லியிருந்ததில், ஒரு மிக முக்கியக் கண்ணியான இவர்களைப் பற்றி எதுவும் சொல்லாமல்போனது எப்படி என்கிற கேள்வி ஆச்சரியப்படுத்தியது.

உலகின் ஒட்டுமொத்த ஈரக்காடுகளில், பலகோடி ஆண்டுகள் பழமையானதும், கணிசமான பரப்பளவு கொண்டதுமான மலாயா ஈரக்காடுகளின் உள்முகம் என்பது மிகக் கொடூரமான, மனித

வாழ்வுக்கு மிக அந்நியமான ஓருலகம். அதன் அனைத்து எதிர்மறைச் சூழலையும் எதிர்கொண்டு, பல தலைமுறைகளாக அதில் வாழ்ந்துவரும் மிகப் புராதன வரலாறு கொண்ட இந்தப் பூர்வக்குடிகள், தங்களின் கான் வாழ்க்கையில், அதில் பன்னெடுங்காலம் வாழ்ந்துவரும் ஒரு வன விலங்குக்கு நிகரான தன் வாழ்விடம் குறித்த மிக நுட்பமான தகவல் களஞ்சியமாக அவர்கள் தங்களைச் சமைத்துக்கொண்டிருந்தார்கள். அவசரகாலப் பிரகடனத்தின் தொடர்ச்சியாகக் காவல்துறையினருக்கு வழங்கப்பட்ட சிறப்பு பயிற்சிகளின்போது, அவரது பயிற்சியாளர்கள் அந்தப் பூர்வக்குடி களின் காடு குறித்த இந்த அறிவை மிகவும் வியந்து பாராட்டியதை நினைவுகூர்ந்தார்.

1948ல் அவசரகாலம் பிரகடனப்படுத்தப்பட்ட பின், அடர் காடுகளில் மறைந்திருந்து கெரில்லா யுத்தம் நடத்திய கம்யூனிஸ்டுகளை முகர்ந்தறிந்து வேட்டையாடி அழித்தொழிக்க, இந்தப் பூர்வக்குடி களின் கானகம் குறித்த நுண்தகவல்களை, மிகச் சாதுரியமாக ஆங்கிலேய அரசாங்கம் பயன்படுத்த தொடங்கியிருந்ததையும் அவர் அறிந்திருந்தார்.

அக்கணத்தில், அந்த வனப் பகுதியில் அவர்களில் நால்வரைத் திடுமென எதிர்கொள்ள அவருள் திடுக்கிடலுடன் அந்த எண்ணமே முதலில் தலைதூக்கியது. அவர்களை அத்தருணத்தில் அங்கே சந்திப்பது எவ்வகையிலும் ஒரு தற்செயலாக இருக்க வாய்ப்பில்லை என்றே அவரது உள்ளுணர்வு அறிவுறுத்தியது. சிறு பதைப்புடன், சட்டென நிமிர்ந்து அண்ணாந்து மலைச்சரிவை நோட்டமிட்டார். உணவு தேடிப் பெரும் ஓசையுடன் நூற்றுகணக்கான பழந்தின்னி வெளவால் கூட்டமொன்று, மேற்குத் திசை நோக்கி, மலைச்சரிவில் தாழ்வாய் தொங்கிய மேகத் திறலில் மிதந்தபடி பயணித்துகொண்டிருந்தது. மற்றபடி, அவர் உள்ளூர அஞ்சியதுபோல், அவர் தேடிய, ராணுவத்தின் நடமாட்டத்தைக் காட்டிக்கொடுத்துவிடும், சந்தேகம் எழும்படியான, அவருக்குச் சொல்லப்பட்டிருந்த சில நுட்பமான அறிகுறிகள் எதனையும், அவர் கண்களெட்டிய தொலைவில் கண்டடையவில்லை. ஆறுதலில் எழுந்த பெருமூச்சுடன், ஒருகணம் அதில் நிலைத்திருந்து திரும்பி, தனது அச்சத்தைத் தானே பரிகசித்தபடி மென்புன்னகை உதடுகளில் நெளிய தலையாட்டினார்.

முன்னால் வந்தவன் அவரை நெருங்கி, சாலையை முழுமையாய் வழி மறித்து, சாவகாசமாய் வயிறு புடைக்க உண்ட களைப்பு நீங்க அசைவற்று நிம்மதியாய்ப் படுத்து தூங்கிய மலைப்பாம்பைக் கைநீட்டிச் சுட்டி எதையோ கேட்க, மொழி புரியாத குழப்பத்தில் வெறுமனே தலையாட்டினார் கோப்ரல். அதைப் பார்த்து,

நால்வரும் ஏதோ சொல்லிச் சிரித்தபடி நடந்து பாம்பை நெருங்கி நின்று சிலகணங்கள் எதையோ விவாதித்தபடி, தலை திருப்பித் தன்னைப் பார்த்துத் தலையாட்டிச் சிரிப்பதைச் சங்கடத்துடன் கவனித்திருந்தார்.

பின் ஏதோ முடிவுக்கு வந்தவர்களாய், அவர்களில் ஒருவன் முன்னகர்ந்து குனிந்து பாம்பின் தலையை லாகவமாய் இறுகப் பிடிக்க, பாம்பு தூக்கம் கலைந்த கடுப்பில்சீறி, திமிறி, உடல் முறுக்கி அசைந்தது. அடுத்தடுத்து, அவர்களில் மற்றவர்களும் அதன் உடலை இடைவெளி விட்டுஇறுகப் பற்றி, ஒருசேரப் பெருங் குரலெழுப்பி, அனாயசமாய்த் தூக்கிச் சுமந்துச் சென்று சாலையின் மறுபக்கத்தில் சரிந்திறங்கிய பள்ளத்தில் பதனமாய் இறக்கிவிட்டு, ஒருவன் குனிந்து முகம் கனிந்து எதையோ அதனிடம் மந்திரம் போல் செல்லக் கொஞ்சலுடன் சொல்லி நிமிர, நால்வரும் திரும்பி அவரைப் பார்த்து கையாட்டிச் சிரித்துக் கடந்து போனார்கள்.

சுவான் லீ குறிப்பிட்ட கடைசி அடையாளம் சாலையோரம் புதர்களின் மறைவில் தென்பட்டது. மோட்டாரை அங்கு நிறுத்திவைத்து நடந்தார். ஒவ்வொரு அடியின் முன்னகர்விலும்பார்வையிலும் நடையிலும் பதற்றம் கூடிக்கொண்டே போவதை உணர்ந்தார். நடை நீண்டது. ஒரு திருப்பத்தில் சட்டென அது நடந்தது. புதர்கள் மண்டிய ஓங்கி நின்ற மரத்தின் மறைவில் சலசலப்பு. திடுக்கிட்டு நின்று கவனித்தார். ஓருருவம் வெளிப்பட்டு அவரை எதிர்கொண்டது.

ஓலைத் தொப்பிக்குள் பாதி முகம் மறைந்திருந்து பார்த்தது. தசைநார்களை இழுத்து வைத்து நரம்பால் தைத்தது போன்று இறுகி கெட்டித்த வெளிறிய மஞ்சள் முகம். நீண்ட காலம் சூரியக் கதிர்கள் தொட்டிராத முகத் தோலின் வெளுமை. ஒட்டி உலர்ந்த கன்னங்கள். அதில் மிகுந்த உயிர்ப்புடன் தீர்க்கமுடனும் இருப்பதாய் தோன்றியது அந்த காந்தக் கண்கள். சுவான் லீயின் பூனைக் கண்களையொத்த சிறு கண்கள். அதன் குடைந்து செல்லும் கூர்த்த பார்வை.

நிமிர்ந்து, முகம் சுருங்க, தலையாட்டி, கேள்விக்குறியுடன், பதற்றம் கண்களில் படர நின்றிருந்தான் வந்தவன். சந்திப்பின் திகைப்பில், கடவுச் சொல்லைச் சொல்ல மறந்துவிட்டிருந்தது நினைவுக்கு வர, கோப்ரல் சட்டென நிலை மீண்டு, அடங்கிய குரலில் பறிமாறிய சொல்லைக் கவனமாய்க் கேட்டுப் புன்னகைத்து, திரும்பி, பின்தொடரும்படிச் சைகை காட்டி, சரிவில் தாவி ஏறி அடர்மரங்களிடையே மறைந்தான்.

திகைத்து நின்று, பாய்ந்து சரிவில் ஏறி அவனைத் தொடர முற்பட்டார். அவன் போன மாயம் தெரியவில்லை. காட்டு விலங்கொன்றின்

விரைவுடன் ஓசையின்றிக் கடந்து போயிருந்தான். பதற்றத்துடன் நின்று நாலாபுறமும் பார்த்துக் குரல் கொடுத்தார். ஒரு பறவையின் கீச்சொலிபோல் முன்னாலிருந்து குரல் வந்தது. முதலில் ஏதோவொரு காட்டுப் பறவையின் குரலென்றுதான் அண்ணாந்து மரக்கிளைகளைத் தேடினார்.

அடுத்த குரல் வந்தபோதுதான் அது மனிதக் குரலென்பது உணர்ந்தது. தனது குரலுக்கு அவன் கொடுக்கும் பதில் சமிக்ஞைக் குரல் அது என்பதைப் புரிந்து, தலையாட்டிச் சிரித்தார். காட்டு விலங்குகளின் ஒலிகளை வசப்படுத்தித் தங்களுக்கான ரகசியப் பறிமாற்ற மொழியாக அவர்கள் திறமையுடன் கையாள்வதை அறிந்து வியந்தார். குரல் வந்த திசையில் அடர்ந்து வழிமறித்த செடிகொடிகளை விலக்கிக்கொண்டு நடந்தார். வழி பிடி நழுவ மீண்டும் குரலெழுப்பினார். மரங்கொத்திப் பறவை மரப்பட்டை களைத் தன் கூரிய அலகால் தாளலயம் பிசகாமல் எழுப்பும் ஒலியொத்த அதே சமிக்ஞை ஒலி அண்மையில் கேட்டது, அவனை நெருங்கி விட்டது தெரிந்தது. நிம்மதிப் பெருமூச்சுடன் அத்திசையில் நகர்ந்தார்.

நெருங்கி வர சிரிப்பொலி. ஆச்சரியத்துடன் உற்று நோக்கினார். அவன் நின்றுகொண்டிருந்தான். தொப்பிக்குள் இருந்த முகத்தில் புன்னகை. ''அப்பா கோப்ரல்? ஓராங் போலீஸ் சூசா ஜாலான் டாலாம் ஊத்தான்? மச்சாம் மனா பொலே தங்காப் கொமுனிஸ்?''* அந்தப் புன்னகையின் பின்னால் ஒளிந்திருந்த கிண்டல் அவரைச் சங்கடப்படுத்தியது. அசட்டுச் சிரிப்புடன், தலையாட்டி, பார்வை தவிர்த்து, ''பொலே ஜாலான்?''** என்றார்.

ஒரு மணி நேர நடை.

மூச்சிரைத்தது. வியர்த்துக்கொட்டியது. அழைத்துச் சென்றவன், அனாயசமாய் அலட்டலின்றிப் பூங்காவில் மாலைநேர உலா போவதுபோல் காட்டுப் பூனையின் லாகவத்துடன், தடயமற்ற, ஆனால், அவன் கண்களுக்கு மட்டுமே பிடிபட்ட பாதையில் விரைந்துகொண்டிருந்தான். செடி கொடிகளை அவன் தவிர்த்த விதம் ஆச்சரிய மூட்டியது. அது ஒரு பாதுகாப்பு அரண் என்பதை காவல்துறை பயிற்சிகளின்போது அறிவுறுத்தப்பட்டதை நினைத்துக் கொண்டார்.

---

* என்ன கோப்ரல்? போலீஸ்காரங்களே காட்டுக்குள்ள நடக்க கஸ்டப்பட்டா எப்பிடி கொமுனிஸ்ட பிடிக்கறது?

** போலாமா?

வேட்டையாட வரும் எதிரிகளின் தேடல் கண்களுக்கு, வழியில் தென்படும் ஒரு சிறு கொடியின் மெல்லிய தொய்வு, செடியில் முறிந்து இன்னமும் விழாமல் ஒட்டிக்கொண்டிருக்கும் ஒரு சிறு கிளை, காலடியில் நொறுங்கித் தரையில் மெல்ல அழுந்திப் படிந்திருக்கும் சருகுகளென, எதுவும் தங்களின் நடமாட்டத்தைக் காட்டிக்கொடுத்துவிடும் என்கிற எச்சரிக்கை உணர்வுடன், மிகக் கவனமுடன் கடந்து போய்க்கொண்டிருப்பதை ரசித்தபடி அவனைப் பின்தொடர்ந்தார்.

ஓரிடத்தில், காடு கண்முன்னால் மாயமாய் மறைய, ஒரு திறந்தவெளிப் பொட்டலில் அவர்கள் நின்றுகொண்டிருந்தனர். இருளில் பயணித்த கண்கள் ஒளி வீச்சில் திக்கித் திணறி அல்லாடின. சில கணங்கள் கண்மூடி நின்றார். கண்களைத் திறக்க, எதிரேவேறோருலகம் விரிந்து கிடந்தது. திறந்த வெளியில் சுற்றிவர ஆங்காங்கே குடிசைகள் முளைத்துக் கிடந்தன. சுவர்களற்ற திறந்தவெளி மூங்கில் குடிசைகள். இலை தழைகளால் வேய்ந்த கூரை. பச்சைக்காக்கி உடையில் துப்பாக்கி ஏந்தியபடிச் சிலர் நடமாடினர். இறுகிய முகத்துடன் தூர நின்று இவர்களைக் கவனித்தபடிச் சிலர் அடங்கிய குரலில் பேசிக்கொண்டிருந்தனர். தீமூட்டி அடுப்பில் சமையல் நடந்துகொண்டிருந்தது.

முதல்முறை அவர்களை உயிரோடு பார்ப்பது ஒரு வினோத அனுபவமாக இருந்தது. சுடப்பட்டு, கைகால்கள் கம்பிகளால் பிணைக்கப்பட்டு, வேட்டையாடப்பட்ட காட்டுப் பன்றிகளைப்போல் ராணுவ வாகனங்களில் தூக்கி வீசிக் கொண்டுவரப்பட்டு, காவல் நிலைய நடைவழியில் கிடத்தி வைத்திருந்த சிலரைப் பிணமாக மட்டுமே பார்த்துள்ளார். நாளையேகூட இவர்களில் யாரேனும் ஒருவன் எங்கேனும் ஒரு காவல் நிலைய வாசலில் அனாதைப் பிணமாகக் கிடக்கலாம் என்று அனிச்சையாய் எண்ணிப் பார்த்து, ஒரு நீண்ட பெருமூச்சு எழ, பார்வையை விலக்கிக்கொண்டார்.

ஒருவன் அங்கிருந்தபடியே இவர்களை நோக்கிச் சைகை காட்டி நடந்து குடிசைகளுக்குப் பின்புறம் சென்றான்.

குடிசைகளின் மறைவில் அவர்கள் இருந்தார்கள்.

அதில் தோற்றத்தில் முதிர்ந்து கம்பீரமாக இருந்த ஒருவர் முன்னால் வந்து கோப்ரலின் கைபிடித்துக் குலுக்கி, ''நாந்தான் சுங்கை சிப்புட் காட்டு பெருமாள். கேள்விப்பட்டிருக்கீங்களா கோப்ரல்?'' கோபாலின் கண்கள் தட்டாமாலை சுழற்றியது.

''தோ பாருங்க... நீங்க தேடி வந்த குட்டியப்பனும் நெட்ட மணியும்... அதோ நிக்கிறாரு பாருங்க... அவருதான்... புக்கிட் செம்பிலான் தோட்டத்துல டிரசரா வேல பாத்த, தொர புடிச்சிட்டு போயி கட்டிபோட்டு அடிச்சு தொரத்துன டிரசர் பாலயா... இவுங்களோட குரு... இப்ப இவுங்க அத்தன பேரும் நம்ம தோழருங்கதான்...''

கை குலுக்கியபோது குட்டியப்பனின் கண்களைக் கூர்ந்து கவனித்தார். தொண்டைக்குள் ஏதோ நெருட மனம் நெகிழ்ந்து படபடத்தது.

அவனிடம் சேர்ப்பிக்க ஒரு முக்கியச் செய்தியோடு வந்திருந்தார் கோப்ரல்.

காலைக் கதிரின் வெப்பத்தில் மெல்லக் கரைந்து மறையும் பனிபோல் அவன் மறைய, அங்கே நீண்ட முகமும் சுருள் முடியும் ஒளிவிடும் பெரிய கண்களும் கொண்ட, அவரின் ஆதர்ச புருஷரான, இவனையொத்த 24ம் வயதிலேயே ஆங்கிலேய ஆதிக்க சக்தியின் ஆணவச் சூழ்ச்சிக்கு இரையாகி, கோலாலம்பூர் புடு சிறையில் தூக்கிலிடப்பட்டு வீர மரணம் எய்திய எஸ்.ஏ.கணபதி வந்து நின்று கண் சிமிட்டித் தன் அழகான பற்கள் பளீரிடச் சிரித்தார்.

'இவனோட அம்மாக்காரி இவன பாக்காம பைத்தியம் முத்தி, குச்சிக்கட்டுல, 'எம் புள்ள எங்க? எம் புள்ள எங்க'ன்னு பினாத்தி கிட்டு திரியரா... அப்பங்காரன் யூனியன் தலவரு சின்னதொரயோட கூட்டு சேந்து தனக்கு துரோகம் பன்னிட்டதா சொல்லி, அவரு தலய சீவி சின்ன தொர பங்களா முன்னால போட்டுட்டு, நின்னு, அடுத்த தல ஒன்னோடதாண்டா நாயேன்னு கத்திட்டு, மலக்காட்டுக்குள்ள ஓடி மறஞ்சுட்டான்... இங்க அது எதுவுமே தெரியாம இவன்...? யாரோட வெளயாட்டு இதெல்லாம்?'

அதனை அவனிடம் சேர்ப்பிக்க கவனமாய்த் தெரிவு செய்து கோர்த்து வைத்திருந்த சொற்கள் நாக்கு நுனி வரை வந்துவிட, அடியாழத்திலிருந்து நீண்டு வந்த மாயக் கரமொன்று, வெடுக்கென்று அதனைப் பிடித்து உள்ளிழுத்து நிறுத்திக்கொண்டு உரக்க கத்தியது. 'டே மணி... என்னடா பண்ற? அத சொல்ல போறயாடா? நில்லுடா... நில்லுடா... அவசர படாதடா முட்டா பயலே? இப்ப எதுக்குடா அத அவங்கிட்ட சொல்லபோற? அவனும் பைத்தியம் புடிச்சு அவன் அம்மாக்காரி மாதிரி இந்த மலக்காட்டுல அம்மா அம்மான்னு கத்திகிட்டு அலயனுமாடா? சொல்லுடா? வேணாண்டா மணி... வேணாண்டா... எதயும் ஒளரி வக்காம வாய மூடிகிட்டு சும்மா இருடா...'

உள்ளே குரல் ஓய, மீண்டு, அவனை முதல்முறை நெருக்கத்தில் கூர்ந்து நோக்கினார். இதற்குள் அவனது முகத்தில் குழந்தமை நீங்கிவிட்டிருந்ததைக் கவனித்தார். கருகருவென்று துளிர்த்து நிற்கும் இள மீசைக்குப் பின்னால், அதற்குள் பொருந்தாத முதிர் மனிதனின் அழுத்தமும் இறுக்கமும். எதிராளியை மிரளவைக்கும், கூர் ஈட்டியாய்ப் பாயும் கண்களில் இன்னதென்று பிடிகொடாத தொலைதூரக் கனவொன்றின் ஒளிரும் அக்னிக் குஞ்சுகள்.

பின்னாலிருந்து ஏதோ அலறல் சத்தம் கேட்டு அனைவரும் திகைத்துத் திரும்பி, திறந்த வெளி நோக்கிப் பாய்ந்தனர். குடியிருப்பு நுழைவாயிலைத் தாண்டி ஒருவன் ஓடி வந்துகொண்டிருந்தான். கோப்ரலின் கண்களில் பதற்றம். ஏதோ விபரீதம் என்பதைச் சட்டெனப் புரிந்துகொண்டார். வரும் வழியில், இடையில் நிறுத்தி, அவரைச் சோதித்து அனுப்பிய சீன சென்ட்ரிதான் அவன் என்பதைக் கண்டுகொண்டார். 'ராணுவம் நம்ம பின்னாலயே வால புடிச்சுகிட்டு வந்துருக்கு... இது அந்த கான்ஸ்டபிள் வேலயாதான் இருக்கனும்... சந்தேகப் பட்டது சரியா போச்சு... இத்தன நாளு நம்ம பின்னாலயே நம்ம கண்ணுக்கு தெரியாம மறஞ்சுருந்து சுத்தி வந்து ஒலவு பாத்துருக்கான்... காட்டி குடுத்துட்டான் எட்டப்பன்...' என்று உள்ளூரப் பொறுமினார். ஓடி வந்தவன் மூச்சிறைக்க நின்று, ''லாரி... லாரி... செமுவா லாரி... மூசோ சுடா டத்தாங்...''* என்று கத்தினான்.

சிறிது நேரத்தில் துப்பாக்கி வேட்டுச் சத்தத்தில் காடு அதிர, மின்னல் வேகத்தில் இருப்பிடத்தைக் காலிசெய்துவிட்டு அவர்கள் ரகசியக் குறுக்கு வழியில் போய்க்கொண்டிருந்தார்கள்.

அவர்களுக்குப் பின்னால் கோப்ரல் மணியம் துப்பாக்கி ஏந்தி தனது புதிய தோழர்களுடன் விரைந்தபடி, மனம் வீட்டில் தனியாகத் தன்னை எதிர்பார்த்துப் பசியோடு காத்திருக்கும் ஜிம்மி குட்டியைச் சூழ்ந்து நின்று அல்லாடித் தவிக்க, ''அப்பா... அவன இன்னமே நீங்கதான் பாத்துக்கணும்பா...'' என்று முணுமுணுப்பாய்த் தழுதழுத்தார்.

துப்பாக்கி வேட்டுச் சத்தம் நெருங்கிக்கொண்டிருந்தது.

●

---

* ஓடுங்க... ஓடுங்க... எல்லாரும் ஓடுங்க... நம்ம எதிரி வந்துட்டான்...

www.ingramcontent.com/pod-product-compliance
Lightning Source LLC
LaVergne TN
LVHW060436051026
849518LV00002B/479